KINH
DIỆU PHÁP
LIÊN HOA

KINH DIỆU PHÁP LIÊN HOA

Nguyễn Minh Tiến

Việt dịch và chú giải

United Buddhist Publisher

Nhà xuất bản Liên Phật Hội

California, Hoa Kỳ

Xuất bản lần thứ nhất: Tháng 8/2025

Thiết kế bìa: Họa sĩ Đình Khải

ISBN-13: 979-8-2954-7036-3

NGUYỄN MINH TIẾN
Việt dịch và chú giải

KINH DIỆU PHÁP LIÊN HOA

三藏法師鳩摩羅什奉詔譯

TAM TẠNG PHÁP SƯ CƯU-MA-LA-THẬP
phụng chiếu dịch

NHÀ XUẤT BẢN LIÊN PHẬT HỘI
UNITED BUDDHIST FOUNDATION
2025

MỤC LỤC

Dẫn nhập

Kinh *Diệu pháp liên hoa*, hay kinh *Pháp hoa*, là một trong những bộ kinh phổ biến nhất đối với Phật tử Việt Nam. Đặc biệt, phẩm *Phổ môn* trong kinh này đã được đưa vào nghi thức tụng niệm hằng ngày ở nhiều tự viện. Phẩm *Phổ môn* cũng được gọi là *kinh Cầu an*, được người Phật tử tụng niệm tại tư gia mỗi khi muốn tìm cầu sự bình an trong cuộc sống. Hình tượng "Quán Âm cứu khổ" xuất phát từ phẩm kinh này từ lâu đã thâm nhập sâu xa trong tâm tưởng của nhiều người Phật tử.

Bản Phạn văn của kinh *Pháp hoa* được truyền đến nước ta từ rất sớm và được dịch sang Hán ngữ vào khoảng tháng 7 năm 256. Điều này được ghi chép trong nhiều tài liệu Trung Hoa, nhưng dường như có ít người Việt Nam biết đến. Mặc dù bản dịch Hán ngữ sớm nhất này đã mất, nhưng việc lưu hành ở nước ta từ thời điểm đó chắc hẳn cũng đã tạo ra ít nhiều ảnh hưởng đối với niềm tin của người Việt. Đây có thể là một trong những hạt giống ban sơ được gieo trồng để về sau kinh *Pháp hoa* dễ dàng được đón nhận và lưu hành rộng rãi tại nước ta.

Từ khi chữ quốc ngữ được sử dụng, sự lưu hành bản Hán ngữ của kinh này đã dẫn đến nhu cầu Việt dịch và kinh văn đã được Việt dịch từ khá sớm. Tuy nhiên, việc nhận hiểu ý nghĩa kinh văn không hề dễ dàng, do đó mà trong nhiều thập kỷ qua, những bản Việt dịch khác nhau vẫn tiếp nối ra đời, đóng góp ngày càng phong phú hơn cho sự tìm hiểu cũng như tu tập hành trì bộ kinh này. Bản Việt dịch lần này của chúng tôi cũng là một trong những nỗ lực đóng góp như vậy.

1. Các bản dịch sang Hán ngữ

Sách *Pháp hoa truyền ký*[1] ghi nhận có 6 bản dịch kinh Pháp hoa sang Hán ngữ được biết đến sau đây, nhưng trong số đó có 3 bản đã mất hẳn.

1. Bản dịch sớm nhất được *Nội điển lục* và một số mục lục kinh điển khác ghi nhận có tên là *Pháp hoa tam-muội kinh* (法華三昧經), gồm 6 quyển, đã mất, được một vị tăng ngoại quốc (có lẽ người Ấn Độ) là Chi-cương-lương-tiếp[2] mang theo Phạn bản đến Giao Châu (tức Việt Nam vào thời đó) và chuyển dịch vào tháng bảy, niên hiệu Cam Lộ nguyên niên (256) của Tào Mao nhà Ngụy, thời Tam quốc của Trung Hoa, có sa-môn Đạo Hinh (道馨) giữ việc bút thụ.[3]

2. Niên hiệu Thái Thủy nguyên niên (265) đời Tấn Vũ Đế triều Tây Tấn, ngài Pháp Hộ[4] mang Phạn bản từ Ấn Độ đến Trung Hoa, dịch kinh này thành 6 quyển, gọi tên là *Tát-vân Phân-đà-lợi kinh*. Bản dịch này đã mất.

---

[1] Pháp hoa truyền ký (法華傳記), quyển 1, Tăng Tường soạn vào đời Đường. (ĐCT, T51, 2068, tr.50c, d.4)

[2] Chi-cương-lương-tiếp (支彊梁接), Hán dịch là Chánh Vô Úy (正無畏).

[3] Xem Đại Đường Nội điển lục (大唐內典錄), quyển 2, Đạo Tuyên soạn vào đời Đường. (ĐCT, T55, 2149, tr.227a, d.23-26) Các mục lục khác cũng chép tên người bút thụ là Trúc Đạo Hinh (竺道馨), Thích Đạo Thanh (釋道聲), có thể do sai biệt khi sao chép. Giáo sư Nguyễn Lang trong Việt Nam Phật giáo sử luận có nhắc đến bản dịch này nhưng cho rằng "Kinh này nói đến một loại thiền định gọi là thiền định hoa sen, trong ấy các quan niệm về pháp thân, huyễn hóa và không đã được đề cập tới." Nhận định này có vẻ như không liên quan nhiều đến nội dung kinh Diệu pháp liên hoa, do ông đã nhầm lẫn giữa hai bản dịch trùng tên nhưng hoàn toàn khác nhau. (Nguyễn Lang, Việt Nam Phật giáo sử luận, Tập 1, Chương 3, trang 67-68. Nxb Văn học, 2000)

[4] Pháp Hộ, cũng gọi là Trúc Pháp Hộ (竺法護) hoặc Chi Pháp Hộ (支法護), tên Phạn ngữ là Dharmarakṣa, âm dịch Đàm-ma-la-mật (曇摩羅蜜) hoặc Đàm-ma-la-sát (曇摩羅察). Ngài là người nước Nguyệt Chi (月支), không rõ năm sinh, có thuyết cho là ngài viên tịch vào khoảng niên hiệu Kiến Hưng (建興 – 313-316).

3. Niên hiệu Thái Khang thứ bảy (286) đời Tấn Vũ Đế, cũng chính ngài Pháp Hộ lại dùng Phạn bản đó để dịch ra bản kinh đầy đủ hơn, gồm 10 quyển, gọi tên là *Chánh pháp hoa kinh.*[1]

4. Niên hiệu Hàm Khang nguyên niên (335) đời Tấn Thành Đế, ngài Chi Đạo Lâm dịch kinh này với tên là *Phương đẳng Pháp hoa kinh*,[2] gồm 6 quyển. Bản dịch này đã mất.

5. Niên hiệu Hoằng Thủy thứ bảy (405) vua Diêu Hưng, Hậu Tần,[3] ngài Cưu-ma-la-thập[4] mang Phạn bản kinh này đến Trường An, ngụ tại Tiêu Dao viên và dịch sang Hán ngữ với tên kinh là *Diệu Pháp liên hoa kinh*, gồm 7 quyển.[5]

6. Niên hiệu Nhân Thọ nguyên niên (601) đời Tùy Văn Đế, hai vị Xà-na-quật-đa và Đạt-ma-cấp-đa soạn lại, đặt tên kinh này là *Thiêm phẩm Diệu pháp liên hoa kinh.*[6] Theo chính lời tựa của bản kinh này thì đây không phải do hai vị này dịch mới toàn kinh, mà họ chỉ đối chiếu, chỉnh sửa và bổ sung cho các bản trước

---

[1] Chánh Pháp hoa kinh (正法華經), ĐCT, T9, 263.

[2] Phương đẳng Pháp hoa kinh (方等法華經) cũng được ghi nhận trong Đại Đường Nội điển lục, Cổ kim dịch kinh đồ ký, Khai Nguyên Thích giáo lục v.v. nhưng các mục lục này đều ghi là có 5 quyển, không phải 6 quyển.

[3] Pháp hoa truyền ký ghi là "弘始七甲辰" (Hoằng Thủy thất Giáp Thìn). Tuy nhiên, năm Hoằng Thủy thứ bảy là năm Ất Tỵ (405), không phải Giáp Thìn (404). Đại Đường Nội điển lục ghi là "弘始八年" (Hoằng Thủy bát niên), tức là năm 406. (ĐCT, T55, 2149, tr.252b, d.28)

[4] Cưu-ma-la-thập (鳩摩羅什), phiên âm từ Phạn ngữ Kumārajīva, Hán dịch là Đồng Thọ (童壽).

[5] Diệu Pháp liên hoa kinh (妙法蓮華經), ĐCT, T9, 262. Chúng tôi sẽ thường xuyên dùng tên gọi ngắn gọn là kinh Pháp hoa để chỉ bản dịch này.

[6] Thiêm phẩm Diệu pháp liên hoa kinh (添品妙法蓮華經). ĐCT, T9, 264. Các mục lục có nơi ghi là Xà-na-quật-đa (闍那崛多) và Đạt-ma Cấp-đa (達摩笈多) cùng dịch (共譯) tại chùa Đại Hưng Thiện, Trường An, nhưng trong bản kinh chỉ ghi thiêm phẩm (添品), nghĩa là thêm phẩm kinh vào. Sau đây sẽ gọi tất bản này là Thiêm phẩm.

đây của Pháp Hộ và Cưu-ma-la-thập. Trong thực tế so sánh thì hầu hết các phần văn dịch của ngài Cưu-ma-la-thập đều được sao chép lại nguyên vẹn.

Về 6 bản kinh này, có vài điểm đáng lưu ý.

Thứ nhất là trong Đại Chánh tạng hiện có một bản dịch trùng tên với bản dịch thứ nhất, *Phật thuyết Pháp hoa tam-muội kinh* (佛說法華三昧經). Bản dịch này chỉ có một quyển, do Trí Nghiêm dịch vào đời Tống, nội dung hoàn toàn khác với kinh Pháp hoa.[1] Tuy nhiên, giáo sư Nguyễn Lang trong sách *Việt Nam Phật giáo sử luận*, khi viết về Chi-cương-lương-tiếp đã nhầm lẫn nên trích dẫn một bài kệ từ kinh này nhưng lại cho là ở trong bản dịch của Chi-cương-lương-tiếp. Bài kệ trích dẫn gồm 8 câu như sau:

Trong pháp thân có tất cả các pháp,
tất cả đều huyễn hóa biến hiện khi nổi khi chìm
các pháp phiền não như dâm, nộ và si thực ra đều vô hình vô thể
cũng như các bọt bèo hiện trên mặt nước
nên quan sát thân ta và mọi hiện tượng
như an trú nơi tịnh diệt vô hình
Chúng được thành lập do sự hội hợp và ly tan
nếu phân biệt kỹ lưỡng, thì sẽ thấy rõ bản tính của chúng là không".[2]

Nguyên tác Hán văn những câu này là:

法身有一切，	Pháp thân hữu nhất thiết,
化幻現沈浮	Hóa huyễn hiện trầm phù,
婬怒癡無形，	Dâm nộ si vô hình,
如水現泡沫。	Như thủy hiện bào mạt.

[1] ĐCT, T9, 269.

[2] Nguyễn Lang, Việt Nam Phật giáo sử luận, Tập 1, Chương 3, trang 68. Nxb Văn học, 2000.

觀察人身物，	Quán sát nhân thân vật,
如滅無形住，	Như diệt vô hình trụ.
離散合自成，	Ly tán hợp tự thành,
分別計皆空。	Phân biệt kế giai không.

Như vậy, bài kệ này có nguồn gốc rõ rệt, nằm trong một bản kinh hiện nay vẫn còn trong Đại Chánh tạng.[1] Sai lầm này rất khó hiểu vì ngay trước đó giáo sư cho biết: *"Bản dịch kinh Pháp Hoa Tam Muội đã mất vào trước 730."* Nhưng dù trích dẫn một bộ kinh đã mất, Giáo sư lại không cho biết đã trích dẫn từ đâu. Và khó hiểu hơn nữa là Giáo sư lại dựa vào nội dung trích dẫn sai lầm này để đưa đến một câu kết luận mang tính xác quyết: *"Như thế Chi Cương Lương Tiếp cũng thuộc hệ phái Phật Giáo đại thừa và cũng có khuynh hướng Thiền học."*[2]

Theo những gì chúng tôi đã trích dẫn trên thì kinh *Pháp hoa tam-muội* do Trí Nghiêm dịch không liên quan gì đến kinh *Pháp hoa*, cũng không liên quan gì đến ngài Chi-cương-lương-tiếp, nên không thể phán xét về vị này theo cách như vậy.

Điểm đáng lưu ý thứ hai là trong Đại Chánh tạng hiện có một bản kinh tên *Tát-đàm Phân-đà-lợi*,[3] 1 quyển, dịch vào đời Tây Tấn, mất tên người dịch. So sánh với tên bản kinh thứ hai là *Tát-vân Phân-đà-lợi* thì có vẻ như cả hai đều được phiên âm từ tên Phạn ngữ là *Saddharma-puṇḍarīka*, cũng chính là tên kinh *Pháp hoa*. Ngoài ra, trong tên kinh *Tát-vân Phân-đà-lợi* (薩芸芬陀梨法華經), chữ vân (芸) cũng có một cách viết là 雲, rất gần với chữ 曇 (đàm), nên có thể trong việc sao chép đã có sự nhầm lẫn giữa tát-đàm (薩曇) và tát-vân (薩雲), để chỉ cùng một bộ

[1] ĐCT, T9, 269, tr.286b, d.21.

[2] Nguyễn Lang, sách đã dẫn, trang 67-68.

[3] Tát-đàm Phân-đà-lợi kinh (薩曇分陀利經), ĐCT, T9, 265.

kinh. Hơn nữa, nội dung bản kinh này lại tương tự như phẩm *Đề-bà-đạt-đa* trong kinh *Pháp hoa*, do vậy rất đáng ngờ rằng đây là một phần còn sót lại của kinh *Tát-vân Phân-đà-lợi* (6 quyển). Tuy nhiên, suy đoán này cần được kiểm chứng thêm.

Nói tóm lại, từ năm 256 đến năm 601, trong khoảng 350 năm, chúng ta được biết là đã có 6 bản dịch kinh Pháp Hoa sang Hán ngữ lần lượt ra đời. Đến nay đã mất đi 3 bản, còn lại 3 bản, đều được thu thập vào Đại Chánh tạng ở Tập 9, các kinh số 262, 263 và 264.

2. Các bản giảng luận kinh Pháp hoa

Kinh Pháp hoa là bộ kinh có sức ảnh hưởng rất sâu rộng. Do vậy, trải qua lịch sử truyền thừa đã có rất nhiều bản văn giảng luận ra đời, cũng như nhiều bậc thầy đã trực tiếp giảng giải kinh này.

Bản giảng luận đầu tiên phải kể đến là luận giải của Bồ Tát Thế Thân[1] soạn bằng Phạn ngữ. Ngài Thế Thân viên tịch năm 396 nên niên đại của luận giải này không thể muộn hơn. Nguyên bản Phạn ngữ đã mất hẳn, hiện chỉ còn hai bản Hán dịch là *Diệu pháp liên hoa kinh Ưu-ba-đề-xá*[2] và *Diệu pháp liên hoa kinh luận Ưu-ba-đề-xá.*[3] Khi so sánh văn bản, tuy bản thứ nhất được chia thành hai quyển, bản thứ hai chỉ có một quyển, nhưng dung lượng gần như tương đương nhau. Nội dung cũng tương đồng,

[1] Tức luận sư Bà-tẩu-bàn-đậu (S. Vasubandhu, H. 婆藪槃豆), Hán dịch là Thế Thân (世親), là vị luận sư nổi tiếng người Ấn Độ, được tôn xưng là Bồ Tát do ảnh hưởng lớn lao từ những tác phẩm của ngài. Ngài cũng được xem là Tổ sư thứ 21 trong dòng truyền thừa của Thiền tông Ấn Độ.

[2] Diệu pháp liên hoa kinh Ưu-ba-đề-xá (S. Saddharmapuṇḍarīka-sūtra-upadeśa, H. 妙法蓮華經憂波提舍), do Bồ-đề-lưu-chi (菩提留支) và Đàm Lâm (曇林) cùng dịch. Bản dịch này gồm 2 quyển (ĐCT, T26, 1519, tr.1a, d.1 - tr.10b, d.25).

[3] Diệu pháp liên hoa kinh luận ưu-ba-đề-xá (S. Saddharmapuṇḍarīka-śāstra-upadeśa, H. 妙法蓮華經論憂波提舍), do Lặc-na-ma-đề (勒那摩提) và Tăng Lãng (僧朗) cùng dịch. Bản dịch chỉ có 1 quyển (ĐCT, T26, 1520, tr.10c, d.1 - tr.20b, d.1).

chỉ khác biệt về cách diễn đạt. Do vậy, có thể sử dụng cả hai bản dịch này để bổ sung cho nhau.

Bản luận này giải thích khá kỹ các phẩm đầu tiên như phẩm Tựa, phẩm Phương tiện, phẩm Thí dụ... Các phẩm về sau được giải thích theo cách nêu ý đại lược, không giảng giải chi tiết. So sánh theo cấu trúc thì có vẻ như bản kinh văn được sử dụng cho luận giải này khá tương tự với bản dịch của ngài Cưu-ma-la-thập. Điều này góp phần củng cố suy đoán rằng Phạn bản của ngài Cưu-ma-la-thập tuy được chuyển dịch về sau nhưng gần với Phạn bản ban đầu hơn bản được sử dụng bởi ngài Pháp Hộ.

Về giảng luận của các bậc thầy Trung Hoa, nổi bật nhất có *Pháp hoa tam đại bộ* (法華三大部) của Đại sư Trí Khải, được xem là người khai sáng tông Thiên Thai.[1] Bộ sách này được dùng như giáo thuyết chính yếu của tông Thiên Thai, cũng gọi là *Thiên Thai tam đại bộ* (天台三大部). Các sách này không do Đại sư Trí Khải trực tiếp biên soạn, mà do học trò là Quán Đảnh (灌頂) thu thập và ghi chép lại những lời giảng của ngài, bao gồm:

- *Diệu pháp liên hoa kinh huyền nghĩa* (妙法蓮華經玄義), 20 quyển.[2]
- *Diệu pháp liên hoa kinh văn cú* (妙法蓮華經文句), 10 quyển.[3]
- *Ma-ha chỉ quán* (摩訶止觀), 10 quyển.[4]

Trong *Tam đại bộ* vừa kể trên, *Diệu pháp liên hoa kinh huyền nghĩa* giảng sâu vào đề kinh và giáo tướng, nêu rõ những ý nghĩa huyền diệu của kinh Pháp hoa. *Diệu pháp*

[1] Mặc dù trong truyền thống này có hai vị thầy trước đó là Huệ Văn (慧文) và Huệ Tư (慧思), nhưng với vai trò nổi bật trong việc phát triển tông Thiên Thai thành một tông phái lớn, ngài Trí Khải đã được xem như vị Tổ sư khai sáng.

[2] ĐCT, T33, 1716.

[3] ĐCT, T34, 1718. Bộ sách này đã được chúng tôi chuyển dịch sang Việt ngữ.

[4] ĐCT, T46, 1911.

liên hoa kinh văn cú, cũng gọi là *Pháp hoa văn cú*, giảng giải sát từng đoạn kinh văn theo bản dịch của ngài Cưu-ma-la-thập. Những nội dung giảng giải này được diễn đạt vô cùng súc tích, đối với những ai chưa có nền tảng Phật học sâu xa thì rất khó nhận hiểu. Do vậy, ngài Trạm Nhiên (711-782) vào đời Đường đã biên soạn sách *Pháp hoa văn cú ký* (法華文句記)[1] để giảng rộng thêm ý nghĩa của *Pháp hoa văn cú*. Cuối cùng, *Ma-ha chỉ quán* là bộ sách giảng về pháp quán tâm theo kinh Pháp hoa. Tông Thiên Thai lấy kinh Pháp hoa làm tông chỉ và xem những bộ sách này là quan trọng nhất.

Ngoài ra, các bậc thầy Trung Hoa cũng biên soạn rất nhiều bản văn giảng giải khác, dưới đây chỉ kể ra một số bản văn tiêu biểu được nhiều người biết đến:

- *Diệu pháp liên hoa kinh sớ* (妙法蓮花經疏), 2 quyển, Trúc Đạo Sinh (355-434) soạn.[2]
- Pháp hoa nghĩa sớ (法華義疏), 12 quyển, Cát Tạng (549-623) soạn.[3]
- Pháp hoa kinh nghĩa ký (法華經義記), 8 quyển, Pháp Vân (467-529) soạn.[4]
- Pháp hoa huyền nghĩa thích tiêm (法華玄義釋籤), 20 quyển, Trạm Nhiên soạn.[5]

3. Vấn đề Phạn bản và các bản dịch ở phương Tây

Sau khi kinh Pháp hoa được dịch sang Hán ngữ, các Phạn bản đã dùng để dịch đều thất lạc. Với thời gian trôi qua, việc tìm lại Phạn bản ngày càng thêm khó khăn. Trong thực tế, Phạn bản kinh này cũng không còn tại Ấn Độ.

[1] ĐCT, T34, 1719.
[2] VTT, T27, 577.
[3] ĐCT, T34, 1721.
[4] ĐCT, T33, 1715.
[5] ĐCT, T33, 1717.

Khoảng giữa thế kỷ 19, một người Anh là Brian Houghton Hodgson (1801-1894) đến làm việc ở Nepal. Ông là một trong những người châu Âu đầu tiên quan tâm đến các Phạn bản kinh điển Phật giáo. Hodgson đã sưu tầm được nhiều thủ bản bằng Phạn ngữ từ các tự viện ở Nepal. Năm 1837, ông gửi một số các Phạn bản này cho Hội Á châu học Paris,[1] trong đó có Phạn bản kinh Pháp hoa (Saddharmapuṇḍarīka-sūtra).

Bản kinh này đã đến tay Eugène Burnouf (1801-1852), một người Pháp và là một trong những học giả tiên phong của ngành Ấn Độ học và Phật học tại châu Âu vào thời đó. Burnouf đã chuyển dịch bản Phạn ngữ sang tiếng Pháp với tên là *Le Lotus de la Bonne Loi*. Vào khoảng giữa năm 1852, ông quyết định xuất bản bản dịch này. Khi việc in ấn đã gần hoàn tất thì ông đột ngột qua đời vì một cơn bạo bệnh. Theo thông tin từ bản in năm 1852, Burnouf đã không kịp viết Lời nói đầu cho bản dịch như dự tính.[2]

Phạn bản do Hodgson sưu tầm được các nhà nghiên cứu đánh giá là một bản sao chép muộn, có thể vào khoảng thế kỷ 11-13. Kinh văn chép trên lá bối, có hư rách nhiều nơi nên Burnouf phải tự đối chiếu, suy đoán để khôi phục văn bản trong suốt quá trình dịch, và thực tế cũng có nhiều nơi không thể suy đoán chắc chắn. Tuy nhiên, đây dường như là Phạn bản sớm nhất của kinh Pháp hoa được biết đến và chuyển dịch để giới thiệu ở phương Tây.

Theo Haruaki Kotsuki, vào năm 1903 có một viên lãnh sự Nga là Nikolay F. Petrovsky (1837-1908) mua được một Phạn bản kinh Pháp Hoa tại Kashgar, được cho là đã phát

---

[1] Hội Á châu học Paris (Société asiatique de Paris) là một trong những học hội lâu đời và uy tín, chuyên nghiên cứu về các nền văn hóa và xã hội châu Á.

[2] Eugène Burnouf, *Le Lotus de la Bonne Loi, Traduit du Sanscrit, Accompagné d'un Commentaire et de Vingt et Un Mémoires Relatifs au Buddhisme* (Paris: Imprimerie Nationale, 1852), Avertissement, i.

hiện ở gần Khotan. Các Phạn bản này được ước đoán có niên đại sao chép vào khoảng thế kỷ 9-10, nhìn chung tuy bảo tồn được một phần kinh văn nhưng không đủ để khôi phục toàn văn. Các nhà nghiên cứu gọi đây là Phạn bản Trung Á. Phạn bản mà ngài Cưu-ma-la-thập đã sử dụng có nhiều khả năng thuộc nhóm Phạn bản này.[1]

Vào thập niên 1930, một số Phạn bản kinh Pháp hoa được phát hiện tại một địa điểm gần Gilgit ở Kashmir,[2] nhưng chỉ là một số phần rời rạc. Các Phạn bản này được ước đoán niên đại sao chép vào khoảng thế kỷ 7. Các Phạn bản này không đồng nhất, được phân thành các nhóm khác nhau và bị mất mát nhiều nên cũng không đủ để khôi phục bản kinh. Nhóm Phạn bản này được gọi là Phạn bản Gilgit.

Nhóm Phạn bản tìm được ở Nepal và nhóm Gilgit có vẻ gần gũi, tương đồng với nhau, trong khi nhóm Phạn bản Trung Á khác biệt khá nhiều. Các nhà nghiên cứu đã nỗ lực để tái tạo một bản hoàn thiện hơn từ các bản tìm được ở Nepal và Gilgit.[3] Kết quả tiên phong của những nỗ lực này là công trình của Hendrik Kern (1833-1917) và Bunyiu Nanjio (1849-1927). Kern là người Hà Lan, giáo sư Phạn ngữ Đại học Leiden, trong khi Nanjio là một tăng sĩ, học giả người Nhật sang châu Âu học tập. Công trình được Imperial Academy of Sciences (Viện Hàn lâm Khoa học Hoàng gia) xuất bản năm 1884 tại Nga. Đây là Phạn bản đầu tiên của kinh Pháp hoa được công bố trọn vẹn.

Như vậy, những hiểu biết về Phạn bản kinh Pháp hoa cho đến nay đã củng cố nhận định trước đây về khác biệt

[1] Haruaki Kotsuki. *"The Path Towards a Critical Edition of the Sanskrit Lotus Sutra Based on Gilgit-Nepalese Manuscripts (C3 Collated Text)."* The Journal of Oriental Studies 29 (2019): 148.

[2] Hiện nay thuộc vùng Kashmir do Pakistan kiểm soát.

[3] Haruaki Kotsuki, op. cit.: 147-55.

giữa các Phạn bản được ngài Cưu-ma-la-thập và Pháp Hộ sử dụng, đồng thời cũng xác định bản được ngài Cưu-ma-la-thập sử dụng có khả năng là bản cổ xưa hơn, gần với nguyên bản hơn.

Cũng trong năm 1884, Hendrik Kern đã xuất bản kinh Pháp hoa dịch sang Anh ngữ dựa trên Phạn bản vừa thực hiện. Bản dịch Anh ngữ này được cho là có độ chuẩn xác cao hơn bản dịch Pháp ngữ của Burnouf nhờ dựa trên một Phạn bản hoàn thiện hơn. Đồng thời, trong quá trình chuyển dịch Kern cũng đã tham khảo bản dịch Pháp ngữ để tiếp thu những thành quả trước đó của Burnouf và nhìn ra những thiếu sót để điều chỉnh tốt hơn. Sau khi xuất bản năm 1884, bản dịch này được tái bản rất nhiều lần. Chỉ riêng nhà xuất bản Motilal Banarsidass tại Delhi, Ấn Độ đã tái bản vào các năm 1965, 1968, 1974 và 1980.[1]

Trong Lời nói đầu viết cho bản dịch của mình, Kern cũng bày tỏ sự quan tâm đặc biệt đến bản Hán dịch của ngài Cưu-ma-la-thập. Ông thừa nhận các khác biệt có thể là đại diện cho nhóm Phạn bản Trung Á so với nhóm Phạn bản Nepal-Gilgit, nhưng đồng thời cũng đặt nghi vấn về việc liệu điều này có phải do ngài Cưu-ma-la-thập vì muốn cho bản dịch rõ ràng mạch lạc mà đã không bám sát Phạn bản hay chăng?[2] Câu hỏi này sẽ không thể trả lời được trừ phi các nhà nghiên cứu có thể thành công trong những nỗ lực hiện nay để phục hồi một Phạn bản nguyên vẹn từ các phần rời rạc được tìm thấy ở Trung Á.

Dù vậy, với các bản dịch tiếng Anh và tiếng Pháp, cùng với Phạn bản đã được công bố, các học giả phương Tây đã có đủ điều kiện để tiến hành nhiều nghiên cứu tìm hiểu về kinh Pháp hoa. Các học giả, dịch giả phương Tây tiếp tục

[1] Hendrik Kern, The Saddharma-Pundarika or The Lotus of the True Law (Delhi: Motilal Banarsidass, 1980).

[2] Hendrik Kern, op. cit., Introduction, xii.

cho ra đời nhiều bản dịch tiếng Anh và tiếng Pháp. Tuy nhiên, cho đến nay hầu hết vẫn dựa trên những thành tựu ban đầu của Burnouf và Kern cùng với bản Hán dịch của ngài Cưu-ma-la-thập là chủ yếu. Do vậy, ngoài một số khám phá nhỏ được đưa ra trong mỗi công trình, chúng ta chưa thấy được những phát kiến mới mang tính đột biến.

Những hiểu biết về kinh *Diệu pháp liên hoa* cho đến hiện nay, thông qua các Phạn bản và bản dịch đã có, có thể nói chung là "đại đồng tiểu dị". Tuy có một số khác biệt nhỏ giữa các nhà nghiên cứu cũng như giữa các bản dịch, nhưng về tổng thể thì ý nghĩa toàn bộ kinh văn vẫn có thể được nhận hiểu rất tương đồng.

4. Khảo sát một số vấn đề về kinh Pháp hoa

Trong số ba bản Hán dịch hiện còn của kinh Pháp hoa, bản *Thiêm phẩm* có một lời tựa không dài lắm nhưng cung cấp nhiều thông tin rất quý giá.[1] Lời tựa được viết vào niên hiệu Nhân Thọ nguyên niên (601), đời Tùy Văn Đế, gần 200 năm sau khi ngài Cưu-ma-la-thập dịch kinh *Diệu pháp liên hoa*, có thể xem là ghi chép khảo cứu sớm nhất về các bản dịch kinh Pháp hoa. Do vậy, việc khảo sát các bản dịch kinh Pháp hoa nên được bắt đầu từ các nhận xét được ghi lại trong lời tựa này.

Người viết lời tựa có vẻ như tham gia trong nhóm tổ chức công việc này và cũng tự mình làm công việc khảo cứu, so sánh các bản dịch, nhưng lại không ghi tên khi viết lời tựa. Lời tựa cho biết, sau khi khảo sát đã xác định được là *Chánh pháp hoa* và *Diệu pháp liên hoa* dịch từ 2 Phạn bản khác nhau. Người viết cũng xác nhận chính mình đã đọc qua cả 2 Phạn bản, thấy rằng bản dịch *Chánh pháp hoa* tương ứng với Phạn bản chép trên lá đa-la, và bản dịch *Diệu pháp liên hoa* phù hợp với Phạn bản Quy Tư.

[1] ĐCT, T9, 264, tr.134b, d.27- tr.134c.22.

Phạn bản Quy Tư nghĩa là mang đến từ Quy Tư (龜茲). Tuy nhiên, Hòa thượng Thích Trí Quang trong Lời dẫn cho bản dịch của mình đặt nghi vấn *"tài liệu này không nói rõ là Phạn văn lưu hành ở Quy Tư hay là văn tự Quy Tư"*.[1] Hendrik Kern khi xử lý thông tin này thì nhận hiểu là *"in the letters of Kwei-tsz"* (bằng chữ viết của Quy Tư).[2] Tuy nhiên, điều này không đúng. Vì trong *Tây vực ký*, nước Quy Tư được gọi là nước Khuất-chi (屈支), và khi ngài Huyền Trang đi qua đây có xác nhận rằng nước này sử dụng Phạn ngữ,[3] không có chữ viết riêng.

Cũng theo lời tựa này, các bản dịch *Chánh pháp hoa* và *Diệu pháp liên hoa* đều có thiếu sót khi so sánh với Phạn bản. Các phần thiếu sót được kể ra như sau:

- *Chánh pháp hoa* không có phần kệ trong phẩm Phổ môn.[4]
- *Diệu pháp liên hoa* thiếu nửa sau phẩm Dược thảo dụ; thiếu phần đầu của cả 2 phẩm Phú-lâu-na[5] và phẩm Pháp sư; thiếu phẩm Đề-bà-đạt-đa và phần kệ trong phẩm Phổ môn.
- *Diệu pháp liên hoa* dời phẩm Chúc lụy ra trước phẩm Dược Vương.[6]
- Cả 2 bản đều đặt phẩm Đà-la-ni sau phẩm Phổ môn.[7]

[1] Thích Trí Quang, *Kinh Pháp hoa (Hoa sen của chánh pháp)*, Lời dẫn, Nxb TP.HCM, 1998.

[2] Hendrik Kern, *The Saddharma-Pundarika or The Lotus of the True Law* (Delhi: Motilal Banarsidass, 1980), Introduction, xxiii.

[3] Đại Đường Tây vực ký (大唐西域記), quyển 1: "文字取則印度，粗有改變。" (Chữ viết dùng chữ Ấn Độ có đôi chút cải biến.) ĐCT, T51, 2087, tr.870a, d.20

[4] Các tên phẩm đề cập trong phần này là tên Hán Việt, trừ phi đề cập đến bản Việt dịch sẽ dùng tên Việt dịch.

[5] Phẩm Phú-lâu-na: tức là phẩm Ngũ bá đệ tử thụ ký, vì đầu phẩm này nói việc đức Phật thụ ký cho ngài Phú-lâu-na nên lấy tên người làm tên phẩm.

[6] Thiêm phẩm cho rằng Phạn bản đặt phẩm Chúc lụy ở cuối cùng.

[7] Thiêm phẩm cho rằng theo Phạn bản thì phẩm Đà-la-ni nằm ngay sau phẩm Thần lực Như Lai, nghĩa là trước phẩm Phổ môn.

Với độ tuổi ra đời cách đây hơn 14 thế kỷ, những thông tin trong Lời tựa của *Thiêm phẩm* có giá trị xác chứng rất cao nhưng cũng làm phát sinh một số nghi vấn cần được khảo chứng thêm, như chúng tôi sẽ trình bày dưới đây:

Thứ nhất, việc Lời tựa này xác định ngay từ đầu rằng *Chánh pháp hoa* và *Diệu pháp liên hoa* đã sử dụng hai Phạn bản khác nhau là một xác chứng quan trọng. Điều này hoàn toàn tương hợp với suy đoán của nhà nghiên cứu Haruaki Kotsuki như đã dẫn trong phần trước. Ngoài ra, H. Kern khi phục hồi Phạn bản Nepal-Gilgit cũng xác định rằng nhóm Phạn bản Trung Á có nhiều khác biệt và có thể cổ xưa hơn. Ông còn đi xa hơn khi suy đoán rằng nguyên bản trước đó nữa có thể chỉ dừng lại ở phẩm Chúc lụy và những phẩm từ đó về sau đã được thêm vào.[1] Tất nhiên, nhận xét này chỉ mang tính tham khảo.

Thứ hai, Lời tựa này không xác định trong các bản Phạn văn đã sử dụng thì bản nào có trước. Có thể hiểu là điều này ngoài khả năng của những người soạn *Thiêm phẩm* vào thời đó. Nhưng khi không có căn cứ về niên đại sớm muộn thì sự khác biệt có thể hiểu theo cả hai cách trái ngược nhau, vì bản của ngài Cưu-ma-la-thập có thể cho là thiếu nhưng ngược lại thì bản đối chiếu cũng có thể xem là thừa, do sự thêm thắt của người đời sau. Điều này chỉ có thể xác định khi biết chắc về niên đại của cả hai bản. Do vậy, những điểm mà Lời tựa nêu ra cho rằng "thiếu" thì cũng hoàn toàn có thể là do Phạn bản dùng để đối chiếu đã bị "thừa".

Thứ ba, việc Lời tựa này cho rằng bản của ngài Cưu-ma-la-thập thiếu phẩm *Đề-bà-đạt-đa* gợi lên một số điểm nghi vấn. Sách *Pháp hoa văn cú* ghi lại nội dung trong quyển 8 giải thích điều này: "Vào thời ấy kinh này có 28 phẩm, vì cung nhân trong cung Trường An thỉnh riêng

[1] Hendrik Kern, op. cit., Introduction, xxi-xxii.

phẩm Đề-bà-đạt-đa này lưu giữ trong nội cung, nên khi lưu truyền đến Giang Đông chỉ còn 27 phẩm, không có phẩm này."[1] Tuy nhiên, *Pháp hoa văn cú* cũng cho biết là phẩm kinh này sau đó đã tìm lại được và bổ sung vào như chúng ta thấy hiện nay, nghĩa là đủ 28 phẩm: "Đến đời Trần, thiền sư Nam Nhạc xếp phẩm này ngay sau phẩm Hiện tháp báu. Về sau, đối chiếu với kinh *Chánh Pháp hoa* thì hoàn toàn tương hợp. Ngày nay thiên hạ thống nhất, tìm lại được bản dịch cũ ở Trường An thấy sắp xếp đúng như vậy, nên mới biết 2 bậc thầy nói trên đều hiểu sâu ý kinh."[2]

Như vậy, theo sách *Pháp hoa văn cú* thì bản dịch của ngài Cưu-ma-la-thập không bị thiếu phẩm Đề-bà-đạt-đa, mà đây là một sự cố bị thất lạc ngay sau khi dịch. Có lẽ chính vì điều này nên *Diệu pháp liên hoa kinh sớ* do Trúc Đạo Sinh, một đệ tử lớn của ngài Cưu-ma-la-thập biên soạn, đã liệt kê kinh Pháp hoa chỉ có 27 phẩm, thiếu phẩm Đề-bà-đạt-đa.[3] Tuy nhiên, như trên đã nói, khi sách *Pháp hoa văn cú* ra đời thì phẩm kinh này đã được đưa trở lại vào kinh *Pháp hoa*, và phần giảng giải của *Pháp hoa văn cú* có bao gồm phẩm này. Vậy câu hỏi đặt ra là, ai đã đưa phẩm Đề-bà-đạt-đa trở lại vào kinh Pháp hoa và vào lúc nào? Nếu là trước khi *Thiêm phẩm* viết Lời tựa (601), thì tại sao Lời tựa cho rằng thiếu phẩm này? Nếu là sau, thì tại sao nội dung phẩm này thêm vào trong bản Thiêm phẩm lại cũng chính xác là bản dịch của ngài Cưu-ma-la-thập, mà không phải là do hai vị Xà-na-quật-đa và Đạt-ma-cấp-đa dịch mới để thêm vào như phần kệ của phẩm Phổ môn?

---

[1] Đại sư Trí Khải, Quán Đảnh ghi, *Diệu pháp liên hoa kinh văn cú*, bản Việt dịch của Hòa thượng Thích Như Điển và cư sĩ Nguyễn Minh Tiến, Tập 3, trang 100. - Nxb Liên Phật Hội, California, 2025.

[2] Đại sư Trí Khải, Quán Đảnh ghi, sách đã dẫn, Tập 3, trang 101.

[3] VTT, T27, 577, tr.1a, d.9-20.

Ở đây có thể suy đoán hai điều. Thứ nhất, nếu phẩm Đề-bà-đạt-đa đã được thêm vào kinh *Diệu pháp liên hoa* trước thời điểm viết Lời tựa của *Thiêm phẩm*, thì có thể những người soạn *Thiêm phẩm* vẫn chưa có được bản kinh đầy đủ đó, mà đang sử dụng một bản sao chép từ trước. Thứ hai, có thể những người soạn *Thiêm phẩm* đã có được phẩm Đề-bà-đạt-đa lúc đó lưu thông ở dạng biệt hành, nên mới sử dụng nội dung để đưa vào *Thiêm phẩm*. Do vậy, ngày nay chúng ta so sánh thấy rõ phần thêm vào Thiêm phẩm ở sau phẩm Hiện bảo tháp hoàn toàn là bản dịch phẩm Đề-bà-đạt-đa của ngài Cưu-ma-la-thập. Nếu suy đoán này đúng thì Lời tựa của Thiêm phẩm đã thiếu sót khi không đề cập đến việc này.

Thứ tư, việc *Thiêm phẩm* cho rằng phẩm Phổ môn không có phần kệ trùng tụng là đúng, và việc chuyển dịch bổ sung phần kệ trùng tụng này cũng được ghi nhận trong các mục lục, rằng phần kệ này là bản dịch của hai vị Xà-na-quật-đa và Đạt-ma-cấp-đa. Tuy nhiên, việc không có phần này chưa hẳn là thiếu, vì so với cấu trúc của phẩm Diệu Âm Bồ Tát ngay trước đó cũng không có phần kệ tụng. Cho nên, rất có khả năng đây là cấu trúc ban đầu trong bản Phạn ngữ. Về sau, đã có người thêm phần kệ này vào bản Phạn ngữ và *Thiêm phẩm* căn cứ phần thêm vào để cho rằng bản dịch của ngài Cưu-ma-la-thập bị thiếu.

Thứ năm, việc *Thiêm phẩm* cho rằng bản dịch của ngài Cưu-ma-la-thập thiếu nửa sau của phẩm Dược thảo dụ cũng tương tự như đã nói trên. Rất có thể *Thiêm phẩm* đã dựa vào một Phạn bản bị thêm vào sau này. Thực tế khảo sát cho thấy phần thêm vào của *Thiêm phẩm* có nội dung xa rời với tên phẩm này là Dược thảo dụ (Thí dụ cỏ thuốc), trong khi bản dịch của ngài Cưu-ma-la-thập dừng lại rất hợp lý. Đây cũng là một vấn đề tồn nghi cần tiếp tục nghiên cứu thêm.

Thứ sáu, cũng là điểm quan trọng nhất, *Thiêm phẩm* cho rằng ngài Cưu-ma-la-thập đã "dời phẩm Chúc lụy ra trước phẩm Dược Vương". Do vậy, trong *Thiêm phẩm* thì phẩm Chúc lụy đưa về đặt ở cuối bản kinh. Tuy nhiên, vấn đề vị trí của phẩm Chúc lụy có thể được nhìn nhận theo nhiều hướng khác nhau. Cụ thể là *Pháp hoa văn cú ký* đã dành khá nhiều nội dung để biện luận rằng vị trí phẩm Chúc lụy như trong bản dịch của ngài Cưu-ma-la-thập là hoàn toàn hợp lý. Chúng ta sẽ không đi sâu vào vấn đề này ở đây, nhưng lưu ý rằng đối với một vấn đề còn đang tranh luận thì nhận xét của *Thiêm phẩm* cần được xem xét lại.

Ngoài ra, sự khác biệt này cũng nên được nhìn từ góc độ văn bản học. Bản Phạn văn mà ngài Cưu-ma-la-thập sử dụng có nhiều khả năng đã cấu trúc các phẩm theo đúng như vậy, bởi nếu không có một nguyên do rõ rệt nào thì người dịch sẽ không cần thay đổi vị trí các phẩm kinh. Vì nhiều lý do khác nhau, có thể các bản Phạn văn về sau do sai lệch khi sao chép, hoặc do quá trình mất mát, tìm kiếm và lắp ghép, hoặc cũng có thể do một người sao chép nào đó đã dựa theo cách nhận hiểu riêng của mình mà thay đổi vị trí các phẩm kinh. Trong thực tế, ngoài phẩm Chúc lụy thì vị trí phẩm Đà-la-ni cũng có thay đổi và phẩm Đề-bà-đạt-đa bị xóa bỏ, ghép chung vào sau phẩm Hiện bảo tháp. Cũng từ nhận định này, có thể thấy rằng Phạn bản được gọi là bản Quy Tư mà những người soạn *Thiêm phẩm* dùng để đối chiếu chưa hẳn đã đúng là Phạn bản mà ngài Cưu-ma-la-thập đã sử dụng.

Do những điểm tồn nghi trong lời tựa của *Thiêm phẩm* như đã trình bày trên, độ tin cậy của bản soạn lại này dường như cũng không thể vượt qua bản dịch ban đầu của ngài Cưu-ma-la-thập.

Ngoài ra, còn có một điểm khác biệt quan trọng giữa bản dịch của Pháp Hộ với bản dịch của Cưu-ma-la-thập mà Thiêm phẩm không nhắc đến. Đó là trong phần mở đầu, *Chánh pháp hoa* ghi nhận có 1.200 vị tỳ-kheo, trong khi bản *Diệu pháp liên hoa* ghi là 12.000 vị. Và mặc dù không nêu ra khác biệt này, *Thiêm phẩm* đã chọn cách giữ lại thông tin theo bản *Diệu pháp liên hoa*.

Sở dĩ chúng tôi xem đây là khác biệt quan trọng vì có thể tin chắc là ngài Cưu-ma-la-thập đã dịch đúng Phạn bản, và *Thiêm phẩm* sau khi đối chiếu lại với Phạn bản mà họ có, cũng tiếp tục thừa nhận con số này, tức là 12.000 vị.

Vì *Chánh pháp hoa* sử dụng một Phạn bản khác, nên chúng ta có thể tin rằng đây không phải là lỗi dịch thuật, mà là sự khác biệt giữa hai Phạn bản. Do vậy, để xác định con số nào là đúng, chúng ta cần xem xét ngay trong nội dung văn bản. Kết quả xem xét cho thấy con số 12.000 không tương hợp với tất cả những vị trí khác trong cùng bản dịch của ngài Cưu-ma-la-thập. Vì khi đề cập đến số lượng các vị A-la-hán thì kinh văn những nơi khác đều ghi là 1.200.

Trước hết, bản dịch của ngài Cưu-ma-la-thập ghi: "cùng với chúng đại tỳ-kheo 12.000 vị, hết thảy đều là bậc A-la-hán".[1] Như vậy, câu này cho biết cả 12.000 vị "đều là bậc A-la-hán".

Nhưng trong phẩm Phương tiện nói rằng: "Bấy giờ trong đại chúng có các vị Thanh văn đã chứng A-la-hán, dứt sạch lậu hoặc, giống như ngài A-nhã Kiều-trần-như... cả thảy 1.200 vị."[2]

Tiếp theo, trong phẩm Thí dụ nói: "Trong số 1.200 vị đạt tâm tự tại ở đây, thuở xưa khi còn ở bậc hữu học..."[3]

---

[1] Nguyên tác Hán văn: "與大比丘眾萬二千人俱，皆是阿羅漢" - dữ đại tỳ-kheo chúng vạn nhị thiên nhân câu, giai thị A-la-hán" (ĐCT, T9, 262, tr.1c, d.20)

[2] Nguyên tác Hán văn: "爾時大眾中有諸聲聞漏盡阿羅漢，阿若憍陳如等千二百人 - Nhĩ thời đại chúng trung hữu chư Thanh văn lậu tận A-la-hán, A-nhã Kiều-trần-như đẳng thiên nhị bá nhân..." (ĐCT, T9, 262, tr.6a, d.28-29)

[3] Nguyên tác Hán văn: "是諸千二百心自在者，昔住學地 - Thị chư thiên nhị bá tâm tự tại giả, tích trụ học địa..." (ĐCT, T9, 262, tr.12b, d.3-4)

Trong thực tế, sau khi rà soát trong toàn bộ kinh văn, chúng tôi tìm thấy có 6 vị trí nêu số lượng các vị A-la-hán và đều nói là 1.200 vị, trong khi đó không có bất kỳ nơi nào khác nhắc lại con số 12.000 như trong đoạn mở đầu. Do vậy, có phần chắc rằng con số này đã bị nhầm lẫn ngay từ trong Phạn bản được ngài Cưu-ma-la-thập sử dụng.

Tóm lại, bản dịch của ngài Cưu-ma-la-thập như được lưu hành hiện nay có khác biệt so với bản lưu hành ban đầu, do những nguyên do đã trình bày ở trên. Khác biệt thứ nhất là được thêm vào (hay trả lại) phẩm Đề-bà-đạt-đa như *Pháp hoa văn cú* đã giải thích rõ. Khác biệt thứ hai là có thêm phần kệ tụng sau phẩm Phổ môn, có lẽ được lấy từ *Thiêm phẩm*. Phần kệ tụng thêm vào này làm phong phú thêm cho bản dịch và không ảnh hưởng gì đến những tư tưởng chính được truyền tải trong kinh Pháp hoa.

5. Tư tưởng trong kinh Pháp hoa

Kinh Pháp hoa là bộ kinh được đức Phật thuyết giảng trong giai đoạn về sau, khi cơ duyên của thính chúng đã thuần thục. Do vậy, người Phật tử muốn tiếp nhận kinh Pháp hoa cũng cần có sự chuẩn bị học tập, hành trì thích hợp, không chỉ đơn thuần dựa vào việc đọc kinh mà có thể nhận hiểu trọn vẹn được ngay.

Theo hệ thống Ngũ thời bát giáo,[1] tông Thiên Thai xếp kinh Pháp hoa và kinh Đại Bát Niết-bàn vào đệ ngũ thời,

[1] Ngũ thời bát giáo (五時八教): là hệ thống phân loại toàn bộ giáo pháp và phương thức giảng giải trong Phật giáo. Ngũ thời phân chia giáo pháp được đức Phật thuyết giảng thành 5 thời tiếp nối là thời Hoa nghiêm (華嚴時), thời A-hàm (阿含), thời Phương đẳng (方等時), thời Bát-nhã (般若時) và thời Pháp hoa - Niết-bàn (法華涅槃時). Bát giáo phân chia sự giảng giải và tu tập giáo pháp thành hóa nghi tứ giáo (化儀四教 - bốn phương thức giáo hóa) bao gồm đốn giáo (頓教), tiệm giáo (漸教), bí mật giáo (秘密教) và bất định giáo (不定) và hóa pháp tứ giáo (化法四教 - bốn nội dung giáo pháp) bao gồm Tạng giáo (藏教), Thông giáo (通教), Biệt giáo (別教) và Viên giáo (圓教). Hệ thống phân loại này về sau không chỉ giới hạn trong tông Thiên Thai mà đã mở rộng ảnh hưởng đến nhiều tông phái khác.

tức là giáo pháp được thuyết giảng sau cùng và cũng là rốt ráo nhất. Tuy vậy, cách trình bày tư tưởng rốt ráo của *Pháp hoa* và *Đại Bát Niết-bàn* không phải hoàn toàn giống nhau.

Trong kinh *Pháp hoa*, đức Phật dạy: "Chư Phật Thế Tôn chỉ vì duy nhất một đại sự nhân duyên mà xuất hiện ở đời."[1]

Và đức Phật giải thích rõ: "Chư Phật Thế Tôn vì muốn giúp chúng sanh khai mở tri kiến Phật để được thanh tịnh nên xuất hiện ở đời; muốn chỉ bày cho chúng sanh thấy được tri kiến Phật nên xuất hiện ở đời; muốn khiến cho chúng sanh tỏ ngộ tri kiến Phật nên xuất hiện ở đời; muốn giúp cho chúng sanh thể nhập đạo tri kiến Phật nên xuất hiện ở đời."[2]

Như vậy, ở đây đề cập đến *"tri kiến Phật"* tức là sự thấy biết rốt ráo, là trí tuệ vô thượng; cho nên *"thể nhập tri kiến Phật"* cũng tức là thành Phật. Hay nói ngắn gọn lại, lời dạy này nêu rõ, chư Phật ra đời chỉ vì một mục đích: *dạy chúng sanh thành Phật.*

Nhưng muốn thành Phật thì trước hết chúng sanh phải tự mình sẵn có khả năng thành Phật. Như người nông dân gieo hạt, trước hết tự thân hạt giống phải sẵn có khả năng nảy mầm. Nếu hạt giống không có khả năng nảy mầm, chẳng hạn như hạt giống hỏng, thì dù có chăm sóc tưới tẩm bao lâu đi nữa, hạt giống ấy cũng không thể mọc lên thành cây. Cũng vậy, chúng sanh phải tự mình sẵn có tiềm năng thì chư Phật ra đời mới có thể dạy chúng sanh thành Phật. Tiềm năng sẵn có để thành Phật được gọi là tánh Phật, và chính vì thế nên Phật dạy trong kinh Đại Bát Niết-bàn rằng *"tất cả chúng sanh đều có tánh Phật"*, và kinh Pháp hoa tiếp tục khẳng định: *"Tất cả chúng sanh đều sẽ thành Phật."*

---

[1] Phẩm Phương tiện, trang 51.

[2] Phẩm Phương tiện, trang 51.

Trong kinh *Đại Bát Niết-bàn*, đức Phật dạy: "Tất cả chúng sanh đều có tánh Phật, nhưng vì phiền não che lấp nên không thấy được. Hàng Bồ Tát Thập trụ tuy thấy được pháp cao trổi nhất là tánh Phật, nhưng không biết được Như Lai là pháp thường trụ. Vì vậy nên nói rằng: 'Hàng Bồ Tát Thập trụ tuy thấy tánh Phật nhưng không thật rõ ràng.'"[1]

Trong kinh Pháp hoa, đức Phật dạy:

> "Thậm chí trẻ chơi đùa,
> Vun cát làm tháp Phật...
> Những trường hợp như thế,
> Đều đã thành Phật đạo."[2]

Lời dạy về tánh Phật trong cả hai kinh đều đúng thật, nhưng với cách trình bày trong kinh *Đại Bát Niết-bàn* như trên, chúng ta thấy rõ là hướng đến hàng căn cơ nhanh nhạy, vượt trội. Cho đến Bồ Tát Thập trụ mà còn *"thấy tánh Phật không thật rõ ràng"* thì hạng phàm phu căn cơ thấp kém làm sao có cơ hội được khuyến khích? Trong khi đó, kinh *Pháp hoa* mở rộng phạm vi đề cập đến bất kỳ nhân lành tu tập nào, một khi đã được thực hiện đều sẽ là nhân dẫn đến việc chúng sanh thành Phật trong tương lai. Thậm chí, chỉ cần biểu lộ sự cung kính Phật bằng cách *"niệm một tiếng nam-mô"* thì cũng sẽ thành Phật đạo.[3]

Điểm đặc biệt của tư tưởng Pháp hoa chính là ở chỗ dung nhiếp được tất cả chúng sanh vào con đường "học làm Phật" mà chư Phật ra đời để chỉ dạy. Pháp hoa mô tả tiến trình tu tập từ một chúng sanh phàm phu đến quả Phật viên mãn như một con đường dài. Trên con đường đó, có những người tiến bước rất nhanh, có những người chậm

---

[1] Nguyễn Minh Tiến dịch, *Kinh Đại Bát Niết-bàn*, Tập 2, phẩm Bồ Tát Sư Tử Hống, trang 222. Nxb Liên Phật Hội, 2020.

[2] Phẩm Phương tiện, trang 83.

[3] Phẩm Phương tiện, trang 85.

chạp lê bước, thậm chí có cả những người thỉnh thoảng phải dừng lại, dậm chân tại chỗ; lại có những người đã đi được rất xa, có người chỉ vừa qua một đoạn ngắn, và cũng có cả những người chỉ mới rụt rè đi những bước đầu tiên, thậm chí có người còn loanh quanh nơi đầu đường quan sát, chưa thực sự bước lên đường.

Bằng cách mô tả như vậy, kinh Pháp hoa không bỏ sót bất kỳ một chúng sanh nào trong phạm vi giáo hóa của Phật, từ những hạng chúng sanh thấp kém tầm thường nhất cho đến những người căn cơ nhanh nhạy, trí tuệ sáng suốt; từ những người chưa phát khởi niềm tin đối với Tam bảo, cho đến hàng Bồ Tát đã đạt giai vị không còn thối chuyển. Tất cả đều cần đến và đều được bình đẳng thọ nhận sự giáo hóa của Phật, không hề phân biệt, giống như cơn mưa lớn tưới đều cho hết thảy cây cỏ, không phân biệt chủng loại hay cao thấp, lớn nhỏ.[1]

Để hiểu rõ tính dung nhiếp của tư tưởng Pháp hoa, cũng cần biết rằng, trước khi Phật thuyết kinh Pháp hoa thì một số kinh Đại thừa khác cũng đã nêu ra hạn chế của quả vị Thanh văn khi so sánh với hàng Bồ Tát. Chẳng hạn như trong kinh Duy-ma-cật, những giới hạn của các vị Thanh văn được nêu ra rất rõ. Một số người còn cho rằng kinh Duy-ma-cật bài xích Tiểu thừa khi xem các vị Thanh văn chỉ là *"mầm hư giống hỏng"*, không thể thành Phật. Tuy nhiên, đây là một cách hiểu nhầm lẫn vì không xét kỹ văn kinh. Trong kinh Duy-ma-cật, ngài Ca-diếp nói với ngài Xá-lợi-phất: *"Tại sao chúng ta lại đoạn tuyệt cội gốc của mình đối với Đại thừa, khiến tự mình như hạt giống hư hỏng?"*[2] Như vậy, *"mầm hư giống hỏng"* không phải là lời Phật nói về Thanh văn, mà là lời tự trách của chính các

[1] Xem phẩm Thí dụ cỏ thuốc, trang 190.

[2] Hán văn: "我等何為永絕其根，於此大乘已如敗種 - Ngã đẳng hà vi vĩnh tuyệt kỳ căn, ư thử Đại thừa dĩ như bại chủng." ĐCT, T14, 475, tr547a, d.8-9.

vị. Điều này cũng lặp lại trong kinh Pháp hoa, khi ngài Xá-lợi-phất tự nói: *"Chúng con thật đáng trách, sao tự xem thường mình?"* Các vị tự trách vì đã không đủ tự tin vào khả năng thành Phật của chính mình, do vậy chỉ dám theo đuổi mục đích giải thoát phiền não của Tiểu thừa, vốn chưa phải là sự giải thoát rốt ráo, giống như người đi trên đường dài, tuy đã đi được xa nhưng thật sự vẫn chưa đến đích. Và đây cũng chính là vấn đề được đức Phật nêu ra và giải quyết rốt ráo trong kinh Pháp hoa.[1]

Về cách nhận hiểu rằng kinh Duy-ma-cật phê phán, bài xích Tiểu thừa, có thể nhắc đến nhận xét của thầy Nhất Hạnh khi giảng kinh Pháp hoa: "Kinh Duy Ma Cật và những kinh Đại Thừa xuất hiện trước đó, đã dùng những quả trọng pháo rất lớn để bắn vào hàng ngũ của những người Thanh văn. Ngược lại, kinh Pháp Hoa là kinh Đại Thừa đầu tiên sử dụng ngôn từ hòa ái, chấp nhận mọi bộ phái và mọi khuynh hướng ở trong đạo Bụt."[2]

Trong thực tế, tất cả kinh điển mà đức Phật truyền dạy đều sử dụng ngôn từ hòa ái, không có chuyện ngược lại, càng không thể có việc "dùng những quả trọng pháo rất lớn để bắn vào hàng ngũ của những người Thanh văn". Cách diễn giải này dễ đưa đến sự hiểu lầm rằng các giáo pháp của đức Phật có sự xung đột, mâu thuẫn nhau. Bởi thật ra thì mọi sự so sánh phân biệt để chỉ ra những hạn chế của hàng Thanh văn đều không nhằm phê phán, chỉ trích, mà chỉ là để khuyến khích hướng đến mục đích cuối cùng là quả Phật. Cho nên, đó hoàn toàn không phải là "sự tấn công" vào "những người Thanh văn", mà nên hiểu là sự chỉ bày chân thật rốt ráo của đức Phật để đưa tất cả chúng sanh đạt đến quả vị Phật. Trong kinh Pháp hoa,

---

[1] Xem phẩm Thí dụ hóa thành, trang 215.

[2] Thích Nhất Hạnh, *Sen nở trời phương ngoại (thầy Nhất Hạnh giảng kinh Pháp hoa)*, trang 11. Nxb Lá Bối, 2001.

mục đích này cuối cùng đã đạt được qua việc đức Phật thụ ký cho tất cả các vị Thanh văn đều sẽ thành Phật. Do vậy, dù là trong kinh Duy-ma-cật hay bất kỳ kinh Đại thừa nào khác thì việc chỉ rõ sự chưa rốt ráo của hàng Thanh văn cũng đều là cần thiết và mang tính chỉ bày, khích lệ, hoàn toàn không phải là sự công kích, phỉ báng như trong nhận xét sau đây:

"Trong kinh Duy-Ma-Cật, cái địa vị của Thầy Xá Lợi Phất tồi tệ bao nhiêu thì trong kinh Pháp Hoa cái địa vị của Thầy nó quan trọng bấy nhiêu. Trong Duy-Ma-Cật, đối tượng đó là để nhục mạ, trong kinh Pháp Hoa đối tượng đó là để mà săn sóc, thương yêu, để mà đầu tư giáo pháp vào trong tương lai."[1]

Kinh Pháp hoa mang đến cho người học Phật một cái nhìn bao quát, một cách nhận hiểu đúng đắn và toàn diện về giáo pháp của đức Phật cũng như tiến trình tu tập. Do vậy, sau khi học kinh Pháp hoa, chúng ta sẽ có một cái nhìn cởi mở và đúng thật hơn đối với những kinh điển khác. Dưới ánh sáng soi rọi của Pháp hoa, chúng ta hiểu được rằng tất cả mọi giáo pháp của đức Phật đều cùng hướng đến một mục đích duy nhất là chỉ bày cho chúng sanh con đường đạt đến sự giải thoát rốt ráo, thành tựu quả Phật viên mãn. Điều khác biệt ở đây là, kinh Pháp hoa mở rộng phạm vi giáo hóa đến tất cả mọi tầng lớp, mọi khả năng, từ kém cỏi nhất cho đến thông minh sáng suốt nhất. Trong khi đó, kinh Duy-ma-cật hướng đến một nhóm thính chúng có chọn lọc, không phải dành cho tất cả mọi tầng bậc. Do vậy, từ góc độ phàm phu chúng ta sẽ thấy có vẻ như các vị A-la-hán đang bị "nhục mạ" bằng cách phơi bày chỗ thấp kém của họ, nhưng đối với chính bản thân các vị ấy thì thật ra là họ đang được khai mở để nhìn thấy rõ hơn cảnh giới của hàng Bồ Tát, và xa hơn nữa là

[1] Thích Nhất Hạnh, sách đã dẫn, trang 34.

biết rằng mình cần phải tiếp tục tu tập cho đến khi thành tựu quả Phật viên mãn.

Xét kỹ về điểm này chúng ta mới có thể nhận hiểu và thấy rõ được tính bao quát và trọn vẹn của tư tưởng trong kinh Pháp hoa.

Nói rằng tư tưởng của Pháp hoa là bao quát, bởi vì Pháp hoa hướng đến mọi đối tượng giáo hóa, không loại bỏ bất kỳ tầng lớp nào. Pháp hoa nêu ra "bốn hạng đệ tử có niềm tin"[1] thì trong số đó hầu như hết thảy chúng sanh đều có thể dự phần. Hạng thứ nhất được xác định là những người chỉ cần nghe kinh và phát khởi niềm tin, tương đương với hạng thứ nhất trong năm hạng pháp sư. Năm hạng pháp sư lần lượt chỉ đến những người (1) có thể tin nhận thọ trì kinh, (2) đọc kinh, (3) tụng kinh, (4) sao chép truyền rộng kinh và (5) vì người khác giảng giải kinh. Như vậy, việc phát khởi niềm tin là bước khởi đầu, và điều này không đòi hỏi phải là người có căn cơ vượt trội hay trí tuệ sáng suốt. Thậm chí trong kinh còn đưa ra hình ảnh Bồ Tát Thường Bất Khinh là một tiền thân của đức Phật Thích-ca nhưng chỉ là một vị tỳ-kheo rất bình thường, thậm chí là tầm thường, vì kinh nói rằng *"vị tỳ-kheo này không chuyên tụng đọc kinh điển, chỉ thực hành việc lễ bái"*.

Một vị tỳ-kheo không tụng đọc kinh điển, tức là chỉ thuộc vào hạng thấp nhất trong năm hạng pháp sư vừa kể trên. Và vị tỳ-kheo bình thường như vậy cuối cùng cũng đã thành tựu quả Phật, cho nên tất cả chúng sanh đều có thể thành Phật. Ngay cả với những chúng sanh vì không

[1] "Tứ tín đệ tử" (四信弟子), chỉ bốn hạng đệ tử được phân chia theo mức độ niềm tin và sự nhận hiểu. Thứ nhất là hạng nghe hiểu, có niềm tin nhưng không thể vì người khác giảng nói; thứ hai là hạng tin nhận và có thể vì người khác giảng giải sơ lược; thứ ba là hạng có niềm tin và nghe nhiều hiểu rộng, có thể vì người khác giảng rộng; thứ tư là hạng tin sâu, hiểu rõ, có khả năng thuyết pháp rộng rãi, đầy đủ cả năng lực quán chiếu và thực hành.

tin nhận hoặc vì chưa đủ nhân duyên gặp được kinh này nên không thành tựu quả Phật rốt ráo, thì chư Phật cũng vẫn sẽ tiếp tục hóa hiện để thuyết dạy kinh này cho họ nghe, giúp họ cuối cùng cũng thành tựu quả Phật.[1] Do vậy nên nói rằng tư tưởng của Pháp hoa là bao quát.

Lại nói rằng tư tưởng của Pháp hoa là trọn vẹn, bởi vì mục đích cuối cùng mà Pháp hoa nhắm đến là dạy cho tất cả chúng sanh đều được thành Phật. Đây là mục đích rốt ráo, tối thượng, không còn bất kỳ một mục đích nào khác sau đó hoặc cao hơn nữa. Toàn bộ quá trình giáo hóa của đức Phật Thích-ca cũng như chư Phật trong mười phương ba đời đều là nhắm đến mục đích cuối cùng này. Kinh Pháp hoa đã trình bày đầy đủ về tánh Phật của tất cả chúng sanh cũng như con đường tu tập để thành tựu quả Phật, do vậy nên là trọn vẹn.

Tư tưởng bao quát và trọn vẹn như vừa nói trên đã được vận dụng xuyên suốt trong kinh này để chuyển tải hai sự thật quan trọng nhất trong giáo pháp của đức Phật.

Thứ nhất, tuy đức Phật đã thuyết dạy rất nhiều kinh điển khác nhau trong các thừa khác nhau, nhưng sự thật là chỉ có duy nhất một Phật thừa, hay Nhất thừa, với mục đích cao nhất là dẫn dắt hết thảy chúng sanh thành Phật. Tất cả các thừa Thanh văn, Duyên giác hay Bồ Tát đều là do đức Phật phương tiện quyền thuyết. Và sự quyền thuyết đó cũng không ra ngoài mục đích của Nhất thừa, tức là để dẫn dắt chúng sanh thành Phật. Do vậy, sự thật là chỉ có Nhất thừa, không có bất kỳ thừa nào khác.

Thứ hai, mặc dù chúng sanh có rất nhiều chủng loại, tầng bậc khác nhau, nhưng tất cả chúng sanh đều sẵn có tánh Phật, không loại trừ bất cứ chúng sanh nào. Do sẵn có tánh Phật nên tất cả chúng sanh đều có khả năng

[1] Xem phẩm Phương tiện, trang 93.

thành Phật, không phân biệt tuổi tác, như Long nữ 8 tuổi thành Phật; không phân biệt giới tính, như các vị tỳ-kheo-ni cũng được thụ ký sẽ thành Phật; không phân biệt chủng loại, như Long nữ là loài rồng, tức thuộc hạng súc sinh, vẫn được thành Phật; không loại trừ cả người phạm tội nặng, như Đề-bà-đạt-đa cũng được thụ ký sẽ thành Phật; và cuối cùng là không loại trừ phân biệt tông phái nào, dù là Đại thừa hay Tiểu thừa, như tất cả Thanh văn trong hội Pháp hoa đều được thụ ký sẽ thành Phật.

Vì thế, có thể nói rằng kinh Pháp hoa đã cụ thể hóa việc "tất cả chúng sanh đều có tánh Phật", để từ sự thật này mà khích lệ hết thảy chúng sanh đều mạnh dạn phát khởi niềm tin vào Phật pháp, dấn bước lên con đường tu tập và xác định mục tiêu cao quý nhất là thành tựu quả Phật.

Về mặt ứng dụng trong tu tập, dựa trên những tư tưởng nói trên, có thể thấy kinh Pháp hoa truyền tải hai thông điệp quan trọng đối với những ai mới bước chân vào con đường tu tập. Cả hai thông điệp này đều dựa trên sự tin tưởng nhưng được chia ra theo hai ý nghĩa: tin tưởng vào năng lực của chính mình và tin tưởng vào Phật pháp.

Thứ nhất là tin tưởng vào năng lực của chính mình, hay nói rõ theo Pháp hoa là tin rằng mình sẵn có tánh Phật, có khả năng thành Phật.

Trong phẩm Phân biệt công đức, Phật dạy rằng nếu có người bố thí đầy đủ cho tất cả chúng sanh suốt cuộc đời của họ, đến khi họ già yếu lại giáo hóa bằng Phật pháp giúp cho tất cả đều chứng quả A-la-hán. Lại có người được nghe kinh Pháp hoa rồi nói lại cho người khác, truyền dần cho đến người thứ năm mươi. Người nghe thứ năm mươi này nếu sinh tâm tùy hỷ, dù với một bài kệ trong kinh Pháp hoa, cũng được công đức vượt xa hơn so với người bố thí vừa nói trên.[1]

[1] Xem phẩm Phân biệt công đức, trang 367.

"Sinh tâm tùy hỷ" với kinh Pháp hoa này tức là tin nhận lời dạy của Phật về khả năng thành Phật của tự thân mình, là phát tâm cầu quả Phật, sẽ tự mình thành Phật. Chính vì vậy mà công đức của người này vượt hơn tất cả những công đức khác. Bởi vì dù có tạo tác bao nhiêu công đức trong luân hồi thì cũng chỉ có thể nhận lại được những sự an vui hạnh phúc trong luân hồi, không thể đạt được sự giải thoát rốt ráo.

Cũng giống như chỉ có hạt đậu mới có thể mọc lên cây đậu; nếu là những hạt giống khác, dù có chăm bón bất cứ cách nào cũng không thể mọc lên thành cây đậu. Người Phật tử là con Phật thì chắc chắn rồi sẽ thành Phật. Nếu không tin việc mình sẽ thành Phật thì người đó cũng chưa thực sự tin nhận mình là con Phật.

Như trong thí dụ về ông trưởng giả và đứa con thất lạc trong phẩm Tin hiểu,[1] tất cả những người giúp việc cho ông trưởng giả, cho dù có được hưởng bao nhiêu của cải, được giao cho quản lý bao nhiêu kho tàng, thì rốt cuộc họ vẫn chỉ là người ngoài, không thể được thừa kế gia tài như đứa con của ông. Ngược lại, đứa con ấy cho dù đang làm những công việc hèn kém, ngủ nghỉ trong chòi lá tồi tàn, nhưng vì là con ông trưởng giả nên một khi tin nhận thân phận của mình thì sẽ trở thành người thừa kế gia sản.

Tất cả những người học Phật cũng đều như vậy. Nếu có thể tùy hỷ khi nghe kinh Pháp hoa, tin nhận mình là con Phật, sẵn có tánh Phật, thì chắc chắn rồi sẽ thành Phật. Nếu chưa có sự phát tâm này thì cho dù có thực hiện bao nhiêu công hạnh, tu tập bao nhiêu pháp môn, cũng chỉ đạt được những sự giải thoát có giới hạn, không phải là quả Phật rốt ráo. Sự phát tâm tin nhận này cũng được gọi là phát tâm Bồ-đề, là tâm nguyện hướng đến quả Phật, được

[1] Xem phẩm Tin hiểu, trang 169.

xem là quan trọng bậc nhất đối với bất cứ ai mới bắt đầu bước vào con đường tu tập.

Thông điệp thứ hai của kinh Pháp hoa là niềm tin đối với Phật pháp. Theo kinh Pháp hoa, người phát khởi niềm tin là bắt đầu đứng vào hàng "tứ tín đệ tử", có thể vững bước trên đường tu tập.

Do vậy, niềm tin ở đây không phải là niềm tin nói chung, mà cụ thể là tin vào Phật, bậc giác ngộ có khả năng chỉ bày con đường giải thoát; tin vào Pháp do Phật thuyết dạy, ở đây là kinh Pháp hoa này. Có được niềm tin như vậy thì mới có thể thực sự bước vào Phật pháp. Như Đại sư Trí Khải nói: "Phật pháp như biển, chỉ có niềm tin mới vào được. Niềm tin là cội nguồn của đạo, là mẹ sinh ra các công đức."[1]

Trong kinh Pháp hoa, đức Phật nhiều lần nhắc lại về niềm tin và công đức lớn lao của người phát khởi niềm tin. Công đức đó chính là được khởi sinh từ sự xác định chắc chắn con đường tu tập theo lời Phật dạy. Cho nên, chỉ khi đã phát khởi được niềm tin thì người Phật tử mới thực sự có khả năng bước vào tu tập đúng hướng.

Trong hai vấn đề vừa đề cập trên, phát tâm Bồ-đề là phần nỗ lực tự thân; tin tưởng vào Phật pháp là nương theo sự dẫn dắt đúng đắn. Giống như người đi đường xa, phải có quyết tâm tự mình dấn bước, đồng thời cũng phải tin tưởng vào người chỉ đường đúng thì mới có thể chắc chắn đi đến đích. Thiếu đi một trong hai yếu tố này thì chuyến đi không thể thành công. Người tu tập không tự mình phát tâm hoặc không tin tưởng nương theo Phật pháp thì cũng không thể thành tựu. Đây là những thông điệp quan trọng mà kinh Pháp hoa đã truyền đạt rất rõ ràng.

---

[1] Đại sư Trí Khải, *Ma-ha chỉ quán* (摩訶止觀), quyển 5: "佛法如海唯信能入，信則道源功德母。" (ĐCT, T46, 1911, tr.54c, d.18-19)

6. Vài đặc điểm trong phương thức trình bày của kinh Pháp hoa

Để truyền đạt những tư tưởng sâu xa và độc đáo như trên, kinh Pháp hoa đã sử dụng đến những phương thức trình bày, diễn đạt vô cùng hiệu quả.

Thứ nhất, hầu hết các tư tưởng, ý niệm trừu tượng đều được kinh Pháp hoa diễn đạt thông qua các thí dụ. Điều này giúp cho độc giả có thể tự hình dung và nhận hiểu dễ dàng hơn nhiều so với sự diễn đạt đơn thuần bằng từ ngữ.

Chúng ta thử xét qua một thí dụ cụ thể được dùng trong kinh này. Khi giảng giải về tiềm năng thành Phật luôn sẵn có của mỗi chúng sanh, kinh văn đưa ra thí dụ về đứa con bỏ cha trốn nhà đi xa suốt nhiều năm. Việc làm ăn thất bại, đứa con ấy trở nên nghèo khó khốn cùng, nhưng vì đi xa đã quá lâu nên thậm chí hình dáng người cha cũng không còn nhớ đến, không nhận biết được. Khi trên đường lưu lạc gặp lại cha, lúc đó là một trưởng giả cực kỳ giàu có, đứa con này không hề tự biết mình là con ruột của ông. Tuy nó không nhận biết, nhưng không thể vì thế mà mất đi tư cách là con. Cho nên, ông trưởng giả khi nhận biết con liền âm thầm dùng phương tiện giữ lại, gần gũi dạy bảo, cho đến thời điểm cuối cùng thích hợp thì nói ra sự thật và giao lại toàn bộ gia tài cho đứa con thừa kế.

Thí dụ này tương hợp với việc chúng sanh đều sẵn có tiềm năng thành Phật, nhưng không tự biết được nên phải làm hạng phàm phu thấp kém, luân hồi trong ba cõi. Đức Phật biết rõ điều đó, vẫn thường phương tiện hóa hiện gần gũi dạy bảo, cho đến khi chúng sanh chịu nghe theo và tu tập, tự nhận biết được tánh Phật của mình, thì tự nhiên sẽ nhận được gia tài pháp bảo, tự mình cũng được giải thoát thành Phật.

Như vậy, từ một ý niệm trừu tượng khó nhận hiểu, kinh văn đã trình bày thành một câu chuyện đơn giản nhưng thú vị, với ý nghĩa tương hợp để giúp người nghe có thể dễ dàng hình dung và nhận hiểu được vấn đề.

Tương tự, trong suốt bộ kinh, chúng ta gặp rất nhiều các thí dụ như vậy, và mỗi thí dụ đều được trình bày nhằm tương hợp với ý niệm đang được giảng giải, giúp người nghe có thể liên tưởng và nhận hiểu, thậm chí nhờ đó còn dễ dàng hơn trong việc ghi nhớ. Những thí dụ như căn nhà đang bốc cháy; hoặc thí dụ cơn mưa và các loại cây cỏ; hoặc thí dụ người bạn được tặng hạt châu trong chéo áo nhưng không hay biết; hoặc thí dụ vua chuyển luân giấu viên ngọc quý nhất trong búi tóc v.v. Tất cả đều là những thí dụ giàu hình tượng và mang ý nghĩa biểu trưng, tương hợp với phần giáo pháp đang giảng giải.

Trong thực tế, rất nhiều thí dụ được dùng trong kinh Pháp hoa đã đi sâu vào tâm tưởng người Phật tử qua nhiều thế hệ và trở thành những hình ảnh hết sức quen thuộc, có ý nghĩa gợi nhớ đến giáo pháp mà Pháp hoa truyền đạt. Như thí dụ "căn nhà đang cháy" để ví như chúng sanh đang trầm luân trong ba cõi là một thí dụ rất điển hình mà hầu như người Phật tử nào cũng từng biết đến.

Ngoài việc sử dụng các thí dụ, kinh Pháp hoa cũng kể lại nhiều câu chuyện trong quá khứ để giải thích và minh họa cho những điều trong hiện tại. Đặc biệt, những câu chuyện trong tiền thân của đức Phật và hạnh nguyện thuở xưa của các vị Đại Bồ Tát đều là những hình ảnh so sánh rất cụ thể giúp cho thính chúng dễ dàng nhận hiểu và tin tưởng vào lời Phật dạy.

Một điểm đặc biệt khác của kinh Pháp hoa là kinh văn thường xuyên sử dụng rất nhiều hình ảnh để mô tả. Ngay từ đầu kinh ta đã thấy hình ảnh mưa hoa rơi xuống, cõi đất chấn động, đức Phật phóng hào quang chiếu sáng các thế giới hiện ra v.v. Những hình ảnh sống động này giúp cho kinh văn không còn khô khan mà mang tính biểu cảm cao, đồng thời cũng giúp thu hút sự chú ý của người đọc vào những giảng giải theo sau đó.

Trong thực tế, có thể nói hình ảnh trong kinh văn Pháp hoa là cả một nghệ thuật biểu đạt. Hình ảnh được sử dụng rất nhiều trong các thí dụ như kể trên, chẳng hạn như hình ảnh căn nhà đang cháy với những câu kệ tụng ngắn gọn nhưng rất gợi tả:

> "Rồi đồng loạt bốn phía,
> Lửa bốc cao hừng hực.
> Rồi xà ngang cột dọc,
> Nổ lớn, xé tung ra,
> Gãy đổ cùng rơi rụng,
> Tường vách nghiêng đổ xuống."

Và đây là những hình ảnh bên trong căn nhà:

> "Nước tiểu, phân hôi thối,
> Nhơ nhớp chảy lan tràn.
> Giòi, bọ hung lúc nhúc,
> Trên những ô uế đó.
> Lũ cáo, sói, chồn hoang,
> Liếm láp rồi giẫm đạp,
> Cắn xé những xác chết,
> Làm vung vãi xương thịt...
> Do vậy bầy chó hoang,
> Cùng xúm lại tranh nhau.
> Chúng đói, gầy, sợ sệt,
> Khắp chốn tìm thức ăn,
> Cấu xé giành giật nhau,
> Gầm rú, sủa, tru tréo."

Nhưng hình ảnh cũng được sử dụng nhiều trong những đoạn kinh văn mô tả, chẳng hạn như đây là cảnh tháp báu của đức Phật Đa Bảo hiện lên uy nghi:

"Lúc bấy giờ, ngay trước đức Phật, bỗng từ trong lòng đất phóng vọt lên một tòa tháp bảy báu... ...trụ yên lơ lửng giữa không trung, có đủ mọi vật báu trang nghiêm tô điểm. Bao quanh tháp có năm ngàn dãy lan can, tầng dưới có ngàn muôn bệ thờ, có vô số cờ phướn trang nghiêm làm đẹp, muôn ức chuỗi ngọc quý và chuông báu nhỏ được treo ở phần trên tháp. Từ bốn phía quanh tháp có mùi hương chiên-đàn đa-ma-la-bạt lan tỏa thơm ngát khắp thế giới. Bên trên tháp có những lọng che bằng bảy báu: vàng, bạc, lưu ly, xa cừ, mã não, chân châu và ngọc mai khôi, cao vút lên tận cung trời Tứ thiên vương."

Và đây là khung cảnh các vị Bồ Tát khi nghe thuyết pháp đã từ lòng đất phóng lên:

"Khi đức Phật vừa nói lời này, mặt đất ở khắp các cõi nước trong thế giới Ta-bà đều chấn động nứt ra, rồi từ trong lòng đất có vô số ngàn muôn ức vị Đại Bồ Tát đồng thời phóng vọt lên. Các vị Bồ Tát này đều có thân màu vàng ròng, đủ ba mươi hai tướng tốt, tỏa hào quang vô lượng..."

Bằng cách sử dụng nhiều hình ảnh như vậy, kinh Pháp hoa mang đến một phương cách diễn đạt tươi mát, sinh động và để lại nhiều ấn tượng trong lòng người đọc. Đây là một điểm khác biệt so với nhiều bản kinh khác.

Ngoài ra, nếu nói riêng về văn phong của bản Hán ngữ, cũng cần lưu ý đến sự lưu loát, mạch lạc trong bản dịch của ngài Cưu-ma-la-thập, là bản được chúng tôi chọn dùng để chuyển dịch. Đây cũng là một trong những lý do giúp bản Hán dịch này được lưu hành rộng nhất.

7. Một số bản Việt dịch

Nếu không xét đến giai đoạn nước ta còn sử dụng chữ Nôm, thì bản Việt dịch kinh *Diệu pháp liên hoa* sớm nhất có lẽ là của ông Đoàn Trung Còn, xuất bản vào năm 1936. Bản dịch này được tái bản nhiều lần, chẳng hạn như bản in lần thứ ba là vào năm 1969.

Bản Việt dịch kinh Pháp hoa của Hòa thượng Thích Trí Tịnh được thực hiện vào khoảng năm 1947, xuất bản lần đầu năm 1948. Từ đó đến nay, bản dịch này được tái bản rất nhiều lần và trở thành bản dịch được sử dụng phổ biến nhất.

Bản Việt dịch của Hòa thượng Thích Trí Quang có lẽ được thực hiện muộn hơn, nhưng không biết chính xác từ năm nào. Theo lời dẫn của Hòa thượng trong lần xuất bản năm 1998, Nxb TP.HCM, thì trước đó đã có 4 lần xuất bản.

Để hiểu rõ hơn về các bản Việt dịch trên, trước hết chúng ta sẽ tìm hiểu bản dịch của ông Đoàn Trung Còn.

Vì ra đời khá sớm và trong những lần tái bản cũng không được chỉnh sửa nhiều, nên bản dịch này nhìn chung có văn phong và từ ngữ đã trở thành xưa cũ, rất khó tiếp nhận đối với độc giả đương đại. Ngoài ra, theo chính lời tựa của dịch giả, ông đã sử dụng cùng lúc cả bản Hán ngữ và Pháp ngữ nhưng không đưa ra chuẩn mực nhất định, chỉ dựa vào nơi nào văn nghĩa rõ ràng hơn thì chọn dùng. Cách làm này dễ dàng làm sai lệch ý chính trong nguyên tác. Chẳng hạn, cuối phẩm Dược thảo dụ của bản Hán ngữ, ông dựa vào bản Pháp ngữ để dịch thêm phần cuối và ghi chú rằng "không có chánh văn chữ Hán".[1] Thật ra thì phần này chính là phần mà *Thiêm phẩm* đã cho là "thiếu", nhưng có trong bản dịch của *Chánh pháp hoa* của Pháp Hộ và cũng được thêm vào trong *Thiêm phẩm*. Có lẽ ông

---

[1] Đoàn Trung Còn, *Diệu pháp liên hoa kinh*, trang 91. Phật học tùng thư, Saigon, 1969.

Đoàn Trung Còn đã không tham khảo các bản này nên cho rằng không có chữ Hán và dùng bản Pháp ngữ để dịch.

Ngoài ra, việc sử dụng lẫn lộn cả hai bản Hán ngữ và Pháp ngữ đã làm cho bản dịch không còn trung thành với nguyên tác kinh văn. Chẳng hạn, dưới đây là đoạn kinh văn giới thiệu về các vị tỳ-kheo tham dự Pháp hội:

"皆是阿羅漢，諸漏已盡，無復煩惱，逮得己利，盡諸有結，心得自在。" (...giai thị A-la-hán, chư lậu dĩ tận, vô phục phiền não, đãi đắc kỷ lợi, tận chư hữu kết, tâm đắc tự tại.)

Ông Đoàn Trung Còn dịch đoạn kinh văn này như sau:

"Các vị này đều không còn lầm lỗi, thoát khỏi sự phiền não, đạt tới sức mạnh huyền-vi, tư tưởng tự do, tâm trí tự tại, biết hết tất cả. *Các vị này giống như những thớt tượng lớn đã làm tròn phận sự, đã làm việc phải làm, đã trút đồ nặng xuống rồi, đã đi tới chỗ cùng, đã diệt tất cả những dây trói buộc vào kiếp sống. Được tự do tự tại về tư tưởng, nhờ có đạo lý hoàn toàn. Được hoàn-mĩ nhờ làm chủ tư tưởng của mình. Có đủ phép thần thông.*"[1]

Khi so sánh với bản dịch Pháp ngữ mà ông Đoàn Trung Còn sử dụng, đoạn tương đương là:

"...exempts de toute faute, sauvés de la corruption [du mal], parvenus à la puissance, dont les pensées étaient bien affranchies, dont l'intelligence l'était également, sachant tout, semblables à de grands éléphants, qui avaient rempli leur devoir, accompli ce qu'ils avaient à faire, déposé leur fardeau, atteint leur but, supprimé complètement les liens qui les attachaient à l'existence; dont les pensées étaient bien affranchies par la science parfaite; qui avaient obtenu cette perfection suprême

[1] Đoàn Trung Còn, sách đã dẫn, trang 5-6.

d'être complètement maîtres de leurs pensées; qui étaient en possession des [cinq] connaissances surnaturelles, tous grands Çrâvakas..."[1]

Rõ ràng phần chữ in nghiêng trong đoạn Việt dịch là được dịch từ bản Pháp văn. Như vậy, thay vì chọn lọc giữa hai bản, dịch giả đã chuyển dịch cả hai. Vì thế, trong phần dịch Hán ngữ đã thấy "tư tưởng tự do, tâm trí tự tại" nhưng ngay sau đó lại nói "được tự do tự tại về tư tưởng". Thay vì tạo ra một đoạn văn dịch đầy đủ rõ ràng hơn nhờ sử dụng hai văn bản, dịch giả đã đưa ra một đoạn văn dịch trùng lặp, và điều quan trọng nhất là không theo đúng nguyên tác kinh văn.

Hòa thượng Trí Tịnh dịch đoạn này là: "Các vị đó đều là bậc A-La-Hán, các lậu đã hết, không còn phiền não, việc lợi mình đã xong, dứt sự ràng buộc trong các cõi, tâm được tự tại."[2]

Và Hòa thượng Trí Quang dịch: "...toàn là những bậc A La Hán mà sự sơ hở đã được tận diệt, sự phiền não không còn tái sanh, đã đạt được sự ích lợi của bản thân, đã dứt hết sự ràng buộc vào hiện hữu, tâm trí tự tại giải thoát."[3]

Chúng ta cũng thấy rằng, ở đây hai vị dịch giả có hai cách dịch hơi khác nhau. "Đãi đắc lợi kỷ" được Hòa thượng Trí Tịnh hiểu là "việc lợi mình đã xong", trong khi Hòa

[1] Burnouf, Eugène. *Le Lotus de la bonne loi.* Paris: Imprimerie Royale, 1852, p. 1. Tạm dịch: "...không còn lỗi lầm, thoát khỏi sự hư hoại, đạt đến năng lực, tâm ý đã hoàn toàn giải thoát, trí tuệ cũng vậy, thông suốt tất cả, giống như những con voi lớn đã hoàn thành bổn phận, làm xong những gì cần làm, đặt xuống gánh nặng, đạt đến mục đích, dứt trừ hẳn những ràng buộc gắn liền với sự tồn tại; tư tưởng đã hoàn toàn giải thoát nhờ trí tuệ viên mãn; đã đạt đến sự thành tựu tối thượng là làm chủ hoàn toàn tâm ý của mình; lại có được thần thông, tất cả đều là những vị Thanh văn lớn..."

[2] Thích Trí Tịnh, *Kinh Diệu pháp liên hoa,* Quyển 1, phẩm 1, Phật học viện Quốc tế, 1988.

[3] Thích Trí Quang, *Kinh Pháp hoa (Hoa sen của chánh pháp),* Cuốn 1, phẩm 1, Nxb TP.HCM, 1998.

thượng Trí Quang dịch là "đã đạt được sự ích lợi của bản thân". Hòa thượng Trí Tịnh dịch "chư lậu dĩ tận" thành "các lậu đã hết", trong khi Hòa thượng Trí Quang dịch là "sự sơ hở đã được tận diệt".

Khuynh hướng dịch khác biệt này được chính Hòa thượng Trí Quang nêu rõ trong *Lời dẫn* trước bản dịch: "Không có dịch phẩm nào của tôi dịch chữ Hoa và chữ Hoa Việt ra chữ Việt nhiều bằng *Pháp Hoa*."[1]

"Chữ Hoa và chữ Hoa Việt" tức là Hán ngữ và những từ ngữ âm Hán Việt. Do khuynh hướng này, Hòa thượng đã dịch chữ "lậu" thành "sơ hở". Tương tự, trong bản dịch của Hòa thượng, chúng ta sẽ thấy rất nhiều sự Việt hóa theo cách này. Chẳng hạn, "phân biệt công đức" dịch là "phân tích thành quả"; "Chúc lụy" dịch là "giao phó trọng trách"; "thọ lượng" dịch là "sự sống lâu" v.v.

Tất nhiên, chúng ta cũng dễ dàng thấy được là nhiều từ Hán Việt thật ra được thay thế bằng từ Hán Việt khác, nhưng có thể dịch giả cho rằng những từ thay thế đó dễ hiểu hơn. Chẳng hạn, phân biệt và phân tích, công đức và thành quả, chúc lụy và giao phó trọng trách... tất cả đều là những từ Hán Việt.

Có thể thấy, chủ trương Việt hóa trong bản dịch của Hòa thượng Trí Quang là một nỗ lực rất đáng trân trọng. Tuy nhiên, trong một chừng mực nào đó, với những cách hiểu đã quen thuộc về các thuật ngữ Phật học truyền thống như *công đức, lậu hoặc*... thì việc chuyển sang diễn đạt là *"thành quả", "sự sơ hở"*... có thể làm cho một số Phật tử cảm thấy hơi xa lạ và khó hiểu.

8. Về bản Việt dịch này

Bản Việt dịch kinh Pháp hoa này được chúng tôi thực hiện song song với việc chuyển dịch sách *Pháp hoa văn cú.*

[1] Thích Trí Quang, *sách đã dẫn*, phần Lược dẫn, Nxb TP.HCM, 1998.

Bộ sách này ghi lại những lời giảng giải kinh *Pháp hoa* của Đại sư Trí Khải tại Kim Lăng từ khoảng năm 587.

Trong khi chuyển dịch *Pháp hoa văn cú*, chúng tôi nhận ra rằng lời giảng giải của Đại sư luôn đi sát với kinh văn Hán ngữ. Nếu không đọc kèm kinh văn người đọc sẽ rất khó tiếp nhận trọn vẹn ý nghĩa trong lời giảng. Vì vậy, nhằm tạo điều kiện cho người đọc dễ dàng theo dõi, chúng tôi quyết định đưa kèm kinh văn vào sách. Như vậy, người đọc có thể dễ dàng theo dõi các đoạn văn giảng giải cùng lúc với phần kinh văn được giảng giải. Cách làm này giúp ích cho người đọc rất nhiều. Vì độc giả ngày nay không phải ai cũng thuộc lòng kinh văn để có thể đọc các nội dung giảng giải mà không cần xem lại.

Khó khăn của chúng tôi khi thực hiện việc này là các bản dịch hiện có đều không đáp ứng yêu cầu đi sát theo các phần giảng giải, hoặc trong một số trường hợp là người dịch kinh có sự nhận hiểu không hoàn toàn giống như người giảng kinh.

Chẳng hạn như đoạn kệ tụng sau đây:

見聞若斯，	Kiến văn nhược tư
及千億事，	Cập thiên ức sự
如是眾多，	Như thị chúng đa
今當略說。	Kim đương lược thuyết.

Hòa thượng Trí Tịnh đã dịch là:

Thấy nghe dường ấy đó
Và nghìn ức việc khác
Thấy rất nhiều như thế
Nay sẽ lược nói ra.

Tuy nhiên, theo giảng giải của Pháp hoa văn cú thì "như thị chúng đa" không phải là "thấy rất nhiều như thế", vì như vậy là chỉ ngược về "nghìn ức việc khác" vừa nói ở câu trước. *Pháp hoa văn cú* giảng rằng "như thị chúng đa" là "hội chúng như vậy có rất nhiều hạng người". Chúng ta thấy rằng hai ý nghĩa hoàn toàn khác nhau.

Hoặc như đoạn kệ tụng này:

如斯罪人，	Như tư tội nhân
常生難處，	Thường sinh nan xứ
狂聾心亂，	Cuồng lung tâm loạn
永不聞法。	Vĩnh bất văn pháp.

Hòa thượng Trí Quang dịch là:

"Tội nhân như vậy
thường sinh những chỗ
đủ thứ tai nạn,
điên cuồng điếc lác
tâm trí thác loạn,
trong thì gian dài
không hề nghe được
chánh pháp Như Lai."

Hòa thượng Trí Tịnh dịch đoạn kệ này là:

"Những người tội như đây
Thường sanh chỗ hoạn nạn
Tâm cuồng loạn, tai điếc
Trọn không nghe pháp được."

Không xét đến những điểm khác biệt khác, ở đây cả hai vị dịch giả đều hiểu "nan xứ" (難處) thành "nạn xứ" nên đều dịch là "thường sinh những chỗ, đủ thứ tai nạn" hoặc "thường sanh chỗ hoạn nạn". Tuy nhiên, khi đưa vào giảng giải đoạn kệ tụng này thì "nan xứ" không phải là "những chỗ hoạn nạn", mà kinh văn đang nói đến "bát nan xứ", tức là 8 điều kiện rất khó gặp Phật ra đời, bao gồm các cảnh giới: 1. địa ngục, 2. súc sanh, 3. ngạ quỷ, 4. Trường thọ thiên (cõi trời sống rất lâu), 5. biên địa (những vùng xa nơi trung tâm, chẳng hạn như biên giới, nơi hẻo lánh, không thuận tiện cho việc tu học Chánh pháp), 6. căn khuyết (tật nguyền như mù, câm, điếc...), 7. tà kiến (tin theo những kiến giải sai lệch, bất thiện), 8. không gặp Phật ra đời.

Phân tích kỹ 8 điều kiện khó gặp Phật này thì không phải là những nơi luôn có hoạn nạn. Như cõi Trường thọ thiên, chư thiên an ổn, sống rất lâu, không có hoạn nạn, nhưng chính vì vậy họ rất khó phát tâm tu tập Phật pháp. Hoặc như những nơi không gặp Phật ra đời thì chúng sanh không được nghe giáo pháp, nhưng không phải tất cả đều gặp hoạn nạn.

Với những khác biệt như trên, chúng tôi đã không thể sử dụng các bản dịch có sẵn để đưa vào *Pháp hoa văn cú*. Để có thể đưa kinh văn vào bộ sách giảng giải này mà không vấp phải khác biệt, chúng tôi phải tự mình thực hiện một bản Việt dịch. Do vậy, trong khoảng thời gian từ giữa năm 2022 đến gần cuối năm 2025, chúng tôi đã hoàn tất cùng lúc bản Việt dịch sách *Pháp hoa văn cú* kèm theo với bản Việt dịch kinh *Pháp hoa* này.

Mặc dù phải thực hiện một khối lượng công việc lớn và phức tạp hơn khi cùng lúc chuyển dịch cả hai bản Hán ngữ, nhưng chúng tôi cũng đồng thời có được lợi thế rất lớn là nhận hiểu kinh văn rõ ràng hơn nhờ vào sự giảng giải chi tiết của Đại sư Trí Khải.

Nhờ vào trợ duyên đó, chúng tôi hy vọng bản Việt dịch này sẽ đóng góp thêm được phần nào cho việc học tập và hành trì kinh *Diệu pháp liên hoa* với một số cách tiếp cận và nhận hiểu mới.

9. Kết luận

Kinh *Diệu pháp liên hoa* là một bộ kinh rất quen thuộc với hầu hết Phật tử Việt Nam. Nhưng chính sự quá quen thuộc này dường như đã khiến cho một số người tiếp cận với kinh văn một cách sơ sài, chỉ biết tụng đọc theo nghi thức mà ít quan tâm đến việc tìm hiểu ý nghĩa sâu xa của bộ kinh. Phần dẫn nhập này hy vọng sẽ mang đến cho những ai quan tâm có một cách nhìn mới mẻ hơn, hiểu biết nhiều hơn về bộ kinh này. Từ nền tảng đó sẽ có sự quan tâm sâu sắc hơn trong việc học tập và tìm hiểu ý nghĩa kinh văn.

Như chúng ta đã thấy, văn bản kinh *Diệu pháp liên hoa* có một lịch sử truyền thừa rất lâu đời. Từ khi được mang đến nước ta (tức Giao Châu ngày xưa) vào năm 256 để rồi thất lạc, tiếp đến lần lượt là các bản Hán dịch của ngài Pháp Hộ và ngài Cưu-ma-la-thập, có thể thấy rằng kinh Pháp hoa đã chiếm một vị thế quan trọng trong Phật giáo từ xưa đến nay. Việc tìm hiểu so sánh kỹ các bản Hán dịch này đã giúp phát hiện ra nhiều điều thú vị trong lịch sử truyền thừa cũng như giúp làm tăng thêm sự tin cậy đối với bản dịch mà chúng ta đang sử dụng.

Bản Hán dịch ra đời từ trước đây hơn 15 thế kỷ nên tự thân sự tồn tại của nó đã là một giá trị lớn lao và không thể thay thế về mặt lịch sử và văn bản học. Nhưng còn hơn thế nữa, kinh Pháp Hoa thực sự chuyển tải một tư tưởng vĩ đại mà nhân loại đã từng có được trong suốt chiều dài lịch sử. Tính bình đẳng trong phát biểu "tất cả chúng sanh đều có tánh Phật" là nền tảng siêu việt hơn bất kỳ chủ thuyết bình đẳng nào khác, và tính bao quát của tư tưởng Nhất thừa đã dung hợp tất cả mọi pháp môn tu tập, xóa bỏ mọi ranh giới, mâu thuẫn hay xung đột. Ngoài ra, kinh Pháp hoa chuyển tải tất cả những điều trên bằng cách sử dụng những thí dụ cụ thể và gần gũi, những câu chuyện và hình ảnh sinh động, giúp cho những giáo lý sâu xa có thể đến với mọi tầng lớp người đọc, từ những người bình dân ít học cho đến các học giả uyên bác, hầu như ai cũng đều có thể tìm thấy những ý nghĩa thích hợp với mình trong kinh văn. Quan trọng hơn nữa, từ sự tiếp cận dễ dàng đó mà kinh văn sẽ dẫn dắt tất cả mọi chúng sanh đi vào con đường tu tập, xác quyết được mục tiêu tối thượng là thành tựu quả Phật.

Với những giá trị to lớn như trên, việc chuyển dịch kinh Pháp hoa sang tiếng Việt là một nỗ lực có phần vượt quá khả năng và trình độ hạn hẹp của chúng tôi. Tuy nhiên, với tâm nguyện góp phần duy trì và lan tỏa giáo pháp của đức Phật, chúng tôi đã vượt qua những ngần ngại e dè để cố gắng thực hiện bản dịch này với tất cả sự nghiêm cẩn và chân thành. Mong rằng với sự gia trì của chư Phật và Bồ Tát như kinh văn đã dạy, bản Việt dịch này sẽ có thể mang đến cho người đọc thêm một phương tiện mới để nhận hiểu lời Phật dạy.

Nguyện cho khắp thảy chúng sanh trong mười phương đều có đủ duyên lành để đón nhận bộ kinh quý giá này.

Trân trọng,

Nguyễn Minh Tiến

NGHI THỨC KHAI KINH

(Phần nghi thức này không thuộc Kinh văn nhưng cần tụng niệm trước để tâm thức được an tịnh trước khi đi vào tụng đọc Kinh văn)

NIÊM HƯƠNG

(Thắp đèn đốt hương trầm, đứng ngay ngắn chắp tay ngang ngực thầm niệm theo nghi thức dưới đây.)

Tịnh pháp giới chân ngôn:

Án lam tóa ha.

(3 lần)

Tịnh tam nghiệp chân ngôn:

Án ta phạ bà phạ, thuật đà ta phạ, đạt ma ta phạ, bà phạ truật độ hám.

(3 lần)

(Chủ lễ thắp 3 cây hương, quỳ ngay ngắn nâng hương lên ngang trán niệm bài Cúng hương sau đây.)

CÚNG HƯƠNG TÁN PHẬT

Nguyện cho một nén hương lành,
Ngát thơm tỏa khắp mười phương ba đời.
Cúng dường chư Phật muôn nơi,
Cúng dường Chánh pháp, đương thời Thánh tăng,
Cúng dường vô số Thanh văn,
Hết thảy Hiền Thánh thiện căn cao vời.
Duyên lành đài sáng đã khơi,
Nguyện làm Phật sự theo nơi tánh nguồn.
Hương xông khắp thảy cùng thơm,
Chúng sanh đều thuận phát tâm Bồ-đề,
Xa lìa vọng nghiệp si mê,
Trọn thành Vô thượng Bồ-đề Chánh chân.

(Chủ lễ xá 3 xá rồi đọc bài Kỳ nguyện dưới đây.)

KỲ NGUYỆN

Đệ tử chúng con hôm nay có duyên lành tụng đọc kinh điển, xưng tán hồng danh Phật, gieo trồng công đức, kính nguyện mười phương Tam bảo, Bổn sư Thích-ca Mâu-ni Phật, Tiếp Dẫn Đạo Sư A-di-đà Phật, từ bi gia hộ đệ tử chúng con...[1] .... Pháp danh... .... phiền não dứt hết, nghiệp chướng

[1] Vị chủ lễ hoặc người tụng kinh xưng tên họ ở đây, tiếp theo là pháp danh (nếu có).

tiêu trừ, thường được an lành, xa lìa khổ nạn. Nguyện cho khắp thảy chúng sanh, đã qua đời được sớm siêu thoát, sống trên đời thanh thản bình yên; nguyện cho khắp mười phương mưa thuận gió hòa, thế giới hòa bình, chúng sanh an lạc. Nguyện cho chúng sanh trong khắp pháp giới sớm phát tâm Bồ-đề, trọn thành Phật Đạo.

(Cắm hương ngay ngắn vào lư hương rồi đứng thẳng chắp tay niệm bài Tán Phật sau đây.)

TÁN PHẬT

Đấng Pháp vương tôn quý tột cùng,
Khắp ba cõi không ai sánh kịp.
Bậc Đạo sư hai chốn trời người,
Đấng cha lành khắp cả chúng sanh.
Chỉ một niệm quy y nương Phật,
Dứt được nghiệp từ vô số kiếp.
Dù liên tục ngợi khen xưng tán,
Muôn ức kiếp cũng không cùng tận.

QUÁN TƯỞNG

Hết thảy chúng sanh kính lễ,
Cùng chư Phật được lễ kính,
Nay con quán sâu tánh thể,
Thấy đều vắng lặng rỗng rang.

Thấy chiêu cảm và ứng hiện,
Đạo tương giao khó nghĩ bàn.
Nay con quỳ giữa đạo tràng,
Như giữa lưới trời châu ngọc.

Mười phương Phật hiện trong ngọc,
Trước Phật ảnh hiện thân con.
Cúi đầu áp mặt kính lễ,
Đem cả thân mạng quy y.

Chí tâm đảnh lễ: Nam-mô tận hư không biến pháp giới quá, hiện, vị lai thập phương chư Phật, Tôn pháp, Hiền thánh tăng thường trú Tam bảo.

(1 lạy)

Chí tâm đảnh lễ: Nam-mô Ta-bà Giáo chủ Bổn sư Thích-ca Mâu-ni Phật, Đương lai hạ sanh Di-lặc Tôn Phật, Đại trí Văn-thù-sư-lợi Bồ Tát, Đại hạnh Phổ Hiền Bồ Tát, Hộ Pháp Chư Tôn Bồ Tát, Linh Sơn Hội Thượng Phật Bồ Tát.

(1 lạy)

Chí tâm đảnh lễ: Nam-mô Tây phương Cực Lạc Thế giới Đại từ Đại bi A-di-đà Phật, Đại bi Quán Thế Âm Bồ Tát, Đại Thế Chí Bồ Tát, Đại nguyện Địa Tạng Vương Bồ Tát, Thanh Tịnh Đại Hải Chúng Bồ Tát.

(1 lạy)

(Từ đây bắt đầu khai chuông mõ, Đại chúng đồng tụng.)

TÁN HƯƠNG

Lò hương vừa nhóm khói xông,
Khắp cùng pháp giới hương trầm quyện lan.
Cõi xa chư Phật chứng tri,
Mây lành tùy chỗ phủ che đạo tràng.
Tâm thành thấu tòa sen vàng,
Mười phương chư Phật hiện thân chốn này.

Nam-mô Hương Vân Cái Bồ Tát Ma-ha-tát.

(3 lần)

CHÚ ĐẠI BI

Nam-mô Đại Bi Hội Thượng Phật Bồ Tát.

(3 lần)

Thiên thủ thiên nhãn vô ngại Đại bi tâm đà-la-ni.

Nam mô hắc ra đát na đa ra dạ da. Nam mô a rị da, bà lô yết đế, thước bát ra da, bồ đề tát đỏa bà da, ma ha tát đỏa bà da, ma ha ca lô ni ca da. Án, tát bàn ra phạt duệ, số đát na đát tỏa.

Nam mô tất kiết lật đỏa y mông, a rị da bà lô kiết đế, thất phật ra lăng đà bà.

Nam mô na ra cẩn trì hê rị, ma ha bàn đa sa mế, tát bà a tha đậu du bằng, a thệ dựng, tát bà tát đa, na ma bà dà, ma phạt đạt đậu, đát điệt tha. Án a bà lô hê, lô ca đế, ca ra đế, di hê rị, ma ha bồ đề tát đỏa, tát bà tát bà, ma ra ma ra, ma hê ma hê, rị đà dựng cu lô cu lô, kiết mông độ lô độ lô, phạt xà da đế, ma ha phạt xà da đế, đà ra đà ra, địa rị ni, thất Phật ra da, dá ra dá ra. Mạ mạ phạt ma ra, mục đế lệ, y hê y hê, thất na thất na, a ra sâm Phật ra xá lợi, phạt sa phạt sâm, Phật ra xá da, hô lô hô lô ma ra, hô lô hô lô hê rị, ta ra ta ra, tất rị tất rị, tô rô tô rô, bồ đề dạ bồ đề dạ, bồ đà dạ bồ đà dạ, di đế rị dạ, na ra cẩn trì địa rị sắc ni na, ba dạ ma na, ta bà ha. Tất đà dạ, ta bà ha. Ma ha tất đà dạ ta bà ha. Tất đà du nghệ, thất bàn ra dạ, ta bà ha. Na ra cẩn trì, ta bà ha. Ma ra na ra, ta bà ha. Tất ra tăng a mục khê da, ta bà ha. Ta bà ma ha, a tất đà dạ, ta bà ha. Giả kiết ra a tất đà dạ, ta bà ha. Ba đà ma yết, tất đà dạ, ta bà ha. Na ra cẩn trì bàn đà ra dạ, ta bà ha. Ma bà lỵ thắng yết ra dạ, ta bà ha.

Nam mô hắc ra đát na đa ra dạ da. Nam mô a rị da bà lô yết đế, thước bàn ra dạ, ta bà ha.

Án tất điện đô, mạn đa ra, bạt đà dạ, ta bà ha.

(3 lần)

Nam-mô Bổn sư Thích-ca Mâu-ni Phật.

(3 lần)

KỆ KHAI KINH

Vô thượng thậm thâm vi diệu pháp,
Bá thiên vạn kiếp nan tao ngộ.
Ngã kim kiến văn đắc thọ trì,
Nguyện giải Như Lai chân thật nghĩa.

Nam-mô Pháp Hoa Hội Thượng Phật Bồ Tát.

(3 lần)

1. Phẩm Tựa

Tôi nghe như thế này, vào lúc đức Phật ở tại thành Vương Xá, giữa núi Kỳ-xà-quật, cùng với chúng đại tỳ-kheo 1.200 vị,[1] hết thảy đều là bậc A-la-hán, các lậu hoặc đã dứt, không bị phiền não trở lại, được lợi lạc bản thân, dứt hết trói buộc trong các cõi hiện hữu, tâm được tự tại.

Tên các ngài là: A-nhã Kiều-trần-như,[2] Ma-ha Ca-diếp,[3] Ưu-lâu-tần-loa Ca-diếp, Già-da Ca-diếp, Na-đề Ca-

[1] Nguyên tác Hán văn là "大比丘眾萬二千人俱, 皆是阿羅漢 - đại tỳ-kheo chúng vạn nhị thiên nhân câu, giai thị A-la-hán" (chúng đại tỳ-kheo 12.000 vị, hết thảy đều là bậc A-la-hán). Tuy nhiên, kinh Chánh Pháp Hoa ở chỗ này nói là 1.200 vị tỳ-kheo: "比丘千二百, 一切無著 - tỳ-kheo thiên nhị bá, nhất thiết vô trước". Bản Anh ngữ dịch từ Phạn ngữ của H. Kern cũng nói là 1.200 vị: "twelve hundred monks, all of them Arhats" (1.200 vị tăng, tất cả đều là bậc A-la-hán). Lại xét trong chính bản dịch này, phẩm Phương tiện nói: "爾時大眾中有諸聲聞漏盡阿羅漢，阿若憍陳如等千二百人 - Nhĩ thời đại chúng trung hữu chư Thanh văn lậu tận A-la-hán, A-nhã Kiều-trần-như đẳng thiên nhị bá nhân..." (Bấy giờ trong đại chúng có các vị Thanh văn đã chứng A-la-hán, dứt sạch lậu hoặc, giống như ngài A-nhã Kiều-trần-như... cả thảy 1.200 vị.) (ĐCT, T9, 262, tr.6a, d.28-29) Tiếp theo, trong phẩm Thí dụ, ngài Xá-lợi-phất bạch Phật: "是諸千二百心自在者，昔住學地 - Thị chư thiên nhị bá tâm tự tại giả, tích trụ học địa..." (Trong số 1.200 vị đạt tâm tự tại ở đây, thuở xưa khi còn ở bậc hữu học...) (ĐCT, T9, 262, tr.12b, d.3-4) Ngoài ra còn nhiều nơi khác trong kinh khi nhắc đến số A-la-hán cũng đều dùng số 1.200 vị, nhưng không có bất kỳ nơi nào khác nêu số lượng 12.000. Như vậy có thể kết luận rằng con số 12.000 ở đây là nhầm lẫn, nên phải điều chỉnh đúng là 1.200.

[2] A-nhã Kiều-trần-như (H. 阿若憍陳如, S. Ājñātakauṇḍinya), một trong 5 vị tỳ-kheo được Phật giáo hóa trước tiên tại vườn Lộc uyển. Các vị này đều đã từng tu khổ hạnh với đức Phật.

[3] Ma-ha Ca-diếp (H. 摩訶迦葉, S. Mahākāśyapa), cũng gọi là Đại Ca-diếp, một trong 10 đại đệ tử của Phật, được đức Phật khen ngợi là Đệ nhất Đầu-đà (頭陀第一).

diếp,[1] Xá-lợi-phất,[2] Đại Mục-kiền-liên,[3] Ma-ha Ca-chiên-diên,[4] A-nậu-lâu-đà,[5] Kiếp-tân-na,[6] Kiều-phạm-ba-đề,[7]

---

[1] Ưu-lâu-tần-loa Ca-diếp (H. 優樓頻螺迦葉, S. Uruvilvā-kāśyapa), cũng gọi là Kỳ niên Ca-diếp (耆年迦葉). Ông là anh trưởng trong 3 anh em cùng từ bỏ phái ngoại đạo thờ lửa để dẫn tất cả đệ tử của mình về quy y theo Phật. Hai người em cũng được kể ra ở đây là Già-da Ca-diếp (H. 伽耶迦葉, S. Gayā-kāśyapa) và Na-đề Ca-diếp (H. 那提迦葉, S. Nadī-kāśyapa)

[2] Xá-lợi-phất (H. 舍利弗, S. Śāriputra), một trong 10 đại đệ tử của Phật, cũng được gọi là Xá-lợi Tử (舍利子), Thân Tử (身子), trong kinh Tỳ-kheo Na-tiên gọi là Xá-lê-viết (舍梨曰). Xá-lợi-phất thông minh xuất chúng, từng theo học và thông suốt các luận giải ngoại đạo trước khi quy y Phật. Ngài được Phật khen ngợi là Đệ nhất Trí tuệ (智慧第一).

[3] Đại Mục-kiền-liên, tức Ma-ha Mục-kiền-liên (H. 摩訶目犍連, S. Mahāmaudgalyayāna), một trong 10 đại đệ tử của Phật, là bạn thân với Xá-lợi-phất từ trước khi xuất gia, cùng theo học ngoại đạo. Sau khi Xá-lợi-phất quy y Phật thì Mục-kiền-liên cũng quy y Phật. Ngài được Phật khen ngợi là Đệ nhất Thần thông (神通第一).

[4] Ma-ha Ca-chiên-diên (H. 摩訶迦旃延, S. Mahākātyāyana), một trong 10 đại đệ tử của Phật, từng theo học với tiên nhân A-tư-đà là người xem tướng cho thái tử Tất-đạt-đa lúc mới ra đời. A-tư-đà biết tuổi thọ của mình không còn đủ để được gặp Phật nên dặn dò Ca-chiên-diên sau này nên theo học với Phật. Ngài là người có tài biện luận khuất phục ngoại đạo, được đức Phật ngợi khen là Đệ nhất Luận nghị (論義第一).

[5] A-nậu-lâu-đà (H. 阿嵬樓馱, S. Aniruddha), thường gọi là A-na-luật, một trong 10 đại đệ tử của Phật. Ngài là người họ Thích, là em họ của Thái tử Tất-đạt-đa, đã xuất gia cùng lúc với nhiều vương tử khác trong dịp đức Phật quay về Ca-tỳ-la-vệ. Sau khi xuất gia, ngài tinh tấn tu tập, nhưng có lần quá mệt mỏi nên ngủ gục trong lúc Phật thuyết pháp, bị Phật quở trách. Từ đó ngài phát nguyện không ngủ, đến nỗi bị đau mắt rồi mù lòa. Ngài càng tinh tấn tu tập hơn nữa và chứng được thiên nhãn, nhìn thấy mà không cần mắt thịt, được đức Phật khen ngợi là Đệ nhất Thiên nhãn (天眼第一).

[6] Kiếp-tân-na (H. 劫賓那, S. Kapphiṇa), cũng gọi là Ma-ha Kiếp-tân-na (摩呵劫賓那). Ngài chỉ nghe biết đạo Phật rồi xuất gia tu hành nhưng chưa được gặp Phật. Vì thế, trên đường đi có lần ngài xin nghỉ nhờ trong nhà một người thợ làm đồ gốm, được ở chung phòng với Phật mà không biết, nhưng nghe Phật thuyết pháp liền giác ngộ, sau đó mới biết người thuyết pháp là Phật.

[7] Kiều-phạm-ba-đề (H. 憍梵波提, S. Gavāṃpati), Hán dịch là Ngưu Tích (牛跡) hay Ngưu Chủ (牛主), vì miệng ngài có thói quen nhóp nhép nhai suốt ngày giống như loài trâu bò nhai lại, được cho là do tập khí từ nhiều đời trước. Để tránh cho người đời khỏi nhìn thấy và chế giễu ngài rồi phải mắc tội, nên ngay trong thời Phật tại thế, ngài vẫn thường lên sống và tu tập thiền định trên cung trời Đao-lợi.

Ly-bà-đa,[1] Tất-lăng-già-bà-sa,[2] Bạc-câu-la,[3] Ma-ha Câu-hi-la,[4] Nan-đà,[5] Tôn-đà-la Nan-đà,[6] Phú-lâu-na Di-đà-la-ni tử,[7] Tu-bồ-đề,[8] A-nan,[9]

---

[1] Ly-bà-đa (H. 離婆多, S. Revata), là em của ngài Xá-lợi-phất. Kinh Tăng nhất A-hàm nói rằng ngài là người giỏi tọa thiền nhập định, luôn giữ tâm không điên đảo tán loạn.

[2] Tất-lăng-già-bà-sa (H. 畢陵伽婆蹉, S. Pilinda-vatsa), Hán dịch là Dư Tập (惡口) hoặc Ác Khẩu (餘習), vì ngài có tập khí từ xưa chưa bỏ được nên nói năng thô lỗ, thường mắng nhiếc người khác nặng lời.

[3] Bạc-câu-la (H. 薄拘羅, S. Bakkula), Hán dịch là Thiện Dung (善容) vì ngài có dung mạo đoan nghiêm đẹp đẽ. Khi chưa xuất gia, ngài từng bị mẹ kế tìm cách giết hại 5 lần nhưng đều không thành. Sau khi xuất gia, suốt đời ngài không hề mắc phải bệnh tật gì và sống đến 160 tuổi.

[4] Ma-ha Câu-hi-la (H. 摩訶拘絺羅, S. Mahākauṣṭhila), Hán dịch là Đại Tất (大膝) hoặc Đại Thắng (大勝). Ngài là cậu của ngài Xá-lợi-phất, khi chưa xuất gia chính là Phạm-chí Trường Trảo, người uyên bác các luận giải ngoại đạo. Vì chuyên tâm học luận đến nỗi không có thời gian cắt móng tay, để dài thường xuyên nên gọi là "trường trảo".

[5] Nan-đà (H. 難陀, S. Nanda), cũng gọi là Phóng ngưu Nan-đà (放牛難陀), vì trước khi xuất gia vốn là người chăn trâu. Khi vua Tần-bà-sa-la thỉnh Phật và tăng chúng an cư trong 3 tháng thì ngài cúng dường sữa đều đặn mỗi ngày. Vua thấy tâm thành nên cho phép ngài được gặp Phật. Ngài đem việc chăn trâu thưa hỏi, nhân đó Phật đã thuyết kinh Phóng ngưu (佛說放牛經). Ngài kính phục nên xin được xuất gia tu học từ đó.

[6] Tôn-đà-la Nan-đà (H. 孫陀羅難陀, S. Sundara-nanda), là em trai cùng cha khác mẹ với thái tử Tất-đạt-đa. Ngài có dung nhan rất đẹp, đủ 30 tướng tốt, là người ưa thích nữ sắc, lại cưới người vợ rất đẹp là Tôn-đà-lợi (Sundarī). Sau khi xuất gia vẫn không quên được người vợ nên nhiều lần quay về nhà. Đức Phật dùng phương tiện chỉ ra cho thấy sự vô thường của thế gian, khiến ngài trừ được ái dục, từ đó tinh tấn tu hành.

[7] Phú-lâu-na Di-đà-la-ni tử (H. 富樓那彌多羅尼子, S. Pūrṇa-maitrāyaṇīputra), Hán dịch là Mãn Từ Tử (滿慈子), một trong 10 đại đệ tử của Phật, có tài biện luận, giỏi việc thuyết pháp, được Phật khen ngợi là Đệ nhất Thuyết pháp (說法第一).

[8] Tu-bồ-đề (H. 須菩提, S. Subhūti), Hán dịch là Thiện Hiện (善現) hoặc Không Sanh (空生), một trong 10 đại đệ tử của Phật. Ngài sinh trong nhà bà-la-môn, thông minh xuất chúng nhưng tính tình nóng nảy, sân hận. Sau được Phật giáo hóa tự biết lỗi lầm, sám hối, từ bỏ tánh xấu, sau chứng quả A-la-hán, được Phật khen ngợi là người thấu hiểu về nghĩa Không giỏi nhất, gọi là Đệ nhất Giải không (解空第一).

[9] A-nan, tức A-nan-đà (H. 阿難陀, S. Ānanda), Hán dịch là Khánh Hỷ (慶喜), là em họ của Thái tử Tất-đạt-đa, một trong 10 đại đệ tử của Phật và cũng là thị giả theo hầu bên Phật. Ngài giữ vai trò quan trọng nhất trong việc truyền lại kinh điển, vì có điều kiện nghe tất cả các kinh Phật thuyết cũng như có trí nhớ siêu việt để

La-hầu-la.[1] Đó là các vị đại A-la-hán được nhiều người biết đến.[2]

Lại có các vị hữu học, vô học[3] đến 2.000 người.

Tỳ-kheo-ni Ma-ha Ba-xà-ba-đề[4] cùng với ni chúng 6.000 người cùng đến. Mẹ của La-hầu-la là tỳ-kheo-ni Da-du-đà-la[5] cũng cùng đến với ni chúng.

Có 80.000 vị Đại Bồ Tát, tất cả đều không còn thối chuyển đối với quả vị Vô thượng Chánh đẳng Chánh giác,[6] đều đạt được đà-la-ni, có tài biện luận vui thích thuyết giảng, chuyển bánh xe pháp không còn thối

---

truyền lại không sai sót, được Phật khen ngợi là Đệ nhất Đa văn (多聞第一).

[1] La-hầu-la (H. 羅睺羅, S. Rāhula), là con trai của Thái tử Tất-đạt-đa, xuất gia nhân dịp Phật quay về thăm Ca-tỳ-la-vệ và trở thành sa-di nhỏ tuổi nhất khi đó. Về sau, ngài là một trong 10 đại đệ tử của Phật và được Phật khen ngợi là Đệ nhất Mật hạnh (密行第一).

[2] Nguyên tác là "眾所知識 - chúng sở tri thức", chỉ đến việc nhiều người trong đại chúng đều nghe danh biết đến. Văn cú của ngài Trí Khải cũng đưa ra cách hiểu: "Nghe danh là tri, được gặp gỡ nhìn thấy là thức." Như vậy, tri thức ở đây chỉ đến danh tiếng được đại chúng biết đến.

[3] Hữu học (H. 有學, S. śaikṣa) và vô học (H. 無學, S. aśaikṣa). Hữu học nghĩa là còn phải học tập; vô học là không còn gì phải học, vì đã đoạn trừ hết mọi sự nghi hoặc. Trong 4 thánh quả Tiểu thừa thì cả 3 quả Tu-đà-hoàn, Tư-đà-hàm và A-na-hàm đều là hữu học, riêng quả A-la-hán là bậc vô học.

[4] Ma-ha Ba-xà-ba-đề (H. 摩呵波闍波提, S. Mahāprajāpatī), Hán dịch là Đại Ái Đạo (大愛道), di mẫu của Thái tử Tất-đạt-đa, em gái của Hoàng hậu Ma-da. Vì hoàng hậu qua đời chỉ 7 ngày sau khi sinh thái tử, nên bà là người thay thế nuôi dưỡng thái tử đến khi trưởng thành. Sau khi Phật thành đạo được 5 năm, vua Tịnh Phạn băng hà, bà và Da-du-đà-la cùng 500 phụ nữ khác cùng xin xuất gia tu tập và được Phật cho phép, trở thành những tỳ-kheo-ni đầu tiên. Bà cũng là người đầu tiên đứng đầu Ni giới trong đạo Phật. Bà nhập diệt trước khi Phật nhập Niết-bàn 3 tháng.

[5] Da-du-đà-la (H. 耶輸陀羅, S. Yaśodharā), vợ của Thái tử Tất-đạt-đa và là mẹ của La-hầu-la, xuất gia cùng lúc với bà Ma-ha Ba-xà-ba-đề sau khi Phật thành đạo 5 năm.

[6] Nguyên tác dùng A-nậu-đa-la Tam-miệu Tam-bồ-đề (H. 阿耨多羅三藐三菩提, S. anuttara-samyak-saṃbodhi), Hán dịch là Vô thượng Chánh đẳng Chánh giác (無上正等正覺), cũng tức là quả Phật.

chuyển, từng cúng dường vô số trăm nghìn đức Phật, ở nơi chư Phật gieo trồng các gốc công đức, thường được chư Phật ngợi khen xưng tán, dùng tâm từ tu thân, khéo thể nhập trí tuệ Phật, thông đạt trí tuệ lớn lao, đạt đến bờ giải thoát, danh xưng được nghe biết khắp vô số thế giới, thường cứu độ vô số trăm ngàn chúng sanh.

Danh hiệu của các vị là: Bồ Tát Văn-thù-sư-lợi,[1] Bồ Tát Quán Thế Âm,[2] Bồ Tát Đắc Đại Thế,[3] Bồ Tát Thường Tinh Tấn,[4] Bồ Tát Bất Hưu Tức,[5] Bồ Tát Bảo Chưởng,[6] Bồ Tát Dược Vương,[7] Bồ Tát Dũng Thí,[8] Bồ Tát Bảo Nguyệt,[9] Bồ Tát Nguyệt Quang,[10] Bồ Tát Mãn Nguyệt,[11] Bồ Tát Đại Lực,[12] Bồ Tát Vô Lượng Lực,[13] Bồ Tát Việt Tam Giới,[14] Bồ Tát Bạt-đà-bà-la,[15] Bồ Tát Di-lặc,[16] Bồ

---

[1] Bồ Tát Văn-thù-sư-lợi (H. 文殊師利, S. Mañjuśrī), Hán dịch là Diệu Đức (妙德) hoặc Diệu Cát Tường (妙吉祥), được xem là bậc đệ nhất trí tuệ trong hàng Bồ Tát.

[2] Bồ Tát Quán Thế Âm (H. 觀世音, S. Avalokiteśvara), là vị Bồ Tát sẽ được nói đến trong phẩm Phổ Môn của kinh này.

[3] Bồ Tát Đắc Đại Thế (H. 得大勢, S. Mahā-sthāma-prāpta), cũng được gọi là Bồ Tát Đại Thế Chí. Trong Tịnh độ tông, Bồ Tát Đại Thế Chí và Bồ Tát Quán Thế Âm cùng với đức Phật A-di-đà được tôn xưng là Tây phương Tam thánh.

[4] Bồ Tát Thường Tinh Tấn (H. 常精進菩薩, S. Nityāyukta).

[5] Bồ Tát Bất Hưu Tức (H. 不休息菩薩, S. Anikṣiptadhura).

[6] Bồ Tát Bảo Chưởng (H. 寶掌菩薩, S. Ratnapāṇi).

[7] Bồ Tát Dược Vương (H. 藥王菩薩, S. Bhaiṣajyarāja).

[8] Bồ Tát Dũng Thí (H. 勇施菩薩, S. Pradānaśūra).

[9] Bồ Tát Bảo Nguyệt (H. 寶月菩薩, S. Ratnacandra).

[10] Bồ Tát Nguyệt Quang (H. 月光菩薩, S. Candraprabha).

[11] Bồ Tát Mãn Nguyệt (H. 滿月菩薩, S. Pūrṇacandra)

[12] Bồ Tát Đại Lực (H. 大力菩薩, S. Mahāvikrāmin).

[13] Bồ Tát Vô Lượng Lực (H. 無量力菩薩, S. Anantavikramin).

[14] Bồ Tát Việt Tam Giới (H. 越三界菩薩, S. Trailokyavikrāmin).

[15] Bồ Tát Bạt-đà-bà-la (H. 跋陀婆羅菩薩, S. Bhadrapāla), tức Bồ Tát Hiền Hộ (賢護菩薩).

[16] Bồ Tát Di-lặc (H. 彌勒菩薩, S. Maitreya), Hán dịch là Từ Thị (慈氏), là vị Bồ Tát Nhất sinh bổ xứ, sẽ thành Phật tiếp theo sau đức Phật Thích-ca Mâu-ni. Hiện nay ngài đang thuyết pháp ở cung trời Đâu-suất.

Tát Bảo Tích,[1] Bồ Tát Đạo Sư[2]... Các vị Đại Bồ Tát như vậy, cả thảy 80.000 vị cùng tham dự pháp hội.

Lúc bấy giờ có Thích-đề-hoàn-nhân[3] và quyến thuộc 20.000 vị thiên tử cùng đến. Lại có Thiên tử Danh Nguyệt, Thiên tử Phổ Hương, Thiên tử Bảo Quang, Tứ đại Thiên vương[4] và quyến thuộc 10.000 thiên tử cùng đến. Thiên tử Tự Tại, Thiên tử Đại Tự Tại và quyến thuộc 30.000 thiên tử cùng đến. Phạm Thiên vương chủ thế giới Ta-bà,[5] cùng Đại Phạm Thi-khí,[6] Đại Phạm Quang Minh[7]... và quyến thuộc 12.000 thiên tử cùng đến.

Có 8 vị long vương:[8] Long vương Nan-đà, Long vương Bạt-nan-đà, Long vương Sa-già-la, Long vương Hòa-tu-cát, Long vương Đức-xoa-ca, Long vương A-na-bà-đạt-đa, Long vương Ma-na-tư, Long vương Ưu-bát-la,[9] mỗi vị đều cùng với mấy trăm ngàn quyến thuộc đến tham dự pháp hội.

---

[1] Bồ Tát Bảo Tích (H. 寶積菩薩, S. Ratnamakuṭa).

[2] Bồ Tát Đạo Sư (H. 導師菩薩, S. Susārthavāha).

[3] Thích-đề-hoàn-nhân (H. 釋提桓因, S. Śakra devānām indraḥ), cũng gọi là Đế-thích (帝釋) hay Thiên đế thích (天帝釋), là vị Thiên chủ ở cõi trời Đao-lợi.

[4] Tứ đại thiên vương (H. 四大天王, S. Caturmahārājakāyikās), cũng gọi Hộ thế tứ vương (護世四天王), là bốn vị trời ở 4 phương lưng chừng núi Tu-di, hộ trì Phật pháp và che chở chúng sinh trong 4 châu, bao gồm: Trì Quốc Thiên (H. 持國天, S. Dhṛitarāṣṭra) ở phương đông; Tăng Trưởng Thiên (H. 增長天, S. Virūḍhaka) ở phương nam, Quảng Mục Thiên (H. 廣目天, S. Virūpākṣa) ở phương tây và Đa Văn Thiên (H. 多聞天, S. Vaiśramaṇa) ở phương bắc.

[5] Phạm thiên vương (H. 梵天王, S. Sahāṃpati), là vị Thiên chủ ở cõi trời Sơ thiền thuộc Sắc giới, được xem là chủ thế giới Ta-bà.

[6] Đại Phạm Thi-khí (H. 尸棄大梵, S. Śikhin).

[7] Đại Phạm Quang Minh (H. 光明大梵, S. Jyotiṣprabha).

[8] Long vương (H. 龍王, S. nāgarāja), chúa loài rồng, một trong 8 bộ chúng.

[9] Tên các vị này lần lượt là: Nan-đà (H. 難陀, S. Nanda), Bạt-nan-đà (H. 跋難陀, S. Upananda), Sa-già-la (H. 娑伽羅, S. Sāgara), Hòa-tu-cát (H. 和修吉, S. Vāsuki), Đức-xoa-ca (H. 德叉迦, S. Takṣaka), A-na-bà-đạt-đa (H. 阿那婆達多, S. Anavatapta), Ma-na-tư (H. 摩那斯, S. Manasvin), Ưu-bát-la (H. 優鉢羅, S. Utpalaka).

Có bốn vị vua khẩn-na-la:[1] Vua Khẩn-na-la Pháp, Vua Khẩn-na-la Diệu Pháp, Vua Khẩn-na-la Đại Pháp, Vua Khẩn-na-la Trì Pháp, mỗi vị đều cùng với mấy trăm ngàn quyến thuộc đến tham dự pháp hội.

Có bốn vị vua càn-thát-bà:[2] Vua Càn-thát-bà Nhạc, Vua Càn-thát-bà Nhạc Âm, Vua Càn-thát-bà Mỹ, Vua Càn-thát-bà Mỹ Âm, mỗi vị đều cùng với trăm ngàn quyến thuộc đến dự pháp hội.

Có bốn vị vua a-tu-la:[3] Vua A-tu-la Bà-trĩ, Vua A-tu-la Khư-la-kiển-đà, Vua A-tu-la Tì-ma-chất-đa-la, Vua A-tu-la La-hầu, mỗi vị đều cùng với mấy trăm ngàn quyến thuộc đến dự pháp hội.

Có bốn vị vua ca-lâu-la:[4] Vua Ca-lâu-la Đại Uy Đức, Vua Ca-lâu-la Đại Thân, Vua Ca-lâu-la Đại Mãn, Vua Ca-lâu-la Như Ý, mỗi vị đều cùng với mấy trăm ngàn quyến thuộc đến dự pháp hội.

Vua A-xà-thế con bà Vi-đề-hi[5] cùng với mấy trăm

---

[1] Khẩn-na-la (H. 緊那羅, S. kiṃnara), là một trong 8 bộ chúng, cũng gọi là nhạc thần, được xem là thần phục vụ âm nhạc cho Thiên đế.

[2] Càn-thát-bà (H. 乾闥婆, S. gandharva), là một trong 8 bộ chúng, chỉ dùng hương thơm làm thức ăn nên được gọi là hương thần, cùng với khẩn-na-la phục vụ âm nhạc cho Thiên đế.

[3] A-tu-la (H. 阿修羅, S. asura), một trong 8 bộ chúng, được gọi là phi thiên vì có thần thông như chư thiên nhưng kém về phước đức. A-tu-la là loài nhiều sân hận, thường gây chiến tranh với chư thiên. A-tu-la được xếp vào một trong lục đạo, bao gồm: trời, người, a-tu-la, địa ngục, ngạ quỷ và súc sinh.

[4] Ca-lâu-la (H. 迦樓羅, S. garuḍa), một trong 8 bộ chúng, cũng gọi là ca-lâu-la điểu (迦樓羅鳥) hay kim sí điểu (金翅鳥) vì là loài chim lớn có cánh màu vàng. Do nghiệp lực nên loài này lấy loài rồng làm thức ăn.

[5] Vua A-xà-thế (H. 阿闍世王, S. Ajātaśatru), con vua Tần-bà-sa-la (H. S. Bimbisāra) và hoàng hậu Vi-đề-hy (H. 韋提希, S. Vaidehī). Tên của ông có nghĩa là "vị sinh oán" (未生怨), nghĩa là chưa sinh ra đã có sẵn mối oán cừu, vì khi còn trong bụng mẹ có một vị thầy đoán là sau này ông sẽ giết cha nên được đặt tên như vậy. Về sau quả nhiên ông giết vua Tần-bà-sa-la để soán ngôi. Do tội giết cha nên hối hận

ngàn quyến thuộc, hết thảy đều đảnh lễ sát chân Phật, rồi lui lại ngồi sang một bên.

Lúc bấy giờ, đức Thế Tôn có bốn chúng đi nhiễu quanh, cúng dường, cung kính, tôn trọng, tán thán, vì các vị Bồ Tát giảng thuyết kinh Đại thừa tên là Vô Lượng Nghĩa, Giáo Bồ Tát Pháp, Phật Sở Hộ Niệm.[1] Phật thuyết kinh ấy xong, ngồi kết già nhập Tam-muội Vô Lượng Nghĩa Xứ, thân tâm chẳng động.

Lúc bấy giờ trời mưa xuống các loại hoa mạn-đà-la, ma-ha mạn-đà-la,[2] mạn-thù-sa, ma-ha mạn-thù-sa;[3] hoa rơi trên thân Phật và khắp thảy đại chúng.

Cõi đất chấn động khắp thế giới Phật. Bấy giờ trong hội có các vị tỳ-kheo, tỳ-kheo-ni, ưu-bà-tắc, ưu-bà-di, trời, rồng, dạ-xoa,[4] càn-thát-bà, a-tu-la, ca-lâu-la, khẩn-na-la, ma-hầu-la-già,[5] người và các

---

lo sợ, cuối cùng tìm đến đức Phật, nghe pháp được giác ngộ và từ đó trở thành một vị đại hộ pháp.

[1] Kinh Vô lượng nghĩa (無量義經), tuy được nhắc đến trong kinh Pháp Hoa này nhưng phải đến đời Tiêu Tề (479-502) mới được ngài Đàm-ma-già-đà-da-xá (曇摩伽陀耶舍) Hán dịch. Hiện còn trong Đại Chánh tạng ở Tập 9, kinh số 276.

[2] Hoa mạn-đà-la (H. S. māndāra), một loại hoa cõi trời màu đỏ tươi, rất đẹp, khiến người nhìn thấy sinh tâm vui thích. Cùng loại hoa này nhưng lớn hơn gọi là ma-ha mạn-đà-la (摩訶曼陀羅華).

[3] Hoa mạn-thù-sa (H. 曼殊沙華, S. mañjūṣaka), một loại hoa cõi trời mềm mại, có màu trắng tươi nên cũng gọi là nhu nhuyến hoa (柔軟華) hay bạch viên hoa (白圓華), được chư thiên rải xuống để cúng dường Phật, trang nghiêm các đạo tràng khi thuyết pháp. Cùng loại hoa này nhưng lớn hơn gọi là hoa ma-ha mạn thù sa (摩訶曼殊沙華).

[4] Dạ-xoa (H. 夜叉, S. yakṣa), một trong 8 bộ chúng, cũng gọi là dược-xoa (藥叉), là loài quỷ hung dữ, có thể ở trên mặt đất hoặc giữa không trung, có thể dùng uy thế làm hại con người nhưng cũng có khi theo bảo hộ Phật pháp, người tu tập Phật pháp.

[5] Ma-hầu-la-già (H. 摩睺羅伽, S. mahoraga), Hán dịch là đại mãng thần (大蟒神), là loài rắn thần rất lớn, được xếp vào một trong 8 bộ chúng.

loài phi nhân...[1] cùng các vị tiểu vương, chuyển luân thánh vương. Đại chúng gặp việc chưa từng có, hoan hỷ chắp tay, một lòng chiêm ngưỡng Phật.

Lúc bấy giờ, đức Phật phóng hào quang từ nơi tướng bạch hào giữa hai chân mày,[2] soi chiếu 18.000 thế giới ở phương đông, không một nơi nào không soi thấu, phía dưới chiếu đến địa ngục A-tỳ,[3] phía trên chiếu đến cõi trời A-ca-ni-trá.[4]

Từ nơi thế giới này thấy hết thảy sáu đường chúng sanh các cõi kia,[5] lại thấy chư Phật hiện tại ở các cõi ấy cùng nghe được những kinh điển giáo pháp mà chư Phật ấy thuyết giảng, cùng thấy các vị tỳ-kheo, tỳ-kheo-ni, ưu-bà-tắc, ưu-bà-di, những vị tu hành đạt đạo. Lại thấy các vị Đại Bồ Tát, đủ mọi nhân duyên, đủ mọi tín giải, đủ mọi tướng mạo, thực hành đạo Bồ Tát. Lại thấy chư Phật nhập Niết-bàn ; lại thấy sau

---

[1] Phi nhân (H. 非人, S. amanuṣya): khi dùng với nghĩa rộng, chỉ tất cả các chúng sanh không phải loài người, như trời, rồng, dạ-xoa... Trong ngữ cảnh đã đề cập đến các loài khác như ở đây thì phi nhân chỉ các loài chúng sanh không phải loài người cũng không thuộc về tám bộ chúng.

[2] Tướng bạch hào (H. 白毫相, S. uṇṇa-lakkhaṇa), một trong 32 tướng tốt của Phật. Tướng này là một sợi lông màu trắng mọc ở vị trí giữa hai chân mày, nếu kéo ra sẽ rất dài nhưng để tự nhiên thì xoắn theo chiều về bên phải như hình xoắn ốc, màu trắng tươi và có thể phát ra hào quang. Mỗi khi đức Phật phóng chiếu hào quang từ tướng bạch hào này đều là một điềm lành báo trước điều tốt đẹp.

[3] Địa ngục A-tỳ (H. 阿鼻地獄, S. Avīci), Hán dịch là Vô gián (無間), nghĩa là không gián đoạn, vì tội nhân trong địa ngục này bị hành hình liên tục không gián đoạn, không có lúc nào được dừng nghỉ. Theo thế giới quan Phật giáo thì địa ngục A-tỳ là phần thấp nhất trong cả thế giới.

[4] Cõi trời A-ca-ni-trá (H. 阿迦尼吒天, S. Akaniṣṭha-deva), cũng gọi là cõi trời Hữu đỉnh (有頂天) là cõi trời cao nhất trong 18 cõi trời của Sắc giới. Do đó, trong phần có hình sắc của thế giới này thì đây là cõi trời cao nhất, vượt lên trên nữa là phạm vi của Vô sắc giới, không có hình sắc.

[5] Tức là các thế giới về phương đông được hào quang Phật soi chiếu.

khi chư Phật nhập Niết-bàn, đại chúng thu xá-lợi Phật, dựng tháp thờ bằng bảy món báu.

Lúc bấy giờ Bồ Tát Di-lặc nghĩ rằng: "Nay đức Thế Tôn hiện tướng thần biến, do nhân duyên gì mà có điềm lành này? Nay đức Phật Thế Tôn đã nhập tam-muội, việc biến hiện hy hữu không thể nghĩ bàn này nên hỏi ai? Ai có thể giải đáp?" Rồi lại nghĩ rằng: "Ngài Văn-thù-sư-lợi là con đấng Pháp vương, đã từng thân cận cúng dường vô số chư Phật trong quá khứ, chắc hẳn đã từng được thấy tướng ít có này, nay ta nên thưa hỏi." Lúc ấy các vị tỳ-kheo, tỳ-kheo-ni, ưu-bà-tắc, ưu-bà-di, cùng với chư thiên, loài rồng, quỷ thần... cũng đều nghĩ rằng: "Tướng thần thông hào quang chiếu sáng của đức Phật, nay biết thưa hỏi ai?"

Lúc bấy giờ, Bồ Tát Di-lặc muốn dứt mối nghi của mình, lại quán sát thấy được tâm nghi của bốn chúng tỳ-kheo, tỳ-kheo-ni, ưu-bà-tắc, ưu-bà-di cùng chư thiên, loài rồng, quỷ thần... nên thưa hỏi ngài Văn-thù-sư-lợi rằng: "Do nhân duyên gì mà có điềm lành Phật hiện tướng thần thông, phóng hào quang lớn chiếu đến 18.000 thế giới ở phương đông, [đại chúng] thấy hết được những cõi Phật trang nghiêm nơi ấy?"

Khi ấy, Bồ Tát Di-lặc muốn lặp lại ý nghĩa trên liền đọc kệ thưa hỏi rằng:

Ngài Văn-thù-sư-lợi!
Vì sao đấng Đạo sư,
Từ giữa hai chân mày,
Phóng hào quang soi chiếu.

Mưa hoa mạn-đà-la,
Với hoa mạn-thù-sa,
Gió thơm hương chiên-đàn,
Đại chúng đều hoan hỷ?

Lại do nhân duyên này,
Mặt đất đều nghiêm tịnh,
Và khắp thế giới này,
Chấn động theo sáu cách.[1]

Bấy giờ cả bốn chúng,
Đều vui mừng hoan hỷ,
Thân ý đều sảng khoái,
Được việc chưa từng có.

Hào quang từ giữa mày,
Soi chiếu thấu phương đông,
Khắp mười tám ngàn cõi,
Đều sáng đẹp sắc vàng;

Từ địa ngục A-tỳ,
Lên đến trời Hữu đỉnh,

---

[1] Chấn động theo sáu cách là hiện tượng xảy ra khi có một sự kiện cực kỳ quan trọng trong một cõi thế giới, chẳng hạn như khi đức Phật thành đạo, đức Phật nhập Niết-bàn v.v. Pháp Hoa Văn cú giải thích là bao gồm sáu cách: động (動 - chuyển động), khởi (起 - khởi lên), dũng (涌 - vọt lên), chấn (震 - chấn động), hống (吼 - phát tiếng kêu lớn), giác (覺 - khiến cho giác ngộ). Văn Cú Ký dẫn cách giải thích khác là động (動), dũng (踊), chấn (震), kích (擊), hống (吼), bộc (爆), và giải thích ý nghĩa chi tiết rằng động là rung động, dao động, khởi là từ thấp lên cao, dũng là từ chỗ thấp vọt mạnh lên cao, chấn là rung động có âm thanh phát ra, hống là phát ra âm thanh lớn có tiếng vọng lại, giác là khiến cho chúng sanh được giác ngộ. Ngoài ra, theo kinh Ma-ha Bát-nhã ba-la-mật-đa (摩訶般若波羅蜜經), quyển 1, thì 6 cách chấn động là: 1. Phương đông vọt lên, phương tây chìm xuống; 2. Phương tây vọt lên, phương đông chìm xuống; 3. Phương nam vọt lên, phương bắc chìm xuống; 4. Phương bắc vọt lên, phương nam chìm xuống; 5. Bốn phương vọt lên, ở giữa chìm xuống; 6. Ở giữa vọt lên, bốn phương chìm xuống. (ĐCT, T8, 223, tr.217c, d.6-8)

Các thế giới trong đó,
Đủ sáu đường chúng sanh,
Sống, chết, đi về đâu,
Hay nghiệp duyên lành dữ,
Chịu quả báo tốt xấu,
Từ đây đều thấy rõ.

Lại thấy các đức Phật,
Bậc Sư tử Thánh chủ,
Diễn thuyết nhiều kinh điển,
Đều vi diệu bậc nhất.

Âm thanh thật thanh tịnh,
Tiếng nói nghe dịu dàng,
Dạy bảo hàng Bồ Tát,
Vô số muôn ngàn người.

Tiếng cõi trời sâu mầu,
Ai ai cũng thích nghe.
Mỗi vị nơi cõi mình,
Đều giảng thuyết chánh pháp,
Cùng đủ mọi nhân duyên,
Và vô số thí dụ,
Làm sáng tỏ Phật pháp,
Để khai ngộ chúng sanh.

Với những người gặp khổ,
Chán bỏ già, bệnh, chết,
Vì họ thuyết Niết-bàn,
Dứt hết mọi cảnh khổ.

Với những người có phước,
Đã từng cúng dường Phật,
Quyết cầu pháp vượt trội,
Liền dạy pháp Duyên giác;

Riêng với hàng con Phật,
Tu đủ mọi công hạnh,
Cầu trí tuệ Vô thượng,
Liền thuyết đạo thanh tịnh.

Thưa Văn-thù-sư-lợi!
Tôi ở tại nơi đây,
Thấy nghe những việc ấy,
Cùng muôn ngàn việc khác,
Hội chúng đủ hạng người,
Nay chỉ xin lược nói.

Tôi thấy những cõi kia,
Có vô số Bồ Tát,
Dùng đủ mọi nhân duyên,
Để cầu thành Phật đạo.

Có người thường bố thí,
Vàng bạc với san hô,
Hạt châu quý ma-ni,
Xa cừ cùng mã não,
Kim cương, các trân bảo,
Nô tỳ và xe cộ,
Trang trí bằng châu báu,
Đều hoan hỷ bố thí.

Hồi hướng cầu Phật đạo,
Nguyện đạt được Phật thừa,
Bậc nhất trong ba cõi,
Chư Phật đều khen ngợi.

Hoặc có những Bồ Tát,
Bố thí cả xe quý,
Có bốn ngựa, lọng che,
Cùng trang sức xinh đẹp.

Lại thấy các Bồ Tát,
Bố thí cả xương thịt,
Chân tay cùng vợ con,
Vì cầu đạo Vô thượng.

Lại thấy các Bồ Tát,
Ưa thích, vui mừng thí,
Đầu, mắt cùng thân thể,
Vì cầu trí tuệ Phật.

Thưa Văn-thù-sư-lợi!
Tôi thấy các vị vua,
Đến viếng thăm chỗ Phật,
Thưa hỏi đạo Vô thượng,
Rồi bỏ cõi dục lạc,
Cung điện nhiều mỹ nữ,
Cạo sạch cả râu tóc,
Mặc pháp phục xuất gia.

Hoặc thấy các Bồ Tát,
Mà hiện làm tỳ-kheo,
Sống cô độc nhàn tĩnh,
Ưa thích tụng kinh điển.

Lại thấy các Bồ Tát,
Sức dũng mãnh tinh tấn,
Vào tận trong núi sâu,
Nỗ lực tư duy đạo.

Lại thấy bậc ly dục,
Thường sống nơi nhàn tịnh,
Tu sâu pháp thiền định,
Đạt được năm thần thông.

Lại thấy các Bồ Tát,
Trong thiền định chắp tay,
Dùng muôn ngàn lời kệ,
Ngợi khen các đức Phật.

Lại thấy các Bồ Tát
Trí sâu chí nguyện vững,
Thường thưa hỏi chư Phật,
Nghe giảng liền thọ trì.

Lại thấy hàng con Phật,
Đã trọn đủ định, tuệ,
Dùng vô số thí dụ,
Vì đại chúng giảng pháp.

Vui thích thuyết chánh pháp,
Giáo hóa các Bồ Tát,
Phá trừ hết quân ma,
Đánh vang rền trống Pháp.

Lại thấy các Bồ Tát,
Trụ yên trong tịch lặng,
Trời, rồng đều cung kính,
Nhưng không lấy làm vui.

Lại thấy các Bồ Tát,
Từ rừng sâu phóng quang,
Chúng sanh khổ địa ngục,
Khiến được vào đạo Phật.

Lại thấy hàng con Phật,
Tỉnh thức không ngủ nghỉ,
Trong rừng sâu kinh hành,
Chuyên cần cầu đạo Phật.

Lại thấy người giữ giới,
Oai nghi không khuyết tổn,
Trong sáng như châu ngọc,
Để cầu thành Phật đạo.

Lại thấy hàng con Phật,
An trụ sức nhẫn nhục,
Dù những kẻ kiêu mạn,
Mắng chửi và đánh đập,
Cũng đều nhẫn nhịn được,
Để cầu thành Phật đạo.

Lại thấy hàng Bồ Tát,
Lìa xa chuyện cợt đùa,
Không gần kẻ ngu si,
Thân cận bậc trí tuệ,
Chuyên tâm trừ loạn tưởng,
Giữa núi rừng nhiếp tâm,
Trong suốt muôn ngàn năm,
Để cầu thành Phật đạo.

Hoặc thấy hàng Bồ Tát,
Dùng thức ăn ngon quý,
Cùng trăm loại thuốc thang,
Cúng dường Phật và Tăng.

Dùng y phục thượng hạng,
Giá muôn ngàn lượng vàng,
Hoặc quý báu vô giá,
Cúng dường Phật và Tăng.

Dùng trăm ngàn muôn loại,
Nhà quý gỗ chiên-đàn,
Với tòa ngồi tốt đẹp,
Cúng dường Phật và Tăng.

Dâng vườn rừng yên tĩnh,
Có hoa trái sum suê,
Suối chảy, hồ trong mát,
Cúng dường Phật và Tăng.

Cúng dường những thứ ấy,
Đều tốt đẹp nhiệm mầu,
Tâm hoan hỷ không chán,
Vì cầu đạo Vô thượng.

Hoặc có hàng Bồ Tát,
Thuyết giảng pháp tịch diệt,
Dùng mọi cách chỉ bày,
Cho vô số chúng sanh.

Hoặc thấy hàng Bồ Tát,
Quán chiếu các tánh pháp,
Vốn thật không hai tướng,
Thảy đều như hư không.

Lại thấy hàng con Phật,
Tâm không chút dính mắc,
Dùng trí tuệ nhiệm mầu,
Để cầu đạo Vô thượng.

Thưa Văn-thù-sư-lợi!
Lại có hàng Bồ Tát,
Sau khi Phật diệt độ,
Liền cúng dường xá-lợi.

Lại thấy hàng con Phật,
Xây dựng các tháp miếu,
Nhiều như cát sông Hằng,
Làm trang nghiêm cõi nước.

Tháp báu đẹp tuyệt vời,
Cao năm ngàn do-tuần,
Ngang, rộng giống như nhau,
Đều hai ngàn do-tuần.

Mỗi một ngôi tháp miếu,
Đều có ngàn cờ phướn,
Cùng màn ngọc phủ che,
Với chuông nhỏ hòa ngân.

Có chư thiên, long, thần,
Người và loài phi nhân,
Dùng hương, hoa, âm nhạc,
Thường dâng lên cúng dường.

Thưa Văn-thù-sư-lợi!
Hết thảy hàng Phật tử,
Vì cúng dường xá-lợi,
Nên trang nghiêm tháp miếu,
Khắp cõi nước tự nhiên,
Thành tươi đẹp tuyệt vời,
Như cây chúa cõi trời,
Đang mùa hoa nở rộ.

Một lần Phật phóng quang,
Tôi cùng cả hội chúng,
Đều thấy cõi nước này,
Đủ mọi vẻ tươi đẹp.

Thần lực của chư Phật,
Trí tuệ thật ít có,
Phóng hào quang thanh tịnh,
Chiếu vô số cõi nước.

Chúng tôi đều được thấy,
Việc xưa nay chưa có.

Nguyện Phật tử Văn-thù!
Vì đại chúng giải nghi.
Bốn chúng đều ngưỡng vọng,
Mong đợi ngài và tôi,
Nói rõ Phật vì sao,
Phóng tỏa hào quang này.

Xin kịp thời giải đáp,
Dứt nghi để được vui.
Lại vì lợi ích gì,
Phật hiện phóng hào quang?

Phật ngồi nơi đạo trường,
Đã chứng đắc diệu pháp,
Nay sẽ thuyết pháp ấy,
Hay vì ai thụ ký?
Nên hiện các cõi Phật,
Với châu báu nghiêm tịnh.

Lại thấy các cõi Phật,
Chẳng phải duyên nhỏ nhặt.
Ngài Văn-thù nên biết,
Bốn chúng, hàng trời, rồng...
Đều mong ngóng chờ xem,
Ngài nói ra những gì?

Lúc bấy giờ, ngài Văn-thù-sư-lợi nói với Đại Bồ Tát Di-lặc, các vị đại sĩ và thiện nam tử: “Theo như tôi suy xét thì nay đức Phật Thế Tôn muốn thuyết pháp lớn lao, mưa xuống cơn mưa pháp lớn, thổi tù và pháp lớn,[1] đánh tiếng trống pháp lớn, diễn giảng nghĩa pháp lớn.

"Các vị thiện nam tử! Tôi ở nơi chư Phật trong quá khứ từng thấy điềm lành này, phóng hào quang này rồi ắt thuyết pháp lớn lao. Cho nên biết được rằng, nay Phật hiện hào quang cũng giống như vậy, muốn cho chúng sanh thảy đều nghe biết pháp khó tin nhận với tất cả thế gian, cho nên hiện điềm lành này.

"Các thiện nam tử! Như trong quá khứ cách đây vô lượng vô biên không thể nghĩ bàn a-tăng-kì số kiếp.

"Lúc bấy giờ có đức Phật hiệu là Nhật Nguyệt Đăng Minh[2] Như Lai, Ứng Cúng, Chánh Biến Tri, Minh Hạnh Túc, Thiện Thệ, Thế Gian Giải, Vô Thượng Sĩ, Điều Ngự Trượng Phu, Thiên Nhân Sư, Phật Thế Tôn.[3]

---

[1] Nguyên tác là "吹大法螺 - xuy đại pháp loa", chữ loa (螺) chỉ loại vỏ ốc rỗng được khoét lỗ để khi thổi phát ra âm thanh lớn và vang rất xa, tức là một loại tù và. "Pháp loa" được ví với việc âm thanh thuyết pháp vang dội khắp nơi, cũng như tiếng tù và lớn được thổi lên.

[2] Nhật Nguyệt Đăng Minh Như Lai (H. 日月燈明如來, S. Candra-sūrya-pradīpa). Trong kinh Thủ-lăng-nghiêm, quyển 5, Bồ Tát Di-lặc tự kể lại đã từng xuất gia tu học với Phật Nhật Nguyệt Đăng Minh. (ĐCT, T19, 945, tr.128a, d.10-12)

[3] Đây là Thập hiệu (十號) của tất cả chư Phật, vì được dùng để nêu lên các phẩm tính mà tất cả các vị Phật đều đạt được. Có thể tạm kể ra như sau: 1. Như Lai (H. 如來, S. Tathāgata), phiên âm Đa-đà-a-già-đà (多陀阿伽陀); kinh Kim cang giải thích: "Không từ đâu đến, không đi về đâu, nên gọi là Như Lai."; 2. Ứng Cúng (H. 應供, S. Arhat), phiên âm là A-la-hán, xứng đáng nhận sự cúng dường của người và chư thiên. 3. Chánh Biến Tri (H. 正遍知, S. Samyak-saṃbuddha), phiên âm là Tam-miệu tam-phật-đà (三藐三佛陀), có năng lực trí tuệ hiểu biết chân chánh và rộng khắp các pháp; 4. Minh Hạnh Túc (H. 明行足, S. vidyā-caraṇa-saṃpanna), sáng suốt (vidyā), tức có đủ tam minh (thiên nhãn minh, túc mệnh minh, lậu tận minh) và đạo hạnh (caraṇa) viên mãn. 5. Thiện Thệ (H. 善逝, S. Sugata), khéo vượt qua, tức dùng Nhất thiết trí đi trên đường bát chánh đạo, thể nhập Niết bàn. 6. Thế Gian Giải (H. 世間解, S. Loka-vid), rõ biết thế gian nên cũng rõ biết sự diệt mất thế gian và con đường ra khỏi thế gian. 7. Vô Thượng Sĩ (H. 無上士, S.

"[Đức Phật ấy] diễn thuyết chánh pháp lúc ban sơ tốt đẹp, khoảng giữa tốt đẹp, sau cùng cũng tốt đẹp, ý nghĩa sâu xa, ngôn ngữ khéo léo mầu nhiệm, thuần khiết không xen tạp, đầy đủ tướng trạng của hạnh thanh tịnh trong sáng.

"Vì người cầu quả Thanh văn mà thuyết pháp tứ đế[1] thích hợp, vượt thoát sinh già bệnh chết, rốt ráo đạt Niết-bàn; vì người cầu quả Duyên giác[2] mà thuyết pháp mười hai nhân duyên thích hợp; vì các Bồ Tát

---

Anuttara), là đấng vô thượng, không còn ai vượt lên cao quý hơn. 8. Điều Ngự Trượng Phu (H. 調御丈夫, S. Puruṣa-damya-sārathi), có đủ từ bi, trí tuệ, phương tiện để điều phục, chế ngự, khiến cho chúng sanh có thể đạt đến Niết-bàn. 9. Thiên Nhân Sư (H. 天人師, S. śāstā deva-manuṣyāṇāṃ), bậc thầy dạy, dẫn dắt chúng sinh trong cả hai cõi trời, người. 10. Phật Thế Tôn (H. 佛世尊, S. Buddha-bhagavat), bậc toàn giác, tự giác, giác tha, giác hạnh viên mãn, tôn quý nhất trong thế gian. Có nơi xếp chung hiệu thứ năm và thứ sáu thành một: Thiện Thệ, Thế Gian Giải, và tách hiệu thứ mười thành hai: Phật Thế Tôn; hoặc cũng có khi xếp chung Thế Gian Giải Vô Thượng Sĩ, hoặc Vô Thượng Sĩ Điều Ngự Trượng Phu. Nhưng tất cả đều thống nhất là có 10 hiệu.

[1] Tứ đế, tức là Tứ diệu đế (H. 四妙諦, S: catvāri ārya-satyāni), chỉ 4 chân lý do đức Phật nhận ra và thuyết dạy, luôn đúng thật trong mọi thời gian và không gian. Vì là chân lý đúng thật nên cũng được gọi là tứ chân đế (四真諦) hoặc tứ thánh đế (四聖諦). Các chân lý này bao gồm: 1. Khổ đế (H. 苦諦, S. duḥkha-satya), chỉ ra sự thật rằng mọi trạng thái tồn tại của chúng sanh hiện nay đều là khổ, hay nói cách khác thì bản chất của chúng là khổ; 2. Tập đế (H. 集諦, S. samudaya-satya), là sự thật về nguyên nhân của khổ, như phiền não, nghiệp lực, các hành vi, tư tưởng, lời nói làm sanh khởi khổ; 3. Diệt đế (H. 滅諦, S. nirodha-satya), là sự thật về việc dứt sạch mọi nỗi khổ, thông qua chấm dứt nguyên nhân gây khổ bằng con đường tu tập; 4. Đạo đế (H. 道諦, S. mārga-satya), là con đường cụ thể để chấm dứt nguyên nhân gây khổ, tức là diệt khổ, cụ thể là Bát chánh đạo. Khổ đế và Tập đế chỉ ra mối quan hệ nhân quả trong thế gian, khổ đế không tự nhiên khởi sinh mà do những nguyên nhân được Tập đế chỉ ra. Diệt đế và Đạo đế chỉ ra mối quan hệ nhân quả xuất thế gian, vì khổ có thể được dứt trừ qua sự tu tập theo Đạo đế và khi khổ được dứt trừ thì Diệt đế hiện hữu. Tuy nhiên, giáo lý Tứ đế hướng đến dứt trừ sự khổ trong luân hồi, do vậy chỉ đưa đến Thánh quả Tiểu thừa, không thể rốt ráo đạt đến quả Phật.

[2] Nguyên tác dùng Bích-chi Phật (H. 辟支佛, S. pratyeka-buddha), tức là quả Duyên giác, cũng gọi là Độc giác (獨覺) khi giác ngộ vào thời không có Phật ra đời. Trong 3 thừa thì quả vị này được xem là Nhị thừa, Thanh văn là Tam thừa.

mà thuyết sáu ba-la-mật[1] thích hợp, khiến cho đạt được quả Vô thượng Chánh đẳng Chánh giác, thành tựu Nhất thiết chủng trí.[2]

"Tiếp đến có Phật cũng hiệu là Nhật Nguyệt Đăng Minh, rồi tiếp nữa lại có Phật cũng hiệu Nhật Nguyệt Đăng Minh, như vậy đến 20.000 vị Phật đều cùng một hiệu Nhật Nguyệt Đăng Minh, lại cũng đồng một dòng họ là Phả-la-đọa. Ngài Di-lặc nên biết, từ vị Phật ban đầu đến vị Phật cuối cùng đều cùng một danh hiệu là Nhật Nguyệt Đăng Minh, đều có đầy đủ mười đức hiệu, và những điều thuyết pháp từ ban sơ, khoảng giữa cho đến cuối cùng đều tốt đẹp.

"Vị Phật sau cùng, lúc chưa xuất gia có tám người con. Người thứ nhất tên là Hữu Ý, thứ hai là Thiện Ý, thứ ba là Vô Lượng Ý, thứ tư là Bảo Ý, thứ năm là Tăng Ý, thứ sáu là Trừ Nghi Ý, thứ bảy là Hưởng Ý, thứ tám là Pháp Ý. Tám vị vương tử này đều có oai đức tự tại, mỗi vị đều cai trị bốn thiên hạ. Các vị vương tử nghe tin phụ vương xuất gia, đắc quả Vô thượng Chánh đẳng Chánh giác, liền xả bỏ vương vị theo cha xuất gia, phát tâm Đại thừa, thường tu hạnh thanh tịnh, đều là những vị pháp sư, ở nơi muôn ngàn đức Phật trồng các cội lành.

---

[1] Sáu ba-la-mật (H. 六波羅蜜, S. ṣaḍ-pāramitā), Hán dịch là lục độ (六度), là 6 pháp tu tập quan trọng của hàng Bồ Tát, giúp vượt qua bể khổ luân hồi nên gọi là "độ", cũng dịch là "到彼岸 - đáo bỉ ngạn" (sang đến bờ kia). Sáu pháp này bao gồm: Bố thí ba-la-mật (H. 布施波羅蜜, S. dāna-pāramitā); trì giới ba-la-mật (H. 持戒波羅蜜, S. śīla-pāramitā); nhẫn nhục ba-la-mật (H. 忍辱波羅蜜, S. kṣānti-pāramitā); tinh tấn ba-la-mật (H. 精進波羅蜜, S. vīrya-pāramitā); thiền định ba-la-mật (H. 禪定波羅蜜, S. dhyāna-pāramitā); trí tuệ ba-la-mật (H. 智慧波羅蜜, S. prajñā-pāramitā).

[2] Nhất thiết chủng trí (H. 一切種智, S. sarvathā-jñāna), tức trí tuệ của Phật, là trí hiểu biết tất cả, thấy rõ được nhân quả của tất cả các pháp cũng như tất cả chúng sanh.

“Bấy giờ đức Phật Nhật Nguyệt Đăng Minh thuyết kinh Đại thừa tên là Vô Lượng Nghĩa, Giáo Bồ Tát Pháp, Phật Sở Hộ Niệm. Thuyết kinh xong liền ở giữa đại chúng ngồi kết già nhập tam-muội Vô lượng nghĩa xứ,[1] thân tâm chẳng động. Khi ấy, trời mưa xuống hoa mạn-đà-la, hoa ma-ha mạn-đà-la, hoa mạn-thù-sa, hoa ma-ha mạn-thù-sa, hoa rải lên thân Phật và đại chúng. Khắp cõi Phật, mặt đất chấn động theo sáu cách. Khi ấy trong hội có các vị tỳ-kheo, tỳ-kheo-ni, ưu-bà-tắc, ưu-bà-di, trời, rồng, dạ-xoa, càn-thát-bà, a-tu-la, ca-lâu-la, khẩn-na-la, ma-hầu-la-già, người và loài phi nhân, cùng các vị tiểu vương, chuyển luân thánh vương... Đại chúng như vậy được việc chưa từng có, đều hoan hỷ chắp tay, một lòng chiêm ngưỡng Phật. Khi ấy, đức Như Lai phóng hào quang từ nơi tướng lông trắng giữa hai chân mày, soi chiếu về phương đông đến 18.000 cõi Phật, không nơi nào không soi thấu, cũng giống như ngày nay đã thấy hiển bày các cõi Phật. Ngài Di-lặc nên biết, khi ấy trong chúng hội có hai triệu Bồ Tát ưa muốn nghe pháp. Các vị Bồ Tát này thấy hào quang soi chiếu khắp các cõi Phật, được điều chưa từng có, đều muốn rõ biết nhân duyên của hào quang này.

“Bấy giờ có vị Bồ Tát tên là Diệu Quang,[2] có 800 người đệ tử. Khi ấy, đức Phật Nhật Nguyệt Đăng Minh ra khỏi tam-muội, nhân vì Bồ Tát Diệu Quang mà thuyết

[1] Tam-muội Vô lượng nghĩa xứ (H. 無量義處三昧, S. Anantanirdeśapratiṣṭhāna-samādhi). “Vô lượng nghĩa xứ” nghĩa là chỗ y chỉ của tất cả các nghĩa, tức là thật tướng. Đức Phật chuẩn bị huyết kinh Pháp Hoa hiển bày thật tương nên nhập vào tam-muội này.

[2] Bồ Tát Diệu Quang (H. 妙光菩薩, S. Varaprabhā).

kinh Đại thừa tên là Diệu Pháp Liên Hoa, Giáo Bồ Tát Pháp, Phật Sở Hộ Niệm, trong 60 tiểu kiếp không đứng dậy khỏi tòa ngồi. Chúng hội cũng ngồi yên một chỗ, trong 60 tiểu kiếp thân tâm không dao động, lắng nghe Phật thuyết kinh, đều cảm thấy chỉ như thời gian một bữa ăn. Lúc ấy trong chúng hội không một người nào thấy thân hoặc tâm sinh ra lười mỏi.

"Đức Phật Nhật Nguyệt Đăng Minh qua 60 tiểu kiếp thuyết kinh này rồi, liền tuyên bố với chúng hội gồm các vị phạm chí, ma, sa-môn, bà-la-môn, chư thiên, người, a-tu-la rằng: 'Hôm nay vào lúc giữa đêm, Như Lai sẽ nhập Niết-bàn Vô dư.'[1]

"Bấy giờ có vị Bồ Tát tên là Đức Tạng,[2] Phật Nhật Nguyệt Đăng Minh liền thụ ký, nói với các vị tỳ-kheo: 'Bồ Tát Đức Tạng này sẽ thành Phật tiếp theo, hiệu là Tịnh Thân Như Lai, Ứng Cúng, Chánh Đẳng Giác...'[3]

"Đức Phật thụ ký rồi, đến giữa đêm liền nhập Niết-bàn Vô dư. Sau khi Phật diệt độ, Bồ Tát Diệu Quang thọ trì kinh Diệu Pháp Liên Hoa, trọn 80 tiểu kiếp vì người khác giảng thuyết. Tám người con của đức Phật Nhật Nguyệt Đăng Minh đều thờ ngài Diệu Quang làm thầy, được ngài dạy dỗ, khiến cho được tâm kiên

[1] Niết-bàn vô dư (H. 無餘涅槃, S. nirupadhiśeṣa-nirvāṇa), phân biệt với Niết-bàn hữu dư (H. 有餘涅槃, S. sopadhi-śeṣa-nirvāṇa), cũng gọi là Vô dư y Niết-bàn (無餘依涅槃), chỉ Niết-bàn của chư Phật vì hoàn toàn không còn phụ thuộc thân tướng, chấm dứt hoàn toàn cả nhân và quả. Ngoài ra cũng phân biệt việc chấm dứt nhân quả Tiểu thừa là Niết-bàn hữu dư, chấm dứt nhân quả Đại thừa là Niết-bàn vô dư. Hàng Thanh văn, Duyên giác chỉ có thể đạt đến Niết-bàn hữu dư, không có khả năng đạt Niết-bàn vô dư.

[2] Bồ Tát Đức Tạng (H. 德藏菩薩, S. Śrīgarbha).

[3] Ở đây chỉ nêu 3 đức hiệu tức là lược nói, biểu trưng cho đủ 10 đức hiệu của chư Phật.

cố đối với quả Vô thượng Chánh đẳng Chánh Giác. Các vương tử này, sau khi cúng dường vô số trăm ngàn muôn ức vị Phật rồi thảy đều thành Phật. Vị thành Phật sau cùng hiệu là Nhiên Đăng. Trong số 800 đệ tử, có một người tên là Cầu Danh, tham chấp lợi dưỡng, tuy cũng tụng đọc kinh điển nhưng không thông hiểu, phần nhiều đều quên mất, cho nên có hiệu là Cầu Danh. Người này vì cũng từng gieo trồng nhiều căn lành nên được gặp vô số trăm ngàn muôn ức đức Phật, đều cúng dường, cung kính, tôn trọng, tán thán.

"Ngài Di-lặc nên biết, Bồ Tát Diệu Quang thuở ấy nào phải ai khác, chính là tôi đây. Còn Bồ Tát Cầu Danh chính là ngài đó.

"Nay tôi thấy điềm lành này so với thuở xưa không khác, nên suy xét rằng: "Hôm nay đức Như Lai sẽ thuyết giảng kinh Đại thừa tên là Diệu Pháp Liên Hoa, Giáo Bồ Tát Pháp, Phật Sở Hộ Niệm."

Bấy giờ, ngài Văn-thù-sư-lợi ở giữa đại chúng muốn trùng tuyên ý nghĩa trên nên đọc kệ rằng:

Tôi nhớ đời quá khứ,
Vô lượng vô số kiếp,
Có Phật, đấng cao quý,
Hiệu Nhật Nguyệt Đăng Minh.

Thế Tôn thuyết giảng pháp,
Độ vô lượng chúng sanh,
Vô số ức Bồ Tát,
Khiến vào trí tuệ Phật.

Khi Phật chưa xuất gia,
Sinh ra tám vương tử,

Thấy Đại thánh xuất gia,
Cũng theo tu thanh tịnh.

Khi Phật thuyết Đại thừa,
Kinh tên Vô Lượng Nghĩa,
Liền ở giữa đại chúng,
Vì người rộng phân biệt.

Phật thuyết kinh ấy rồi,
Liền ngồi trên pháp tòa,
Kết già nhập tam-muội,
Tên Vô Lượng Nghĩa Xứ.

Trời mưa hoa mạn-đà,
Trống trời tự nhiên vang,
Chư thiên, rồng, quỷ thần,
Cúng dường Bậc Tôn quý.

Hết thảy bao cõi Phật,
Đều tức thời chấn động,
Phật phóng quang giữa mày,
Hiện những việc ít có.

Hào quang chiếu phương đông,
Mười tám ngàn cõi Phật,
Chúng sanh đều được thấy,
Chỗ nghiệp báo sinh tử.

Cũng thấy các cõi Phật,
Dùng châu báu trang nghiêm,
Màu lưu ly, pha lê,
Đều do hào quang Phật.

Lại thấy chúng trời người,
Rồng, thần và dạ-xoa,

Càn-thát, khẩn na la,
Đều cúng dường Phật ấy.

Lại thấy các vị Phật,
Tự nhiên thành Phật đạo,
Thân sáng như núi vàng,
Đoan nghiêm rất vi diệu.

Trong sạch như lưu ly,
Hiện thành tượng vàng ròng,
Thế Tôn giữa đại chúng,
Rộng thuyết pháp sâu mầu.

Nơi mỗi một cõi Phật,
Có vô số Thanh văn,
Nương hào quang Phật chiếu,
Thấy rõ các chúng ấy.

Hoặc có những tỳ-kheo,
Thường sống giữa núi rừng,
Tinh tấn giữ giới hạnh,
Như giữ hạt minh châu.

Lại nhờ hào quang Phật,
Thấy được các Bồ Tát,
Hành bố thí, nhẫn nhục...
Nhiều như cát sông Hằng.

Lại thấy các Bồ Tát,
Vào sâu các thiền định,
Thân tâm lặng chẳng động,
Để cầu đạo Vô thượng.

Lại thấy các Bồ Tát,
Biết tướng pháp tịch diệt,

Ở nơi cõi nước mình,
Thuyết pháp cầu đạo Phật.

Bấy giờ cả bốn chúng,
Thấy Phật Nhật Nguyệt Đăng,
Hiện sức thần thông lớn,
Trong tâm đều hoan hỷ,
Các vị cùng hỏi nhau,
Đây là nhân duyên gì?

Đấng trời người tôn kính,
Vừa ra khỏi tam-muội,
Khen Bồ Tát Diệu Quang,
Ông là tai mắt đời,
Người người đều tin theo.
Có thể giữ kho pháp,
Những gì ta thuyết giảng,
Chỉ riêng ông rõ biết.

Thế Tôn ngợi khen rồi,
Khiến Diệu Quang hoan hỷ,
Liền thuyết kinh Pháp hoa,
Trọn sáu mươi tiểu kiếp,
Không rời khỏi chỗ ngồi.
Pháp nhiệm mầu Phật thuyết,
Ngài Pháp sư Diệu Quang,
Đều có thể thọ trì.

Phật thuyết kinh Pháp Hoa,
Khiến đại chúng hoan hỷ,
Rồi ngay trong ngày ấy,
Bảo khắp chúng trời, người:

"Nghĩa thật tướng các pháp,
Đã vì chúng giảng thuyết,
Nay vào giữa đêm này,
Ta sẽ nhập Niết-bàn.

Hãy chuyên tâm tinh tấn,
Lìa xa thói phóng túng,
Cơ hội gặp Phật khó,
Trăm ngàn kiếp mới có."

Hàng đệ tử Thế Tôn,
Nghe Phật nhập Niết-bàn,
Ai ai cũng bi thương,
Sao Phật chóng nhập diệt?

Bậc Thánh chủ Pháp vương,
An ủi vô số chúng:
"Như Ta diệt độ rồi,
Các người chớ lo sợ.
Bồ Tát Đức Tạng đây,
Tâm đã rõ thông được,
Tướng thật pháp vô lậu,
Kế tiếp sẽ thành Phật,
Hiệu Tịnh Thân Như Lai,
Cũng độ vô số chúng."

Đêm ấy Phật diệt độ,
Như củi hết lửa tắt.
Phân chia Xá-lợi Phật,
Rồi dựng vô số tháp.

Tỳ-kheo, tỳ-kheo ni,
Nhiều như cát sông Hằng,
Lại càng thêm tinh tấn,
Để cầu đạo Vô thượng.

Ngài Pháp sư Diệu Quang,
Vâng giữ pháp tạng Phật,
Trong tám mươi tiểu kiếp,
Rộng thuyết kinh Pháp hoa.

Tám vương tử con Phật,
Được Diệu Quang chỉ bày,
Vững vàng trong đạo Phật,
Rồi gặp vô số Phật,
Đều cung kính cúng dường,
Vâng theo tu hành đạo,
Tiếp nối đều thành Phật,
Lần lượt được thụ ký.

Cho đến Phật sau cùng,
Hiệu là Phật Nhiên Đăng,
Là thầy các tiên nhân,
Độ thoát vô số chúng.

Ngài Pháp sư Diệu Quang,
Lại có một đệ tử,
Thường ôm lòng biếng nhác,
Mê đắm đường danh lợi,
Tham cầu không biết chán,
Giao du các nhà giàu,
Tụng kinh rồi vất bỏ,
Quên mất không rõ nghĩa.

Vì nhân duyên như thế,
Nên tên là Cầu Danh.
Nhưng tạo các nghiệp lành,
Được gặp vô số Phật,

Cúng dường chư Phật rồi,
Vâng theo, tu hành đạo,
Đủ sáu ba-la-mật,
Nay gặp đức Thích-ca.

Sau này sẽ thành Phật,
Hiệu là Phật Di-lặc,
Rộng độ khắp chúng sanh,
Số nhiều đến vô lượng.

Phật xưa diệt độ rồi,
Cầu Danh chính là ông.
Còn Pháp sư Diệu Quang,
Nay chính là tôi đây.

Tôi thấy Phật Đăng Minh,
Xưa phóng quang như thế,
Nên biết Phật ngày nay,
Sắp thuyết kinh Pháp Hoa.

Tướng nay, điềm lành xưa,
Là phương tiện chư Phật.
Nay Phật phóng hào quang,
Giúp hiện nghĩa tướng thật.

Chư vị nay nên biết,
Chắp tay một lòng chờ,
Phật sẽ ban mưa pháp,
Sung túc người cầu đạo.

Người cầu quả Tam thừa,
Nếu như còn nghi vấn,
Phật sẽ giúp đoạn trừ,
Dứt sạch không còn nghi.

2. Phẩm Phương tiện

Bấy giờ, đức Thế Tôn an lành ra khỏi thiền định, bảo ngài Xá-lợi-phất: "Trí tuệ của chư Phật rất sâu xa không thể suy lường, cửa trí tuệ ấy khó hiểu khó vào, hết thảy hàng Thanh văn, Phật Bích-chi đều không có khả năng rõ biết.

"Vì sao vậy? Phật từng thân cận với trăm ngàn muôn ức vô số chư Phật, hết sức thực hành vô số đạo pháp của chư Phật, dũng mãnh tinh tấn, danh xưng được nghe biết rộng khắp, thành tựu pháp rất sâu xa chưa từng có, tùy chỗ thích hợp mà giảng thuyết, ý nghĩa khó hiểu.

"Xá-lợi-phất! Từ khi ta thành Phật đến nay, dùng đủ mọi nhân duyên, đủ mọi thí dụ, rộng nói các giáo pháp cùng vô số phương tiện, dẫn dắt chúng sanh khiến cho lìa bỏ mọi sự bám chấp.

"Vì sao vậy? Phương tiện, tri kiến ba-la-mật của đức Như Lai hết thảy đều trọn đủ. Xá-lợi-phất! Tri kiến của Như Lai rộng lớn sâu xa, không ngăn ngại, không thể suy lường, những phẩm đức như lực,[1] vô sở

[1] Tức thập lực (H. 十力, S. daśa balāni), cũng gọi là thập trí lực (十智力), chỉ 10 năng lực trí tuệ siêu việt chỉ riêng chư Phật mới đạt được, rõ biết tất cả các pháp hoàn toàn đúng thật, bao gồm: 1. Tri thị xứ phi xứ trí lực (H. 知是處非處智力, S. artha-dharma-jñāna-bala): Biết rõ như thật sự đúng, sai của tất cả các pháp, không hề nhầm lẫn; 2. Tri tam thế nghiệp báo trí lực (H. 知三世業報智力, S. karma-vipāka-jñāna-bala) hay Nghiệp dị thục trí lực (業異熟智力): Biết rõ luật nhân quả, tức là nghiệp nào tạo quả nào vào thời điểm nào và ở nơi chốn nào; 3. Tri nhất

úy,[1] thiền định, giải thoát tam-muội đều thâm nhập tận cùng, thành tựu hết thảy các pháp chưa từng có.

"Xá-lợi-phất! Như Lai có thể phân biệt mọi điều, khéo giảng thuyết các pháp, lời lẽ êm dịu uyển chuyển,

---

thiết chí xứ đạo trí lực (H. 知一切至處道智力, S. sarvatragāminī-pratipad-jñāna-bala), cũng gọi là Biến thú hành trí lực (遍趣行智力): Biết rõ nguyên nhân nào dẫn đến con đường tái sanh nào, biết các hành nghiệp hữu lậu phải luân chuyển trong 6 đường và hành nghiệp vô lậu dẫn đến Niết-bàn; 4. Tri chủng chủng giới trí lực (H. 知種種界智力, S. loka-nānā-dhātu-jñāna-bala): Biết rõ các thế giới, môi trường khác biệt của tất cả chúng sanh; 5. Tri chủng chủng giải trí lực (H. 知種種解智力, S. indriya-parāpara-jñāna-bala): Biết rõ căn tánh riêng biệt, sự ham thích, mê đắm, bám chấp của mỗi chúng sanh; 6. Tri chư căn thắng liệt trí lực (H. 知諸根勝劣智力, S. dhātu-jñāna-bala): Biết rõ căn cơ nhanh nhạy hoặc trì độn của mọi chúng sanh; 7. Tri chư thiền giải thoát tam-muội trí lực (H. 知諸禪解脫三昧智力, S. dhyāna-vimokṣa-samādhi-samāpatti-jñāna-bala): Biết tất cả các phương pháp thiền định giải thoát, mức độ sâu cạn, cao thấp của mỗi loại và hoàn toàn tự tại vô ngại trong thiền định; 8. Tri túc mệnh vô lậu trí lực (H. 知宿命無漏智力, S. pūrvanivāsānusmṛti-jñāna-bala): Biết rõ các tiền kiếp của chính mình và chúng sanh, từ một đời cho đến vô số đời; 9. Tri thiên nhãn vô ngại trí lực (H. 知天眼無礙智力, S. cyutyupapatti-jñāna-bala): Biết rõ sự hoại diệt và tái sanh của mỗi chúng sanh, các nghiệp thiện ác và nơi nào họ sẽ tái sinh; 10. Tri vĩnh đoạn tập khí trí lực (H. 知永斷習氣智力, S. āsravakṣaya-jñāna-bala): Biết các pháp ô nhiễm sẽ chấm dứt như thế nào, tự biết đã vĩnh viễn đoạn trừ không còn sinh khởi.

[1] Tức tứ vô sở úy (H. 四無所畏, S. catvāri tathāgatasya vaiśāradyāni), cũng gọi là tứ vô úy (四無畏), chỉ việc chư Phật khi thuyết pháp có đủ bốn phẩm đức tự tin, dũng mãnh, an ổn không sợ sệt, thuộc về Thập bát bất cộng pháp, nghĩa là chỉ có chư Phật mới đạt được, không giống với hàng Thanh văn, Duyên giác. Tứ vô úy bao gồm: 1. Chư pháp hiện đẳng giác vô úy (H. 諸法現等覺無畏, S. sarva-dharmābhisaṃbodhi-vaiśāradya), cũng gọi là Nhất thiết trí vô sở úy (一切智無所畏), do trí tuệ hiểu biết tất cả nên thuyết pháp với đầy đủ sự tự tin, không sợ sệt; 2. Nhất thiết lậu tận trí vô úy (H. 一切漏盡智無畏, S. sarvāsrava-kṣaya-jñāna-vaiśāradya), cũng gọi là Lậu vĩnh tận vô úy (漏永盡無畏), do vĩnh viễn đoạn trừ tất cả phiền não nên thuyết pháp không sợ sệt đối với khó khăn bên ngoài; 3. Chướng pháp bất hư quyết định thụ kí vô úy (H. 障法不虛決定授記無畏, S. antarāyika-dharmānanyathātva-niścita-vyākaraṇa-vaiśāradya), cũng gọi là Thuyết chướng pháp vô úy (說障法無畏), thuyết dạy về các pháp chướng đạo, cách vượt qua để thành tựu, không có sự sợ sệt; 4. Vi chứng nhất thiết cụ túc xuất đạo như tính vô úy (H. 為證一切具足出道如性無畏, S. sarva-saṃpad-adhigamāya nairyāṇika-pratipat-tathātva-vaiśāradya), cũng gọi là Thuyết xuất đạo vô úy (說出道無畏), thuyết dạy đạo xuất thế không có sự sợ sệt.

làm vui lòng đại chúng. Xá-lợi-phất! Theo chỗ cốt yếu mà nói thì Phật đã thành tựu hết vô lượng vô biên các pháp chưa từng có.

"Thôi đi, Xá-lợi-phất! Không nên nói nữa. Vì sao vậy? Pháp mà Phật đã thành tựu cao tột khó hiểu, ít có nhất, chỉ Phật với Phật mới có thể cứu xét đến chỗ rốt ráo.

"Tướng thật của các pháp, đó là nói các pháp có tướng như vậy, tánh như vậy, thể như vậy, lực như vậy, chỗ làm như vậy, nhân như vậy, duyên như vậy, quả như vậy, báo như vậy, từ gốc đến ngọn rốt ráo bình đẳng như vậy."

Bấy giờ đức Thế Tôn muốn nhắc lại những ý nghĩa trên nên nói kệ rằng:

"Bậc Thế Hùng khôn lường,
Chư thiên và nhân loại,
Cùng các loài chúng sanh,
Đều không thể hiểu Phật.

Phật lực, vô sở úy,
Giải thoát, các tam-muội,
Các pháp khác của Phật,
Đều không thể suy lường.

Từng theo vô số Phật,
Tu hành đủ các pháp,
Rất sâu xa nhiệm mầu ,
Khó thấy, khó rõ biết.

Trong vô số ức kiếp,
Tu các phẩm đạo rồi,

Chứng quả nơi Đạo trường,
Ta đều rõ biết hết.

Quả báo lớn lao ấy,
Đủ mọi nghĩa tánh tướng,
Ta với mười phương Phật,
Mới có thể rõ biết.

Pháp không thể chỉ bày,
Tướng ngôn ngữ dứt bặt.
Các loài chúng sanh khác,
Không thể nào hiểu được,
Trừ các vị Bồ Tát,
Với đức tin kiên cố.

Chúng đệ tử của Phật,
Từng cúng dường chư Phật,
Đã dứt sạch lậu hoặc,
Trụ nơi thân cuối cùng,
Dù những bậc như vậy,
Vẫn không sức thọ nhận.

Nếu người khắp thế gian,
Đều như Xá-lợi-phất,
Dùng hết sức suy lường,
Cũng không rõ trí Phật.

Ví như khắp mười phương,
Đều như Xá-lợi-phất,
Cùng các đệ tử khác,
Tràn ngập khắp mười phương,
Cùng hết sức suy lường,
Cũng không thể rõ biết.

Hàng Duyên giác trí sáng,
Bậc Vô lậu thân cuối,
Cũng đầy khắp mười phương,
Số nhiều như tre rừng,
Như vậy cùng chuyên tâm,
Trong vô số ức kiếp,
Muốn suy biết trí Phật,
Cũng không biết được gì.

Bồ Tát mới phát tâm,
Cúng dường vô số Phật,
Rõ biết các ý nghĩa,
Lại khéo thuyết giảng pháp.
Nhiều như lúa, mè, tre...
Đầy khắp cõi mười phương,
Chuyên tâm dùng trí mầu,
Trong Hằng sa số kiếp,
Cùng chung sức suy lường,
Không thể rõ trí Phật.

Các Bồ Tát bất thối,
Nhiều như cát sông Hằng,
Một lòng cùng suy cầu,
Cũng không thể rõ biết."

Phật bảo Xá-lợi-phất:
"Pháp sâu xa vi diệu,
Vô lậu, không nghĩ bàn,
Ta nay đã trọn thành,
Tướng ấy riêng ta biết,
Cũng như mười phương Phật.

Xá-lợi-phất nên biết,
Lời chư Phật không khác,
Đối với pháp Phật thuyết,
Phải tin sâu, tin chắc.

Pháp Phật lâu về sau,
Phải thuyết dạy chân thật.

Phật bảo chúng Thanh văn,
Cùng chúng cầu Duyên giác:
'Ta dạy cho thoát khổ,
Nhưng chưa được Niết-bàn.'
Phật dùng sức phương tiện,
Tạm bày ra ba thừa,
Chúng sanh nhiều bám chấp,
Dẫn dắt cho giải thoát.

Bấy giờ trong đại chúng có các vị Thanh văn đã chứng A-la-hán, dứt sạch lậu hoặc, giống như ngài A-nhã Kiều-trần-như... cả thảy 1.200 vị, cùng những vị tỳ-kheo, tỳ-kheo-ni, ưu-bà-tắc, ưu-bà-di phát tâm cầu quả Thanh văn, quả Phật Bích-chi, hết thảy đều nghĩ rằng: "Hôm nay đức Thế Tôn vì sao lại ân cần ngợi khen xưng tán pháp phương tiện mà nói: 'Pháp Phật đã chứng đắc rất sâu xa khó hiểu, có nói ra điều gì thì ý nghĩa đều khó rõ biết, hết thảy hàng Thanh văn, Duyên giác đều không thể hiểu được?'

"Phật [từng] thuyết dạy một nghĩa giải thoát, chúng ta cũng được pháp ấy, [tưởng rằng] đạt đến Niết-bàn, nhưng nay thì không biết nghĩa ấy hướng về đâu?"

Lúc bấy giờ, ngài Xá-lợi-phất biết lòng nghi của bốn chúng và chính mình cũng chưa hiểu nên bạch

Phật rằng: "Bạch Thế Tôn! Do nhân duyên gì mà nay Phật ân cần ngợi khen xưng tán phương tiện bậc nhất cùng pháp thâm sâu vi diệu khó hiểu của chư Phật? Con từ xưa nay theo Phật chưa từng được nghe những lời như vậy. Nay bốn chúng đều ôm lòng nghi, nguyện Thế Tôn giảng rõ việc này: Thế Tôn vì sao lại ân cần ngợi khen xưng tán pháp thâm sâu vi diệu khó hiểu?"

Khi ấy, ngài Xá-lợi-phất muốn nhắc lại nghĩa trên nên đọc kệ rằng:

Đấng Đại Thánh trí tuệ,
Lâu mới thuyết pháp này.

Tự nói đã chứng đắc,
Lực, vô úy, tam-muội,
Cùng thiền định giải thoát,
Pháp không thể nghĩ bàn.

Nơi đạo trường chứng đắc,
Không ai đủ sức hỏi,
Ý Phật khó suy lường,
Cũng không thể thưa hỏi,
Nên Phật tự nói ra,
Ngợi khen đạo chư Phật,
Trí tuệ cực vi diệu,
Chư Phật đã đạt được.

A-la-hán vô lậu,
Cùng người cầu Niết-bàn,
Nay chìm trong lưới nghi,
Vì sao Phật nói vậy?

Những người cầu Duyên giác,
Tỳ-kheo, tỳ-kheo-ni,

Chư thiên, rồng, quỷ thần,
Với loài càn-thát-bà...
Nhìn nhau lòng phân vân,
Cùng chiêm ngưỡng Thế Tôn,
Việc này là thế nào?
Nguyện được Phật giảng giải.

Trong hàng chúng Thanh văn,
Phật khen con bậc nhất,
Nay con dùng trí mình,
Không thể hiểu, nghi hoặc:
Đây là pháp rốt ráo?
Hay là đạo tu hành?

Chúng từ miệng Phật sinh,
Đều chắp tay mong đợi,
Nguyện Phật ban tiếng mầu,
Nói ra pháp như thật.

Chư thiên, rồng, quỷ thần...
Số nhiều như cát sông,
Bồ Tát cầu quả Phật,
Số đến tám mươi ngàn,
Lại từ muôn ức nước,
Vua Chuyển luân đến đây,
Cùng chắp tay cung kính,
Muốn nghe đạo trọn đủ.

Bấy giờ, đức Phật bảo ngài Xá-lợi-phất: "Thôi, thôi, không nên nói nữa! Nếu ta nói ra việc này thì hết thảy chư thiên và loài người ở thế gian đều sẽ kinh sợ nghi ngờ."

Ngài Xá-lợi-phất lại bạch Phật: "Thế Tôn! Kính nguyện Phật nói ra, kính nguyện Phật nói ra. Vì sao vậy? Trong chúng hội này có vô số trăm ngàn muôn ức a-tăng-kỳ chúng sanh đã từng được gặp chư Phật, căn tánh lanh lợi dũng mãnh, trí tuệ sáng suốt rõ biết, nếu được nghe Phật thuyết dạy ắt có thể cung kính tin nhận."

Lúc ấy, ngài Xá-lợi-phất muốn nhắc lại nghĩa trên nên nói kệ rằng:

Đấng Pháp vương Vô thượng,
Xin thuyết dạy, đừng lo,
Vì vô số chúng hội,
Phải có người kính tin.

Đức Phật lại ngăn lời ngài Xá-lợi-phất: "Nếu ta nói ra việc này, hết thảy hàng trời, người, a-tu-la... trong khắp thế gian đều sẽ kinh sợ nghi ngờ, các tỳ-kheo tăng thượng mạn[1] sẽ phải sa vào hố sâu tội lỗi vì phỉ báng."

Bấy giờ, đức Thế Tôn nhắc lại nghĩa trên bằng kệ rằng:

Thôi thôi không nên nói,
Pháp Phật khó nghĩ bàn.
Những kẻ tăng thượng mạn,
Ắt không thể kính tin.

Bấy giờ, ngài Xá-lợi-phất một lần nữa bạch Phật: "Thế Tôn! Kính nguyện Phật nói ra, kính nguyện Phật nói ra. Nay trong hội này, những người như con, số nhiều đến trăm ngàn muôn ức, trải qua nhiều đời đã từng được Phật giáo hóa. Những người này ắt sẽ có

[1] Tăng thượng mạn (H. 增上慢, S. abhi-māna), chỉ người sinh tâm kiêu căng ngạo mạn, tự cho mình hơn người vì đã chứng đắc, thành tựu quả vị tu tập, nhưng thật ra chưa hề chứng đắc. Biểu hiện rõ rệt nhất là những người tự xưng đã chứng thánh quả.

thể kính tin, trong đêm dài sinh tử họ sẽ an ổn, được nhiều lợi ích." Khi ấy, ngài Xá-lợi-phất muốn nhắc lại nghĩa trên nên nói kệ rằng:

Đấng Thế Tôn Vô thượng,
Nguyện thuyết pháp bậc nhất.

Con là con trưởng Phật,
Xin thương mà giảng thuyết,
Trong hội vô số chúng,
Có thể kính tin lời.

Phật đã qua bao đời,
Giáo hóa những người này,
Nay một lòng chắp tay,
Muốn nghe lời Phật dạy.

Chúng con một ngàn hai,
Cùng người cầu quả Phật,
Nguyện vì hội chúng này,
Thương xót phân biệt nói.

Đại chúng nghe pháp này,
Ắt sinh lòng hoan hỷ.

Bấy giờ, đức Thế Tôn bảo ngài Xá-lợi-phất: "Ông đã hết lòng thưa thỉnh ba lần, lẽ nào ta lại không nói. Nay ông hãy chú ý lắng nghe, khéo suy xét kỹ và ghi nhớ, ta sẽ vì các ông mà phân biệt giảng nói."

Khi đức Phật vừa nói ra lời này, trong chúng hội liền có 5.000 tỳ-kheo, tỳ-kheo-ni, ưu-bà-tắc, ưu-bà-di cùng đứng dậy khỏi tòa ngồi, lễ Phật rồi lui ra. Vì sao vậy? Những người ấy gốc tội sâu nặng, lại là hàng tăng thượng mạn, chưa chứng nói là chứng, chưa đắc nói là đắc, có những lỗi lầm như vậy nên không ở lại. Đức Thế Tôn lặng thinh không ngăn cản.

Bấy giờ, đức Phật bảo ngài Xá-lợi-phất: "Trong hội chúng này nay không còn cành lá, chỉ thuần hạt chắc. Này Xá-lợi-phất, những kẻ tăng thượng mạn ấy lui ra cũng tốt. Nay ông hãy khéo lắng nghe, ta sẽ vì các ông thuyết giảng."

Ngài Xá-lợi-phất thưa: "Xin vâng, Thế Tôn! Chúng con nguyện vui thích muốn nghe."

Đức Phật bảo ngài Xá-lợi-phất: "Pháp vi diệu này, chư Phật Như Lai đúng thời mới thuyết, như hoa ưu-đàm-bát đúng thời chỉ nở một lần. Này Xá-lợi-phất! Các ông nên tin lời Phật thuyết dạy, không hề hư dối. Xá-lợi-phất! Chư Phật tùy chỗ thích hợp mà thuyết pháp, ý nghĩa khó nhận hiểu.

"Vì sao vậy? Ta dùng vô số phương tiện, đủ mọi nhân duyên, thí dụ, ngôn từ để giảng thuyết các pháp. Pháp ấy không thể suy lường phân biệt mà hiểu được, chỉ có chư Phật mới đủ khả năng thấu hiểu. Vì sao vậy? Chư Phật Thế Tôn chỉ vì duy nhất một đại sự nhân duyên mà xuất hiện ở đời.

"Xá-lợi-phất! Thế nào là chư Phật Thế Tôn chỉ vì duy nhất một đại sự nhân duyên mà xuất hiện ở đời?

"Chư Phật Thế Tôn vì muốn giúp chúng sanh khai mở tri kiến Phật để được thanh tịnh nên xuất hiện ở đời; muốn chỉ bày cho chúng sanh thấy được tri kiến Phật nên xuất hiện ở đời; muốn khiến cho chúng sanh tỏ ngộ tri kiến Phật nên xuất hiện ở đời; muốn giúp cho chúng sanh thể nhập đạo tri kiến Phật nên xuất hiện ở đời.

“Xá-lợi-phất, đó là chư Phật chỉ vì duy nhất một đại sự nhân duyên mà xuất hiện ở đời.”

Đức Phật bảo ngài Xá-lợi-phất: “Chư Phật Như Lai chỉ giáo hóa Bồ Tát,[1] hết thảy việc làm thường chỉ vì một mục đích duy nhất là dùng tri kiến Phật để chỉ bày, khai ngộ chúng sanh. Xá-lợi-phất! Như Lai chỉ dùng một Phật thừa vì chúng sanh thuyết pháp, không có thừa nào khác như Nhị thừa, Tam thừa.

“Xá-lợi-phất! Pháp của hết thảy chư Phật mười phương cũng đều như vậy. Xá-lợi-phất! Chư Phật trong quá khứ dùng vô lượng vô số phương tiện, đủ mọi nhân duyên, thí dụ, ngôn từ để vì chúng sanh thuyết giảng các pháp; các pháp ấy đều là một Phật thừa. Những chúng sanh được nghe pháp từ chư Phật, rốt ráo đều đạt được Nhất thiết chủng trí.

“Này Xá-lợi-phất! Chư Phật trong tương lai ra đời, lại cũng sẽ dùng vô lượng vô số phương tiện, đủ mọi nhân duyên, thí dụ, ngôn từ để vì chúng sanh thuyết giảng các pháp, các pháp ấy đều là một Phật thừa. Những chúng sanh được nghe pháp từ chư Phật, rốt ráo đều đạt được Nhất thiết chủng trí.

“Xá-lợi-phất! Chư Phật Thế Tôn hiện tại trong vô lượng trăm ngàn muôn ức cõi Phật mang lại rất nhiều lợi ích an lạc cho chúng sanh, chư Phật ấy lại cũng dùng vô lượng vô số phương tiện, đủ mọi nhân

---

[1] Nguyên tác Hán văn: “諸佛如來但教化菩薩 - Chư Phật Như Lai đãn giáo hóa Bồ Tát.” Câu này hàm ý rằng tất cả những chúng sanh được đức Phật giáo hóa đều là Bồ Tát, ngay cả hàng Thanh văn như ngài Xá-lợi-phất, vì thật ra giai đoạn Thanh văn đó chỉ là phương tiện để cuối cùng tất cả đều trở thành Bồ Tát, hướng đến quả Phật.

duyên, thí dụ, ngôn từ để vì chúng sanh thuyết giảng các pháp, các pháp ấy đều là một Phật thừa. Những chúng sanh được nghe pháp từ chư Phật, rốt ráo đều đạt được Nhất thiết chủng trí.

"Xá-lợi-phất! [Tất cả] chư Phật ấy cũng chỉ giáo hóa Bồ Tát, muốn dùng tri kiến Phật để chỉ bày chúng sanh, muốn dùng tri kiến Phật để khai ngộ chúng sanh, muốn giúp cho chúng sanh thể nhập tri kiến Phật.

"Xá-lợi-phất! Ta nay cũng như vậy, biết rõ chúng sanh có đủ mọi ham muốn, bám chấp sâu nặng trong tâm, nên tùy theo bản tánh của chúng sanh mà dùng đủ mọi nhân duyên, thí dụ, ngôn từ, sức phương tiện để thuyết giảng pháp. Xá-lợi-phất, như vậy đều là vì để giúp chúng sanh đạt một Phật thừa, được Nhất thiết chủng trí.

"Xá-lợi-phất! Trong khắp thế giới mười phương vốn không có hai thừa, huống gì lại có ba? Xá-lợi-phất, chư Phật thị hiện ở đời xấu ác có năm sự uế trược, đó là kiếp trược, phiền não trược, chúng sanh trược, kiến trược, mạng trược.[1] Như vậy, này Xá-lợi-phất,

---

[1] Gọi chung là ngũ trược (H. 五濁, S. pañca kaṣāyāḥ), tức 5 sự uế trược, không thanh tịnh, bao gồm: 1. Kiếp trược (H. 劫濁, S. kalpa-kaṣāya), là những uế nhiễm nói chung của kiếp sống như bệnh tật, nạn đói, chiến tranh, thiên tai, môi trường ô nhiễm...; 2. Phiền não trược (H. 煩惱濁; S. kleśa-kaṣāya), là những uế nhiễm do phiền não khởi sinh, như tham dục, sân hận...; 3. Chúng sinh trược (H. 眾生濁, S. sattva-kaṣāya), là những uế nhiễm của chúng sanh do tập khí như xấu ác, không tin nhân quả, thường tạo ác nghiệp... ; 4. Kiến trược (H. 見濁, S. dṛṣṭi-kaṣāya), là những uế nhiễm trong nhận thức, hiểu biết của chúng sanh, tức là các tà kiến, hiểu biết sai trái...; 5. Mạng trược (H. 命濁, S. āyus-kaṣāya), là sự uế nhiễm về mạng sống, tức là tuổi thọ ngắn ngủi, không chắc chắn, có thể chấm dứt bất kỳ lúc nào. Lưu ý rằng kinh văn ở đây liệt kê thứ tự khác với những kinh luận khác, vốn thường gặp (như trong kinh A-di-đà) là: kiếp trược, kiến trược, phiền não trược, chúng sanh trược và mạng trược.

vào thời kiếp trược hỗn loạn, chúng sanh cấu nhiễm nặng nề, nhiều tham lam, ganh ghét, tạo thành các gốc rễ bất thiện, nên chư Phật dùng sức phương tiện, đối với một Phật thừa mà phân biệt thuyết dạy thành ba thừa.

"Xá-lợi-phất! Nếu các đệ tử của ta có người tự cho mình là A-la-hán, Phật Bích-chi mà không nghe không biết việc chư Phật Như Lai chỉ giáo hóa Bồ Tát, những người ấy không phải đệ tử Phật, cũng không phải A-la-hán, không phải Phật Bích-chi.

"Lại nữa, Xá-lợi-phất, những tỳ-kheo, tỳ-kheo-ni ấy tự cho mình đã chứng quả A-la-hán, cho đó là thân sau cùng, đã được Niết-bàn rốt ráo, không có chí hướng cầu quả Vô thượng Chánh đẳng Chánh giác. Nên biết rằng hạng người ấy đều là tăng thượng mạn. Vì sao vậy? Nếu có tỳ-kheo nào thật sự chứng quả A-la-hán mà không tin nhận pháp Nhất thừa thì thật vô lý, trừ phi sau Phật diệt độ, hiện tiền không có Phật.

"Vì sao vậy? Sau khi Phật diệt độ thì người có thể thọ trì, tụng đọc, giảng giải những kinh như thế này rất khó gặp được. Nhưng nếu gặp Phật ở cõi khác thì ở trong giáo pháp này liền được thấu triệt rõ ràng.

"Xá-lợi-phất! Các ông nên hết lòng tin hiểu, thọ trì lời Phật dạy. Lời của chư Phật Như Lai không hư dối, thật không có thừa nào khác, chỉ duy nhất một Phật thừa."

Bấy giờ, Thế Tôn muốn nhắc lại ý nghĩa trên liền nói kệ rằng:

Tỳ-kheo, tỳ-kheo-ni,
Ôm lòng tăng thượng mạn,
Ưu-bà-tắc ngã mạn,
Ưu-bà-di bất tín.
Bốn chúng thuộc hạng này,
Số nhiều đến năm ngàn.

Không tự thấy lỗi mình,
Giới luật có thiếu sót,
Ôm tiếc lỗi của mình.
Do oai đức của Phật,
Nên những người kém cỏi,
Hạng trí nhỏ rời đi,
Vì phước đức mỏng manh,
Không đủ sức tiếp nhận.

Hội chúng sạch cành lá,
Chỉ còn quả hạt chắc,
Xá-lợi-phất, lắng nghe:
Pháp chư Phật chứng đắc,
Vô số lực, phương tiện,
Vì chúng sanh thuyết dạy.

Chúng sanh tâm khởi niệm,
Cùng đủ mọi việc làm,
Có bao nhiêu tham muốn,
Nghiệp đời trước thiện ác,
Phật đều rõ biết hết.
Dùng nhân duyên, thí dụ,
Sức phương tiện, ngôn từ,
Khiến cho đều hoan hỷ.

Hoặc thuyết giảng Khế kinh,
Hay Già-đà, Bản sự,
Bản sinh, Vị tằng hữu,
Lại thuyết kinh Nhân duyên,
Thí dụ cùng Kỳ-dạ,
Kinh Ưu-ba-đề-xá.[1]

Kẻ ngu, ưa pháp nhỏ,
Bám chấp chốn sinh tử,
Gặp vô số chư Phật,

[1] Đây là những thể loại kinh điển khác nhau được đức Phật thuyết giảng. Có tất cả 12 thể loại khác nhau, thường được gọi là 12 phần giáo (H. 十二分教, S. dvādaśāṅga-buddha-vacana), hoặc một cách không chuẩn xác là 12 bộ kinh (十二部經), bao gồm: 1. Tu-đa-la (H. 修多羅, S. sūtra), Hán dịch là khế kinh (契經), là những lời Phật dạy thích hợp, khế hợp với căn cơ chúng sanh; 2. Kỳ-dạ (H. 祇夜, S. geya), Hán dịch là ứng tụng (應頌), trùng tụng (重頌), là những lời dạy trong kinh được lặp lại bằng thể kệ tụng để dễ ghi nhớ và thực hành; 3. Hòa-ca-la-na (H. 和伽羅那, S. vyākaraṇa), Hán dịch là thụ ký (授記), là lời Phật báo trước kết quả tu tập trong tương lai của các vị đệ tử, về sự chứng đắc quả vị; 4. Già-đà (H. 伽陀, S. gāthā), Hán dịch là phúng tụng (諷頌), cô khởi (孤起), là lời dạy của Phật được diễn đạt theo thể kệ tụng để dễ ghi nhớ, khác với thể kỳ-dạ là không lặp lại mà tự nêu ra ý mới, nên gọi là cô khởi; 5. Ưu-đà-na (H. 優陀那, S. udāna), Hán dịch là tự thuyết (自說), hay vô vấn tự thuyết (無問自說), là những kinh điển do đức Phật quán xét căn cơ chúng sanh rồi tự nói ra, không có người thưa hỏi; 6. Ni-đà-na (H. 尼陀那, S. nidāna), Hán dịch là nhân duyên (因緣), là sự thuyết dạy của Phật do nhân duyên dẫn khởi, như do có việc thế này nên thuyết dạy pháp như thế này...; 7. A-ba-đà-na (H. 阿波陀那, S. avadāna), Hán dịch là thí dụ (譬喻), là những lời dạy bằng phương thức thí dụ, dẫn dụ, so sánh các sự việc để nêu ý nghĩa; 8. Y-đế-viết-đa-già (H. 伊帝曰多伽; 伊帝越多伽, S. itivṛttaka), Hán dịch là bản sự (本事), là những lời dạy về tiền thân tu tập của các vị đệ tử Phật, được dẫn ra như những bài học cho thính chúng; 9. Xà-đà-già (H. 闍陀伽, S. jātaka), Hán dịch là bản sanh (本生), là lời dạy về các tiền thân đức Phật, được dẫn ra vì mục đích giáo hóa; 10. Tỳ-phật-lược (H. 毘佛略, S. vaipulya), Hán dịch là Phương quảng (方廣), chỉ chung các kinh điển truyền dạy giáo pháp Đại thừa; 11. A-phù-đà-đạt-ma (H. 阿浮陀達磨, S. adbhuta-dharma), Hán dịch là hy pháp (希法) hoặc vị tằng hữu (未曾有), là những kinh điển thuyết giảng những điều bất khả tư nghị, xưa nay chưa từng có, như nói về thần lực, phước đức của chư Phật, Bồ Tát...; 12. Ưu-ba-đề-xá (H. 優波提舍, S. upadeśa), Hán dịch là luận nghị (論議), là những lời dạy mang tính luận thuyết, luận giải, để giúp người nghe nắm hiểu được giáo pháp cũng như các pháp môn tu tập.

Vẫn không tu đạo mầu,
Nên bị khổ giày vò,
Vì họ, thuyết Niết-bàn.

Ta bày phương tiện này,
Giúp nhập trí tuệ Phật,
Chưa từng nói các ông,
Rồi sẽ thành Phật đạo.

Sở dĩ chưa từng nói,
Vì thời chưa thích hợp,
Nay chính lúc hợp thời,
Quyết định thuyết Đại thừa.

Chín bộ kinh đã thuyết,[1]
Là tùy thuận chúng sanh,
Nhập Đại thừa là gốc,
Cho nên thuyết kinh này.

Có Phật tử tâm tịnh,
Nhu hòa lại sáng suốt,
Nơi vô số chư Phật,
Đã tu sâu đạo mầu.

Vì những Phật tử ấy,
Thuyết kinh Đại thừa này,
Thụ ký những người ấy,
Tương lai thành quả Phật.

Người tâm thành niệm Phật,
Giữ giới hạnh thanh tịnh,

[1] Tức là nói 9 phần giáo pháp từ Khế kinh đến Bản sanh, đều thuộc về phương tiện. Chỉ 3 phần giáo pháp gồm Phương quảng (Tỳ-phật-lược), Vị tằng hữu (A-phù-đà-đạt-ma) và Luận nghị (Ưu-ba-đề-xá) mới là rốt ráo, hiển bày Đại thừa, dẫn đến quả Phật.

Vừa nghe được thành Phật,
Hoan hỷ khắp toàn thân.

Phật rõ biết tâm hạnh,
Vì họ thuyết Đại thừa.
Thanh văn hay Bồ Tát,
Nghe ta thuyết kinh này,
Dù chỉ một bài kệ,
Chắc chắn đều thành Phật.

Cõi Phật trong mười phương,
Chỉ có pháp Nhất thừa,
Không hai cũng không ba,
Trừ Phật phương tiện thuyết;
Chỉ là tên giả tạm,
Để dẫn dắt chúng sanh,
Thuyết dạy trí tuệ Phật,
Chư Phật hiện ở đời,
Chỉ có một sự thật,
Ngoài ra đều không thật.

Rốt không dùng Tiểu thừa,
Để cứu độ chúng sanh.
Phật trụ nơi Đại thừa,
Dùng pháp đã chứng đắc,
Định, tuệ, lực trang nghiêm,
Để cứu độ chúng sanh.

Phật chứng đạo Vô thượng,
Pháp bình đẳng Đại thừa,
Nếu dùng pháp Tiểu thừa,
Dù giáo hóa một người,
Ắt tâm Phật tham tiếc,
Việc ấy không thể có.

Nếu người tin theo Phật,
Như Lai không dối gạt,
Không tham tiếc, ganh ghét,
Dứt các pháp xấu ác.
Nên trong khắp mười phương,
Riêng Phật không sợ hãi.

Phật thân tướng trang nghiêm,
Hào quang chiếu thế gian,
Vô số chúng tôn kính,
Vì chúng thuyết tướng thật.

Xá-lợi-phất nên biết,
Phật xưa đã thệ nguyện,
Độ hết thảy chúng sanh,
Được như Phật không khác.

Như thệ nguyện từ trước,
Nay thành tựu viên mãn,
Giáo hóa khắp chúng sanh,
Khiến đều vào Phật đạo.

Nếu ta gặp chúng sanh,
Đều dạy bằng Phật đạo.
Kẻ thác loạn ngu si,
Mê hoặc chẳng nghe lời.

Ta biết chúng sanh ấy,
Chưa từng tu gốc thiện,
Bám chấp nặng năm dục,
Si mê, ái luyến khổ.

Do nhân duyên các dục,
Đọa vào ba đường ác,
Luân hồi trong sáu nẻo,
Chịu đủ các khổ độc.

Thọ thân từ bào thai,
Đời đời thêm nghiệp khổ.

Người thiếu phước, đức mỏng,
Bị các khổ bức bách,
Vào sâu rừng tà kiến,
Chấp có hoặc chấp không,
Cùng các loại kiến chấp,
Đủ số sáu mươi hai.[1]

Chấp sâu pháp hư dối,
Bám chặt không thể buông,
Ngã mạn, tự cao ngạo,
Dua nịnh, không chân thật,
Trong ngàn muôn ức kiếp,
Chẳng nghe danh xưng Phật,
Cũng chẳng nghe chánh pháp,
Người như vậy khó độ.

Cho nên, Xá-lợi-phất!
Ta bày ra phương tiện,

---

[1] Tức lục thập nhị kiến (H. 六十二見, S. dvāṣaṣṭi dṛṣṭayaḥ), là 62 kiến chấp sai lầm. Có nhiều thuyết giải thích khác nhau, riêng Đại sư Trí Khải (tông Thiên Thai) y theo kinh Đại Bát-nhã phân tích bao gồm: 1. Đối với năm uẩn trong quá khứ khởi sinh kiến giải cho là thường, hoặc vô thường, hoặc cũng thường cũng vô thường, hoặc không phải thường không phải vô thường; 4 kiến chấp khác nhau như vậy áp dụng với 5 uẩn, thành 20 kiến chấp. 2. Đối với năm uẩn trong hiện tại khởi sinh kiến giải cho là có giới hạn, hoặc không có giới hạn, hoặc cũng giới hạn cũng không giới hạn, hoặc không phải giới hạn không phải không giới hạn; 4 kiến chấp khác nhau như vậy áp dụng với 5 uẩn, thành 20 kiến chấp. 3. Đối với năm uẩn trong tương lai khởi sinh kiến giải cho là sẽ mất đi, hoặc không mất đi, hoặc cũng mất đi cũng không mất đi, hoặc không phải mất đi không phải không mất đi; 4 kiến chấp khác nhau như vậy áp dụng với 5 uẩn, thành 20 kiến chấp. Ba nhóm kiến chấp vừa kể hợp thành 60 kiến chấp, lại thêm 2 kiến chấp cho rằng thần thức với thân này là một, hoặc thần thức với thân này là khác biệt, cộng thành 62 kiến chấp. Tất cả đều sai lầm nên gọi là tà kiến.

Thuyết dạy đường dứt khổ,
Bảo đó là Niết-bàn.

Tuy nói là Niết-bàn,
Nhưng chưa thật diệt độ,
Các pháp từ xưa nay,
Tướng thường tự tịch diệt.

Phật tử tu hành đạo,
Tương lai sẽ thành Phật.
Ta dùng sức phương tiện,
Mở bày pháp ba thừa.

Hết thảy các đức Phật,
Đều thuyết đạo Nhất thừa.
Nay đại chúng ở đây,
Nên dứt trừ nghi hoặc,
Chư Phật dạy không khác,
Duy Nhất thừa, không hai.

Vô số kiếp quá khứ,
Vô lượng Phật diệt độ,
Trăm ngàn muôn ức vị,
Số không thể tính đếm.

Các đức Phật như vậy,
Dùng nhân duyên, thí dụ,
Vô số sức phương tiện,
Giảng thuyết các tướng pháp.

Những bậc Thế Tôn ấy,
Đều thuyết pháp Nhất thừa,
Giáo hóa vô số chúng,
Khiến được vào Phật đạo.

Lại các bậc Đại thánh,
Rõ biết khắp thế gian,
Chư thiên cùng nhân loại,
Nhiều tham muốn sâu xa,
Nên dùng phương tiện khác,
Giúp hiển bày nghĩa thật.

Nếu có những chúng sanh,
Gặp Phật trong quá khứ,
Hoặc nghe pháp, bố thí,
Hoặc trì giới, nhẫn nhục,
Tinh tấn, thiền, trí tuệ...
Tu các pháp phúc, tuệ.
Phật dạy: Những người ấy,
Đều đã thành Phật đạo.

Chư Phật diệt độ rồi,
Ai khéo điều phục tâm,
Hết thảy những người ấy,
Đều đã thành phật đạo.

Chư Phật diệt độ rồi,
Ai cúng dường xá-lợi,
Dựng muôn ức ngọn tháp,
Bằng vàng, bạc, pha lê,
Xa cừ cùng mã não,
Hồng ngọc, châu lưu ly,
Cao rộng, sạch, trang nghiêm,
Trang hoàng nơi các tháp.
Hoặc dùng đá xây miếu,
Với chiên-đàn, trầm hương,
Gỗ mật, các loại khác,
Hay gạch, ngói, bùn đất...

Hoặc giữa nơi đồng trống,
Đắp gò cao thờ Phật,
Thậm chí trẻ chơi đùa,
Vun cát làm tháp Phật...
Những trường hợp như thế,
Đều đã thành Phật đạo.

Có người vì kính Phật,
Nên vẽ hình, tạc tượng,
Chạm khắc các tướng Phật,
Đều đã thành Phật đạo.

Hoặc dùng bảy món báu,
Hợp kim, đồng đỏ, trắng...
Hoặc chì, thiết... các loại,
Sắt, thép, gỗ, đất bùn...
Hoặc keo, nhựa sơn, vải...
Trang hoàng nên tượng Phật.
Những người làm như vậy,
Đều đã thành Phật đạo.

Hoặc vẽ hình tượng Phật,
Đủ phước tướng trang nghiêm,
Tự làm, sai người làm,
Đều đã thành Phật đạo.

Thậm chí trẻ chơi đùa,
Dùng cỏ, cây, ngọn bút,
Hoặc móng tay, ngón tay...
Vẽ thành hình tượng Phật.

Những đứa trẻ như thế,
Dần dần thêm công đức,
Trọn đủ tâm đại bi,
Đều đã thành Phật đạo.

Chỉ giáo hóa Bồ Tát,
Độ thoát vô số chúng.

Nếu người nơi tháp miếu,
Tượng báu hay hình Phật,
Dùng hoa, hương, phướn, lọng...
Tâm cung kính cúng dường.

Hoặc sai người tấu nhạc,
Đánh trống, thổi tù và...
Tiêu, sáo, đàn không hầu,
Đàn tỳ bà, chập chõa,
Bao âm thanh tuyệt diệu,
Đều dâng lên cúng dường.

Hoặc dùng tâm hoan hỷ,
Xưng tán công đức Phật,
Dù một lời nhỏ nhặt,
Đều đã thành phật đạo.

Nếu người tâm tán loạn,
Dùng chỉ một bông hoa,
Cúng dường tranh vẽ Phật,
Dần gặp vô số Phật.

Nếu có người lễ bái,
Hoặc là chỉ chắp tay,
Thậm chí đưa tay lên,
Hay cúi nhẹ đầu xuống.
Cúng dường hình tượng Phật,
Dần gặp vô số Phật.
Tự thành đạo Vô thượng,
Độ vô số chúng sanh,
Nhập Niết-bàn Vô dư,
Như củi hết lửa tắt.

Nếu người tâm tán loạn,
Vào tháp miếu thờ Phật,
Niệm một tiếng nam-mô,
Đều đã thành Phật đạo.

Nơi chư Phật quá khứ,
Hoặc còn, hoặc diệt độ,
Nếu được nghe pháp này,
Đều đã thành Phật đạo.

Các vị Phật tương lai,
Số nhiều đến vô lượng,
Tất cả chư Phật ấy,
Cũng phương tiện thuyết pháp.

Hết thảy các đức Phật,
Dùng vô số phương tiện,
Độ thoát muôn chúng sanh,
Vào trí Phật vô lậu,
Người đã được nghe pháp,
Không ai không thành Phật.

Chư Phật từng thệ nguyện,
Đạo Phật tu, Phật chứng,
Cũng làm cho chúng sanh,
Đều tu chứng đạo ấy.

Chư Phật đời vị lai,
Tuy thuyết trăm ngàn ức,
Đến vô số pháp môn,
Thật chỉ là Nhất thừa.

Chư Phật đủ phước trí,
Biết pháp không tự tánh,
Hạt giống Phật duyên khởi,
Cho nên thuyết Nhất thừa.

Pháp trụ nơi pháp vị,
Tướng thế gian thường trụ,
Nơi đạo trường rõ biết,
Đạo sư thuyết phương tiện.

Hàng trời người cúng dường,
Mười phương Phật hiện tại,
Số nhiều như cát sông,
Xuất hiện nơi thế gian,
Vì giúp chúng an ổn,
Cũng thuyết pháp như vậy.

Biết tịch diệt hơn hết,
Nhưng dùng sức phương tiện,
Tuy chỉ bày mọi đường,
Thật chỉ vì Phật thừa.

Rõ biết mọi tánh hạnh,
Tâm niệm của chúng sanh,
Và tập khí quá khứ,
Tham muốn, sức tinh tấn,
Cùng căn tánh lợi, độn.
Nên dùng mọi nhân duyên,
Nhiều thí dụ, ngôn từ,
Phương tiện thuyết ứng hợp.

Nay ta cũng như vậy,
Vì giúp chúng an ổn,
Dùng đủ mọi pháp môn,
Để chỉ bày Phật đạo.

Ta dùng sức trí tuệ,
Biết lòng dục chúng sanh,
Phương tiện giảng các pháp,
Khiến cho đều hoan hỷ.

Xá-lợi-phất nên biết!
Ta dùng Phật nhãn quán,
Thấy chúng sanh sáu đường,
Nghèo khốn, không phước trí,
Vào đường hiểm sanh tử,
Khổ triền miên không dứt,
Bám chấp năm món dục,
Như bò thích đuôi bò,
Tham ái tự che lấp,
Mê tối chẳng thấy gì.

Không cầu oai lực Phật,
Dứt trừ các pháp khổ,
Vào sâu rừng tà kiến,
Muốn dùng khổ dứt khổ.
Vì những chúng sanh ấy,
Ta khởi tâm đại bi.

Ban sơ ngồi đạo trường,
Ta nhìn cây, kinh hành,
Trong suốt hai mốt ngày,
Chỉ suy xét một việc:

Trí tuệ ta chứng đắc,
Thật vi diệu hơn hết.
Chúng sanh căn cơ thấp,
Tham đắm, nhiều si mê...
Những hạng chúng sanh này,
Làm sao có thể độ?

Khi ấy những Phạm vương,
Cùng các Thiên Đế thích,
Bốn Thiên vương Hộ thế,
Cùng Đại Tự tại thiên,

Và chúng chư thiên khác,
Quyến thuộc trăm ngàn muôn,
Cùng chắp tay cung kính,
Thỉnh Phật chuyển pháp luân.

Ta liền tự nghĩ rằng:
Nếu chỉ khen Phật thừa,
Chúng sanh chìm đắm khổ,
Không đủ sức tin nhận,
Sẽ chống phá, không tin,
Đọa sâu ba đường ác.
Ta không nên thuyết pháp,
Phải sớm nhập Niết-bàn.

Liền nhớ Phật quá khứ,
Từng dùng sức phương tiện.
Nay ta chứng chánh đạo,
Cũng nên thuyết ba thừa.

Khi ta nghĩ như vậy,
Mười phương Phật hiện ra,
Dùng Phạm âm khuyến khích:
"Lành thay! Phật Thích-ca,
Đấng Đạo sư bậc nhất,
Chứng pháp Vô thượng này,
Theo gương tất cả Phật,
Mà dùng sức phương tiện.

Chư Phật cũng chứng đắc,
Pháp vi diệu bậc nhất,
Nhưng cũng vì chúng sanh,
Phân biệt thuyết ba thừa.

Kém trí ưa pháp nhỏ,
Không tự tin thành Phật,
Nên phải dùng phương tiện,
Phân biệt các quả vị.
Tuy nói có ba thừa,
Chỉ giáo hóa Bồ Tát."

Xá-lợi-phất nên biết!
Ta nghe tiếng chư Phật,
Thanh âm rất nhiệm mầu,
Liền vui cung kính Phật.

Rồi khởi lên ý nghĩ:
"Ta gặp đời uế trược,
Như lời chư Phật dạy,
Ta cũng thuận làm theo."

Suy nghĩ như vậy rồi,
Liền đến Ba-la-nại.
Tướng các pháp vắng lặng,
Không thể dùng lời nói,
Phật dùng sức phương tiện,
Giảng cho năm tỳ-kheo.

Gọi là chuyển pháp luân,
Từ đó có Niết-bàn,
Lại có A-la-hán,
Có Pháp bảo, Tăng bảo.

Từ vô số kiếp xưa,
Ngợi khen pháp Niết-bàn,
Dứt hẳn khổ sinh tử,
Ta thường thuyết như vậy.

Xá-lợi-phất nên biết!
Ta thấy những Phật tử,
Quyết chí cầu Phật đạo,
Số nhiều đến vô lượng...
Đều khởi tâm cung kính,
Cùng đi đến chỗ Phật,
Họ từng theo chư Phật,
Được nghe pháp phương tiện.

Ta liền suy nghĩ rằng:
Bậc Như Lai xuất thế,
Chỉ bày trí tuệ Phật,
Nay chính lúc thích hợp.

Xá-lợi-phất nên biết!
Người căn thấp, trí hẹp,
Chấp tướng và kiêu mạn,
Không thể tin pháp này.

Phật hoan hỷ không ngại,
Nay giữa chúng Bồ Tát,
Chính thức bỏ phương tiện,
Chỉ thuyết đạo Vô thượng.

Bồ Tát nghe pháp này,
Đều dứt sạch lưới nghi,
Ngàn hai trăm La-hán,
Cũng đều sẽ thành Phật.

Như nghi thức thuyết pháp,
Của ba đời chư Phật,
Ta nay cũng như vậy,
Thuyết pháp không phân biệt.

Chư Phật hiện ở đời,
Rất lâu xa khó gặp,
Ngay khi đã xuất thế,
Thuyết pháp này càng khó.

Vô lượng vô số kiếp,
Được nghe pháp này khó,
Người đủ sức nghe pháp,
Càng khó tìm gặp hơn.

Giống như hoa ưu-đàm,
Mọi người đều ưa thích,
Giữa hai cõi trời, người,
Hiếm hoi mới xuất hiện.

Người nghe pháp hoan hỷ,
Ngợi khen chỉ một lời,
Cũng bằng như cúng dường,
Ba đời mười phương Phật.
Người như vậy ít gặp,
Hiếm hơn hoa ưu-đàm.

Các ông chớ hoài nghi,
Phật là vua các pháp,
Tuyên cáo cùng đại chúng,
Chỉ dùng đạo Nhất thừa,
Giáo hóa các Bồ Tát,
Không đệ tử Thanh văn.

Xá-lợi-phất, các ông,
Thanh văn cùng Bồ Tát,
Nên biết diệu pháp này,
Bí yếu của chư Phật.

Vì đời ác năm trược,
Chỉ tham đắm các dục,
Những chúng sanh như vậy,
Rốt chẳng cầu Phật đạo.

Những kẻ xấu đời sau,
Nghe Phật dạy Nhất thừa,
Mê hoặc không tin nhận,
Phá pháp, đọa cõi ác.

Người thanh tịnh, tàm quý,
Quyết chí cầu Phật đạo,
Nên vì những người ấy,
Rộng khen đạo Nhất thừa.

Xá-lợi-phất nên biết,
Pháp chư Phật như thế,
Dùng muôn ức phương tiện,
Để thuyết pháp thích hợp,
Nếu không học, không tu,
Thì không thể thấu hiểu.

Các ông đã rõ biết,
Phật là thầy thế gian,
Việc phương tiện quyền biến,
Đừng khởi sinh nghi hoặc.
Phải hết sức vui mừng,
Biết mình sẽ thành Phật.

3. Phẩm Thí dụ

Lúc bấy giờ, ngài Xá-lợi-phất hân hoan phấn chấn, liền đứng dậy chắp tay, chiêm ngưỡng dung nhan Phật rồi bạch rằng:

"Nay con theo đức Thế Tôn mà được nghe pháp âm này, trong lòng hân hoan phấn chấn, được việc chưa từng có. Vì sao vậy? Trước đây con theo Phật, từng được nghe pháp như thế này, thấy các vị Bồ Tát được thụ ký sẽ thành Phật, mà [hàng Thanh văn như] chúng con không được dự phần [vào việc thụ ký ấy] nên hết sức tự cảm thương, nghĩ mình đã mất đi tri kiến vô lượng của Như Lai.

"Bạch Thế Tôn! Con thường một mình ở dưới gốc cây trong chốn núi rừng, mỗi khi tĩnh tọa hoặc đi kinh hành đều tự nghĩ rằng: 'Chúng con cũng cùng thể nhập tánh pháp, vì sao đức Như Lai lại dùng pháp Tiểu thừa để hóa độ [chúng con]? Đây là lỗi của chúng con, chẳng phải do đức Thế Tôn. Vì sao vậy? Nếu chúng con đợi đến khi [Thế Tôn] thuyết dạy về nhân thành tựu Vô thượng Chánh đẳng Chánh giác thì ắt có thể dùng pháp Đại thừa mà được giải thoát. Nhưng chúng con lại không hiểu được sự thuyết dạy tùy phương tiện thích hợp [của đức Như Lai], nên ban sơ vừa được nghe pháp [Tiểu thừa], có sự tỏ ngộ liền tin nhận ngay, suy xét [theo đó], lấy đó làm chỗ chứng ngộ.'

"Bạch Thế Tôn! Con từ xưa nay, cả ngày lẫn đêm vẫn luôn tự trách mình, đến hôm nay theo Phật được nghe pháp chưa nghe, vốn chưa từng có, nên dứt trừ hết mọi sự nghi hoặc, hối tiếc, thân tâm thư thái an nhiên, được sự an ổn sảng khoái. Ngày hôm nay con mới biết mình đích thực là con Phật, sinh ra từ miệng Phật, hóa sinh từ pháp Phật, cũng được có phần trong pháp Phật."

Khi ấy, ngài Xá-lợi-phất muốn lặp lại nghĩa trên nên đọc kệ rằng:

Con nghe pháp âm này,
Được việc chưa từng có.
Lòng hết sức mừng vui,
Lưới nghi hoặc dứt sạch.
Xưa nay nhờ ơn Phật,
Dạy chẳng mất Đại thừa.

Tiếng Phật rất ít có,
Người nghe dứt não phiền,
Con đã sạch lậu hoặc,
Được nghe cũng dứt phiền.

Con ở trong hang núi,
Dưới gốc cây giữa rừng,
Ngồi thiền hoặc kinh hành,
Thường suy xét một việc:

"Chúng con thật đáng trách,
Sao tự xem thường mình?
Cũng đều là con Phật,
Cùng vào pháp vô lậu,
Nhưng tương lai không thể,
Giảng thuyết đạo Vô thượng.

Thân sắc vàng, tướng tốt,
Mười lực, các giải thoát.[1]
Chúng con cùng một pháp,
Nhưng chẳng được như Phật.

Không tám mươi vẻ đẹp,
Mười tám pháp chẳng cùng...
Những công đức như vậy,
Chúng con đều không có.

Con kinh hành một mình,
Thấy Phật giữa đại chúng,
Mười phương đều nghe danh,
Rộng làm lợi chúng sanh,
Tự xét không được vậy,
Vì tự xem thường mình.

Nên suốt ngày lẫn đêm,
Con thường xét việc này.
Muốn thưa hỏi Thế Tôn,
Tánh Phật còn hay mất?

Con thường thấy Thế Tôn,
Ngợi khen các Bồ Tát,

[1] Các giải thoát: chỉ bát giải thoát (H. 八解脫, S. aṣṭau vimokṣāḥ), cũng gọi là 8 sự buông xả (bát bội xả - 八背捨), là tám phép thiền định giải thoát, bao gồm: 1. Nội hữu sắc tưởng quán ngoại sắc giải thoát (內有色想觀諸色解脫): Ở trong sắc giới, quán nội sắc và ngoại sắc, nhằm trừ bỏ tâm ham thích sắc thể; 2. Nội vô sắc tưởng quán ngoại sắc giải thoát (內無色想觀外色解脫): Không quán nội sắc, quán ngoại sắc, nhận ngoại sắc là ô nhiễm; 3. Tịnh thân tác chứng cụ túc tác giải thoát (淨身作證具足作解脫): Quán tưởng về thanh tịnh nhưng không chấp giữ; 4. Không vô biên xứ giải thoát (空無邊處解脫): Vượt qua sắc thể, quán tưởng rằng hư không là vô biên; 5. Thức vô biên xứ giải thoát (識無邊處解脫): Đạt đến ý niệm thức là vô biên; 6. Vô sở hữu xứ giải thoát (無所有無所有處解脫): Đạt địa vị trong tâm không còn có vật gì; 7. Phi tưởng Phi phi tưởng xứ giải thoát (非想非非想處解脫): Đạt đến mức định Phi tưởng phi phi tưởng xứ; 8. Diệt tận định giải thoát (滅盡定解脫): Đạt mức định Diệt thọ tưởng xứ.

Rồi trong suốt ngày đêm,
Suy lường mãi việc ấy.

Hôm nay nghe Phật dạy,
Mới biết Phật tùy nghi.
Bởi pháp khó nghĩ bàn,
Phải phương tiện dẫn dắt.

Con vốn xưa tà kiến,
Làm thầy các Phạm chí.
Thế Tôn biết tâm con,
Thuyết Niết-bàn, trừ tà.

Con dứt sạch tà kiến,
Chứng đắc được pháp không.
Khi ấy con tự nhủ:
"Đã được diệt độ rồi."
Hôm nay mới tự biết,
Chẳng phải thật diệt độ.

Chỉ khi đã thành Phật,
Đủ ba mươi hai tướng,
Khắp trời, người, dạ-xoa,
Rồng, thần... đều cung kính,
Khi ấy mới đúng là,
Thật Vô dư diệt độ.

Nay Phật giữa đại chúng,
Nói con sẽ thành Phật.
Con nghe tiếng pháp ấy,
Nghi hối đều dứt sạch.

Lúc vừa nghe Phật nói,
Rất kinh sợ, hoài nghi,
Cho là ma giả Phật,
Làm loạn tâm con chăng?

Phật dùng đủ mọi duyên,
Thí dụ, khéo giảng thuyết,
Tâm an ổn, như biển,
Con nghe dứt lòng nghi.

Phật thuyết trong quá khứ,
Vô số Phật diệt độ,
Trụ yên trong phương tiện,
Cũng đều thuyết pháp này.

Phật hiện tại, tương lai,
Nhiều vô số, vô lượng,
Cũng đều dùng phương tiện,
Diễn thuyết pháp như vậy.

Như Thế Tôn hiện nay,
Từ sinh ra, xuất gia,
Thành đạo, chuyển pháp luân,
Cũng dùng phương tiện thuyết.

Phật thuyết đạo chân thật,
Ba-tuần không thể thuyết.
Nên con biết chắc chắn,
Không phải ma giả Phật.

Bởi con sa lưới nghi,
Nên tưởng rằng ma nói.
Nghe tiếng Phật êm dịu,
Sâu xa, rất vi diệu,
Diễn giảng pháp thanh tịnh,
Tâm con rất hoan hỷ.

Dứt nghi nan hối tiếc,
An trụ trong thật trí,

Con nhất định thành Phật,
Được trời người cung kính.
Chuyển Pháp luân Vô thượng,
Giáo hóa các Bồ Tát.

Lúc bấy giờ, đức Phật bảo ngài Xá-lợi-phất: "Hôm nay ta sẽ nói rõ giữa đại chúng này, có chư thiên, loài người, sa-môn, bà-la-môn v.v... Trước đây ta từng ở nơi 20.000 ức vị Phật, vì thuyết dạy đạo Vô thượng nên thường giáo hóa ông. Ông cũng theo ta học đạo trong suốt đêm dài [của vô minh si ám]. Ta dùng phương tiện dẫn dắt ông được sinh vào trong Chánh pháp của ta. Xá-lợi-phất! Xưa ta dạy ông chí nguyện hướng theo Phật đạo, nay ông đã quên hết cả rồi nên [khi chứng quả Tiểu thừa] mới tự cho mình đã được diệt độ. Nay ta muốn làm cho ông nhớ lại chí nguyện và sự tu tập thuở xưa nên mới vì hàng Thanh văn mà thuyết kinh Đại thừa này, tên là Diệu Pháp Liên Hoa, Giáo Bồ Tát Pháp, Phật Sở Hộ Niệm.

"Xá-lợi-phất! Trong tương lai trải qua vô lượng vô biên số kiếp không thể nghĩ bàn, ông sẽ cúng dường biết bao nhiêu là ngàn muôn ức vị Phật, cung kính thọ trì Chánh pháp, thực hành đầy đủ mọi công hạnh của đạo Bồ Tát, rồi sẽ được thành Phật hiệu là Hoa Quang Như Lai, Ứng Cúng, Chánh Biến Tri, Minh Hạnh Túc, Thiện Thệ, Thế Gian Giải, Vô Thượng Sĩ, Điều Ngự Trượng Phu, Thiên Nhân Sư, Phật Thế Tôn.

"Cõi Phật ấy tên là Ly Cấu, đất đai bằng phẳng ngay ngắn, thanh tịnh trang nghiêm, an ổn vui hòa, phong phú sung túc, chư thiên và loài người đều đông đúc thịnh vượng. Mặt đất nơi ấy toàn bằng lưu ly, đường đi thông suốt về tám hướng, dùng dây bằng vàng ròng giăng theo ven đường, hai bên đường đều có những cây bằng bảy báu đứng thành hàng, trên cây lúc nào cũng có hoa trái.

"Đức Như Lai Hoa Quang cũng dùng ba thừa để giáo hóa chúng sanh. Xá-lợi-phất! Khi đức Phật ấy ra đời, tuy không phải đời xấu ác nhưng do phát nguyện từ trước nên vẫn thuyết giảng giáo pháp ba thừa.

"Kiếp ấy tên là Đại bảo Trang Nghiêm. Vì sao tên là Đại Bảo Trang Nghiêm? Vì cõi Phật ấy xem các vị Bồ Tát là đại bảo, nghĩa là báu vật lớn lao. Các vị Bồ Tát ấy số nhiều vô lượng vô biên, không thể nghĩ bàn, vượt ngoài giới hạn của mọi sự tính toán hay thí dụ so sánh, chỉ trí tuệ Phật mới rõ biết được số lượng ấy. Khi [các Bồ Tát] muốn bước đi liền [tự nhiên] có hoa báu nâng dưới bàn chân. Các vị Bồ Tát ấy không phải mới phát tâm, mà đều đã từ lâu vun trồng cội gốc công đức, tu hạnh thanh tịnh ở nơi vô lượng trăm ngàn vạn ức đức Phật, thường được chư Phật ngợi khen tán thán, thường tu tập trí tuệ Phật, có đầy đủ các pháp thần thông lớn lao, khéo rõ biết cửa vào của hết thảy các pháp, chân thật không hư dối, tâm thường nhớ nghĩ chí nguyện kiên cố. Các vị Bồ Tát như vậy đông đảo đầy khắp cõi Phật ấy.

"Xá-lợi-phất! Thọ lượng của đức Phật Hoa Quang là mười hai tiểu kiếp, không tính thời gian còn là Vương tử, chưa thành Phật. Người dân trong cõi Phật ấy có tuổi thọ tám tiểu kiếp.

"Sau khi trải qua mười hai tiểu kiếp, đức Như Lai Hoa Quang thụ ký cho Bồ Tát Kiên Mãn sẽ thành tựu quả vị Vô thượng Chánh đẳng Chánh giác. Ngài bảo các vị tỳ-kheo: "Bồ Tát Kiên Mãn đây sẽ thành Phật tiếp theo [sau ta], hiệu là Hoa Túc An Hành Như Lai, Ứng Cúng, Chánh Biến Tri ... Cõi Phật ấy cũng giống như cõi này."

"Xá-lợi-phất! Sau khi đức Phật Hoa Quang diệt độ rồi, Chánh pháp tiếp tục lưu truyền được ba mươi hai tiểu kiếp, thời Tượng pháp cũng lưu truyền ba mươi hai tiểu kiếp."

Lúc bấy giờ, đức Thế Tôn muốn nhắc lại những ý nghĩa trên nên nói kệ rằng:

Xá-lợi-phất tương lai,
Thành Đại trí Thế Tôn,
Hiệu là Phật Hoa Quang,
Sẽ độ vô số chúng.

Cúng dường vô số Phật,
Trọn đủ hạnh Bồ Tát,
Các công đức, thập lực...
Rồi chứng quả Vô thượng.

Trải qua vô số kiếp,
Thời Đại Bảo Trang Nghiêm.
Cõi nước tên Ly Cấu,
Thanh tịnh không uế nhiễm,
Mặt đất bằng lưu ly,
Dây vàng ròng ven đường,
Cây bảy báu đủ màu,
Hoa trái thường sum suê.

Các Bồ Tát cõi ấy,
Giữ chí nguyện kiên cố,
Và trọn đủ tất cả,
Thần thông, ba-la-mật,
Ở nơi vô số Phật,
Khéo học đạo Bồ Tát.
Phật Hoa Quang giáo hóa,
Những Bồ Tát như thế.

Phật từng là vương tử,
Bỏ ngai vàng, vinh hoa,
Trong lần tái sinh cuối,
Xuất gia, thành Phật đạo.

Phật Hoa Quang ở đời,
Được mười hai tiểu kiếp.
Nhân dân cõi Phật ấy,
Tuổi thọ tám tiểu kiếp.

Sau khi Phật diệt độ,
Chánh pháp vẫn lưu truyền,
Ba mươi hai tiểu kiếp,
Rộng độ khắp chúng sanh.

Chánh pháp diệt, Tượng pháp
Truyền ba hai tiểu kiếp.
Xá-lợi Phật rộng truyền,
Trời, người đều cúng dường.

Nói về Phật Hoa Quang,
Sự việc là như vậy.
Bậc Thánh Lưỡng Túc Tôn,
Cao tột chẳng ai bằng.
Chính ông thành Phật ấy,
Nên hãy tự mừng vui.

Khi ấy, bốn chúng tỳ-kheo, tỳ-kheo-ni, ưu-bà-tắc, ưu-bà-di, chư thiên, loài rồng, dạ-xoa, càn-thát-bà, a-tu-la, ca-lâu-la, khẩn-na-la, ma-hầu-la-già..., đại chúng như vậy thấy ngài Xá-lợi-phất ở trước đức Phật được thụ ký quả Vô thượng Chánh đẳng Chánh giác thì trong tâm đều hết sức vui mừng, vô cùng phấn chấn, mỗi người đều cởi những tấm áo quý đang khoác trên người ra dâng lên cúng dường Phật. Các vị Thích-đề-hoàn-nhân, Phạm Thiên vương v.v... cùng vô số chư thiên cũng đều dùng những tấm y tuyệt đẹp của cõi trời, những hoa mạn-đà-la, hoa đại mạn-đà-la ở cõi trời... tung rải lên cúng dường Phật. Những tấm y báu cõi trời khi rơi xuống liền dừng lại trên không trung rồi tự xoay chuyển giữa trời, có trăm ngàn loại âm nhạc của chư thiên đồng thời trỗi lên ở giữa không trung, từ trên mưa xuống các loại hoa trời, rồi [chư thiên] cất tiếng nói rằng: "Đức Phật xưa đã chuyển bánh xe pháp lần đầu tiên ở thành Ba-la-nại, hôm nay lại chuyển bánh xe pháp Vô thượng lớn lao bậc nhất."

Lúc bấy giờ chư thiên muốn lặp lại ý nghĩa trên nên nói kệ rằng:

Xưa ở Ba-la-nại,
Phật từng chuyển pháp luân,
Dạy tứ đế, các pháp,
Sinh, diệt của năm uẩn.[1]

---

[1] Năm uẩn, tức ngũ uẩn (H. 五蘊, S. pañca-skandha), là 5 yếu tố hợp thành thân tâm của mọi chúng sanh, gồm: sắc uẩn (色蘊), thọ uẩn (受蘊), tưởng uẩn (想蘊), hành uẩn (行蘊) và thức uẩn (識蘊). Sắc uẩn là yếu tố vật chất tạo thành thân của chúng sanh; thọ uẩn, tưởng uẩn, hành uẩn và thức uẩn là các yếu tố tạo thành tâm của chúng sanh.

Nay lại chuyển pháp luân,
Vô thượng, tối nhiệm mầu.
Pháp này thật sâu xa,
Ít người có thể tin.

Chúng con từ xưa nay,
Nghe Phật dạy rất nhiều,
Chưa từng nghe pháp này,
Rất nhiệm mầu, sâu xa.

Nay Phật thuyết pháp này,
Chúng con đều vui theo.
Đại trí Xá-lợi-phất,
Nay được Phật thụ ký.
Chúng con cũng như vậy,
Nhất định sẽ thành Phật.

So với khắp thế gian,
Là tôn quý, cao nhất.
Phật đạo không nghĩ bàn,
Phương tiện tùy nghi nói.

Con được bao phước nghiệp,
Dù đời này, đời trước,
Cùng công đức gặp Phật,
Đều hồi hướng Phật đạo.

Lúc ấy ngài Xá-lợi-phất bạch Phật: "Thế Tôn! Nay con không còn nghi ngờ hối tiếc, vì tự thân mình ở trước Phật đã được Phật thụ ký sẽ thành tựu quả vị Vô thượng Chánh đẳng Chánh giác. Trong số một ngàn hai trăm vị đạt được tâm tự tại[1] ở đây, thuở xưa

[1] Nguyên tác dùng "tâm tự tại giả - 心自在者", nghĩa là các vị này đều đã đạt quả vị Vô học, tức thánh quả A-la-hán. Ở đây nói 1.200 vị, còn ở phần mở đầu kinh

khi còn ở bậc hữu học, Phật thường dạy các vị rằng: 'Giáo pháp của ta có thể giúp xa lìa sinh, già, bệnh, chết, rốt ráo được Niết-bàn.' Các vị hữu học và vô học ở đây, mỗi vị cũng đều đã lìa xa kiến chấp[1] về tự ngã cũng như những kiến chấp về có hoặc không..., đều tự cho rằng mình đã đạt được Niết-bàn, nay ở trước đức Thế Tôn được nghe những điều chưa từng nghe, thảy đều rơi vào sự nghi hoặc.

"Lành thay, bạch Thế Tôn! Nguyện Phật vì bốn chúng thuyết dạy rõ nhân duyên, khiến cho được xa lìa sự nghi ngờ hối tiếc."

Lúc bấy giờ đức Phật bảo ngài Xá-lợi-phất: "Chẳng phải trước đây ta đã từng nói rằng 'Các đức Phật Thế Tôn dùng đủ mọi nhân duyên, thí dụ, ngôn từ, phương tiện để thuyết pháp, đều là vì [dẫn dắt đến] quả vị Vô thượng Chánh đẳng Chánh giác' đó sao? Cho nên, hết thảy những điều thuyết dạy đó đều là vì giáo hóa hàng Bồ Tát.

"Nhưng này Xá-lợi-phất, nay ta lại sẽ dùng thí dụ để làm sáng tỏ ý nghĩa ấy. Những ai có trí tuệ, nhờ thí dụ này sẽ hiểu được.

"Xá-lợi-phất! Ví như ở một đất nước, đô thành hay thôn xóm kia, có vị đại trưởng giả tuổi cao sức yếu, giàu có vô cùng, sở hữu rất nhiều ruộng vườn, nhà cửa, tôi tớ. Căn nhà của ông hết sức rộng lớn nhưng chỉ có duy

---

nói là 12.000 vị A-la-hán, nghĩa là đã nhầm. Tham khảo kinh Chánh Pháp Hoa và bản dịch từ Phạn ngữ của H. Kern (The Lotus Sutra - Sacred Books of the East, Vol XXI, 1884) thì ở hai vị trí này đều nói là "twelve hundred", tức là 1.200.

[1] Kiến chấp, chỉ sự bám chấp vào các quan điểm, định kiến sai lầm, thường gọi chung là tà kiến (H. 邪見, S. mithyā-dṛṣṭi).

nhất một cửa ra vào. Trong nhà có rất nhiều người, một trăm, hai trăm, thậm chí đến năm trăm người cùng ở bên trong. Căn nhà ấy, cả nhà chính và các tầng gác đều mục nát, tường vách nghiêng đổ, cột trụ hư mục, xà nhà với mái nhà đều sắp sụp đổ, rồi bỗng nhiên bốn phía đều có lửa dữ cùng lúc bốc lên, thiêu đốt cả căn nhà. Ông trưởng giả ấy có những người con, hoặc mười người, hoặc hai mươi người, thậm chí đến ba mươi người, đều đang ở trong căn nhà ấy.

"Ông trưởng giả thấy lửa dữ bốc lên quanh bốn phía nhà thì hết sức kinh hãi, liền nghĩ rằng: 'Nay ta tuy có thể xuyên qua cửa đang cháy mà thoát ra ngoài an ổn, nhưng các con ta đều còn đang ở trong nhà, vui chơi đùa giỡn không hay không biết gì, không chút sợ hãi, lửa cháy thiêu thân, đau đớn kinh người, tâm không chán sợ, không có ý muốn thoát ra.'

"Xá-lợi-phất! Ông trưởng giả ấy lại nghĩ rằng: 'Thân ta mạnh, tay ta khỏe, có thể dùng vạt áo rộng [bọc lấy các con], hoặc đặt chúng trên ghế, trên bàn lớn rồi đưa ra khỏi nhà.' Nhưng rồi ông lại nghĩ: 'Nhà này chỉ có một cửa, lại nhỏ hẹp, các con ta thơ dại chưa đủ nhận thức, đắm vui trong chỗ chơi đùa, [nếu làm vậy] e rằng chúng vùng vẫy rơi xuống, ắt phải bị lửa thiêu.'

"Nay ta nên vì chúng nói ra những việc đáng kinh sợ, rằng căn nhà này đã bốc cháy, phải nhanh chóng thoát ra, đừng để cho bị lửa thiêu đốt.' Nghĩ như vậy rồi liền y theo đó bảo với các con: 'Hãy mau mau ra khỏi nhà này.'

"Tuy người cha ấy thương xót các con, dùng lời khéo léo dẫn dụ, nhưng các con ông đang vui chơi đùa giỡn, không chịu nghe theo, không chút kinh sợ, không hề có ý muốn thoát ra khỏi nhà, lại cũng không biết lửa là gì, nhà cửa là gì, sao gọi là cháy mất... chỉ cùng nhau vui đùa, chạy tới chạy lui chỗ này chỗ kia rồi giương mắt nhìn cha mà thôi.

"Bấy giờ, ông trưởng giả liền suy nghĩ rằng: 'Căn nhà này đang bị lửa dữ thiêu đốt, nếu ta và các con không kịp thời thoát ra bên ngoài ắt sẽ bị thiêu cháy. Nay ta phải dùng phương tiện để làm sao cho các con ta thoát khỏi tai nạn này.'

"Người cha biết ý các con trước đây đều ưa thích những món đồ chơi quý lạ, ắt sẽ rất muốn có, liền bảo chúng rằng: 'Có những món đồ chơi các con rất thích, hiếm có khó được, nay nếu các con không mau nhận lấy thì sau này sẽ phải hối tiếc. Đó là đủ các loại xe dê, xe nai, xe trâu, hiện nay đều đang ở bên ngoài cửa, có thể dùng để vui chơi. Các con từ trong căn nhà đang cháy này nên nhanh chóng chạy ra bên ngoài, cứ tùy theo ý thích mà lấy, cha sẽ cho các con tất cả.'

"Bấy giờ, những đứa con nghe cha nói đến các món đồ chơi quý báu hợp với ý thích, tất cả đều hết sức nhanh chóng, thúc đẩy chen lấn, tranh nhau cùng chạy nhanh ra khỏi căn nhà đang cháy."

"Khi ấy, ông trưởng giả thấy các con đã bình an ra khỏi, đều đến ngồi nơi khoảng đất trống giữa ngã tư đường, không còn gì chướng ngại nên hết sức yên lòng, vui mừng phấn chấn. Lúc ấy, những người con đều thưa với cha rằng: 'Trước đây cha đã hứa cho đầy đủ các món đồ chơi đẹp, như xe dê, xe nai, xe trâu, giờ xin cha hãy cho.'

"Xá-lợi-phất! Khi ấy ông trưởng giả liền cho tất cả các con mỗi người một cỗ xe lớn như nhau. Xe ấy cao rộng, trang hoàng bằng các vật báu, có lan can bao quanh, bốn phía treo chuông nhỏ, bên trên lại có lọng che, cũng dùng các loại châu báu quý lạ để trang trí, có dây báu quấn quanh lọng với những vòng hoa rủ xuống, [trên xe] trải nhiều lớp thảm, có gối đỏ [tựa đầu]. Xe được kéo bằng trâu trắng lớn có màu da thuần khiết, hình thể mập mạp xinh đẹp, gân cốt bắp thịt nở nang mạnh mẽ, bước đi ngay ngắn, lướt nhanh như gió, lại có nhiều người đi theo hầu hạ, bảo vệ.

"Vì sao vậy? Ông trưởng giả này giàu có vô cùng, có đủ mọi kho tàng mà tất cả đều chất chứa đầy tràn, nên ông nghĩ rằng: 'Ta có tiền bạc của cải nhiều không kể xiết, không nên cho con ta những cỗ xe xấu nhỏ. Nay những đứa trẻ này đều là con ta, được ta thương yêu như nhau không hề thiên lệch. Ta có vô số những cỗ xe lớn bằng bảy báu như thế này, nên dùng tâm bình đẳng mà chia đều cho tất cả các con, không nên khác biệt nhau. Vì sao vậy? Nếu ta đem những cỗ xe như thế này mà tặng cho dân khắp trong một nước còn không thiếu, huống hồ chỉ cho các con ta?' Khi ấy những người con của ông trưởng giả, mỗi người đều đi trên một cỗ xe lớn, được việc chưa từng có, hơn cả sự mong đợi.

"Xá-lợi-phất! Ý ông nghĩ sao, vị trưởng giả ấy cho các con những cỗ xe lớn quý báu như nhau [thay vì xe dê, xe nai, xe trâu như đã hứa], vậy có mắc lỗi nói dối hay chăng?"

Ngài Xá-lợi-phất thưa: "Không phải vậy, bạch Thế Tôn! Vị trưởng giả ấy [trước đây nói như vậy] chỉ là vì muốn cho các con thoát khỏi nạn lửa cháy, bảo toàn mạng sống, chẳng phải là nói dối. Vì sao vậy? Nếu giữ được mạng sống thì xem như đã được món đồ chơi quý báu rồi, huống chi lại là dùng phương tiện trong nhà đang cháy kia để cứu thoát [các con] ra. Bạch Thế Tôn! Ví như vị trưởng giả kia thậm chí không cho [các con] chiếc xe nào dù là nhỏ nhất thì cũng không phải là nói dối. Vì sao vậy? Vì trước tiên ông trưởng giả ấy đã có ý nghĩ rằng: 'Ta dùng phương tiện này để khiến cho các con được thoát ra [khỏi căn nhà đang cháy].' Vì lý do ấy, ông không mắc lỗi nói dối. Huống chi ông trưởng giả tự biết mình giàu có vô cùng, muốn làm lợi ích cho các con nên bình đẳng ban cho [mỗi người một] cỗ xe lớn."

Đức Phật bảo ngài Xá-lợi-phất: "Lành thay, lành thay! Đúng như ông nói. Này Xá-lợi-phất! Đức Như Lai cũng giống như vậy, là đấng cha lành của hết thảy [chúng sanh trong] thế gian, đối với tất cả những sự sợ hãi, phiền não, suy yếu, tai họa, lo âu hay sự tối tăm che lấp của vô minh, ngài đều đã vĩnh viễn dứt sạch hoàn toàn, thành tựu vô số những sự thấy biết cùng [các phẩm tính như] lực, vô sở úy, có sức thần thông lớn lao cùng sức trí tuệ, đầy đủ các phương tiện trí tuệ ba-la-mật, đại từ đại bi, thường làm những việc hiền thiện lợi ích cho hết thảy chúng sanh, không hề mỏi mệt. Đức Như Lai sinh vào trong ba cõi này như căn nhà mục nát đang bốc cháy, vì cứu độ chúng sanh thoát khỏi ngọn lửa dữ của sinh, già, bệnh, chết, buồn đau, khổ não, ngu si, tối tăm hôn ám và ba món độc: tham lam, sân hận, si mê, nên ngài giáo hóa khiến cho đạt được quả vị Vô thượng Chánh đẳng Chánh giác.

"Đức Như Lai nhìn thấy các chúng sanh bị thiêu đốt bởi sinh, già, bệnh, chết, buồn đau, khổ não, lại cũng vì năm món dục và tiền tài, lợi lộc mà phải chịu đủ mọi thứ khổ đau, lại vì sự tham lam bám chấp tìm cầu mà hiện tại phải chịu mọi sự khổ não, đời sau còn phải khổ vì đọa vào các cảnh giới địa ngục, ngạ quỷ, súc sinh. Nếu như được sinh lên cõi trời hoặc cõi người, lại cũng phải chịu những nỗi khổ như nghèo cùng khốn khó, phải xa lìa người mình thương yêu, phải gặp gỡ người mình oán ghét... đủ mọi nỗi khổ như vậy. Chúng sinh chìm đắm trong những nỗi khổ ấy, vui mừng đùa giỡn, không hay không biết, chẳng khiếp chẳng sợ, cũng không sinh tâm chán bỏ, không cầu được giải thoát, ở trong ba cõi như căn nhà đang bốc cháy mà mãi chạy loanh quanh đó đây, dù phải gặp những nỗi khổ lớn lao nhưng không cho đó là đáng sợ.

"Này Xá-lợi-phất! Phật nhìn thấy như vậy, liền suy nghĩ rằng: 'Ta là đấng cha lành của chúng sanh, phải giúp trừ cho hết khổ nạn, mang đến cho chúng sanh niềm vui từ trí tuệ Phật vô lượng vô biên, khiến họ được vui thích.'

"Xá-lợi-phất! Rồi Như Lai lại nghĩ: 'Nếu ta chỉ dùng sức thần thông và sức trí tuệ, không dùng phương tiện, vì chúng sanh mà ngợi khen xưng tán tri kiến, lực, vô sở úy... của Như Lai, thì chúng sanh không thể nào nhờ đó để được cứu độ. Vì sao vậy? Vì chúng sanh chưa thoát khỏi sinh, già, bệnh, chết, buồn lo, khổ não... đang bị thiêu đốt trong ba cõi như căn nhà đang cháy, dựa vào đâu để có thể hiểu được trí tuệ Phật?'

"Xá-lợi-phất! Cũng như ông trưởng giả kia tuy có sức mạnh nhưng không dùng đến, chỉ ân cần dùng phương tiện dẫn dụ để cứu thoát các con ra khỏi nạn nhà cháy, sau đó mới cho mỗi người một cỗ xe lớn quý báu. Đức Như Lai cũng vậy, tuy có lực, vô sở úy... nhưng không dùng đến, chỉ dùng phương tiện trí tuệ, trong căn nhà lửa ba cõi này mà cứu vớt chúng sanh, vì chúng sanh thuyết dạy ba thừa: Thanh văn thừa, Duyên giác thừa, Phật thừa mà nói rằng: "Các người chớ nên vui thú trong ba cõi như căn nhà đang cháy, chớ tham muốn những hình sắc, âm thanh, mùi hương, vị nếm, sự xúc chạm thô trược thấp hèn. Nếu tham muốn bám chấp thì sinh ra ái luyến, ắt sẽ bị thiêu cháy. Các người phải nhanh chóng thoát ra khỏi ba cõi, sẽ đạt được ba thừa: Thanh văn thừa, Duyên giác thừa, Phật thừa. Ta nay vì các người mà bảo đảm cho việc này, nhất định không hề hư dối. Các người hãy chuyên cần tinh tấn tu tập.'

"Đức Như Lai dùng phương tiện dẫn dụ khuyên bảo khuyến khích chúng sanh nên lại nói rằng: 'Các người nên biết, giáo pháp ba thừa này được các bậc thánh ngợi khen xưng tán, tự do tự tại không trói buộc, không có chỗ nương dựa mong cầu. Nương theo [giáo pháp] ba thừa này, dùng các pháp vô lậu như căn, lực, giác, đạo, thiền định, giải thoát, tam-muội v.v... để tự vui thích, liền được vô lượng an ổn, khoái lạc.'

"Xá-lợi-phất! Nếu có những chúng sanh nào trong tâm có tánh trí, theo Phật Thế Tôn nghe pháp rồi tin nhận, lưu tâm chuyên cần tinh tấn, muốn nhanh chóng thoát ra ngoài ba cõi, tự mình cầu đạt Niết-bàn, đó gọi là hàng Thanh văn thừa, cũng giống như những đứa con [của ông trưởng giả] vì muốn được xe dê mà [nhanh chóng] ra khỏi căn nhà đang cháy.

"Nếu có những chúng sanh nào theo Phật Thế Tôn nghe pháp rồi tin nhận, lưu tâm chuyên cần tinh tấn, cầu đạt trí tuệ tự nhiên, vui thích sống cô độc tịch tịnh, rõ biết sâu xa nhân duyên của các pháp, đó gọi là hàng Duyên giác thừa, cũng giống như những đứa con [của ông trưởng giả] vì muốn được xe nai mà [nhanh chóng] ra khỏi căn nhà đang cháy.

"Nếu có những chúng sanh nào theo Phật Thế Tôn nghe pháp rồi tin nhận, chuyên cần tinh tấn tu tập, cầu trí tuệ biết tất cả, trí tuệ tự nhiên, trí tuệ không do thầy dạy, cùng những phẩm tính của Như Lai như tri kiến, lực, vô sở úy, thường thương xót nhớ nghĩ, làm an vui vô lượng chúng sanh, làm lợi ích khắp hàng trời người, độ thoát hết thảy [chúng sanh], đó gọi là hàng Đại thừa. Bồ Tát cầu Đại thừa như vậy nên gọi là Đại [Bồ Tát], cũng giống như những đứa con [của ông trưởng giả] vì muốn được xe trâu mà [nhanh chóng] ra khỏi căn nhà đang cháy.

"Xá-lợi-phất! Cũng như ông trưởng giả kia nhìn thấy các con đã an toàn ra khỏi căn nhà đang cháy, đến được chỗ không còn lo sợ, tự nghĩ mình giàu có tài vật nhiều không kể xiết, liền cho tất cả các con cùng một loại xe lớn [quý báu] như nhau. Đức Như Lai cũng vậy, là đấng cha lành của hết thảy chúng sanh, ngài nhìn thấy vô số muôn ức chúng sanh nhờ các pháp môn Phật dạy mà thoát ra khỏi khổ não trong ba cõi, vượt qua đường hiểm nguy đáng sợ, đạt được niềm vui Niết-bàn.

"Khi ấy đức Như Lai liền nghĩ rằng: 'Ta có kho tàng Chánh pháp của chư Phật gồm vô lượng vô biên trí tuệ, lực, vô sở úy... Những chúng sanh này đều là con ta, sẽ bình đẳng trao cho Đại thừa, không để chỉ riêng một người được diệt độ, đối với tất cả đều dùng sự diệt độ của Như Lai mà khiến cho được diệt độ.'

"[Cho nên, với] tất cả những chúng sanh đã thoát ra ngoài ba cõi, [đức Như Lai] đều trao cho đầy đủ sự an vui từ thiền định, giải thoát... của chư Phật, tất cả đều cùng một tướng thể, một chủng loại được các bậc thánh ngợi khen xưng tán, thường làm khởi sinh niềm vui nhiệm mầu thanh tịnh bậc nhất.

"Này Xá-lợi-phất! Như ông trưởng giả kia, ban đầu dùng ba loại xe để dẫn dụ các con [ra khỏi căn nhà đang cháy], sau đó lại chỉ cho cùng một loại xe lớn quý báu trang nghiêm, thoải mái bậc nhất, nhưng ông trưởng giả ấy không hề có lỗi nói dối. Đức Như Lai cũng vậy, không hề hư dối, tuy là ban đầu thuyết dạy ba thừa để dẫn dắt chúng sanh nhưng sau lại chỉ dùng Đại thừa để độ thoát hết thảy. Vì sao vậy? Vì đức Như Lai có kho tàng chứa vô lượng các pháp trí tuệ, lực, vô sở úy... có thể ban pháp Đại thừa cho hết thảy chúng sanh, [nhưng có những chúng sanh không nhận được] chỉ vì không phải tất cả chúng sanh đều có khả năng thọ nhận.

"Xá-lợi-phất! Do nhân duyên như vậy, nên biết rằng chư Phật dùng sức phương tiện mà từ một Phật thừa phân biệt thuyết dạy thành ba thừa."

[Khi ấy,] đức Phật muốn lặp lại những ý nghĩa trên nên đọc kệ rằng:

Ví như ông trưởng giả,
Có một căn nhà lớn.
Nhà cũ kỹ đã lâu,
Lại thêm rất xấu tệ.

Sảnh đường cao sắp đổ,
Cột trụ mục rệu rã,
Xà, rường đều nghiêng lệch,
Nền móng lún sụp cả.

Tường vách nứt nghiêng đổ,
Vôi vữa tróc rơi xuống.
Mái lợp rớt ngổn ngang.
Các xà nhà lệch khớp,
Đầy chướng ngại quanh co,
Ô uế ngập bốn bề.

Hiện có năm trăm người,
Đang sống trong nhà ấy.
Cú,[1] diều hâu, kên kên,
Quạ, khách, cưu,[2] bồ câu...
Rắn hổ mang, bọ cạp,
Rết độc, sâu do diên,[3]

[1] Nguyên tác đề cập đến hai loại chim cú là cú mèo (鴟 - si) và cú vọ (梟 - kiêu).
[2] Chim cưu (鳩), tức là chim tu hú.
[3] Loài sâu có nhiều chân, hình dạng được mô tả là giống con rết.

Tắc kè, trùng nhiều chân...[1]
Vượn, chồn cáo, chuột nhắt,
Với các loại trùng độc,
Cùng dọc ngang ruổi chạy.

Nước tiểu, phân hôi thối,
Nhơ nhớp chảy lan tràn.
Giòi, bọ hung lúc nhúc,
Trên những ô uế đó.

Lũ cáo, sói, chồn hoang,
Liếm láp rồi giẫm đạp,
Cắn xé những xác chết,
Làm vung vãi xương thịt...
Do vậy bầy chó hoang,
Cùng xúm lại tranh nhau.

Chúng đói, gầy, sợ sệt,
Khắp chốn tìm thức ăn,
Cấu xé giành giật nhau,
Gầm rú, sủa, tru tréo.

Căn nhà ấy biến dạng,
Đáng sợ đến như thế.
Nên khắp nơi đều có,
Lũ yêu ma quỷ quái,
Quỷ dạ-xoa ác độc,
Ăn nuốt xương thịt người.

Đủ các loài trùng độc,
Lũ chim, thú hung ác,
Ấp trứng hoặc sinh con,

[1] Nguyên tác là bá túc (百足), dịch sát nghĩa là "trăm chân", nhưng thật ra chỉ chung những loại côn trùng rất nhiều chân, không phải chính xác là trăm chân.

Tự che giấu, bảo vệ,
Bầy dạ-xoa đua nhau,
Giành giật để ăn nuốt.

Ăn đã no nê rồi,
Tâm hung ác càng mạnh,
Chúng đánh nhau gào thét,
Nghe đáng sợ vô cùng.

Loài quỷ cưu-bàn-trà,[1]
Ngồi xổm trên gò đất,
Hoặc có lúc lơ lửng,
Cách đất một, hai thước,
Bay qua rồi bay lại,
Tha hồ đùa bỡn nhau.

Nắm chặt hai chân chó,
Đánh cho kêu thất thanh,
Rồi đá bồi vào cổ,
Chó sợ, quỷ tự vui.

Lại có nhóm quỷ khác,
Thân thể rất cao lớn,
Đen đúa, gầy, trần truồng,
Thường ở trong nhà này,
Phát tiếng lớn, hung hãn,
Kêu la mong được ăn.

Lại có những con quỷ,
Cổ nhỏ như kim khâu.
Còn có những con quỷ,
Đầu giống như đầu trâu,

[1] Cưu-bàn-trà (H. 鳩槃茶, S. kumbhāṇḍa), trong kinh Viên giác gọi là Đại lực quỷ vương, cai quản nhiều quỷ khác.

Hoặc ăn nuốt thịt người,
Hoặc ăn cả thịt chó.

Đầu tóc như cỏ rối,
Hung hiểm, ác, nguy hại,
Vì đói khát bức bách,
Kêu thét chạy khắp nơi.

Bọn dạ-xoa, ngạ quỷ,
Loài chim, thú hung dữ,
Khắp bốn phía, đói khát,
Rình rập ngoài song cửa.

Những hiểm nạn như thế,
Thật đáng sợ vô cùng.

Nhà cũ, mục nát ấy,
Thuộc sở hữu một người.
Người vừa mới ra ngoài,
Chỉ trong một chốc lát,
Thì từ phía sau nhà,
Bỗng nhiên lửa cháy lên.

Rồi đồng loạt bốn phía,
Lửa bốc cao hừng hực.
Rồi xà ngang cột dọc,
Nổ lớn, xé tung ra,
Gãy đổ cùng rơi rụng,
Tường vách nghiêng đổ xuống.

Các quỷ thần trong nhà,
Đều lớn tiếng kêu la,
Lũ kên kên, diều hâu...
Với quỷ cưu-bàn-trà...

Đều kinh hoàng, hốt hoảng,
Không thể tự thoát ra.

Những thú dữ, trùng độc...
Chui trốn vào hang hốc...
Lũ quỷ tỳ-xá-xà,[1]
Cũng đang trong nhà ấy,
Vì phúc đức mỏng manh,
Bị sức lửa bức bách,
Quay sang giết hại nhau,
Rồi uống máu, ăn thịt.

Lúc ấy loài chồn hoang,
Hết thảy đều chết trước.
Những thú lớn hung dữ,
Liền tranh nhau ăn thịt,
Mùi hôi thối, khét nghẹt...
Bao phủ khắp bốn bề.

Ông trưởng giả chủ nhà,
Còn đang đứng ngoài cửa,
Nghe có người nói rằng:
"Những đứa con của ông,
Lúc trước cùng đi chơi,
Vào cả trong nhà này.
Chúng nhỏ dại, không biết,
Ham chơi đùa trong ấy."

Ông trưởng giả nghe rồi,
Hốt hoảng vào nhà cháy.
Tìm cách cứu các con,
Khỏi nạn lửa thiêu chết.

---

[1] Quỷ tỳ-xá-xà (毘舍闍), cũng đọc là tỳ-xá-già (毗舍遮), phiên âm từ Phạn ngữ piśāca, thuộc loài ngạ quỷ.

Nói cho các con biết,
Những nguy hiểm, tai nạn,
Nào quỷ dữ, trùng độc...
Ngọn lửa đang lan khắp...

Bao nỗi khổ tuần tự,
Tiếp nối nhau không dứt.
Rắn hổ mang, bọ cạp...
Cùng lũ quỷ dạ-xoa,
Với quỷ cưu-bàn-trà,
Chồn, cáo và chó hoang,
Kên kên, cú, diều hâu,
Cùng những loài rết độc,
Chúng đang cơn đói khát,
Thật rất đáng kinh sợ.
Nơi đây đầy khổ nạn,
Lại thêm lửa bốc cao.

Các con chưa hiểu biết,
Nên tuy nghe cha dạy,
Vẫn tiếp tục ham chơi,
Đùa giỡn mãi không thôi.

Bấy giờ ông trưởng giả,
Liền tự suy nghĩ rằng:
"Các con ta thế này,
Khiến ta thêm buồn khổ.
Nay trong căn nhà này,
Chẳng có gì đáng vui.
Vậy mà các con ta,
Mãi đắm say vui đùa,
Không nghe lời ta dạy,
Nên sắp bị lửa thiêu."

Ông liền suy nghĩ kỹ,
Bày ra các phương tiện,
Rồi bảo các con rằng:
"Cha có đủ mọi loại,
Đồ chơi rất quý báu,
Như xe đẹp và quý,
Gồm xe dê, xe nai,
Và cả xe trâu lớn.
Nay sẵn có ngoài cửa,
Các con hãy mau ra.

Cha đã vì các con,
Làm ra những xe này.
Các con tùy sở thích,
Cứ tha hồ vui chơi."

Các con nghe cha nói,
Về những loại xe ấy.
Liền tức thời đua nhau,
Nhanh chóng chạy ra ngoài.

Đến được chỗ đất trống,
Lìa xa mọi nạn khổ.
Trưởng giả thấy các con,
Ra khỏi căn nhà cháy,
An ổn ngã tư đường.
Liền ngồi tòa sư tử,
Tự nói lời vui mừng:
"Ta nay mừng lắm thay!
Những đứa con của ta,
Sinh dưỡng rất khó khăn,
Vì tuổi nhỏ dại khờ,
Nên vào nhà nguy hiểm,

Có rất nhiều trùng độc,
Cùng yêu quái đáng sợ.

Lửa dữ cháy phừng phừng,
Bốn bề cùng nổi dậy.
Nhưng những đứa con này,
Vẫn mê mải ham chơi.

Ta đã cứu chúng ra,
Thoát khỏi được tai nạn.
Nên bảo cùng mọi người,
Ta nay rất mừng vui."

Lúc bấy giờ các con,
Thấy cha đã yên ngồi,
Liền kéo nhau đến đó.
Thưa cùng cha thế này:

"Xin ban cho chúng con,
Ba loại xe quý đẹp,
Như trước đây đã hứa:
'Nếu các con ra ngoài,
Cha sẽ cho ba xe,
Tùy ý các con muốn.'
Nay đã đúng lúc rồi,
Xin cha thương ban cho."

Ông trưởng giả rất giàu,
Có nhiều kho tàng lớn,
Vàng bạc cùng lưu ly,
Xa cừ và mã não.

Nên dùng các vật báu,
Làm thành cỗ xe lớn.

Trang hoàng thật xinh đẹp.
Quanh xe có lan can,
Bốn phía treo chuông nhỏ.
Dây bằng vàng quấn quanh,
Kết ngọc trai thành lưới,
Giăng phủ bên trên xe.

Dùng hoa vàng, chuỗi ngọc,
Buông rủ khắp bốn bên.
Dùng tơ lụa đủ màu,
Bao bọc vòng quanh xe,
Dùng lụa, bông mềm mại,
Để trải làm nệm xe.

Dùng vải mịn tốt nhất,
Giá trị đến nghìn muôn,
Trắng đẹp, sạch, thuần khiết,
Bao phủ trên mặt nệm.

Lại dùng trâu trắng lớn,
Mập mạp và khỏe mạnh,
Hình dáng rất xinh đẹp,
Để kéo xe quý ấy.

Có nhiều người đi theo,
Để hầu hạ, bảo vệ.
Dùng xe tốt đẹp ấy,
Ban đều cho các con.

Những người con khi ấy,
Rất vui mừng phấn chấn,
Ngồi trên cỗ xe quý,
Dạo chơi khắp bốn phương,

Cùng chơi đùa vui thích,
Tự do không ngăn ngại.

Phật bảo Xá-lợi-phất:
Ta cũng giống như vậy.
Tôn quý giữa chư thánh.
Cha lành khắp thế gian,
Nên hết thảy chúng sanh,
Đều là con Như Lai.

Mãi đắm vui thế gian,
Không có tâm trí tuệ.
Ba cõi không an ổn,
Như căn nhà đang cháy,
Ngập tràn các nỗi khổ,
Thật đáng sợ vô cùng.

Thường chịu khổ sinh, già,
Bệnh, chết và âu lo...
Những thứ lửa như vậy,
Thiêu đốt mãi không dừng.

Như Lai đã lìa xa,
Nhà cháy là ba cõi,
Sống thanh nhàn, tịch lặng,
Trong rừng vắng an ổn.

Nay khắp ba cõi này,
Đều thuộc về Như Lai,
Nên chúng sanh trong đó,
Đều là con Như Lai.

Mà nay ba cõi ấy,
Đầy dẫy các khổ nạn,
Chỉ riêng đức Như Lai,
Có khả năng cứu giúp.

Nhưng dù đã dạy bảo,
Chúng sinh không tin nhận.
Vì đối với các dục,
Quá đắm nhiễm, tham chấp.

Nên Phật dùng phương tiện,
Vì họ nói ba thừa.
Để giúp cho chúng sanh,
Biết khổ trong ba cõi.

Mở bày và giảng giải,
Con đường xuất thế gian.
Những chúng sanh được nghe,
Nếu có tâm quyết định,
Liền đầy đủ ba minh,
Cùng với sáu thần thông.

Hoặc đạt quả Duyên giác,
Hoặc Bồ Tát bất thối.
Nghe đây, Xá-lợi-phất!
Ta chỉ vì chúng sanh,
Mà dùng thí dụ này,
Để thuyết một Phật thừa.

Các ông nếu có thể,
Tin nhận những lời này,
Thì tất cả đều sẽ,
Được thành tựu Phật đạo.

Phật thừa này vi diệu,
Vốn thanh tịnh bậc nhất,
Đối với khắp thế gian,
Không có gì hơn được.

Chư Phật đều hoan hỷ.
Và hết thảy chúng sanh,
Nên ngợi khen xưng tán,
Cùng cúng dường lễ bái.

Gồm vô số muôn ngàn,
Các pháp lực, giải thoát,
Thiền định và trí tuệ,
Cùng những pháp Phật khác.

Đạt được Phật thừa này,
Sẽ giúp cho các ông,
Ngày đêm vô số kiếp,
Thường được vui rong chơi.

Với các vị Bồ Tát,
Cùng đại chúng Thanh văn,
Nương theo thừa báu này,
Liền thẳng đến Đạo trường.

Vì nhân duyên như vậy,
Nên tìm khắp mười phương,
Không có thừa nào khác,
Trừ phương tiện của Phật.

Phật bảo Xá-lợi-phất:
"Nay tất cả các ông,
Đều là con Như Lai,
Phật là đấng cha lành.
Các ông qua nhiều kiếp,
Bị khổ não thiêu đốt,
Đều được ta cứu giúp,
Đưa ra ngoài ba cõi.

Trước đây tuy Phật nói:
"Các ông được diệt độ"
Nhưng chỉ dứt sinh tử,
Thật chưa được diệt độ.
Nay việc cần phải làm,
Chỉ cầu trí tuệ Phật.

Nếu như có Bồ Tát
Ở giữa chúng hội này,
Có thể chuyên tâm nghe,
Pháp thật của chư Phật.
Là chư Phật Thế Tôn,
Tuy dùng nhiều phương tiện,
Chúng sinh được giáo hóa,
Thảy đều là Bồ Tát.

Người trí tuệ hạn hẹp,
Lại đắm sâu ái dục,
Phật vì những người ấy,
Trước chỉ bày Khổ đế.

Chúng sinh ấy vui mừng,
Được điều chưa từng có,
Thấy Phật nói Khổ đế,
Đúng sự thật không khác.

Nếu có những chúng sanh,
Không biết nguồn gốc khổ,
Bám chấp nhân tạo khổ,
Không một chút tạm dừng.
Phật vì những người ấy,
Thuyết dạy đạo phương tiện,
Rằng nguyên nhân các khổ,
Đều ở nơi tham dục.

Nếu tham dục dứt trừ,
Không còn chỗ sinh khởi,
Thì các khổ dứt sạch,
Đó gọi là Diệt đế.

Vì muốn đạt Diệt đế,
Nên tu hành theo đạo,
Lìa các khổ trói buộc,
Gọi là được giải thoát.

Người ấy nhờ nơi đâu,
Mà đạt được giải thoát?
Chỉ xa lìa hư dối,
Mà gọi là giải thoát.
Thật ra vẫn chưa được,
Giải thoát hết tất cả.
Nên Phật nói người ấy,
Chưa thật được diệt độ.

Người ấy chưa đạt được,
Đạo Vô thượng Chánh giác,
Nên ý Phật không muốn,
Cho đó là diệt độ.

Phật là đấng Pháp vương,
Tự tại với các pháp,
Làm an ổn chúng sanh,
Nên xuất hiện ở đời.

Nghe đây Xá-lợi-phất!
Pháp ấn này của ta,
Thuyết dạy chỉ vì muốn,
Làm lợi ích thế gian.

Các ông đi khắp nơi,
Chớ sai lệch nói ra.

Nếu có người nghe được,
Mừng vui, cung kính nhận,
Nên biết rằng người ấy,
Đã được trí bất thối.

Nếu có người tin nhận,
Kinh điển, giáo pháp này,
Đó là người đã từng,
Gặp Phật trong quá khứ,
Từng cung kính cúng dường,
Cũng từng nghe pháp này.

Nếu như ai có thể,
Tin lời ông nói ra,
Đó là người thấy Phật,
Cũng thấy được chính ông,
Cùng chư tỳ-kheo tăng,
Và chư vị Bồ Tát.
Thuyết kinh Pháp Hoa này,
Vì trí tuệ thâm sâu.

Người trí cạn nghe qua,
Nghi ngờ không hiểu được.
Hết thảy hàng Thanh văn,
Cùng với Phật Bích-chi,
Đối với kinh điển này,
Không đủ sức theo kịp.

Đến như Xá-lợi-phất,
Mà đối với kinh này,

Phải nhờ tin mới nhận,
Huống gì Thanh văn khác?
Hết thảy Thanh văn khác,
Đều do tin lời Phật,
Mà đón nhận kinh này,
Không phải tự hiểu được.

Lại nữa, Xá-lợi-phất!
Gặp người kiêu mạn, lười,
Bám chấp nơi tự ngã,
Đừng thuyết giảng kinh này.

Kẻ phàm phu trí cạn,
Đắm sâu trong năm dục,
Nghe kinh không thể hiểu,
Cũng đừng thuyết kinh này.

Nếu có người không tin,
Chê, hủy báng kinh này,
Đó là dứt hết sạch,
Giống Phật của người đời.

Ai cau mày nhăn mặt,
Ôm lòng hoài nghi kinh,
Đều phải chịu tội báo,
Nên ông hãy lắng nghe.

Khi Phật còn tại thế,
Hoặc Phật đã diệt độ,
Nếu có người phỉ báng,
Những kinh điển thế này,
Thấy người khác tụng đọc,

Sao chép hoặc thọ trì,
Liền khinh bỉ, ganh ghét,
Rồi ôm lòng oán hận.

Tội báo của người ấy,
Nay ông hãy lắng nghe.

Người ấy sau khi chết,
Sinh vào ngục Vô gián,[1]
Trải qua trọn một kiếp,
Lại sinh vào kiếp nữa.

Cứ vậy mà tiếp nối,
Cho đến vô số kiếp.
Ra khỏi địa ngục rồi,
Sẽ đọa làm súc sinh.

Hoặc chó hoặc chồn hoang,
Với hình thể gầy còm,
Đen đủi, đầy ghẻ lở,
Bị con người đánh đuổi.

Lại còn bị nhiều người,
Căm ghét và khinh khi,
Thường khổ vì đói khát,
Nên xương thịt khô gầy.

Sống chịu nhiều độc hại,
Chết vùi trong ngói đá.
Vì dứt mất giống Phật,
Chịu tội báo như vậy.

Hoặc làm thân lạc đà,
Hoặc sinh trong giống lừa,

[1] Tức địa ngục A-tỳ (H. 阿鼻地獄, S. Avīci).

Thân mang, kéo nặng nề,
Lại còn bị đánh đập,
Mong ăn cỏ uống nước,
Không biết gì khác hơn.
Vì hủy báng kinh này,
Chịu tội báo như vậy.

Nếu sinh làm chồn hoang,
Lang thang vào xóm làng,
Thân hình đầy ghẻ chốc,
Lại thiếu mất một mắt,
Còn bị lũ trẻ con,
Theo đánh đập, ném đá.
Chịu đủ mọi đau đớn,
Cho đến phải chết đi.

Và sau khi đã chết,
Liền sinh làm mãng xà,
Thân hình to lớn, dài
Đến năm trăm do-tuần,
Ngu si, điếc, không chân,
Chỉ trườn đi nhờ bụng,
Bị những loài trùng nhỏ,
Rúc rỉa thân ăn thịt,
Nên ngày đêm chịu khổ,
Không một lúc được dừng.

Vì hủy báng kinh này,
Chịu tội báo như vậy.

Nếu như được làm người,
Thì các căn ngu độn,

Lùn, xấu xí, què quặt,
Mù, điếc lại gù lưng,
Khi nói ra điều gì,
Người khác không tin nhận.
Mở miệng bốc mùi hôi,
Bị ma quỷ khống chế,
Sống nghèo khốn, hèn hạ,
Bị người khác sai khiến.

Nhiều bệnh tật, gầy ốm,
Lại không nơi nương tựa.
Dù gần gũi cậy nhờ,
Người không chút lưu tâm.

Nếu học hỏi được gì,
Rồi cũng nhanh quên mất.
Nếu học theo nghề thuốc,
Dùng đúng phương trị bệnh,
Bệnh người vẫn tăng thêm,
Thậm chí đến phải chết.

Nếu tự mình có bệnh,
Không ai cứu chữa được.
Dù dùng phương thuốc hay,
Bệnh vẫn càng thêm nặng.

Như người khác phản nghịch,
Cướp bóc, trộm của người,
Đủ các tội như thế,
Vô cớ chịu liên lụy.

Người chịu tội như vậy,
Vĩnh viễn không gặp Phật,
Bậc đứng đầu chư thánh,
Thường thuyết pháp giáo hóa.

Người chịu tội như vậy,
Thường sinh các nan xứ.[1]
Điên cuồng, điếc, loạn tâm,
Vĩnh viễn không nghe pháp.
Trong vô số kiếp sống,
Nhiều như cát sông Hằng,
Sinh ra đều câm điếc,
Không đủ các giác quan.

Thường xuyên vào địa ngục,
Như người đi dạo vườn.
Cõi ngạ quỷ, súc sinh,
Là nhà ở của họ.

Lạc đà, lừa, chó, lợn,
Là chốn họ sinh vào.
Vì hủy báng kinh này,
Chịu tội báo như vậy.

Nếu như được làm người,
Phải tự mang vào thân,
Những nạn mù, điếc, câm,
Cùng nghèo khốn, suy kiệt.

Bệnh phù thũng, khô khát,
Bệnh ghẻ lở, ung thư,
Đủ các bệnh như vậy,
Bám theo như áo quần.

---

[1] Tức bát nan xứ (八難處), chỉ những điều kiện rất khó hoặc không thể được gặp Phật pháp. Các bản dịch trước đây nhầm lẫn khi cho rằng ở đây là "thường sinh chỗ hoạn nạn", bởi vì đó không phải là quả báo của người hủy báng Chánh pháp. Do hủy báng Chánh pháp nên quả báo ở đây là không được gặp Phật, nghe Pháp.

Thân thể thường hôi hám,
Đầy cáu bẩn, dơ nhớp.
Chấp chặt vào tự ngã,
Sân hận càng tăng thêm,
Tâm tham dâm cực mạnh,
Đến không chừa cầm thú.

Vì hủy báng kinh này,
Chịu tội báo như vậy.

Phật bảo Xá-lợi-phất:
"Dù nói đến trọn kiếp,
Cũng chưa hết tội lỗi,
Của người hủy báng kinh.

Vì nhân duyên như thế,
Nên ta dạy ông rằng:
Gặp những người ngu si,
Đừng thuyết giảng kinh này."

Như gặp người nhanh nhạy,
Có trí tuệ sáng suốt,
Lại nghe nhiều, nhớ lâu,
Phát tâm cầu Phật đạo.
Với những người như thế,
Nên vì họ thuyết kinh.

Như có người từng gặp,
Ngàn muôn ức vị Phật,
Gieo trồng các căn lành,
Lòng sâu vững, kiên cố.
Với những người như thế,
Nên vì họ thuyết kinh.

Như có người tinh tấn,
Thường tu tập tâm từ,
Không tiếc cả thân mạng,
Nên vì họ thuyết kinh.

Ai một lòng cung kính,
Không có ý gì khác,
Lìa xa người phàm tục,
Sống một mình núi vắng.[1]
Với những người như thế,
Nên vì họ thuyết kinh.

Lại này, Xá-lợi-phất!
Nếu gặp được những người,
Từ bỏ bạn xấu ác,
Thường gần gũi bạn lành.
Với những người như thế,
Nên vì họ thuyết kinh.

Nếu gặp những Phật tử,
Giữ giới thật thuần khiết,
Như minh châu trong sáng,
Thường cầu kinh Đại thừa.
Với những người như thế,
Nên vì họ thuyết kinh.

Nếu người không sân hận,
Tánh ngay thẳng, nhu hòa,
Thường thương xót muôn loài,
Và cung kính chư Phật.

---

[1] Nguyên tác kinh văn là "山澤 - sơn dịch", hiểu sát nghĩa là núi và đầm nước. Tuy nhiên, xét theo ý kinh trong cả câu này chỉ nói việc sống nơi vắng vẻ không người. Bản Anh dịch từ Sanskrit của H. Kern dịch là "to live in mountain caverns" (sống trong các hang núi), không có nghĩa đầm nước ở đây.

Với những người như thế,
Nên vì họ thuyết kinh.

Lại có những Phật tử,
Khi ở giữa đại chúng,
Dùng tâm ý thanh tịnh,
Với đủ mọi nhân duyên,
Cùng thí dụ, ngôn từ,
Thuyết pháp không ngăn ngại.
Với những người như thế,
Nên vì họ thuyết kinh.

Nếu có những tỳ-kheo,
Muốn được Nhất thiết trí,
Khắp bốn phương cầu pháp,
Chắp tay cung kính nhận.
Chỉ ưa thích thọ trì,
Những kinh điển Đại thừa,
Thậm chí không thọ nhận,
Một bài kệ kinh khác.
Với những người như thế,
Nên vì họ thuyết kinh.

Như có người chí tâm,
Cầu được xá-lợi Phật,
Cầu kinh này cũng vậy,
Cầu được, cung kính nhận,
Người ấy tâm không cầu
Bất cứ kinh nào khác,
Lại cũng chưa từng nghĩ
Đến kinh sách ngoại đạo.
Với những người như thế,
Nên vì họ thuyết kinh."

Phật bảo Xá-lợi-phất:
"Dù kể đến trọn kiếp,
Cũng chưa hết tướng trạng,
Những người cầu Phật đạo.

Những người ta kể trên,
Ắt có thể tin hiểu.
Ông nên vì họ thuyết,
Kinh Diệu Pháp Liên Hoa."

4. Phẩm Tin hiểu

Lúc bấy giờ, các ngài Tuệ mạng[1] Tu-bồ-đề, Ma-ha Ca-chiên-diên, Ma-ha Ca-diếp, Ma-ha Mục-kiền-liên, được nghe Phật thuyết pháp chưa từng có, lại thấy đức Thế Tôn thụ ký cho ngài Xá-lợi-phất sẽ được quả Vô thượng Chánh đẳng Chánh giác thì khởi tâm cho là điều hy hữu, vui mừng phấn chấn, liền từ chỗ ngồi đứng dậy, chỉnh trang y phục, trần vai áo phải, quỳ gối phải sát đất, chắp tay một lòng cúi mình cung kính chiêm ngưỡng tôn nhan rồi bạch Phật rằng:

"Chúng con đứng đầu trong hàng tăng chúng, nay đều đã già nua, tự cho rằng mình đã được Niết-bàn, không còn gì để nhận lãnh thêm, nên không còn tiến lên mong cầu quả vị Vô thượng Chánh đẳng Chánh giác. Đức Thế Tôn thuở trước thuyết pháp đã lâu, khi ấy chúng con ngồi trong pháp hội mà thân thể mỏi mệt, chỉ nghĩ nhớ đến các pháp không, vô tướng, vô tác,[2] còn đối với các pháp của hàng Bồ Tát như thần

---

[1] Tuệ mạng (H. 慧命, S. āyuṣmat), cũng dịch là cụ thọ mạng (具壽命), cụ thọ (具壽), tuệ thọ (慧壽), là tiếng tôn xưng đặt trước danh hiệu vị tỳ-kheo đức độ, cũng như ngày nay ta thường dùng Đại đức, Thượng tọa v.v. Người xuất gia xem nhẹ thân xác thịt, chỉ xem trọng Pháp thân. Pháp thân được nuôi dưỡng bởi trí tuệ là thọ mạng, cũng như thân xác thịt được nuôi dưỡng bởi thức ăn. Do vậy những vị xuất gia đức độ cao dày được tôn xưng là Tuệ mạng.

[2] Tức tam giải thoát môn (H. 三解脱門, S. trīṇi vimokṣa-mukhāni), là 3 pháp tu tập dẫn đến giải thoát. Theo ý nghĩa trình bày ở đây thì 3 pháp này thuộc về pháp của hàng Thanh văn, bao gồm: 1. Không môn (H. 空門, S. śūnyatā): quán xét các

thông du hí, làm thanh tịnh cõi Phật, thành tựu chúng sanh... thì tâm chúng con không hề vui thích.

“Vì sao vậy? Đức Thế Tôn đã giúp chúng con thoát ra ngoài ba cõi, chứng đạt Niết-bàn, nay chúng con lại già cả suy yếu, [cho nên] đối với việc Phật giáo hóa chư Bồ Tát pháp Vô thượng Chánh đẳng Chánh giác, trong tâm [chúng con] không hề sinh khởi dù chỉ một niệm vui thích.

“Hôm nay ở trước Phật, chúng con được nghe Phật thụ ký cho hàng Thanh văn sẽ được quả vị Vô thượng Chánh đẳng Chánh giác, trong lòng chúng con hết sức vui mừng, được việc chưa từng có, thật không hề nghĩ rằng hôm nay bỗng dưng lại được nghe giáo pháp xưa nay hiếm có, nên tự sâu thẳm trong lòng chúng con cảm thấy vô cùng may mắn, vui mừng vì đạt được sự lợi ích lớn lao, cũng giống như người không hề mong cầu mà tự nhiên có được vô số châu ngọc quý báu.

“Bạch Thế Tôn! Hôm nay chúng con muốn nêu ra một thí dụ để làm rõ ý nghĩa như trên.

“Ví như có một người kia, khi tuổi còn thơ ấu đã bỏ cha trốn biệt đến phương xa, ở lâu nơi xứ ấy, hoặc mười năm, hoặc hai mươi năm, cho đến năm mươi năm. Khi tuổi đã lớn, cảnh nhà trở nên nghèo cùng khốn khó, phải lưu lạc khắp bốn phương để mưu cầu

---

pháp đều do nhân duyên hòa hợp mà sinh, không thật có tự tánh; 2. Vô tướng môn (H. 無相門, S. animitta): vì các pháp đều là không, nên quán xét các tướng như nam nữ, cao thấp... thật ra đều không thể nắm bắt, không có tướng thật; 3. Vô tác môn (H. 無作門, S. apraṇihita), cũng gọi là Vô nguyện môn (無願門): vì biết tất cả pháp không có tướng thật nên trong 3 cõi không có gì để mong cầu; không mong cầu thì không tạo tác nghiệp sinh tử nên không phải chịu quả khổ.

sự ăn mặc. Người ấy đi mãi như vậy, dần dần lại đúng hướng về nước cũ.

"Người cha từ trước đến nay tìm con mãi không được, cuối cùng dừng chân cư ngụ ở một thành [cũng trong nước ấy]. Nhà ông cực kỳ giàu có, có vô số tiền tài vật báu như vàng, bạc, lưu ly, san hô, hổ phách, pha lê, trân châu ... Các kho chứa của ông luôn tràn đầy dư dật. Trong nhà có rất nhiều tôi tớ, người giúp việc, các phụ tá quản lý, thuộc hạ... Nhà ông có vô số các loại xe cộ, voi, ngựa, trâu, dê... Việc làm ăn xuất nhập thu lợi tức ở khắp các nước, thương nhân giao dịch mua bán, hoặc đến mua tận nhà ông cũng rất nhiều.

"Lúc bấy giờ đứa con nghèo cùng khốn khổ kia lưu lạc khắp các thôn ấp, đi qua cả kinh thành, cuối cùng đến thành mà người cha đang cư ngụ. Tấm lòng cha mẹ luôn thương nhớ con, nhưng dù cách xa con đã hơn 50 năm vẫn chưa từng đem chuyện này nói với người khác, chỉ tự suy tư ôm lòng buồn tiếc, nghĩ mình già yếu suy kiệt, sở hữu rất nhiều tiền tài vật chất, vàng bạc châu báu, kho chứa đầy tràn dư dật mà nay không con nối dõi, một mai chết đi thì tiền bạc của cải đành tiêu tán hết, không có người giao phó. Do vậy ông thường ôm lòng nhớ tưởng đến con, tự nghĩ: 'Nếu ta được gặp lại con, giao phó hết tài sản cho con thì không còn phải lo lắng gì nữa, thật an vui thanh thản biết bao.'

"Bạch Thế Tôn! Bấy giờ đứa con nghèo khổ khốn cùng kia làm thuê kiếm sống, dần dần đi đến nhà cha mình, đứng ở ngoài cửa nhìn vào xa xa bên trong, thấy người cha ngồi trên giường sư tử, đặt chân trên ghế quý, có các vị bà-la-môn, sát-đế-lợi, cư sĩ cùng cung kính vây quanh, trên người trang sức trân châu anh lạc giá trị đến ngàn muôn lượng vàng,[1] có những viên chức, tôi tớ tay cầm phất trần màu trắng đứng hầu hai bên, phía trên có màn báu giăng che với các dải hoa đẹp, cờ phướn rủ xuống, có nước thơm rưới lên mặt đất, tung rải các loại hoa thơm danh tiếng, có rất nhiều đồ vật quý báu được bày biện để xuất ra, nhập vào, cất giữ hoặc phân phối... [Người con nhìn thấy] đủ hết thảy những sự trang hoàng uy nghiêm như thế, oai đức đặc biệt cao quý.

"Đứa con nghèo khổ khốn cùng ấy nhìn thấy người cha thế lực quá lớn lao nên ôm lòng lo sợ, lấy làm hối tiếc vì đã tìm đến nơi này, liền tự nghĩ rằng: 'Người như thế này hẳn phải là đức vua hoặc ngang hàng với vua, không phải chỗ mà ta có thể đem sức lực [làm thuê] để kiếm tiền. Chi bằng ta hãy tìm đến xóm nghèo, có chỗ để ta ra sức làm thuê, dễ dàng kiếm được cơm ăn áo mặc. Nếu như ta nấn ná lâu ở nơi này, e rằng có người nhìn thấy sẽ cưỡng bức ta phải làm việc [cho họ].' Nghĩ như vậy rồi liền vội vã bỏ đi.

"Khi ấy, ông trưởng giả ngồi trên giường sư tử, vừa nhìn thấy con liền nhận ra ngay, trong lòng hết sức vui mừng, nghĩ rằng: 'Tất cả tiền tài, của cải, kho tàng của ta, nay đã có chỗ để giao phó rồi. Ta vẫn thường nhớ nghĩ đến đứa con này, không biết làm sao gặp lại, nay nó bỗng nhiên tự tìm đến, thật hết sức đúng với tâm

---

[1] Nguyên tác chỉ nói "價直百千萬 - giá trị thiên vạn" nhưng cùng trong kinh này khi nêu giá trị theo cách tương tự có dùng "價直百千兩金 – giá trị bá thiên lượng kim" (phẩm Phổ môn), cho nên có thể hiểu rằng ở đây muốn nói là "ngàn muôn lượng vàng".

nguyện của ta. Ta tuy đã già nua suy yếu nhưng vẫn còn có lòng tham tiếc [muốn cho tài sản được duy trì].'

"[Nghĩ vậy rồi ông] liền lập tức sai một người hầu cận gấp rút đuổi theo bắt đứa con ấy trở lại. Khi đó, người được ông sai đi liền chạy nhanh theo kịp, bắt lấy người con. Đứa con cùng khổ ấy hết sức kinh ngạc, vội lớn tiếng than oán: 'Tôi chẳng làm gì xúc phạm, sao lại bị bắt?' Người được sai đi [chẳng nói năng gì,] lại càng gấp rút bắt lấy, cưỡng bức đưa về.

"Bấy giờ, đứa con cùng khổ kia tự nghĩ mình không có tội gì mà bị bắt giữ, lần này chắc nhất định phải chết. [Nghĩ như vậy nên] càng thêm kinh sợ đến nỗi ngã lăn ra đất bất tỉnh. Người cha từ xa trông thấy như vậy liền bảo với người mà ông đã sai khiến: 'Ta không cần người ấy, chớ cưỡng bức đưa về. Hãy dùng nước lạnh tưới lên mặt cho tỉnh lại. Đừng nói gì thêm với nó.' Vì sao vậy? Vì người cha biết con mình [đang khi ấy] ý chí thấp hèn, nên tự biết rằng sự giàu sang cao quý của mình đã khiến cho đứa con rất khó [tiếp cận]. Ông xét kỹ thấy đúng thật là con mình, nhưng phải dùng phương tiện khéo léo, không nói cho người khác biết đó là con mình.

"[Khi đứa con tỉnh lại,] người được sai đến liền nói rằng: 'Nay tôi thả ông ra, tùy ý muốn đi đâu thì đi." Đứa con cùng khổ ấy hết sức vui mừng như được điều chưa từng có, từ dưới đất vùng đứng dậy, đi đến một xóm nghèo để [làm thuê] kiếm cơm ăn áo mặc.

"Bấy giờ, ông trưởng giả muốn dẫn dụ đứa con [trở về] nên bày ra phương tiện, bí mật sai khiến hai người có hình dung dáng vẻ tiều tụy, không chút uy đức, dặn dò: 'Các ông hãy đi đến nơi ấy, thư thả nói với kẻ nghèo khốn ấy rằng: Chỗ kia có việc làm trả giá cao hơn. Nếu kẻ nghèo khốn ấy chịu nghe theo thì dẫn về đây để giao việc làm. Nếu như hỏi: Muốn tôi làm việc gì? thì đáp: Thuê ông làm việc hốt phân. Hai người chúng tôi sẽ cùng làm với ông.'

"Lúc ấy, hai người được sai khiến liền đi tìm người con khốn cùng kia. Khi tìm gặp được rồi liền nói rõ như lời dặn ở trên. Bấy giờ, người con khốn cùng trước tiên nhận tiền công, sau đó được giao việc hốt phân. Người cha nhìn thấy con [như vậy] thì thương xót mà lấy làm quái lạ.

"Rồi đến một ngày kia, ông nhìn qua song cửa sổ, xa xa thấy hình dáng con mình gầy ốm tiều tụy, nhớp nhúa vì bám đầy phân dơ cùng bụi đất. Ông liền cởi bỏ hết chuỗi ngọc và y phục tốt đẹp mềm mại cùng những thứ trang sức uy nghiêm, mặc vào người y phục thô xấu dơ bẩn, [tự làm cho] thân thể bám đầy bụi đất, rồi tay phải cầm dụng cụ hốt phân, dáng vẻ như có điều lo sợ, đi đến nói với những người làm công: 'Các người hãy siêng năng làm việc, đừng biếng nhác dừng nghỉ.' Ông dùng phương tiện như vậy mới đến gần được con mình. Sau đó, ông lại nói với đứa con: 'Này chàng trai! Con hãy thường xuyên ở đây làm, đừng bỏ đi nơi khác, ta sẽ trả thêm nhiều tiền hơn. Những gì con cần đến như vật chứa hoặc [thức ăn như] gạo, bột gạo, muối, giấm... [ta đều sẽ cung cấp đủ,] chớ nên tự nghi ngại. Ta cũng có một nô bộc già hèn kém, có thể giao cho con sai khiến, nên hãy tự yên lòng. [Hãy xem] ta như cha của con, chớ nên lo lắng gì cả. Vì sao vậy? Ta nay tuổi cao già yếu mà con thì tuổi trẻ tráng niên, thường siêng làm việc, không dối trá, không lười nhác, không nóng giận, không thù hận, không nói lời than oán. Ta thấy con không có những thói xấu ấy như những người làm thuê khác. Từ nay về sau, [ta xem con] như con ta sinh ra.' Ông trưởng giả [nói vậy rồi] liền đặt cho tên mới và gọi là con mình. Đứa con cùng khốn ấy tuy vui mừng được sự đãi ngộ này nhưng vẫn tự cho mình là người hèn hạ từ bên ngoài đến làm thuê, do vậy mà phải qua 20 năm thường được sai làm việc hốt phân.

"Qua thời gian đó rồi, trong lòng mới tin cậy lẫn nhau, [người con] tự do ra vào [ngôi nhà ấy] không còn ngăn ngại, nhưng nơi ngủ nghỉ thì vẫn không rời chỗ cũ.

"Bạch đức Thế Tôn! Khi ấy ông trưởng giả có bệnh, tự biết mình không bao lâu sẽ chết, liền nói với người con khốn cùng kia: 'Cha nay có rất nhiều vàng bạc châu báu, kho chứa tràn đầy, trong đó có những chỗ nhiều hay ít, cần giữ lại hay cho ra, con nên rõ biết tất cả. Lòng cha muốn vậy, con nên làm theo ý cha. Vì sao vậy? Nay cha với con đã là người một nhà, không khác biệt nhau, con phải chú tâm nhiều hơn, chớ để thất thoát [tài sản].'

"Bấy giờ, đứa con cùng khổ liền vâng theo lời dạy, nhận lãnh và tìm hiểu rõ biết tất cả tài sản, vàng bạc, châu báu cùng các kho chứa [của ông trưởng giả], nhưng tuyệt nhiên không hề có ý lấy [làm của mình] dù chỉ đáng một bữa ăn, cho đến nơi ngủ nghỉ vẫn không rời chỗ cũ, tâm ý [tự cho mình là] thấp hèn vẫn chưa thể từ bỏ.

"Lại trải qua một thời gian ngắn nữa, người cha biết ý con nay đã dần trở nên thông suốt rộng mở, thành tựu được chí khí lớn lao, biết tự chê bỏ tâm ý [tự ti] ngày trước.

"Đến lúc lâm chung, [ông trưởng giả] liền gọi người con ấy đến, rồi triệu tập hết thảy người trong gia tộc và [thỉnh mời] đức vua cùng các vị đại thần, sát-đế-lợi, cư sĩ... cùng đến, rồi tự tuyên bố rằng: 'Quý vị nên biết rằng, đây chính là đứa con của tôi, do tôi sinh ra. Ngày trước ở nơi thành kia đã trốn tôi mà đi, lưu lạc khổ sở hơn 50 năm. [Xưa nó] vốn tên họ thế này, còn tôi tên họ thế này, trước đây ở thành ấy vẫn thường lo âu tìm kiếm [mãi không gặp], nay bỗng dưng gặp lại tại nơi này. Nó quả thật là con tôi, tôi thật là cha nó. Nay tất cả tiền bạc, tài sản của tôi đều là của nó, và từ trước đến giờ những việc xuất ra nhập vào [trong nhà] nó đều đã rõ biết."

"Bạch đức Thế Tôn! Lúc bấy giờ đứa con cùng khổ kia nghe cha nói như vậy thì hết sức vui mừng, được điều chưa từng có, tự nghĩ rằng: 'Ta vốn không hề có tâm mong cầu, nay cả kho tàng quý báu này tự nhiên tìm đến.'

"Bạch Thế Tôn! Trưởng giả hết sức giàu có kia ví như đức Như Lai, tất cả chúng con đều giống như con Phật. Đức Như Lai thường dạy rằng chúng con là con Phật. Bạch Thế Tôn! Chúng con vì ba sự khổ mà ở trong vòng sinh tử bị các phiền não thiêu đốt, mê muội ngu si không hiểu biết nên ưa thích bám chấp giáo pháp Tiểu thừa.

“Nay đức Thế Tôn giúp cho chúng con biết suy xét, dứt trừ dọn sạch phân dơ là các pháp hý luận. Chúng con theo lời dạy đó thêm chuyên cần tinh tấn, đạt được Niết-bàn [của Tiểu thừa, chỉ ví như] giá tiền làm thuê [nhận được] mỗi ngày. Khi đã được như vậy rồi thì trong lòng hết sức vui mừng, tự cho là đủ, liền tự nhủ rằng: ‘Nhờ chuyên cần tinh tấn trong pháp Phật nên chỗ đạt được thật lớn lao nhiều lắm.’

“Nhưng đức Thế Tôn trước đã rõ biết trong lòng chúng con bám chấp nơi sự vui thú thấp hèn, ưa thích pháp Tiểu thừa, nên tuy thấy chúng con buông thả mà vẫn tạm không vì chúng con phân biệt chỉ rõ: ‘Các ông rồi cũng đều có phần trong kho báu tri kiến của Như Lai.’ Đức Thế Tôn dùng sức phương tiện thuyết giảng về trí tuệ của Như Lai, chúng con theo Phật đạt được Niết-bàn [của Tiểu thừa, chỉ như] tiền công làm thuê [nhận được] mỗi ngày, nhưng lấy đó cho là đã được quá nhiều nên đối với Đại thừa không hề có ý mong cầu.

“Chúng con lại cũng nhân nơi trí tuệ của Như Lai mà vì chư Bồ Tát khai mở chỉ bày, diễn giảng [giáo pháp Đại thừa], nhưng tự thân mình thì đối với giáo pháp này không hề có chí nguyện [tu tập].

“Vì sao vậy? Vì Phật rõ biết tâm ý chúng con ưa thích pháp Tiểu thừa, nên dùng sức phương tiện mà thuyết pháp tùy thuận [theo ý muốn của chúng con], nhưng chúng con lại không biết rằng mình quả thật đều là con Phật. Ngày nay chúng con mới biết rằng đức Thế Tôn không hề tiếc giữ trí tuệ Phật.

“Vì sao vậy? Vì chúng con từ xưa nay vốn thật sự là con của đức Như Lai, nhưng lại ưa thích giáo pháp Tiểu thừa. Nếu như chúng con có lòng ưa thích Đại thừa, tất nhiên Phật sẽ vì chúng con thuyết dạy giáo pháp Đại thừa. Trong kinh Pháp Hoa này chỉ thuyết một thừa, nên thuở xưa ở trước các vị Bồ Tát chê trách hàng Thanh văn ưa thích pháp Tiểu thừa, nhưng thật ra Phật vẫn dùng pháp Đại thừa để giáo hóa. Cho nên chúng con nói rằng vốn không có tâm mong cầu mà nay tự nhiên đạt được báu vật lớn lao của đấng Pháp vương. Những gì hàng con Phật cần đạt được thì nay [chúng con] đều đã đạt được.”

Lúc bấy giờ ngài Đại Ca-diếp muốn lặp lại những ý nghĩa trên nên đọc kệ rằng:

“Chúng con ngày hôm nay,
Được nghe lời Phật dạy,
Nên vui mừng phấn khởi,
Được điều chưa từng có.

Phật dạy: ‘Hàng Thanh văn,
Rồi đều sẽ thành Phật.’
Bao nhiêu báu vô thượng,
Không cầu tự nhiên được.

Ví như đứa con nhỏ,
Dại khờ chưa hiểu biết.
Bỏ cha mà trốn đi,
Đến những miền xa xôi,

Lang thang khắp các nước,
Trải hơn năm mươi năm.

Người cha thường lo lắng,
Khắp bốn phương truy tìm,
Cho đến khi mỏi mệt,
Dừng ở một thành phố,
Rồi xây dựng nhà cửa,
Vui hưởng năm món dục.

Nhà ông rất giàu có,
Chất chứa lắm bạc vàng,
Cùng xa cừ, mã não,
Với trân châu, lưu ly,
Cùng voi, ngựa, trâu, dê...
Cho đến nhiều xe cộ,
Vườn ruộng cùng tôi tớ,
Người giúp việc rất nhiều.

Những lợi tức thu chi,
Trải rộng khắp các nước.
Người buôn bán cùng ông,
Ở khắp nơi đều có.

Nên có ngàn muôn người,
Luôn cung kính vây quanh.
Lại thường được đức vua,
Yêu mến, nhớ nghĩ đến.

Các quan chức, quý tộc,
Cũng đều kính ngưỡng ông.
Bởi có nhiều nhân duyên,
Nên đông người lui tới.

Ông giàu có như vậy,
Lại thế lực lớn lao.
Nhưng tuổi cao suy yếu,
Nên càng nhớ đến con.

Ngày đêm thường suy nghĩ:
'Ta nay sắp chết rồi,
Con dại bỏ ta đi,
Đã hơn năm mươi năm.
Nay kho tàng, mọi thứ,
Biết phải làm sao đây?'

Đứa con nay cùng khốn,
Vì manh áo miếng cơm,
Lưu lạc khắp xóm làng,
Nước này sang nước khác.

Đôi khi đủ ăn mặc,
Có lúc chẳng được gì,
Nên đói gầy ốm yếu,
Thân thể đầy ghẻ chốc.

Đi dần qua các nơi,
Đến thành người cha ở.
Ngày lại ngày làm thuê,
Dần đến nhà người cha.

Bấy giờ ông trưởng giả,
Đang ở bên trong nhà,
Có màn báu giăng che,
Ngồi trên tòa sư tử,
Quyến thuộc cùng vây quanh,
Với nhiều người hầu cận,
Lại có người tính toán,

Bao vàng bạc, châu báu,
Đưa ra hoặc thu vào,
Đều ghi chép rành mạch.

Đứa con khổ, thấy cha,
Giàu, uy nghiêm, tôn quý,
Cho rằng đó là vua,
Hoặc bậc ngang hàng vua,
Nên kinh hãi, tự hỏi:
'Sao đến chi chốn này?'

Rồi âm thầm tự nghĩ:
'Nếu ta ở đây lâu,
Ắt sẽ bị bức bách,
Ép buộc làm công việc.'

Suy nghĩ như vậy rồi,
Liền vội vàng bỏ chạy,
Hỏi đường sang xóm nghèo,
Để đến đó làm thuê.

Khi ấy ông trưởng giả,
Ngồi trên tòa sư tử,
Từ xa nhìn thấy con,
Lặng yên nhận biết rồi.

Liền sai khiến một người,
Đuổi theo để bắt lại.
Đứa con sợ, kêu la,
Ngã xuống đất ngất xỉu:
'Người này đuổi bắt ta,
Chắc ta sẽ bị giết.
Ôi chỉ vì cơm áo,
Khiến ta đến nỗi này.'

Trưởng giả biết con mình,
Ngu si, nghĩ phận hèn,
Sẽ không tin lời cha,
Không tin đó là cha.

Ông liền dùng phương tiện,
Sai khiến vài người khác,
Chột mắt và lùn, xấu,
Dáng vẻ không oai đức:

'Hãy đến nói với nó,
Rằng ta muốn thuê người,
Để quét dọn phân dơ,
Trả công cao hơn nhiều.'

Đứa con khổ, nghe vậy,
Liền vui mừng đi theo,
Làm việc hốt phân dơ,
Và quét dọn phòng, nhà.

Trưởng giả qua cửa sổ,
Vẫn thường nhìn thấy con.
Nghĩ con mình ngu hèn,
Ưa làm việc thấp kém.

Cho nên ông trưởng giả,
Liền ăn mặc dơ nhớp,
Tay cầm đồ hốt phân,
Đi đến chỗ đứa con.

Dùng phương tiện gần gũi,
Khuyên bảo nên siêng làm:
'Ta sẽ trả thêm tiền,

Và cho dầu thoa chân,[1]
Thức ăn uống đầy đủ,
Chăn chiếu dày đủ ấm.’

Ông dùng lời cứng rắn:
‘Ngươi phải siêng năng làm.’
Rồi lại nói dịu dàng:
‘Ta xem ngươi như con.’

Trưởng giả có trí tuệ,
Dần cho con ra, vào,
Trải qua hai mươi năm,
Giao hết mọi việc nhà,
Chỉ cho biết vàng, bạc,
Trân châu cùng pha lê,
Tài sản thu hoặc chi,
Cũng đều cho rõ biết.

Nhưng vẫn ở bên ngoài,
Ngủ nghỉ chốn am tranh,
Tự nghĩ mình nghèo khổ,
Không có tài sản ấy.

Người cha biết lòng con,
Dần dần đã mở rộng,
Nên muốn giao tài sản,
Liền mời hết thân tộc,
Cùng đức vua, quan lớn,
Và sát-lợi, cư sĩ...

---

[1] Nguyên tác: “既益汝價, 并塗足油 - ký ích nhữ giá, tinh đồ túc du” (trả cho ngươi thêm tiền, cùng cho dầu thoa chân). Cho “dầu thoa chân” hàm ý là cho thêm đủ các thứ tiện nghi đời sống để được thoải mái hơn.

Tuyên bố giữa mọi người:
'Đây thật là con tôi,
Đã bỏ tôi đi xa,
Đến hơn năm mươi năm.

Từ lúc gặp lại nó,
Đã được hai mươi năm.
Xưa tôi ở thành ấy,
Thất lạc đứa con này,
Đi khắp nơi tìm kiếm,
Cuối cùng đến nơi đây.

Bao tài sản tôi có,
Nhà, đất với người làm,
Nay giao hết cho con,
Được tùy ý sử dụng.'

Đứa con nghĩ: 'Xưa nghèo,
Tâm chí đều kém cỏi.
Nay ở nơi nhà cha,
Bỗng được nhiều châu báu,
Cùng nhà đất, ruộng vườn,
Hết thảy mọi tài sản.'
Nên hết sức vui mừng,
Được điều chưa từng có.

Đức Phật cũng như vậy,
Biết chúng ưa Tiểu thừa,
Nên chưa từng nói ra:
'Các ông sẽ thành Phật.'
Phương tiện dạy chúng con,
Được các pháp vô lậu,
Thành tựu quả Tiểu thừa,
Thành đệ tử Thanh văn.

Phật lại sai chúng con,
Thuyết giảng đạo tối thượng,
Những ai tu tập theo,
Đều sẽ được thành Phật.

Chúng con vâng lời Phật,
Vì các Đại Bồ Tát,
Thuyết giảng các nhân duyên,
Cùng đủ loại thí dụ,
Dùng cách này, cách khác,
Để nói đạo Vô thượng.

Bao nhiêu hàng Phật tử,
Theo chúng con nghe pháp,
Rồi ngày đêm suy ngẫm,
Tu tập rất chuyên cần.

Đến lúc được chư Phật,
Vì họ mà thụ ký:
'Các ông trong tương lai,
Đều sẽ được thành Phật.'

Con nghĩ: 'Tạng bí mật,
Của chư Phật mười phương,
Đều chỉ vì Bồ Tát,
Nói lên pháp chân thật,
Chẳng phải vì chúng con,
Nói pháp chân thật ấy.'

Như đứa con khốn khổ,
Được gần gũi cha mình,
Tuy rõ biết tài sản,
Lòng không mong có được.

Chúng con tuy thuyết giảng,

Kho pháp Phật quý báu,
Nhưng tự không chí nguyện,
Nên cũng giống như vậy.

Chúng con diệt phiền não,
Tự cho là đã đủ,
Chỉ xong một việc này,
Không còn việc gì khác.

Chúng con dẫu được nghe,
Việc cõi Phật thanh tịnh,
Việc giáo hóa chúng sanh,
Cũng đều không vui thích.

Vì sao lại như vậy?
Vì hết thảy các pháp,
Đều trống không vắng lặng,
Không sinh cũng không diệt,
Không lớn cũng không nhỏ,
Không lậu hoặc, vô vi.
Thường suy ngẫm như thế,
Nên không sinh vui thích.

Chúng con suốt đêm dài,
Đối với trí tuệ Phật,
Không tham muốn, bám chấp,
Cũng không có chí nguyện,
Nhưng đối với các pháp,
Cho đó là rốt ráo.

Chúng con trong đêm dài,
Tu tập theo pháp không,
Được thoát ngoài ba cõi,
Thoát hoạn nạn khổ não,
Trụ nơi thân cuối cùng,

Vào Niết-bàn hữu dư.[1]
Theo lời Phật chỉ dạy,
Đạt đạo không hư dối,
Cho rằng đã thành tựu,
Báo đáp được ơn Phật.

Chúng con tuy vẫn thường,
Vì hết thảy Phật tử,
Thuyết giảng pháp Bồ Tát,
Hướng đến cầu đạo Phật,
Nhưng đối với pháp ấy,
Mãi mãi không ham thích.

Đạo sư tạm bỏ qua,
Vì biết tâm chúng con;
Ban đầu không khuyến tấn,
Pháp lợi ích chân thật.

Như ông trưởng giả kia,
Biết tâm con kém cỏi,
Nên dùng sức phương tiện,
Để uốn nắn tâm ấy,
Rồi sau mới giao phó,
Cho hết thảy tài sản.

Đức Phật cũng như thế,
Hiện ra việc ít có,
Biết tâm ưa Tiểu thừa,
Liền dùng sức phương tiện,
Để điều phục tâm ấy,
Rồi dạy trí Đại thừa.

---

[1] Niết-bàn hữu dư (H. 有餘涅槃, S. sopadhi-śeṣa-nirvāṇa): ở đây chỉ Niết-bàn của Tiểu thừa, thánh quả của hàng Thanh văn, tuy thoát mọi khổ não thế gian nhưng chưa rốt ráo giải thoát như quả vị Phật.

Chúng con ngày hôm nay,
Được việc chưa từng có,
Trước đây không mong cầu,
Mà hôm nay đạt được.
Như đứa con khốn cùng,
Được vô số của quý.

Thế Tôn! Nay chúng con,
Đã đạt đạo, chứng quả,
Đối với pháp vô lậu,
Được mắt pháp thanh tịnh.

Chúng con trong đêm dài,
Giữ tịnh giới của Phật,
Hôm nay mới vừa được,
Kết quả như thế này.

Trong pháp của Pháp vương,
Tu Phạm hạnh[1] lâu dài,
Nay được quả vô lậu,
Tối thượng, không gì hơn.

Chúng con ngày hôm nay,
Mới thật là Thanh văn,
Đem âm thanh pháp Phật,
Khiến tất cả được nghe.

Chúng con ngày hôm nay,
Thật là bậc Ứng cúng,[2]
Đối với khắp thế gian,

---

[1] Phạm hạnh: hạnh thanh tịnh, hàm ý chỉ sự diệt dục, dứt bỏ ái dục thế gian.

[2] Nguyên tác dùng A-la-hán (阿羅漢), có nhiều hàm nghĩa, nhưng ở đây đặc biệt đề cập đến nghĩa ứng cúng (應供), là xứng đáng nhận sự cúng dường, cũng tức là một trong Thập hiệu, 10 phẩm đức của chư Phật.

Trời, người, ma, Phạm chí,
Khắp trong đại chúng ấy,
Xứng đáng nhận cúng dường.

Ân đức của Thế Tôn,
Đem sự việc ít có,
Thương xót dạy dỗ cho,
Chúng con được lợi ích.
Dẫu qua vô số kiếp,
Ai người đền đáp được?

Dù tay chân phụng sự,
Lại cúi đầu kính lễ,
Cúng dường đủ mọi thứ,
Cũng không báo đáp được.

Dù đội trên đỉnh đầu,
Gánh vác bằng hai vai,
Trải qua vô số kiếp,
Với hết lòng cung kính,
Lại dùng thức ăn ngon,
Vô số y phục quý,
Cùng những thứ chăn nệm,
Đủ các loại thuốc men.
Dùng chiên đàn Ngưu đầu,[1]
Cùng các loại trân bảo,
Để xây dựng tháp miếu,
Dùng vải quý trải đất...

Hết thảy những việc ấy,
Đều dùng để cúng dường,

[1] Chiên đàn Ngưu đầu (牛頭栴檀): loại trầm hương quý giá màu đỏ chỉ có ở núi Ngưu đầu (牛頭山).

Trải qua vô số kiếp,
Cũng không thể báo đáp.

Chư Phật là ít có,
Là vô lượng vô biên,
Là không thể nghĩ bàn.
Sức thần thông lớn lao,
Không lậu hoặc, vô vi,
Là vua của các pháp.

Thường vì kẻ hèn kém,
Nhẫn chịu những việc ấy,
Mang lấy tướng phàm phu,
Để thuyết pháp thích hợp.

Chư Phật với các pháp,
Đã hoàn toàn tự tại.
Rõ biết sự ưa muốn,
Cùng chí hướng, sức lực...
Của hết thảy chúng sanh.
Nên tùy sức nhận lãnh,
Dùng vô số thí dụ,
Để thuyết giảng giáo pháp.

Tùy căn lành đời trước,
Của mỗi một chúng sanh,
Biết rõ sự thành thục,
Hoặc chưa được thành thục,
Suy lường đủ mọi mặt,
Để phân biệt rõ biết,
Nên với đạo Nhất thừa,
Tùy nghi thuyết thành ba."

5. Phẩm Thí dụ cỏ thuốc

Lúc bấy giờ, đức Thế Tôn bảo ngài Ma-ha Ca-diếp và các vị đại đệ tử: "Lành thay, lành thay! Ca-diếp khéo nói ra công đức chân thật của Như Lai. Đúng như lời ông nói, Như Lai lại có vô lượng vô biên a-tăng-kỳ các công đức khác, cho dù các ông có diễn nói trong vô lượng ức kiếp cũng không thể cùng tận.

"Này Ca-diếp! Ông nên biết rằng, Như Lai là vua của các pháp, nếu có nói ra điều gì đều không hư dối. Đối với hết thảy các pháp, [Như Lai] dùng trí phương tiện diễn bày thuyết giảng, nhưng tất cả pháp mà Như Lai thuyết giảng [cuối cùng] đều dẫn đến địa vị Nhất thiết trí. Đức Như Lai quán xét rõ biết chỗ hướng về của tất cả các pháp, lại cũng rõ biết chỗ vận hành sâu thẳm trong tâm niệm chúng sanh, thông suốt không gì ngăn ngại, lại cũng cứu xét sáng rõ tận cùng các pháp, chỉ bày cho chúng sanh tất cả trí tuệ.

"Này Ca-diếp! Ví như trong cõi thế giới đại thiên, khắp những nơi núi sông khe suối, từ mặt đất mọc lên các loại cỏ cây, rừng rậm cùng những loài cỏ thuốc, bao nhiêu là chủng loại, tên gọi và màu sắc thảy đều khác nhau, nhưng khi mây đen dày phủ khắp thế giới rồi cùng lúc đổ mưa xuống đồng đều thì sự thấm nhuần cũng đều khắp mọi nơi. Cỏ cây, rừng rậm cùng các loài cỏ thuốc, có loại gốc nhỏ, thân nhỏ, cành lá nhỏ, hoặc gốc rễ trung bình, thân trung bình, cành lá trung bình, hoặc gốc rễ lớn, thân lớn, cành lá lớn, các loại cây lớn nhỏ đều tùy theo mức độ của mình mà hấp thụ nước mưa. Tuy cùng một đám mây, cùng một cơn mưa, nhưng mỗi loại cỏ cây đều tùy theo tính chất của riêng mình [mà có sự hấp thụ thích hợp] để sinh trưởng rồi đơm hoa kết trái. Cho dù từ một mặt đất sinh ra, cùng được một cơn mưa thấm nhuần, nhưng mỗi loại cỏ cây đều có sự khác biệt.

"Này Ca-diếp! Ông nên biết rằng, đức Như Lai cũng giống như vậy, xuất hiện giữa cõi đời như đám mây lớn nổi lên. Ngài ở giữa đại chúng dùng âm thanh lớn khiến cho khắp các cõi trời, người, a-tu-la đều được nghe, như đám mây lớn kia che phủ khắp cõi thế giới đại thiên, mà tuyên cáo rằng: 'Ta là bậc Như Lai, Ứng Cúng, Chánh Biến Tri, Minh Hạnh Túc, Thiện Thệ, Thế Gian Giải, Điều Ngự Trượng Phu, Thiên Nhân Sư, Phật Thế Tôn, đối với những ai chưa được hóa độ, nay ta sẽ khiến cho được hóa độ, những ai chưa an ổn sẽ khiến cho được an ổn, những ai chưa đạt Niết-bàn sẽ khiến cho đạt được Niết-bàn. Rõ biết đúng thật hết thảy mọi việc trong đời này và đời sau, Ta là Bậc thấu rõ tất cả, Bậc thấy biết tất cả, Bậc rõ biết đạo, Bậc khai mở đạo, Bậc thuyết dạy đạo. Hết thảy chúng sanh trong các cõi trời, người, a-tu-la... đều nên đến đây để nghe ta thuyết giảng chánh pháp.'

"Lúc bấy giờ, có vô số ngàn muôn ức loại chúng sanh đều đến chỗ Phật để nghe chánh pháp. Đức Như Lai vào lúc ấy quán xét mọi chúng sanh, biết rõ căn tánh nhanh nhạy hoặc trì độn, tinh tấn hoặc lười nhác, rồi tùy theo khả năng tiếp nhận của mỗi loài mà vì họ thuyết pháp, dùng vô số phương cách khiến cho tất cả đều được mừng vui hoan hỷ, nhanh chóng đạt được sự tốt lành lợi ích. Những chúng sanh được nghe pháp rồi thì đời sống hiện tại an ổn, đời sau sinh về cảnh giới tốt lành, lấy việc tu đạo làm niềm vui, rồi lại cũng được nghe pháp. Sau khi nghe pháp lìa xa mọi chướng ngại, ở nơi các pháp tùy theo khả năng của mình mà [tu tập] dần dần thể nhập đạo giác ngộ.

"Cũng như đám mây lớn kia đổ mưa xuống tưới mát hết thảy các loại cỏ cây, rừng rậm cùng những loài cỏ thuốc, mỗi loại tùy theo tính chất của mình mà đều được thấm ướt đầy đủ, đều sinh trưởng tốt tươi.

"Đức Như Lai thuyết pháp đồng một tướng trạng, đồng một pháp vị, đó là tướng trạng giải thoát, tướng trạng xa lìa, tướng trạng dứt trừ, cho đến rốt ráo đạt Nhất thiết chủng trí.

"Như có chúng sanh nào nghe pháp của Như Lai rồi vâng giữ, tụng đọc, y theo pháp ấy mà tu hành, [chúng sanh ấy cũng] không tự nhận biết công đức mình có được.

"Vì sao vậy? Vì chỉ có đức Như Lai mới rõ biết được tánh thể, chủng loại tướng trạng của chúng sanh, [rõ biết chúng sanh] niệm tưởng những gì, suy xét những gì, tu tập những gì; niệm tưởng như thế nào, suy xét như thế nào, tu tập như thế nào; dùng pháp gì để niệm tưởng, dùng pháp gì để suy xét, dùng pháp gì để tu tập; dùng pháp nào để đạt được pháp nào. Chúng sinh đang ở các giai vị [trên đường tu tập], chỉ có đức

Như Lai mới rõ biết đúng thật, sáng suốt tỏ tường không ngăn ngại, cũng giống như các loại cỏ cây, rừng rậm cùng những loại cỏ thuốc kia, đều không tự biết mình thuộc loại lớn, nhỏ hay trung bình.

"Đức Như Lai rõ biết pháp đồng một tướng trạng, đồng một pháp vị này, đó là tướng trạng giải thoát, tướng trạng xa lìa, tướng trạng tịch diệt, cho đến tướng trạng rốt ráo Niết-bàn tịch diệt thường hằng, cuối cùng quy về không. Như Lai rõ biết như vậy rồi, lại quán xét tâm tánh và chỗ ham muốn của chúng sanh để cứu giúp, cho nên không vì chúng sanh mà thuyết giảng ngay [pháp rốt ráo để đạt] Nhất thiết chủng trí.

"Này Ca-diếp! Các ông [là những người] rất ít có, có thể biết được sự tùy nghi thuyết pháp của đức Như Lai, có thể tin tưởng nhận lãnh. Vì sao vậy? Vì sự tùy nghi thuyết pháp của chư Phật Thế Tôn rất khó nhận hiểu, rất khó biết được."

Khi ấy, đức Thế Tôn muốn lặp lại những ý nghĩa trên nên nói kệ rằng:

"Đấng Pháp vương Phá Hữu,[1]
Xuất hiện giữa thế gian,
Tùy lòng chúng sanh muốn,
Mà thuyết dạy mọi pháp.

Đấng Như Lai tôn quý,
Trí tuệ rất sâu xa,

---

[1] Đức Phật dùng phương tiện khéo léo của trí tuệ vô ngại để phá trừ được sự bám chấp của chúng sanh hữu tình cho rằng các pháp là thật có (chấp hữu), nhờ đó giúp cho chúng sanh có thể vượt ngoài ba cõi, thoát vòng sanh tử, cho nên ngài được tôn xưng là Phá hữu Pháp Vương (破有法王).

Từ lâu vẫn im lặng,
Không vội thuyết pháp yếu.

Vì người trí được nghe,
Sẽ có thể tin hiểu;
Kẻ vô trí nghi ngờ,
Sẽ để mất vĩnh viễn.

Cho nên, này Ca-diếp!
Phật tùy sức chúng sanh,
Dùng đủ duyên thuyết dạy,
Khiến cho được chánh kiến.

Ca-diếp! Ông nên biết,
Giống như đám mây lớn,
Hiện ra trong cõi đời,
Che phủ khắp mọi nơi.

Mây trí tuệ thấm nhuần,
Có ánh chớp chói lòa,
Sấm nổ chấn động xa,
Người người đều vui mừng.

Mặt trời bị che khuất,
Khắp mặt đất mát lành,
Mây đen sà rất thấp,
Dường đưa tay sờ được.

Một trận mưa đều xuống,
Nước đổ khắp bốn phương,
Chảy tràn khôn kể xiết,
Mặt đất đều thấm đẫm.

Từ núi, sông, khe, suối,
Nơi ẩn khuất, sanh ra

Bao cây rừng, cỏ thuốc,
Những cây lớn, cây nhỏ,
Trăm giống lúa, mạ non,
Đến bãi mía, vườn nho,
Nước mưa đã ngấm đều,
Nơi nơi đều ướt đẫm.
Đất khô nay thấm mềm,
Cỏ cây đều xanh tốt.

Từ mây kia đổ xuống,
Cùng một loại nước mưa,
Bao cỏ cây, rừng rậm,
Tùy loại đều thấm đủ.

Hết thảy các loại cây,
Dù cao, thấp, khoảng giữa,
Tùy mức độ lớn, nhỏ,
Đều vươn mình phát triển,
Gốc rễ, thân, lá, cành,
Cùng hoa trái sáng đẹp.

Một trận mưa đều khắp,
Hết thảy đều tươi mát.
Hình thể mỗi loại cây,
Tính chất có lớn nhỏ,
Cùng thấm ướt một cách,
Mỗi loại thêm tốt tươi.

Đức Phật cũng như vậy,
Xuất hiện nơi cõi đời,
Ví như vầng mây lớn,
Che phủ khắp mọi nơi.

Một khi đã ra đời,
Liền vì mọi chúng sanh,
Phân biệt giảng nói rõ,
Tánh thật của các pháp.

Bậc Đại Thánh Thế Tôn,
Ở giữa hàng trời, người,
Cùng hết thảy đại chúng,
Tuyên thuyết như thế này:

'Ta là Bậc Như Lai,
Là Đấng Lưỡng Túc Tôn,
Nay xuất hiện giữa đời,
Như một vầng mây lớn,
Tưới nhuần cho hết thảy,
Chúng sinh đang khô héo,
Giúp xa lìa khổ não,
Được niềm vui an ổn:

Là niềm vui thế gian,
Cùng an vui Niết-bàn.
Chúng sinh cõi trời, người,
Hãy một lòng lắng nghe.

Tất cả nên đến đây,
Kính ngưỡng Đấng Vô thượng.
Ta là Bậc Thế Tôn,
Không có ai sánh bằng.

Giúp chúng sanh an ổn,
Nên xuất hiện giữa đời.
Vì đại chúng thuyết dạy,
Pháp cam lộ thanh tịnh.

Pháp ấy chỉ một vị,
Là Niết-bàn giải thoát.
Ta dùng tiếng nhiệm mầu,
Giảng giải rõ nghĩa ấy.

Ta thường vì Đại thừa,
Tạo ra các nhân duyên.
Ta quán sát chúng sanh,
Hết thảy đều bình đẳng,
Không phân biệt yêu, ghét,
Giữa người này, kẻ khác.

Ta không còn tham chấp,
Không giới hạn, ngăn ngại.
Thường vì khắp chúng sanh,
Mà bình đẳng thuyết pháp;
Dù thuyết cho một người,
Hay đông người cũng vậy.

Xưa nay thường thuyết pháp,
Không một việc gì khác,
Dù đến, đi, đứng, ngồi,
Mãi cũng không mỏi mệt.
Làm sung túc thế gian,
Như mưa xuống đều khắp.

Dù sang, hèn, trên, dưới,
Người giữ giới, phá giới,
Bậc đầy đủ oai nghi,
Hay người không đầy đủ,
Dù chánh kiến, tà kiến,
Nhanh nhạy hay trì độn,
Cùng tưới đều mưa pháp,
Mà không hề mỏi mệt.’

Khắp các loài chúng sanh,
Được nghe pháp của Phật,
Đều tùy sức tiếp nhận,
Đạt giai vị khác nhau.

Hoặc ở giữa trời, người,
Làm Chuyển luân Thánh vương,
Hoặc Đế thích, Phạm vương,
Là hạng cỏ thuốc nhỏ.

Rõ biết pháp vô lậu,
Có thể đạt Niết-bàn,
Sinh khởi sáu thần thông,[1]
Đạt ba sự sáng suốt,[2]
Sống riêng giữa núi rừng,
Thường thực hành thiền định,
Chứng đắc quả Duyên giác,
Là cỏ thuốc trung bình.

Cầu thành bậc Thế Tôn,
Quyết tâm sẽ làm Phật,

---

[1] Sáu thần thông, tức lục thông (H. 六通, S. ṣaḍ abhijñāḥ), cũng gọi là lục thần thông (六神通) bao gồm: 1. Thần túc thông (神足通), thần thông có thể hóa hiện hoặc thực hiện bất cứ việc gì theo ý muốn, như đi trên hư không, xuống nước, xuyên tường...; 2. Thiên nhãn thông (天眼通), thần thông có thể nhìn thấy mọi cảnh giới của chúng sanh như cõi trời, a-tu-la, địa ngục... 3. Thiên nhĩ thông (天耳通), thần thông nghe được tất cả mọi âm thanh cho dù cách xa về không gian; 4. Tha tâm thông (他心通), thần thông rõ biết suy nghĩ trong tâm chúng sanh; 5. Túc mạng thông (宿命通), thần thông nhớ biết các đời sống trong quá khứ, của chính mình cũng như của chúng sanh; 6. Lậu tận thông (漏盡通), thần thông rõ biết mọi lậu hoặc, phiền não đã chấm dứt, đạt được giải thoát.

[2] Ba sự sáng suốt, tức tam minh (H. 三明, S. tisrovidyā), chính là ba thần thông thuộc về sự nhận biết, thấu hiểu, nằm trong sáu thần thông kể trên. Đó là 1. Thiên nhãn minh (S. divyacakṣurvidyā), thấu hiểu sáng suốt về tất cả chúng sinh trong sáu nẻo luân hồi; 2. Túc mạng minh (S. pūrvanivāsānusmṛti-vidyā), thấu hiểu sáng suốt về mọi kiếp sống quá khứ của chính mình và tất cả chúng sinh; 3. Lậu tận minh (S. āsravakṣayavidyā); thấu hiểu sáng suốt về trạng thái đã dứt trừ lậu hoặc, đạt được giải thoát.

Tinh tấn tu thiền định,
Là cỏ thuốc bậc cao.

Lại có những Phật tử,
Một lòng cầu đạo Phật,
Thường thực hành từ bi,
Tự biết sẽ thành Phật,
Tâm quyết định không nghi,
Gọi là hạng cây nhỏ.

Trụ yên trong thần thông,
Thuyết pháp không thối chuyển,
Hóa độ khắp chúng sanh,
Vô số ức, trăm, nghìn...
Hàng Bồ Tát như vậy,
Gọi là hạng cây lớn.

Phật thuyết pháp bình đẳng,
Như một cơn mưa xuống,
Chúng sinh tùy căn tánh,
Nên tiếp nhận khác nhau,
Như những cỏ cây kia,
Sức hút nước khác biệt.

Phật dùng thí dụ này,
Để phương tiện chỉ bày,
Dùng đủ mọi ngôn từ,
Để giảng giải một pháp,
So với trí tuệ Phật,
Như giọt nước trong biển.

Như Lai đổ mưa pháp,
Đầy đủ khắp thế gian.
Pháp ấy chỉ một vị,
Chúng sinh tùy sức tu.

Như trong khu rừng kia,
Cỏ thuốc và cây cối,
Đều tùy mức lớn, nhỏ,
Dần dần thêm tươi tốt.

Giáo pháp của chư Phật,
Thường chỉ dùng một vị,
Khiến cho khắp thế gian,
Đều nhận được đầy đủ.
Theo thứ lớp tu hành,
Đều đạt thành đạo quả.

Hàng Thanh văn, Duyên giác,
Sống giữa chốn núi rừng,
Trụ nơi thân sau cùng,
Được nghe pháp, chứng quả,
Gọi là hàng cỏ thuốc,
Gặp mưa đều tăng trưởng.

Nếu là hàng Bồ Tát,
Có trí tuệ vững chắc,
Thấu suốt trong ba cõi,
Cầu giáo pháp tối thượng,
Đó gọi là cây nhỏ,
Gặp mưa cũng tăng trưởng.

Bậc trụ trong thiền định,
Đạt được sức thần thông,
Được nghe các pháp Không,
Lòng hết sức vui mừng,
Phóng vô số hào quang,
Hóa độ khắp chúng sanh.
Đó gọi là cây lớn,
Gặp mưa được tăng trưởng.

Như vậy đó, Ca-diếp!
Giáo pháp Phật thuyết dạy,
Ví như vầng mây lớn,
Đổ xuống một cơn mưa,
Tưới mát hoa nhân loại,
Giúp cho đều kết quả.

Ca-diếp! Ông nên biết,
Việc dùng các nhân duyên,
Với đủ mọi thí dụ,
Để chỉ bày đạo Phật,
Là phương tiện của ta,
Chư Phật cũng như vậy.

Nay ta vì các ông,
Nói điều chân thật nhất:
'Hết thảy hàng Thanh văn,
Đều chưa được Niết-bàn,

Những gì các ông làm,
Đều là đạo Bồ Tát,
Dần dần tu học tiếp,
Chắc chắn sẽ thành Phật.'

6. Phẩm Thụ ký

Lúc bấy giờ, đức Thế Tôn thuyết kệ như trên rồi liền bảo đại chúng: "Đệ tử Ma-ha Ca-diếp này của ta, trong đời tương lai sẽ được gần gũi phụng sự 300 muôn ức đức Phật Thế Tôn, cung kính cúng dường, tôn trọng ngợi khen xưng tán, rộng thuyết vô số giáo pháp Đại thừa của chư Phật, đến khi thọ thân sau cùng sẽ được thành Phật hiệu là Quang Minh Như Lai, Ứng Cúng, Chánh Biến Tri, Minh Hạnh Túc, Thiện Thệ, Thế Gian Giải, Vô Thượng Sĩ, Điều Ngự Trượng Phu, Thiên Nhân Sư, Phật Thế Tôn, cõi nước tên là Quang Đức, kiếp tên Đại Trang Nghiêm.

"Phật [Quang Minh] sống thọ 12 tiểu kiếp, chánh pháp trụ ở đời 20 tiểu kiếp, tượng pháp cũng trụ 20 tiểu kiếp. Cõi nước ấy trang nghiêm xinh đẹp, không có những sự xấu ác, ngói sỏi, gai góc, chất bài tiết dơ nhớp. Mặt đất bằng phẳng, không có sự cao thấp mấp mô, hầm hố, gò đồi. Mặt đất bằng lưu ly, có cây báu xếp thành hàng, có dây bằng vàng ròng giăng theo ven đường ngăn cách lộ giới, rải lên đất các loại hoa báu, khắp nơi đều sạch đẹp. Cõi Phật ấy có vô số ngàn ức Bồ Tát, chúng Thanh văn cũng nhiều vô số, không có những việc của ma, tuy có ma và dân ma nhưng họ đều ủng hộ bảo vệ Phật pháp."

Bấy giờ, đức Thế Tôn muốn lặp lại nghĩa trên nên thuyết kệ rằng:

"Nghe đây, các tỳ-kheo!
Ta nay dùng Phật nhãn,
Thấy rõ Ca-diếp này,
Trong một đời tương lai,
Trải qua vô số kiếp,
Sẽ chứng quả thành Phật.

Trong tương lai Ca-diếp,
Sẽ gần gũi cúng dường,
Đến ba trăm vạn ức,
Các đức Phật Thế Tôn.

Vì cầu trí tuệ Phật,
Nên tu hạnh thanh tịnh.
Cúng dường bậc tối thượng,
Là Đấng Nhị Túc Tôn.

Rồi tu tập hết thảy,
Môn trí tuệ Vô thượng.
Cho đến thân sau cùng,
Sẽ thành tựu quả Phật.

Cõi nước ấy thanh tịnh,
Mặt đất bằng lưu ly,
Có rất nhiều cây báu,
Mọc thành hàng ven đường,
Có dây vàng ngăn lối,
Người trông thấy đều vui.

Thường lan tỏa hương thơm,
Và rải nhiều hoa quý,
Đủ các loại diệu kỳ,
Để trang hoàng, làm đẹp.

Mặt đất thật bằng phẳng,
Không có những gò, hố.
Chúng Bồ Tát ở đây,
Nhiều không thể tính đếm.

Tâm các vị nhu hòa,
Dùng sức thần thông lớn,
Cung kính giữ Kinh điển
Đại thừa của chư Phật.

Chúng đệ tử Thanh văn,
Thân sau cùng, vô lậu,
Là con Đấng Pháp Vương,
Cũng nhiều không thể đếm,
Dù dùng đến thiên nhãn,
Cũng không biết số lượng.

Đức Phật ấy sống thọ,
Đến mười hai tiểu kiếp.
Chánh pháp trụ ở đời,
Được hai mươi tiểu kiếp.

Tượng pháp lại cũng trụ,
Được hai mươi tiểu kiếp.
Đó là những sự việc,
Về đức Phật Quang Minh."

Bấy giờ, các vị như Đại Mục-kiền-liên, Tu-bồ-đề, Ma-ha Ca-chiên-diên v.v.. thảy đều rúng động cả thân tâm, liền một lòng chắp tay, chăm chú không rời mắt chiêm ngưỡng tôn nhan Phật, rồi tất cả đồng thanh nói kệ rằng:

Đức Đại Hùng Thế Tôn,
Pháp vương dòng họ Thích.

Xin thương xót chúng con,
Ban cho âm thanh Phật.

Nếu biết tâm chúng con,
Thấy việc được thụ ký,
Như rưới nước cam lộ,
Trừ nóng nảy, mát lành.

Như từ vùng nạn đói,
Đến gặp tiệc của vua,
Lòng vẫn còn nghi sợ,
Chưa dám ngồi vào ăn.
Nếu như được vua bảo,
Sau đó mới dám ăn.

Chúng con nay cũng vậy,
Thường nhớ lỗi Tiểu thừa,
Chẳng biết vì lẽ nào,
Có thể được trí Phật.

Nên tuy nghe Phật dạy:
Chúng con đều thành Phật.
Vẫn ôm lòng lo nghĩ,
Như chưa dám ngồi ăn.

Mong được Phật thụ ký,
Mới yên lòng khoan khoái.

Đức Đại Hùng Thế Tôn,
Thường giúp đời an vui,
Nguyện ban lời thụ ký,
Như bảo người đói ăn.

Bấy giờ, đức Thế Tôn biết rõ những suy nghĩ trong tâm của các đại đệ tử, liền bảo các vị tỳ-kheo rằng:

"Ông Tu-bồ-đề này, trong đời tương lai sẽ gần gũi phụng sự 300 muôn ức na-do-tha đức Phật, cung kính cúng dường, tôn trọng ngợi khen xưng tán, thường tu hạnh thanh tịnh, thực hành đầy đủ đạo Bồ Tát, đến khi thọ thân sau cùng sẽ được thành Phật hiệu là Danh Tướng Như Lai, Ứng Cúng, Chánh Biến Tri, Minh Hạnh Túc, Thiện Thệ, Thế Gian Giải, Vô Thượng Sĩ, Điều Ngự Trượng Phu, Thiên Nhân Sư, Phật Thế Tôn.

"Kiếp ấy tên là Hữu Bảo, cõi nước tên là Bảo Sanh, đất đai bằng phẳng, mặt đất bằng pha lê, có cây báu trang nghiêm, không có những gò hố, cát sỏi, gai góc, chất bài tiết dơ nhớp, có hoa báu che phủ mặt đất, khắp nơi đều sạch đẹp. Nhân dân ở cõi ấy đều sống trong các đài báu và lầu gác quý báu xinh đẹp. Hàng đệ tử Thanh văn nhiều vô số, dùng đến các phép tính toán, thí dụ cũng không thể biết được. Chúng Bồ Tát đông đảo đến vô số ngàn muôn ức na-do-tha. Đức Phật [Danh Tướng] sống thọ 12 tiểu kiếp, chánh pháp trụ ở đời 20 tiểu kiếp, tượng pháp cũng trụ 20 tiểu kiếp. Đức Phật ấy thường ở giữa hư không vì đại chúng thuyết pháp, độ thoát vô số Bồ Tát và chúng Thanh văn."

Bấy giờ, đức Thế Tôn muốn lặp lại nghĩa trên nên thuyết kệ rằng:

Này đại chúng tỳ-kheo!
Nay cho các ông biết,
Tất cả hãy một lòng,
Lắng nghe lời ta nói.

Đại đệ tử của ta,
Là ông Tu-bồ-đề,

Tương lai sẽ thành Phật,
Hiệu là Phật Danh Tướng.

Sẽ cúng dường vô số,
Muôn ức các đức Phật,
Noi theo công hạnh Phật,
Dần dần đạt đạo lớn.

Cho đến thân sau cùng,
Đủ ba mươi hai tướng,
Thân đoan nghiêm tốt đẹp,
Như một tòa núi báu.

Cõi nước của Phật ấy,
Trang nghiêm thanh tịnh nhất,
Chúng sanh được nhìn thấy,
Không ai không ưa thích.

Phật trụ nơi cõi ấy,
Hóa độ vô số chúng.
Trong giáo pháp của Phật,
Có rất nhiều Bồ Tát,
Căn tánh đều nhanh nhạy,
Chuyển giáo pháp bất thối.
Nên cõi ấy thường dùng,
Bồ Tát để trang nghiêm.

Lại có chúng Thanh văn,
Nhiều không thể nêu số,
Thảy đều đạt ba minh,
Và đủ sáu thần thông,
Trụ nơi tám giải thoát,
Có đủ oai đức lớn.

Đức Phật ấy thuyết pháp,
Thường hiện ra vô số,
Pháp thần thông biến hóa,
Thật không thể nghĩ bàn.

Chư thiên và nhân dân,
Nhiều như cát sông Hằng,
Đều cung kính chắp tay,
Nghe nhận lời Phật dạy.

Đức Phật ấy sống thọ,
Đến mười hai tiểu kiếp.
Chánh pháp trụ ở đời,
Được hai mươi tiểu kiếp.
Tượng pháp lại cũng trụ,
Được hai mươi tiểu kiếp."

Bấy giờ, đức Thế Tôn lại bảo các vị tỳ-kheo: "Nay ta nói với các ông rằng, Đại Ca-chiên-diên đây trong tương lai sẽ dùng đủ các món cúng dường để cúng dường phụng sự 8.000 ức vị Phật với lòng cung kính tôn trọng; sau khi chư Phật diệt độ, sẽ xây dựng tháp miếu thờ phụng mỗi vị, cao đến ngàn do-tuần, ngang dọc vuông vức 500 do tuần, đều dùng bảy món báu là vàng, bạc, lưu ly, xa cừ, mã não, chân châu, ngọc mai khôi[1] để xây dựng thành, lại dùng đủ các loại hoa đẹp, chuỗi ngọc, hương thoa, hương bột, hương đốt, lọng lụa, tràng phan để cúng dường tháp miếu. Trải qua những việc ấy rồi, về sau ông lại cúng dường 20.000

[1] Bảy món báu được liệt kê ở đây có khác biệt với một số kinh luận khác, như trong kinh A-di-đà kể thêm pha lê nhưng không có ngọc mai khôi (玫瑰). Ngọc mai khôi là một loại hồng ngọc. Mã não (馬瑙) trong bảy món báu cũng là một loại ngọc quý màu xanh sậm, khác với loại đá mã não như ngày nay thường được biết.

ức vị Phật nữa, cũng giống như trước. Sau khi cúng dường chư Phật như vậy, lại tu tập trọn đủ đạo Bồ Tát rồi sẽ thành Phật hiệu là Diêm-phù-na-đề Kim Quang Như Lai, Ứng Cúng, Chánh Biến Tri, Minh Hạnh Túc, Thiện Thệ, Thế Gian Giải, Vô Thượng Sĩ, Điều Ngự Trượng Phu, Thiên Nhân Sư, Phật Thế Tôn. Cõi nước ấy đất đai bằng phẳng, mặt đất bằng pha lê, có cây báu trang nghiêm, có dây bằng vàng ròng giăng theo ven đường ngăn cách lộ giới, có hoa đẹp che phủ mặt đất, khắp nơi đều sạch đẹp, ai thấy cũng hoan hỷ. Cõi ấy không có bốn đường ác là địa ngục, ngạ quỷ, súc sanh và a-tu-la, có nhiều chư thiên và loài người. Có vô số vạn ức chúng Thanh văn và Bồ Tát trang nghiêm cho cõi nước. Đức Phật ấy sống thọ 12 tiểu kiếp, chánh pháp trụ ở đời 20 tiểu kiếp, tượng pháp cũng trụ 20 tiểu kiếp."

Bấy giờ, đức Thế Tôn muốn lặp lại nghĩa trên nên thuyết kệ rằng:

"Này đại chúng tỳ-kheo!
Hãy một lòng lắng nghe.
Những lời ta nói ra,
Đúng thật không sai khác.

Ông Ca-chiên-diên đây,
Rồi sẽ dùng đủ loại,
Thức cúng dường hảo hạng,
Để cúng dường chư Phật.

Chư Phật diệt độ rồi,
Liền xây tháp bảy báu,
Lại dùng đủ hương, hoa,
Cúng dường xá-lợi Phật.

Cho đến thân sau cùng,
Sẽ đạt trí tuệ Phật,
Thành bậc Chánh Đẳng Giác.
Cõi nước ấy thanh tịnh,
Phật độ thoát vô số,
Ngàn muôn ức chúng sanh,
Và được khắp mười phương,
Đều cung kính cúng dường.

Hào quang của Phật ấy,
Không gì vượt hơn được.
Cho nên có hiệu là:
Phật Diêm-phù Kim Quang.

Chúng Bồ Tát, Thanh văn,
Đều không còn tái sanh,[1]
Nhiều không thể tính đếm,
Trang nghiêm cõi Phật ấy.

Bấy giờ, đức Thế Tôn lại bảo đại chúng: "Nay ta nói với các ông rằng, Đại Mục-kiền-liên đây trong tương lai sẽ dùng đủ các món tốt đẹp để cúng dường phụng sự 8.000 vị Phật với lòng cung kính tôn trọng; sau khi chư Phật diệt độ, sẽ xây dựng tháp miếu thờ phụng mỗi vị, cao đến ngàn do-tuần, ngang dọc vuông vức 500 do-tuần, đều dùng bảy món báu là vàng, bạc, lưu ly, xa cừ, mã não, chân châu, ngọc mai khôi để xây dựng thành, lại dùng đủ các loại hoa đẹp, chuỗi ngọc, hương thoa, hương bột, hương đốt, lọng lụa, tràng

---

[1] Nguyên tác kinh văn là "斷一切有 - đoạn nhất thiết hữu" (dứt trừ mọi sự hiện hữu). "Hữu" ở đây là hiện hữu, chỉ đến nhị thập ngũ hữu (25 cảnh giới hiện hữu) tức bao gồm tất cả những cảnh giới tái sanh của chúng sanh trong luân hồi. Các vị này đã thoát khỏi sanh tử, không còn phải tái sanh vào những cảnh giới đó nữa, nên dịch là "không còn tái sanh".

phan để dâng lên cúng dường. Trải qua những việc ấy rồi, về sau lại cúng dường 200 muôn ức vị Phật nữa, cũng giống như trước. Sau khi cúng dường chư Phật như vậy, lại tu tập trọn đủ đạo Bồ Tát, rồi sẽ thành Phật hiệu là Đa-ma-la-bạt Chiên Đàn Hương Như Lai, Ứng Cúng, Chánh Biến Tri, Minh Hạnh Túc, Thiện Thệ, Thế Gian Giải, Vô Thượng Sĩ, Điều Ngự Trượng Phu, Thiên Nhân Sư, Phật Thế Tôn. Kiếp ấy tên là Hỷ Mãn, cõi nước tên là Ý Lạc. Đất đai nơi ấy bằng phẳng, mặt đất bằng pha lê, có cây báu trang nghiêm, có hoa bằng chân châu rải trên mặt đất, khắp nơi đều sạch đẹp, ai thấy cũng hoan hỷ. Cõi ấy có nhiều chư thiên và loài người, chúng Bồ Tát, Thanh văn nhiều vô số. Đức Phật ấy sống thọ 24 tiểu kiếp, chánh pháp trụ ở đời 40 tiểu kiếp, tượng pháp cũng trụ 40 tiểu kiếp."

Bấy giờ, đức Thế Tôn muốn lặp lại nghĩa trên nên thuyết kệ rằng:

"Đệ tử này của ta,
Là Đại Mục-kiền-liên,
Sau khi bỏ thân này,
Sẽ được gặp tám ngàn
Hai trăm muôn ức vị
Chánh Giác Phật Thế Tôn.
Tâm mong cầu đạo Phật,
Nên cung kính cúng dường.

Nơi đạo tràng chư Phật,
Thường tu hạnh thanh tịnh.
Trải qua vô số kiếp,
Vâng giữ theo pháp Phật.

Chư Phật diệt độ rồi,
Dùng bảy báu xây tháp,
Từ xa hiện đỉnh vàng.
Lại dùng hương, hoa, nhạc...
Để dâng lên cúng dường,
Tháp thờ xá-lợi Phật.

Dần dần tu tập đủ,
Các pháp môn Bồ Tát,
Rồi ở cõi Ý Lạc,
Thành bậc Chánh Đẳng Giác,
Hiệu là Đa-ma-la
Chiên Đàn Hương Như Lai.

Đức Phật ấy sống thọ
Hai mươi bốn tiểu kiếp,
Thường vì hàng trời người,
Giảng thuyết đạo Vô thượng.

Chúng Thanh văn vô số,
Nhiều như cát sông Hằng,
Ba minh, sáu thần thông,
Đều có oai đức lớn.

Bồ Tát cũng vô số,
Chí kiên cố, tinh tấn,
Quyết cầu trí tuệ Phật,
Tâm không hề thối chuyển.

Sau khi Phật diệt độ,
Chánh pháp trụ ở đời,
Được bốn mươi tiểu kiếp,
Tượng pháp cũng như vậy.

Chúng đệ tử của ta,
Có đầy đủ oai đức,
Số lượng năm trăm người,
Nay ta đều thụ ký:

'Trong tương lai các ông,
Đều sẽ được thành Phật.'

Ta cùng với các ông,
Đời trước kết nhân duyên,
Nay ta sắp nói rõ,
Các ông khéo lắng nghe."

7. Phẩm Thí dụ hóa thành

Đức Phật bảo các vị tỳ-kheo: "Trong quá khứ vô số a-tăng-kỳ kiếp không thể nghĩ bàn trước đây, vào lúc đó có đức Phật danh hiệu là Đại Thông Trí Thắng Như Lai, Ứng Cúng, Chánh Biến Tri, Minh Hạnh Túc, Thiện Thệ, Thế Gian Giải, Vô Thượng Sĩ, Điều Ngự Trượng Phu, Thiên Nhân Sư, Phật Thế Tôn. Cõi Phật ấy tên là Hảo Thành, kiếp tên là Đại Tướng.

"Này các tỳ-kheo! Từ khi đức Phật ấy nhập Niết-bàn đến nay đã quá lâu xa. Ví như có người đem hết thảy đất đai trong cõi thế giới đại thiên này mài ra làm mực, rồi đi về hướng đông, cứ qua một ngàn cõi nước thì dùng mực chấm một điểm chỉ như hạt bụi cực nhỏ, lại đi tiếp qua một ngàn cõi nước mới chấm một điểm nữa... Như vậy cho đến khi hết số mực đã mài được nói trên. Các ông nghĩ sao? Nếu đếm hết những cõi nước đã đi qua như vậy thì liệu có bậc thầy toán học nào, hoặc các học trò của vị ấy, có thể thấu đạt giới hạn, biết được con số đó hay không?"

"Bạch Thế Tôn! Không thể."

"Này các tỳ-kheo! Nếu như những cõi nước mà người ấy đã đi qua, dù có hay không có chấm mực như trên, tất cả đều đem nghiền nát thành bụi cực nhỏ, rồi mỗi hạt bụi cực nhỏ đó được tính là một kiếp, thì từ khi đức Phật Đại Thông Trí Thắng nhập Niết-bàn đến nay, thời gian số kiếp còn nhiều hơn số hạt bụi đó đến vô lượng vô biên trăm ngàn muôn ức a-tăng-kỳ kiếp.

"Ta dùng sức thấy biết của Như Lai nên quán sát được lâu xa như vậy vẫn thấy rõ giống như việc ngày nay."

Bấy giờ, đức Thế Tôn muốn lặp lại nghĩa trên nên thuyết kệ rằng:

"Ta nhớ đời quá khứ,
Vô lượng vô số kiếp,
Có Đấng Lưỡng Túc Tôn,
Hiệu Đại Thông Trí Thắng.

Ví như người dùng sức,
Mài nát cõi đại thiên,
Hết thảy bao đất đai,
Đều nhuyễn ra thành mực.

Đi qua ngàn cõi nước,
Chấm một điểm mực nhỏ,
Cứ vậy mà tiếp tục,
Cho đến khi hết mực.

Bao nhiêu cõi nước ấy,
Có điểm mực hay không,
Đều đem nghiền thành bụi,
Mỗi hạt bụi: một kiếp.

Số hạt bụi như vậy,
Số kiếp còn nhiều hơn.
Phật Đại Thông nhập diệt,
Lâu xa đến như thế.

Trí Như Lai vô ngại,
Thấy Phật ấy diệt độ,
Cùng Thanh văn, Bồ Tát...
Như đang thấy hôm nay.

Các tỳ-kheo, nên biết,
Trí tuệ Phật nhiệm mầu,
Không lậu hoặc, ngăn ngại,
Thông suốt vô số kiếp."

Đức Phật bảo các vị tỳ-kheo: "Đức Phật Đại Thông Trí Thắng sống thọ đến 540 muôn ức na-do-tha kiếp.[1] Khi đức Phật ấy ngồi nơi đạo trường phá trừ hết quân ma, đã sắp đạt được quả Vô thượng Chánh đẳng Chánh giác, mà pháp của chư Phật vẫn chưa hiện ra trước. Cứ như vậy trải qua một tiểu kiếp, thậm chí cho đến mười tiểu kiếp ngồi kết già, thân tâm không hề dao động, mà pháp của chư Phật cũng vẫn chưa hiện ra trước.

"Bấy giờ, chư thiên ở cõi trời Đao-lợi trước đó đã vì đức Phật ấy mà trải tòa sư tử dưới gốc cây bồ-đề, cao đến một do-tuần. Đức Phật ngồi nơi tòa sư tử này sẽ chứng đắc quả Vô thượng Chánh đẳng Chánh giác. Trong lúc Phật ngồi nơi tòa này, các vị Phạm thiên vương làm mưa xuống các loại hoa trời, phủ khắp quanh tòa ngồi đến trăm do-tuần, có gió thơm thường

[1] Nguyên tác là "五百四十萬億那由他劫 - ngũ bá tứ thập vạn ức na-do-tha kiếp", nếu theo các giá trị đã biết mà tính ra thì là 540 tỷ na-do-tha-kiếp, vì mỗi muôn là 10.000, mỗi ức là 100.000, nên một muôn ức là một tỷ. Tuy nhiên, những cách mô tả như thế này trong kinh điển chỉ nên hiểu theo nghĩa biểu trưng hơn là sự tính đếm chính xác, do đó chúng tôi giữ nguyên cách diễn đạt của nguyên tác mà không tính ra cụ thể. Na-do-tha cũng là một số đếm nhưng giá trị không được xác định rõ, có nhiều tư liệu nói khác nhau, hoặc bằng 100.000, hoặc bằng một triệu, cũng có chỗ nói là mười triệu.

thổi qua, cuốn đi những hoa đã héo, lại mưa xuống hoa tươi. Cứ như vậy không dứt, trải qua đủ mười tiểu kiếp cúng dường lên Phật, rồi đến khi Phật diệt độ cũng thường mưa hoa như vậy. Bốn vị thiên vương[1] thường đánh trống trời để cúng dường lên Phật, chư thiên khác thì trỗi lên các loại nhạc trời, trải qua đủ mười tiểu kiếp, rồi đến khi Phật diệt độ cũng cúng dường như vậy.

"Này chư tỳ-kheo! Đức Phật Đại Thông Trí Thắng trải qua mười tiểu kiếp như vậy rồi, pháp của chư Phật mới hiện ra trước, thành tựu quả Vô thượng Chánh đẳng Chánh giác.

"Đức Phật ấy khi chưa xuất gia có 16 người con trai. Người con lớn nhất tên là Trí Tích. Mỗi người con này đều có đủ các món đồ chơi trân quý hiếm lạ, khi nghe cha mình đã thành tựu quả Vô thượng Chánh đẳng Chánh giác thì đều vất bỏ hết mọi thứ quý giá, tìm đến chỗ Phật. Những người mẹ khóc lóc đi theo đưa tiễn, ông nội là Chuyển luân Thánh vương, cùng với 100 vị quan đại thần và hơn trăm ngàn muôn ức người dân vây quanh, cũng cùng đi đến đạo trường nơi Phật thành đạo. Tất cả đều mong muốn được gần gũi đức Như Lai Đại Thông Trí Thắng, cung kính cúng dường, tôn trọng ngợi khen xưng tán.

"Khi đến chỗ Phật rồi, tất cả đều cúi đầu chạm mặt lễ dưới chân Phật, đi nhiễu quanh Phật rồi chắp tay một lòng chiêm ngưỡng đức Thế Tôn. Các vương tử cùng đọc kệ rằng:

---

[1] Bốn vị thiên vương, tức Tứ đại thiên vương (H. 四大天王, S. Caturmahārājakāyikās) đã nói ở phẩm trước.

Thế Tôn đại oai đức,
Vì muốn độ chúng sanh,
Trải vô lượng ức kiếp,
Nay mới thành quả Phật.

Các nguyện đã đầy đủ,
Lành thay, tối thượng hiền.

Thế Tôn rất ít có,
Ngồi xuống mười tiểu kiếp,
Thân thể cùng tay chân,
Đều an nhiên không động.

Trong tâm thường an tĩnh,
Chưa từng có tán loạn,
Rốt ráo thường tịch diệt,
Trụ yên pháp vô lậu.

Nay được thấy Thế Tôn,
An ổn thành Phật đạo,
Chúng con được lợi lành,
Rất hoan hỷ, xưng tán.

Chúng sanh thường khổ não,
Mù, không thầy dẫn đường,
Không rõ đạo dứt khổ,
Không biết cầu giải thoát.

Đêm dài thêm đường ác,
Càng ít sanh cõi trời.
Từ tối đi vào tối,
Không nghe danh hiệu Phật.

Nay Phật đạt tối thượng,
Đạo an ổn, vô lậu,

Chúng con hàng trời, người,
Được lợi ích lớn nhất,
Nên cùng nhau cúi đầu,
Nương theo Đấng Vô Thượng.

"Bấy giờ, 16 vị vương tử đọc kệ xưng tán Phật rồi liền thưa thỉnh đức Thế Tôn chuyển pháp luân, cùng nói rằng: 'Đức Thế Tôn thuyết pháp mang lại nhiều sự an ổn, thương xót làm lợi ích cho chư thiên và loài người.'

"Các vị đọc kệ lặp lại ý này như sau:

Bậc Thế Hùng tối thượng,
Trăm phúc tự trang nghiêm.
Được trí tuệ Vô thượng,
Xin vì đời nói ra.
Để độ thoát chúng con,
Cùng muôn loài chúng sanh.

Xin phân biệt chỉ bày,
Khiến được trí tuệ ấy.
Nếu chúng con thành Phật,
Thì chúng sanh cũng vậy.

Thế Tôn rõ tâm niệm,
Của hết thảy chúng sanh,
Biết pháp họ thực hành,
Cũng như sức trí tuệ,
Chỗ ưa muốn, tu phúc,
Nghiệp đã tạo đời trước,
Thế Tôn đã biết hết,
Nguyện thuyết pháp Vô thượng."

Đức Phật bảo các vị tỳ-kheo: “Khi đức Phật Đại Thông Trí Thắng chứng quả Vô thượng Chánh đẳng Chánh giác, 500 muôn ức cõi nước của chư Phật ở mỗi phương trong khắp mười phương đều chấn động theo sáu cách. Trong các cõi nước ấy, những nơi tối tăm ánh sáng mặt trời mặt trăng không soi chiếu đến thì nay đều sáng rực. Những chúng sanh nơi ấy đều nhìn thấy nhau, liền nói rằng: ‘Ở nơi đây sao bỗng dưng lại sanh ra chúng sanh!’

“Lại cũng trong những cõi nước ấy, cung điện của chư thiên, cho đến cung điện của Phạm thiên vương, đều chấn động sáu cách, có hào quang chói sáng soi chiếu mọi nơi, tỏa khắp thế giới, chói sáng hơn hào quang của chư thiên.

“Lúc bấy giờ, ở trong 500 muôn ức cõi nước phương đông, những cung điện của Phạm thiên vương đều được soi chiếu rực rỡ, sáng hơn nhiều lần so với bình thường. Các vị Phạm thiên vương trong những cõi nước ấy đều nghĩ rằng: ‘Nay cung điện của ta rực sáng là điều trước đây chưa từng có, không biết do nhân duyên gì mà hiện ra tướng trạng này?’

“Bấy giờ, các vị Phạm thiên vương liền đến gặp nhau để cùng bàn luận việc này. Trong số đó có một vị Phạm thiên vương tên là Cứu Nhất Thiết, vì các Phạm thiên vương khác mà nói kệ rằng:

Cung điện của chúng ta,
Sáng rực chưa từng có,
Là do nhân duyên gì,
Chúng ta nên tìm hiểu.

Thiên tử đại đức sanh,[1]
Hay đức Phật ra đời,
Nên có hào quang lớn,
Soi chiếu khắp mười phương?

"Bấy giờ, các vị Phạm thiên vương ở 500 muôn ức cõi nước phương đông, cùng mang theo cung điện của mình, mỗi vị đều dùng đãy lớn đựng các loại hoa trời, cùng nhau đi về hướng tây để tìm nguyên nhân của sự chiếu sáng. Các vị liền nhìn thấy đức Như Lai Đại Thông Trí Thắng nơi đạo tràng dưới gốc cây bồ-đề. Đức Phật ngồi trên tòa sư tử, có chư thiên, long vương, càn-thát-bà, khẩn-na-la, ma-hầu-la-già, loài người và các loài phi nhân... đều cung kính vây quanh, lại cũng thấy 16 vị vương tử đang thỉnh Phật chuyển pháp luân.

"Các vị Phạm thiên vương liền cúi đầu chạm mặt lễ kính dưới chân Phật, đi nhiễu quanh Phật trăm ngàn vòng, dùng hoa trời tung rải phía trên thân Phật. Hoa được tung rải như núi Tu-di,[2] cũng dùng để cúng dường cây bồ-đề của Phật. Cây bồ-đề ấy cao đến 10

[1] Nguyên tác là "đại đức thiên sanh - 大德天生" , chỉ việc có một vị thiên tử (chúng sanh cõi trời) có phước đức rất lớn vừa sanh ra. Do phước đức rất lớn của vị này nên sẽ có những điềm lành hiển hiện ở cõi trời.

[2] Nguyên tác kinh văn là "其所散華如須彌山 - kỳ sở tán hoa như Tu-di sơn" (hoa được tung rải như núi Tu-di), có vẻ hơi tối nghĩa. Trong bản dịch Anh ngữ của H. Kern dịch từ Phạn ngữ thì nói là "túi đựng hoa lớn như núi Tu-di". Mô tả này xuất hiện từ trước đó, rằng các vị Phạm thiên vương "mang theo các túi lớn như núi Tu-di đựng đầy hoa cõi trời" (took with them divine bags, as large as Mount Sumeru, with celestial flowers). Và đoạn này cũng lặp lại rằng các vị "tung rải hoa trên thân Phật và cây bồ-đề, bao phủ phạm vi cả 10 do-tuần, với những túi đựng hoa trời lớn như núi Tu-di" (strewing flowers and overwhelming both him and the tree of enlightenment, over a distance of ten yoganas, with those flower-bags as large as Mount Sumeru).

do-tuần.3 Sau khi cúng dường hoa trời xong, các vị Phạm thiên vương đều dâng cung điện4 của mình lên đức Phật, thưa rằng: 'Nguyện đức Thế Tôn thương xót làm lợi ích cho chúng con. Nay chúng con dâng cúng những cung điện này, nguyện Phật rủ lòng thương mà thọ nhận.' Các vị Phạm thiên vương liền đối trước Phật, đồng thanh một lòng đọc kệ xưng tán rằng:

Thế Tôn thật ít có!
Rất khó được gặp Phật.
Đủ vô lượng công đức,
Thường cứu độ tất cả,
Bậc thầy của trời, người,
Thương xót khắp thế gian.

Chúng sanh trong mười phương,
Đều được nhờ lợi ích.
Chúng con đến đây từ
Năm trăm muôn ức nước,
Từ bỏ vui thiền định,
Vì muốn cúng dường Phật.

Nhờ phúc đức đời trước,
Được cung điện trang nghiêm,
Nay xin dâng cúng Phật,
Nguyện xót thương thọ nhận.

"Bấy giờ, các vị Phạm thiên vương đọc kệ xưng tán Phật rồi, mỗi vị đều nói: 'Nguyện đức Thế Tôn chuyển bánh xe pháp độ thoát chúng sanh, mở đường đến Niết-bàn.'

"Rồi các vị Phạm thiên vương đồng thanh một lòng đọc kệ rằng:

Thế Hùng Lưỡng Túc Tôn,
Cúi xin diễn thuyết pháp,
Dùng sức đại từ bi,
Cứu chúng sanh khổ não.

"Bấy giờ, đức Như Lai Đại Thông Trí Thắng im lặng nhận lời.

"Lại nữa, này các tỳ-kheo! Các vị Phạm thiên vương ở 500 muôn ức cõi nước về phương đông nam, mỗi vị cũng đều tự thấy cung điện của mình được soi chiếu sáng rực, trước đây chưa từng có. Các vị đều vui mừng phấn khích, khởi tâm cho là việc hy hữu, liền đi đến gặp nhau để cùng bàn luận việc này. Bấy giờ trong số đó có một vị Phạm thiên vương tên là Đại Bi, vì các vị Phạm thiên vương khác mà nói kệ rằng:

Là do nhân duyên gì,
Hiện ra tướng trạng này?
Cung điện của chúng ta,
Sáng rực chưa từng có.

Thiên tử đại đức sanh,
Hay đức Phật ra đời?
Chưa từng thấy tướng này,
Hãy cùng nhau tìm kiếm.

Qua ngàn muôn ức cõi,
Theo ánh sáng mà suy,
Chắc hẳn Phật ra đời,
Độ chúng sanh thoát khổ.

"Bấy giờ, 500 muôn ức vị Phạm thiên vương cùng với cung điện[1] của mình, mỗi vị đều dùng đãy lớn đựng các loại hoa trời, cùng đi về hướng tây bắc để tìm nguyên nhân của sự chiếu sáng. Các vị liền nhìn thấy đức Như Lai Đại Thông Trí Thắng nơi đạo tràng dưới gốc cây bồ-đề. Đức Phật ngồi trên tòa sư tử, có chư thiên, long vương, càn-thát-bà, khẩn-na-la, ma-hầu-la-già, người và các loài phi nhân... đều cung kính vây quanh, lại cũng thấy 16 vị vương tử đang thỉnh Phật chuyển pháp luân. Các vị Phạm thiên vương liền cúi đầu chạm mặt lễ kính dưới chân Phật, đi nhiễu quanh Phật trăm ngàn vòng, dùng hoa trời tung rải phía trên thân Phật. Hoa được tung rải rơi xuống như núi Tu-di, cũng dùng để cúng dường cây bồ-đề của Phật. Sau khi cúng dường hoa trời xong, các vị Phạm thiên vương đều dâng cung điện của mình lên đức Phật, thưa rằng: 'Nguyện đức Thế Tôn thương xót làm lợi ích cho chúng con. Nay chúng con dâng cúng những cung điện này, nguyện Phật rủ lòng thương mà thọ nhận.'

"Bấy giờ, các vị Phạm thiên vương liền đối trước Phật, một lòng đồng thanh đọc kệ xưng tán rằng:

"Thánh chủ, vua chư thiên,
Tiếng như chim ca-lăng.[2]

---

[1] Cùng với cung điện của mình: cung điện của chư thiên trong Phạn ngữ được mô tả bằng chữ vimāna, vốn cũng có nghĩa như một chiếc xe di chuyển được trong không trung (xe bay). Do vậy, khi chư thiên muốn đi đến nơi nào, họ bay đi cùng với cung điện của mình, giống như ngự trên một cỗ xe.

[2] Nguyên tác là "迦陵頻伽 聲 - ca-lăng-tần-già thanh", ý nói tiếng nói của Phật nghe thanh tao như tiếng chim ca-lăng-tần-già (kalaviṅka). Tên chim này dịch ý là hảo thanh điểu (好聲鳥), mỹ âm điểu (美音鳥) hoặc diệu thanh điểu (妙聲鳥) đều có chung ý nghĩa là loài chim có tiếng hót rất hay.

Bậc thương xót chúng sanh,
Chúng con xin kính lễ.

Thế Tôn rất ít có,
Thật lâu mới ra đời.
Một trăm tám mươi kiếp,[1]
Trống không, không có Phật.

Ba đường ác đông đảo,
Sanh cõi trời hiếm hoi.
Nay Phật đã ra đời,
Giúp chúng sanh thấy rõ,[2]
Làm chỗ đời nương theo,
Cứu giúp cho hết thảy.

Là cha lành chúng sanh,
Thương xót làm lợi ích
Chúng con nhờ phúc xưa,
Nay được gặp Thế Tôn."

"Bấy giờ các vị Phạm thiên vương đọc kệ tán Phật rồi, mỗi người đều nói rằng: 'Nguyện đức Thế Tôn thương xót tất cả mà chuyển bánh xe pháp độ thoát chúng sanh.'

"Khi ấy, các vị Phạm thiên vương một lòng đồng thanh đọc kệ rằng:

Đại thánh chuyển pháp luân,
Chỉ bày các tướng pháp.

---

[1] Nguyên tác là "一百八十劫 - nhất bách bát thập kiếp" (180 kiếp). Bản Anh dịch của H. Kern dịch chỗ này là "8.000 kiếp thế giới này không có Phật" (eighty hundred complete Æons this world of the living was without Buddha).

[2] Nguyên tác là "為眾生作眼 - vị chúng sanh tác nhãn" (vì chúng sanh làm mắt), ý nói Phật như con mắt của chúng sanh, giúp chúng sanh thấy rõ được chân lý.

Độ chúng sanh khổ não,
Khiến cho rất vui mừng.

Chúng sanh nghe pháp này,
Đạt đạo sanh cõi trời,
Ít người vào đường ác,
Người nhẫn thiện nhiều hơn.

“Bấy giờ, đức Như Lai Đại Thông Trí Thắng im lặng nhận lời.

“Lại nữa, này các tỳ-kheo! Các vị Phạm thiên vương ở 500 muôn ức cõi nước về phương nam, mỗi vị cũng đều tự thấy cung điện của mình được soi chiếu sáng rực, trước đây chưa từng có. Các vị đều vui mừng phấn khích, khởi tâm cho là việc hy hữu, liền đi đến gặp nhau để cùng bàn luận: ‘Do nhân duyên gì mà cung điện của chúng ta có ánh sáng chói lọi này?’

“Bấy giờ trong số đó có một vị Phạm thiên vương tên là Diệu Pháp, vì các vị Phạm thiên vương khác mà nói kệ rằng:

Cung điện của chúng ta,
Có ánh sáng chói lòa,
Không thể không nhân duyên,
Nên phải tìm hiểu xem.

Trải qua trăm ngàn kiếp,
Chưa từng thấy tướng này.
Thiên tử đại đức sanh,
Hay đức Phật ra đời?

“Bấy giờ, 500 muôn ức vị Phạm thiên vương cùng với cung điện của mình, mỗi vị đều dùng đãy lớn đựng các loại hoa trời, cùng đi về hướng bắc để tìm nguyên nhân của sự chiếu sáng. Các vị liền nhìn thấy đức Như Lai Đại Thông Trí Thắng nơi đạo tràng dưới gốc cây bồ-đề. Đức Phật ngồi trên tòa sư tử, có chư thiên, long vương, càn-thát-bà, khẩn-na-la, ma-hầu-la-già, loài người và các loài phi nhân... đều cung kính vây quanh, lại cũng thấy 16 vị vương tử đang thỉnh Phật chuyển pháp luân.

"Các vị Phạm thiên vương liền cúi đầu chạm mặt lễ kính dưới chân Phật, đi nhiễu quanh Phật trăm ngàn vòng, dùng hoa trời tung rải phía trên thân Phật. Hoa được tung rải rơi xuống như núi Tu-di, cũng dùng để cúng dường cây bồ-đề của Phật. Sau khi cúng dường hoa trời xong, các vị Phạm thiên vương đều dâng cung điện của mình lên đức Phật, thưa rằng: 'Nguyện đức Thế Tôn thương xót làm lợi ích cho chúng con. Nay chúng con dâng cúng những cung điện này, nguyện Phật rủ lòng thương mà thọ nhận.'

"Bấy giờ, các vị Phạm thiên vương liền đối trước Phật, đồng thanh một lòng đọc kệ xưng tán rằng:

Thế Tôn thật khó gặp,
Phá trừ các phiền não.
Hơn trăm ba mươi kiếp,
Nay mới gặp một lần.
Những chúng sanh đói khát,
Được mưa pháp đầy đủ.

Xưa nay chưa từng thấy,
Bậc trí tuệ vô lượng,
Như hoa ưu-đàm-bát,
Đến nay mới được gặp.

Cung điện của chúng con,
Hào quang chiếu trang nghiêm,
Thế Tôn đại từ bi,
Nguyện xót thương thọ nhận.

"Bấy giờ các vị Phạm thiên vương đọc kệ tán Phật rồi, mỗi người đều nói rằng: 'Nguyện đức Thế Tôn chuyển bánh xe pháp, khiến cho hết thảy chư thiên, ma, phạm chí, sa-môn, bà-la-môn trong thế gian đều an ổn mà được độ thoát.'

Khi ấy, các vị Phạm thiên vương đồng thanh một lòng đọc kệ rằng:

Nguyện đức Thiên Nhân Tôn,
Chuyển pháp luân vô thượng,
Đánh tiếng trống pháp lớn,
Thổi vang kèn pháp lớn,[1]
Đổ trận mưa pháp lớn,
Độ vô số chúng sanh.

Chúng con đồng thỉnh nguyện,
Xin giảng pháp sâu xa.

"Bấy giờ, đức Như Lai Đại Thông Trí Thắng im lặng nhận lời.

"Từ phương tây nam cho đến phương dưới cũng đều [xảy ra những việc] như vậy.

"Bấy giờ các vị Phạm thiên vương ở 500 muôn ức cõi nước về phương trên, mỗi vị cũng đều tự thấy cung điện của mình được soi chiếu sáng rực, trước đây chưa từng có. Các vị đều vui mừng phấn khích, khởi tâm

[1] Nguyên tác là "吹大法螺 - xuy đại pháp loa". Chữ "螺 - loa" chỉ một loại kèn hay tù và, được làm bằng vỏ ốc lớn, khi thổi phát ra âm thanh lớn vang đi rất xa.

cho là việc hy hữu, liền đi đến gặp nhau để cùng bàn luận: 'Do nhân duyên gì mà cung điện của chúng ta có ánh sáng chói lọi này?'

"Bấy giờ trong số đó có một vị Phạm thiên vương tên là Thi Khí, vì các vị Phạm thiên vương khác mà nói kệ rằng:

Nay do nhân duyên gì,
Cung điện của chúng ta,
Có ánh sáng rực rỡ,
Trang nghiêm chưa từng có!

Tướng nhiệm mầu thế này,
Chưa từng được thấy nghe.
Thiên tử đại đức sanh,
Hay đức Phật ra đời?

"Bấy giờ, 500 muôn ức vị Phạm thiên vương cùng với cung điện của mình, mỗi vị đều dùng đãy lớn đựng các loại hoa trời, cùng đi về hướng dưới để tìm nguyên nhân của sự chiếu sáng. Các vị liền nhìn thấy đức Như Lai Đại Thông Trí Thắng nơi đạo tràng dưới gốc cây bồ-đề. Đức Phật ngồi trên tòa sư tử, có chư thiên, long vương, càn-thát-bà, khẩn-na-la, ma-hầu-la-già, loài người và các loài phi nhân... đều cung kính vây quanh, lại cũng thấy 16 vị vương tử đang thỉnh Phật chuyển pháp luân.

"Các vị Phạm thiên vương liền cúi đầu chạm mặt lễ kính dưới chân Phật, đi nhiễu quanh Phật trăm ngàn vòng, dùng hoa trời tung rải phía trên thân Phật. Hoa được tung rải rơi xuống như núi Tu-di, cũng dùng để cúng dường cây bồ-đề của Phật. Sau khi cúng dường hoa trời xong, các vị Phạm thiên vương đều dâng cung điện của mình lên đức Phật, thưa rằng: 'Nguyện đức Thế Tôn thương xót làm lợi ích cho chúng con. Nay chúng con dâng cúng những cung điện này, nguyện Phật rủ lòng thương mà thọ nhận.'

"Bấy giờ, các vị Phạm thiên vương liền đối trước Phật, đồng thanh một lòng đọc kệ xưng tán rằng:

"Lành thay gặp chư Phật!
Bậc tôn thánh cứu đời,
Ở trong ngục ba cõi,
Cứu thoát các chúng sanh.

Bậc trí tuệ bao trùm,
Thương xót chúng mê mờ,
Thường mở cửa cam lộ,[1]
Rộng cứu độ hết thảy.

Quá khứ vô số kiếp,
Trống không, không có Phật.
Thế Tôn chưa ra đời,
Mười phương thường tối tăm,
Ba đường ác tăng nhiều,
A-tu-la đông đảo,
Chư thiên ngày càng ít,
Chết sanh đường ác nhiều.

Không theo Phật nghe pháp,
Nên thường làm việc ác,
Hình sắc và trí tuệ,
Cả hai đều suy giảm.

[1] Cam lộ (H. 甘露, S. amṛta) là tên một vị thuốc trong truyền thuyết, có vị ngon ngọt, được cho là có thể giúp trường sanh bất tử. Giáo pháp của đức Phật dứt trừ sanh tử nên thường được ví như cam lộ.

Do nhân duyên tội nghiệp,
Không vui, không ý vui.
Đắm trong pháp tà kiến,
Không rõ phép tắc lành.
Không được Phật giáo hóa,
Thường sa đọa đường ác.

Phật là mắt thế gian,
Rất lâu mới ra đời,
Vì thương xót chúng sanh,
Xuất hiện giữa thế gian,
Siêu việt thành Chánh giác,
Chúng con rất vui mừng,
Cùng bao chúng sanh khác,
Mừng khen: Chưa từng có!

Cung điện của chúng con,
Hào quang chiếu trang nghiêm,
Nay dâng cúng Thế Tôn,
Nguyện xót thương thọ nhận.

Nguyện đem công đức này,
Hướng về khắp tất cả,
Chúng con và chúng sanh,
Đều trọn thành Phật đạo."

"Lúc bấy giờ, 500 muôn ức vị Phạm thiên vương đọc kệ xưng tán Phật rồi, mỗi vị đều bạch Phật: "Nguyện đức Thế Tôn chuyển bánh xe pháp để nhiều chúng sanh được an ổn, nhiều chúng sanh được độ thoát.'

"Khi ấy, các vị Phạm thiên vương lại nói kệ rằng:

Thế Tôn chuyển pháp luân,
Đánh trống pháp cam lộ,

Độ chúng sanh khổ não,
Chỉ bày đường Niết-bàn.

Xin nhận lời con thỉnh,
Dùng âm thanh vi diệu,
Thương xót mà giảng giải,
Pháp tu vô số kiếp.

"Bấy giờ, đức Như Lai Đại Thông Trí Thắng nhận lời thỉnh cầu của các vị Phạm thiên vương trong mười phương cũng như của 16 vị vương tử, liền chuyển pháp luân 3 lần với 12 hành tướng.[1] Nếu là sa-môn, bà-la-môn, hoặc chư thiên, ma, phạm chí cũng như các hạng chúng sanh khác trong thế gian, đều không có khả năng chuyển pháp luân như vậy.

"Đức Phật dạy rằng: 'Đây là khổ; đây là nguyên nhân của khổ; đây là sự chấm dứt khổ; đây là phương thức để chấm dứt khổ.' Đức Phật cũng giảng rộng giáo pháp 12 nhân duyên: 'Vô minh làm duyên sanh ra hành, hành làm duyên sanh ra thức, thức làm duyên sanh ra danh sắc, danh sắc làm duyên sanh ra sáu nhập, sáu nhập làm duyên sanh ra sự xúc chạm, sự xúc chạm làm duyên sanh ra cảm thụ, cảm thụ làm duyên sanh ra luyến ái, luyến ái làm duyên sanh ra chấp thủ, chấp thủ làm duyên sanh ra hiện hữu, hiện

[1] Nguyên tác là "三轉十二行法輪 - tam chuyển thập nhị hành pháp luân", "thập nhị hành" nói đủ là thập nhị hành tướng (十二行相). "Tam chuyển" là 3 lần chuyển, tức 3 lần chỉ dạy, ở đây là chỉ dạy về 4 chân đế. Lần thứ nhất là "thị chuyển", tức là chỉ dạy cho biết về ý nghĩa của 4 chân đế: đây là khổ v.v.; lần thứ hai là "khuyến chuyển", tức là khuyên bảo, khuyến khích nên thực hành tu tập quán chiếu về 4 chân đế: đây là khổ, nên rõ biết v.v.; lần thứ ba là "chứng chuyển", tức là chứng nghiệm thực sự: đây là khổ, đã chứng biết v.v. Vì mỗi chân đế đều có đủ 3 hành tướng là thị chuyển, khuyến chuyển và chứng chuyển, nên Phật thuyết dạy đầy đủ 4 chân đế là gồm 12 hành tướng.

hữu làm duyên sanh ra sự sanh, sự sanh làm duyên sanh ra già chết cùng với buồn đau khổ não... Do vậy, nếu vô minh diệt rồi thì hành diệt, hành diệt thì thức diệt, thức diệt thì danh sắc diệt, danh sắc diệt thì sáu nhập diệt, sáu nhập diệt thì sự xúc chạm diệt, sự xúc chạm diệt thì cảm thụ diệt, cảm thụ diệt thì luyến ái diệt, luyến ái diệt thì chấp thủ diệt, chấp thủ diệt thì hiện hữu diệt, hiện hữu diệt thì sự sanh diệt, sự sanh diệt thì già chết cùng với buồn đau khổ não diệt.'

"Khi đức Phật Đại Thông Trí Thắng thuyết giảng pháp này giữa đại chúng trời, người thì có 600 muôn ức na-do-tha người do không nạp thọ hết thảy các pháp nên tâm được giải thoát đối với các lậu hoặc, đều đạt thiền định thâm sâu mầu nhiệm, chứng được ba minh và sáu thần thông, đủ tám môn giải thoát.

"Khi Phật thuyết pháp lần thứ hai, thứ ba, thứ tư, số lượng chúng sanh do không nạp thọ hết thảy các pháp mà tâm được giải thoát đối với các lậu hoặc đã nhiều như số cát của ngàn muôn ức na-do-tha con sông Hằng. Từ đó về sau, chúng Thanh văn của Phật ấy nhiều đến vô lượng vô biên, không thể nêu lên số lượng.

"Bấy giờ, 16 vị vương tử đều xuất gia làm sa-di lúc còn nhỏ tuổi, căn tánh thông minh nhanh nhạy, trí tuệ sáng suốt thấu triệt, đã từng cúng dường trăm ngàn muôn ức các vị Phật, thanh tịnh tu tập Phạm hạnh, cầu Vô thượng Chánh đẳng Chánh giác, nên cùng bạch Phật rằng: "Bạch Thế Tôn! Vô số ngàn muôn ức vị đại đức Thanh văn này đều đã tu tập thành tựu, đức Thế Tôn cũng nên vì chúng con mà thuyết pháp Vô thượng Chánh đẳng Chánh giác, chúng con được nghe rồi sẽ cùng nhau tu học. Bạch Thế Tôn! Chí nguyện của chúng con đều muốn được sự thấy biết của Như Lai. Đó là tâm niệm sâu thẳm trong lòng chúng con, hẳn Phật đã tự rõ biết."

"Khi ấy, trong số người đi theo Chuyển luân Thánh vương, có 8 muôn ức người thấy 16 vị vương tử xuất gia thì cũng xin được xuất gia. Chuyển luân Thánh vương liền cho phép.

"Bấy giờ, đức Phật Đại Thông Trí Thắng nhận sự thỉnh cầu của 16 vị sa-di rồi, trải qua đến 20.000 kiếp mới ở giữa bốn chúng mà thuyết kinh Đại thừa này, tên là Diệu Pháp Liên Hoa, Giáo Bồ Tát Pháp, Phật Sở Hộ Niệm. Phật thuyết giảng kinh này rồi, 16 vị sa-di vì cầu Vô thượng Chánh đẳng Chánh giác nên đều thọ nhận giữ gìn, tụng đọc thông suốt.

"Khi Phật thuyết giảng kinh này, 16 vị sa-di đều tin nhận. Trong đại chúng Thanh văn cũng có một số người tin hiểu được, còn lại ngàn muôn ức chúng sanh khác đều sanh tâm nghi hoặc. Đức Phật Đại Thông Trí Thắng đã thuyết giảng kinh này trong suốt 8.000 kiếp chưa từng ngưng dứt. Thuyết giảng kinh này xong, đức Phật vào một am thất yên tĩnh, trụ trong thiền định đến 84.000 kiếp."

"Bấy giờ, 16 vị Bồ Tát sa-di biết Phật đã vào am thất tịch lặng, an nhiên thiền định, mỗi vị cũng đều vì bốn chúng mà lên pháp tòa phân biệt giảng rộng kinh Diệu Pháp Liên Hoa trong 84.000 kiếp, mỗi vị đều hóa độ chúng sanh nhiều như số cát của 600 muôn ức na-do-tha con sông Hằng, tuần tự chỉ bày, dạy dỗ, khuyến khích sự lợi ích, hoan hỷ thành tựu, khiến cho thảy đều phát tâm Vô thượng Chánh đẳng Chánh giác.

"Đức Phật Đại Thông Trí Thắng trải qua 84.000 kiếp rồi, ra khỏi thiền định, đi đến pháp tòa, ngồi xuống an nhiên điềm đạm nói với đại chúng: 'Mười sáu sa-di này thật rất hiếm có, căn tánh đều thông minh nhanh nhạy, trí tuệ sáng suốt, đã từng cúng dường vô số ngàn muôn ức vị Phật, thường tu tập hạnh thanh tịnh ở nơi đạo tràng chư Phật, thọ nhận giữ gìn trí tuệ Phật, khai mở chỉ bày chúng sanh, khiến cho đều được thể nhập trí tuệ ấy, đại chúng nên thường luôn gần gũi cúng dường các vị này. Vì sao vậy? Nếu trong hàng Thanh văn, Duyên giác hoặc Bồ Tát, người nào có thể tin nhận giáo pháp kinh điển do 16 vị Bồ Tát sa-di này thuyết giảng, thọ nhận giữ gìn không để mất, thì những người ấy đều sẽ đạt Vô thượng Chánh đẳng Chánh giác, được trí tuệ của Như Lai.'"

Đức Phật Thích-ca bảo các tỳ-kheo: "Mười sáu vị Bồ Tát ấy thường vui thích thuyết giảng kinh Diệu Pháp Liên Hoa này, mỗi vị đều giáo hóa số chúng sanh nhiều như số cát của 600 muôn ức na-do-tha con sông Hằng, những chúng sanh ấy đời đời sẽ luôn được sanh ra cùng Bồ Tát, theo Bồ Tát nghe thuyết pháp rồi đều tin hiểu. Nhờ nhân duyên đó nên sẽ được gặp 400 muôn ức đức Phật Thế Tôn, đến nay việc ấy vẫn còn chưa dứt.

"Này các tỳ-kheo! Nay ta nói cùng các ông, 16 vị sa-di đệ tử của Phật Đại Thông Trí Thắng, đến nay đều đã thành tựu Vô thượng Chánh đẳng Chánh giác, hiện tại đang thuyết pháp trong các cõi nước mười phương, có vô số trăm ngàn muôn ức Bồ Tát, Thanh văn làm quyến thuộc.

"Ở phương đông có 2 vị sa-di thành Phật, một vị hiệu A-súc, ở cõi nước Hoan Hỷ, vị thứ hai hiệu Tu-di Đỉnh.

"Ở phương đông nam có 2 vị thành Phật, vị thứ nhất hiệu Sư Tử Âm, vị thứ hai hiệu Sư Tử Tướng.

"Ở phương nam có 2 vị thành Phật, vị thứ nhất hiệu Hư Không Trụ, vị thứ hai hiệu Thường Diệt.

"Ở phương tây nam có 2 vị thành Phật, vị thứ nhất hiệu Đế Tướng, vị thứ hai hiệu Phạm Tướng.

"Ở phương tây có 2 vị thành Phật, vị thứ nhất hiệu A-di-đà, vị thứ hai hiệu Độ Nhất Thiết Thế Gian Khổ Não.

"Ở phương tây bắc có 2 vị thành Phật, vị thứ nhất hiệu Đa-ma-la-bạt Chiên Đàn Hương Thần Thông, vị thứ hai hiệu Tu-di tướng.

"Ở phương bắc có 2 vị thành Phật, vị thứ nhất hiệu Vân Tự Tại, vị thứ hai hiệu Vân Tự Tại Vương.

"Ở phương đông bắc có một vị thành Phật hiệu Hoại Nhất Thiết Thế Gian Bố Úy.

"Vị sa-di thứ mười sáu chính là ta, Phật Thích-ca Mâu-ni, ở thế giới Ta-bà này thành tựu Vô thượng Chánh đẳng Chánh giác.

"Này các tỳ-kheo! Khi 16 người chúng ta còn làm sa-di, mỗi người đều đã giáo hóa chúng sanh nhiều như số cát của vô số trăm ngàn muôn ức con sông Hằng. Những chúng sanh ấy đều theo chúng ta nghe thuyết pháp vì cầu Vô thượng Chánh đẳng Chánh giác. Đến nay có những người đang ở địa vị Thanh văn, vẫn thường được ta giáo hóa bằng pháp Vô thượng Chánh đẳng Chánh giác. Những người này nên dùng pháp như thế để dần dần từng bước thể nhập Phật đạo. Vì sao vậy? Vì trí tuệ của Như Lai thật khó tin, khó hiểu.

"Những chúng sanh nhiều như số cát của vô số con sông Hằng được ta giáo hóa từ thuở ấy, chính là chúng tỳ-kheo các ông ngày nay, cùng với các đệ tử Thanh văn trong đời vị lai sau khi ta nhập diệt.

"Sau khi ta nhập diệt, lại có những đệ tử không được nghe kinh này, không hay không biết gì đến những công hạnh của hàng Bồ Tát. Những người ấy do nơi công đức đã đạt được mà tự sanh khởi ý tưởng cho rằng mình đã được diệt độ, sẽ nhập Niết-bàn. Khi ấy, ta làm Phật ở cõi nước ngoài ba cõi,[1] lại có danh hiệu khác. Những người ấy tuy khởi sanh ý tưởng diệt độ, đã nhập Niết-bàn Tiểu thừa, nhưng lại ở cõi nước ngoài ba cõi ấy cầu trí tuệ Phật, được nghe kinh này, liền biết rằng chỉ duy nhất Phật thừa mới được diệt độ, ngoài ra không có thừa nào khác, trừ ra trong pháp phương tiện mà các đức Như Lai thuyết giảng.

"Này các tỳ-kheo! Nếu đức Như Lai tự biết đã đến lúc nhập Niết-bàn, đại chúng lại thanh tịnh, có sự tin hiểu vững chắc, rõ biết thấu triệt pháp không, thể

---

[1] Nguyên tác là "我於餘國作佛 - ngã ư dư quốc tác Phật". Chữ "dư quốc" không chỉ "nước khác", mà chỉ đến cảnh giới nằm ngoài ba cõi. Các vị Thanh văn khi chứng đắc Niết-bàn của Tiểu thừa thì đạt đến vô sanh, không còn tái sanh trong ba cõi. Do vậy, để giáo hóa những vị này đạt đến giác ngộ viên mãn, tức là thành tựu quả Phật, đức Phật thị hiện làm Phật ở cảnh giới nằm ngoài ba cõi (Dục, Sắc và Vô sắc) để thuyết giảng kinh Pháp hoa này cho những vị đã nhập Niết-bàn Tiểu thừa.

nhập sâu vào thiền định, ngài liền triệu tập các vị Bồ Tát và chúng Thanh văn để thuyết giảng kinh này, nói rõ trong thế gian không có hai thừa được diệt độ, chỉ duy nhất một Phật thừa đạt được diệt độ mà thôi.

"Các tỳ-kheo nên biết! Đức Như Lai dùng phương tiện thể nhập sâu vào tâm tánh của chúng sanh, rõ biết tâm chí họ ưa thích pháp Tiểu thừa, bám chấp sâu nặng năm món dục,[1] nên vì những người này mà thuyết dạy Niết-bàn Tiểu thừa. Những người ấy nếu được nghe liền tin nhận.

"Ví như có con đường nhiều nguy hiểm, dài năm trăm do-tuần, hoang vắng không người, thật rất đáng sợ. Có rất nhiều người muốn vượt qua con đường ấy để đến nơi có nhiều châu báu quý giá. Có một vị thầy dẫn đường thông minh sáng suốt, biết rõ trên con đường nguy hiểm này có những chỗ nào thông suốt, những chỗ nào tắt nghẽn, hướng dẫn mọi người vượt qua con đường khó khăn này.

"Những người được dẫn đi ấy, đến giữa đường thì nản lòng, thưa với vị thầy: 'Chúng tôi mệt mỏi quá rồi, lại thêm sợ hãi, không thể nào đi tiếp được nữa. Đường phía trước vẫn còn xa, nay chúng tôi muốn quay lại.'

"Vị thầy dẫn đường vốn có nhiều phương tiện, nghĩ rằng: 'Những người này thật đáng thương, vì sao lại từ bỏ châu báu quý giá mà muốn quay trở lại?' Nghĩ như vậy rồi liền dùng sức phương tiện biến hóa ra một tòa thành ở khoảng giữa con đường nguy hiểm

---

[1] Năm món dục: chỉ 5 sự ham muốn đối với hình sắc (sắc dục), đối với âm thanh (thanh dục), đối với mùi hương (hương dục), đối với vị nếm (vị dục) và đối với sự xúc chạm (xúc dục).

đó, cách đầu đường 300 do-tuần, rồi nói với mọi người: ‘Các người đừng sợ hãi, đừng quay trở lại. Nay có tòa thành lớn kia, có thể nghỉ ngơi trong đó, tùy ý muốn làm gì cũng được. Nếu vào thành ấy sẽ được vui thích an ổn, rồi nếu muốn đi tiếp đến chỗ có châu báu thì cũng có thể rời đi.’

“Bấy giờ, những người mệt mỏi kia hết sức vui mừng, ngợi khen là chưa từng có: ‘Chúng ta nay đã thoát khỏi con đường nguy hiểm này, được vui thích an ổn.’

“Liền đó mọi người đi tới để vào tòa thành biến hóa, khởi sanh ý tưởng rằng mình đã qua hết con đường, rằng đã được an ổn.

“Khi ấy, vị thầy dẫn đường biết mọi người đều đã được nghỉ ngơi, không còn quá mệt mỏi nữa, liền làm cho tòa thành biến mất rồi nói với mọi người: ‘Các người nên đi tới nữa, chỗ có châu báu cũng gần đây. Tòa thành lúc nãy chỉ là do ta biến hóa ra để các người tạm nghỉ ngơi mà thôi.’

“Này các tỳ-kheo! Đức Như Lai cũng giống như vậy, nay vì các ông làm vị thầy lớn dẫn đường, biết rõ con đường sanh tử phiền não xấu ác đầy khó khăn nguy hiểm, dằng dặc xa xôi cần phải tiến bước vượt qua. Nếu như chúng sanh chỉ được nghe duy nhất về Phật thừa, ắt sẽ không muốn gặp Phật, không muốn gần gũi mà tự nghĩ rằng: ‘Con đường thành Phật xa xôi dằng dặc, phải chuyên cần chịu nhiều khó nhọc mới có thể thành tựu.’

“Đức Phật biết rõ tâm ý yếu ớt thấp hèn của chúng

sanh như vậy, nên dùng sức phương tiện, vì muốn tạo một chỗ dừng nghỉ ở giữa đường mà thuyết dạy có Niết-bàn Nhị thừa. Nếu chúng sanh dừng trụ ở địa vị Nhị thừa, đức Như Lai liền vì họ mà dạy rằng: 'Chỗ tu tập của các ông chưa trọn đủ, nhưng chỗ dừng trụ của các ông đã đến gần trí tuệ Phật rồi, nên phải quán sát suy lường rằng Niết-bàn mà các ông đạt được đó chẳng phải là chân thật. Đó chỉ là do sức phương tiện của Như Lai, từ nơi một Phật thừa mà phân biệt thuyết dạy thành ba thừa.'

"Cũng như vị thầy dẫn đường kia, vì muốn tạo chỗ tạm nghỉ mà biến hóa ra tòa thành lớn. Khi thấy mọi người đã được nghỉ ngơi rồi, liền bảo họ: 'Chỗ có châu báu cũng gần đây, tòa thành này không hề có thật, chỉ do ta biến hóa tạo ra mà thôi.'"

Khi ấy, đức Thế Tôn muốn lặp lại những ý nghĩa trên nên nói kệ rằng:

"Phật Đại Thông Trí Thắng,
Mười kiếp ngồi đạo trường,
Pháp Phật chẳng hiện ra,
Chưa trọn thành Phật đạo.

Chư thiên, thần, long vương,
Với chúng a-tu-la,
Thường mưa xuống hoa trời,
Để cúng dường Phật ấy.

Chư thiên đánh trống trời,
Cùng diễn xướng âm nhạc,
Gió thơm cuốn hoa héo,
Lại thay bằng hoa tươi.
Trải qua mười tiểu kiếp,

Mới thành tựu quả Phật,
Chư thiên và loài người,
Đều vui mừng phấn khích.

Mười sáu người con Phật,
Cùng quyến thuộc vây quanh,
Số lượng ngàn muôn ức,
Cùng đi đến chỗ Phật.

Đầu mặt lễ sát chân,
Thỉnh Phật chuyển pháp luân.
'Đại Thánh ban mưa pháp,
Thấm nhuần khắp chúng sanh.'

Thế Tôn rất khó gặp,
Lâu xa mới ra đời,
Vì giác ngộ chúng sanh,
Gây chấn động khắp thảy.

Các thế giới phương đông,
Năm trăm muôn ức nước,
Cung Phạm thiên rực sáng,
Xưa nay chưa từng có.

Các Phạm vương thấy vậy,
Tìm đến đạo tràng Phật,
Rải hoa trời cúng dường,
Rồi dâng cúng cung điện.

Thỉnh Phật chuyển pháp luân,
Và đọc kệ xưng tán.
Phật biết chưa phải lúc,
Nhận lời nhưng ngồi yên.

Ba phương chính, bốn phụ,
Phương trên, dưới cũng vậy,[1]
Rải hoa, dâng cung điện,
Thỉnh Phật chuyển pháp luân.

Thế Tôn rất khó gặp,
Nguyện dùng đại từ bi,
Rộng mở cửa cam lộ,
Chuyển Vô thượng pháp luân.

Thế Tôn Vô Lượng Tuệ,
Nhận bao lời thỉnh cầu,
Vì chúng sanh thuyết pháp:
'Bốn đế, mười hai duyên,
Vô minh đến già chết...
Đều duyên nhau mà có,
Từ đó sanh khổ não,
Các người nên rõ biết.'

Khi Phật thuyết pháp này,
Có sáu trăm muôn ức
Na-do-tha chúng sanh,
Dứt khổ thành La-hán.

Thuyết pháp lần thứ hai,
Chúng sanh nhiều như cát
Của ngàn muôn sông Hằng,
Cũng thành A-la-hán.

Người đạt đạo về sau,
Nhiều không thể tính đếm,

---

[1] Ở đây kể đủ mười phương, ngoài phương đông còn "ba phương chính" tức là phương tây, phương nam và phương bắc; "bốn phụ" là bốn phương phụ gồm đông nam, tây nam, đông bắc và tây bắc, cộng với phương trên và phương dưới là mười phương.

Dù muôn kiếp tính toán,
Cũng không đếm hết được.

Mười sáu vị vương tử,
Xuất gia thành sa-di,
Cùng nhau thỉnh nguyện Phật,
Thuyết giảng pháp Đại thừa.

'Chúng con và thị tùng,
Đều sẽ thành Phật đạo.
Nguyện được như Thế Tôn,
Mắt tuệ thanh tịnh nhất.'

Phật biết tâm con trẻ,
Cùng công hạnh đời trước,
Dùng vô số nhân duyên,
Và đủ mọi thí dụ,
Thuyết sáu ba-la-mật,
Cùng những việc thần thông.
Phân biệt pháp chân thật,
Công hạnh đạo Bồ Tát.

Thuyết kinh Pháp hoa này,
Hằng sa các bài kệ.
Phật ấy thuyết kinh rồi,
Vào tĩnh thất nhập định.
Nhất tâm ngồi an tịnh,
Tám mươi bốn ngàn kiếp.

Mười sáu vị sa-di,
Biết Phật chưa xuất định,
Liền vì vô số chúng,
Thuyết trí tuệ Vô thượng.

Mỗi vị đều lên tòa,
Thuyết kinh Đại thừa này.
Từ sau Phật nhập định,
Thuyết pháp giúp giáo hóa.

Mỗi một vị sa-di,
Hóa độ số chúng sanh,
Rất nhiều như số cát,
Sáu triệu ức sông Hằng.[1]

Sau khi Phật nhập diệt,
Những người đã nghe pháp,
Thường nơi các cõi Phật,
Được sanh ra cùng thầy.

Mười sáu sa-di này,
Tu hành trọn Phật đạo,
Nay ở trong mười phương,
Đều trọn thành Chánh giác.

Người nghe pháp thuở ấy,
Nay đều sanh chỗ Phật.
Có người trụ Thanh văn,
Dần dần học Phật đạo.

Ta là một trong số
Mười sáu vị thuyết pháp,
Cho nên dùng phương tiện,
Dẫn vào trí tuệ Phật.

Nhân duyên xưa như vậy,
Nay thuyết kinh Pháp hoa,
Khiến cho vào Phật đạo,
Đừng ôm lòng kinh sợ.

---

[1] Ở đây chỉ lặp lại con số tượng trưng, trong phần kinh văn trường hàng nói "nhiều như số cát của 600 muôn ức na-do-tha con sông Hằng".

Như đường xa nguy hiểm,
Vắng vẻ, nhiều thú dữ,
Lại không cỏ, không nước,
Người người đều kinh sợ.

Vô số muôn ngàn người,
Muốn qua đường hiểm này,
Mà đường quá xa xôi,
Đến năm trăm do tuần.

Có vị thầy dẫn đường,
Biết nhiều, có trí tuệ,
Tâm sáng suốt, quả quyết,
Đưa cả đoàn vượt nguy.

Mọi người đều mệt mỏi,
Nên thưa với vị thầy:
'Chúng tôi đều quá mệt,
Đến đây xin quay về.'

Thầy dẫn đường tự nghĩ:
'Những người này đáng thương,
Vì sao lại muốn về,
Bỏ mất đi châu báu?'

Liền nghĩ cách phương tiện,
Phải dùng sức thần thông,
Hóa ra tòa thành lớn,
Nhiều nhà cửa rộng rãi,
Bao quanh có vườn cảnh,
Có kênh ngòi, ao tắm,
Cửa nhiều lớp, lầu cao,
Trai gái đều đông vui.

Hóa hiện như thế rồi,
Bảo mọi người: 'Đừng sợ,
Các người vào thành này,
Đều tùy ý vui chơi.'

Mọi người vào thành rồi,
Trong lòng rất mừng vui,
Đều cho là an ổn,
Tự nghĩ: Đến nơi rồi!

Thầy biết nghỉ ngơi xong,
Gọi tất cả đến nói:
'Mọi người nên đi tới,
Đây chỉ là hóa thành.

Thấy mọi người mệt mỏi,
Giữa đường muốn thối lui,
Nên ta dùng phương tiện,
Biến hóa ra thành này.
Hãy tinh tấn chuyên cần,
Cùng đến chỗ châu báu.'

Như Lai cũng như vậy,
Dẫn đường cho chúng sanh,
Thấy những người cầu đạo,
Giữa đường muốn thối lui,
Không thể vượt qua hết,
Đường sanh tử, phiền não.

Nên dùng sức phương tiện,
Thuyết Niết-bàn Nhị thừa,
Nói rằng: 'Đã dứt khổ,
Việc cần làm đã xong.'

Được Niết-bàn ấy rồi,
Đều thành A-la-hán,
Phật liền họp đại chúng,
Thuyết dạy pháp chân thật.

Sức phương tiện chư Phật.
Phân biệt nói ba thừa,
Thật chỉ một Phật thừa,
Nói hai để tạm dừng.

Nay thuyết pháp chân thật:
'Các ông chưa diệt độ.'
Muốn thành Phật toàn trí,
Phải hết sức tinh tấn.

Nếu được Nhất thiết trí,
Mười lực, các pháp Phật...
Đủ ba mươi hai tướng,
Mới chân thật diệt độ.

Phật là thầy dẫn đường,
Thuyết Niết-bàn giả tạm,
Để nghỉ ngơi xong rồi,
Dẫn vào trí tuệ Phật.

8. Phẩm Năm trăm đệ tử được thụ ký

Lúc bấy giờ, ngài Phú-lâu-na được nghe Phật nói trí tuệ phương tiện thuyết pháp thích hợp, lại nghe Phật thụ ký cho các vị đại đệ tử sẽ thành tựu quả Vô thượng Chánh đẳng Chánh giác, cũng như nghe chuyện nhân duyên từ nhiều đời trước, lại nghe việc chư Phật có sức thần thông tự tại lớn lao nên tự thấy được việc chưa từng có, trong lòng thanh tịnh phấn chấn, liền từ chỗ ngồi đứng dậy bước đến trước Phật, cúi đầu chạm mặt lễ sát chân Phật rồi đứng sang một bên, chăm chú không rời mắt chiêm ngưỡng tôn nhan Phật, trong lòng khởi lên ý nghĩ rằng:

"Đức Thế Tôn hết sức lạ lùng đặc biệt, việc ngài làm thật vô cùng hy hữu. Ngài có thể tùy thuận biết bao nhiêu là căn tánh chủng loại khác biệt của chúng sanh thế gian, dùng sự thấy biết phương tiện mà thuyết pháp, cứu thoát chúng sanh ra khỏi mọi chỗ tham đắm bám chấp. Chúng con đối với công đức của Phật thật không thể nói ra, chỉ đức Thế Tôn mới có thể rõ biết bản nguyện sâu xa trong lòng chúng con."[1]

Bấy giờ, đức Phật bảo các vị tỳ-kheo: "Các ông có thấy Phú-lâu-na đây chăng? Ta thường nói Phú-lâu-na là bậc nhất trong những người thuyết pháp, lại

[1] Theo bản Anh dịch của H. Kern thì câu này là "Chỉ có đức Như Lai mới biết được khuynh hướng và sự tu tập trong quá khứ của chúng con." (None but the Tathâgata knows our inclination and our ancient course.)

cũng thường khen ngợi đủ mọi công đức của Phú-lâu-na, tinh tấn chuyên cần bảo vệ giữ gìn và giúp sức truyền giảng giáo pháp của ta, có thể ở trong bốn chúng mà chỉ bày, dạy dỗ, khuyến khích sự lợi ích, làm cho thành tựu hoan hỷ,[1] giải thích chánh pháp một cách trọn vẹn đầy đủ mà làm lợi lạc lớn lao cho hết thảy các vị đồng tu phạm hạnh. Ngoài đức Như Lai, không ai có thể thấu suốt hết sự biện giải giảng nói của Phú-lâu-na.[2]

"Các ông đừng cho rằng Phú-lâu-na chỉ có thể bảo vệ giữ gìn và giúp sức truyền giảng giáo pháp của ta. Phú-lâu-na đã từng ở nơi đạo trường của 90 ức vị Phật[3] trong quá khứ mà bảo vệ giữ gìn và giúp sức truyền giảng chánh pháp của chư Phật. Ở những nơi ấy, Phú-lâu-na cũng đều là bậc nhất trong số những người thuyết pháp. Phú-lâu-na lại thông đạt rõ ràng sáng tỏ đối với pháp không mà chư Phật thuyết dạy, đạt được bốn trí không ngăn ngại, thường có thể suy xét kỹ lưỡng để thuyết pháp thanh tịnh, không còn nghi hoặc, có đầy đủ sức thần thông của hàng Bồ Tát. [Trong những kiếp quá khứ ấy,] Phú-lâu-na thường

[1] Nguyên tác là "示教利喜 - thị giáo lợi hỷ", chỉ 4 giai đoạn tuần tự giáo hóa. Thị là chỉ bày, làm cho thấy biết, nhận hiểu; giáo là dạy dỗ, giảng giải phương pháp tu tập; lợi là nói lúc người tu tập đã đạt được lợi ích lớn lao từ sự tu tập, nên có ý nghĩa khuyến khích tiếp tục chuyên cần; hỷ là nói lúc người tu tập thành tựu nên đạt được niềm vui chân thật, tự chứng nghiệm được chánh pháp. Cũng có thể hiểu 4 giai đoạn này tương ứng với 3 giai đoạn chuyển pháp luân: Thị là thị chuyển; giáo là khuyến chuyển, lợi và hỷ là chứng chuyển; lại cũng tương ứng với 4 giai đoạn tu tập bốn chân đế: Thị là thị khổ, giáo là đoạn tập, lợi là tu đạo và hỷ là chứng diệt.

[2] Bản Anh dịch của H. Kern là "không ai có thể sánh bằng Phú-lâu-na" (none able to equal Pūna).

[3] Bản Anh dịch của H. Kern dịch chỗ này là "99 vị Phật" (ninety-nine Buddhas).

luôn tu tập hạnh thanh tịnh suốt cả cuộc đời, nên người đời thuở ấy đều cho rằng Phú-lâu-na quả thật là Thanh văn, nhưng ông dùng phương tiện [hiện thân Thanh văn] đó để làm lợi ích cho vô số trăm ngàn chúng sanh, lại giáo hóa vô số a-tăng-kỳ chúng sanh khiến cho đều thành tựu Vô thượng Chánh đẳng Chánh giác. Vì để đạt được cõi Phật thanh tịnh, Phú-lan-na thường làm các Phật sự, giáo hóa chúng sanh.[1]

"Này các tỳ-kheo! Trong thời kỳ 7 vị Phật, Phú-lâu-na cũng là bậc nhất trong những người thuyết pháp, cho nên hiện nay ở chỗ của ta là bậc nhất trong những người thuyết pháp.[2] Đến thời chư Phật tương lai trong Hiền kiếp này,[3] Phú-lâu-na cũng sẽ là bậc nhất trong những người thuyết pháp, hơn nữa còn bảo vệ giữ gìn và giúp sức truyền giảng pháp Phật, cũng như trong tương lai sẽ bảo vệ giữ gìn và giúp sức truyền giảng giáo pháp của vô số chư Phật, giáo hóa làm lợi ích cho vô số chúng sanh, khiến cho phát khởi tâm Vô thượng Chánh đẳng Chánh giác, lại vì cõi Phật thanh tịnh mà thường chuyên cần tinh tấn giáo hóa chúng sanh.

"Dần dần trọn đủ đạo của hàng Bồ Tát, trải qua vô số a-tăng-kỳ kiếp rồi Phú-lâu-na sẽ ở cõi này mà thành tựu Vô thượng Chánh đẳng Chánh giác, hiệu

[1] Kinh văn nói " 為淨佛土故 - vị tịnh Phật độ cố", xét theo ngữ cảnh phía sau mô tả cõi Phật nghiêm tịnh mà ngài Phú-lâu-na đạt được khi thành Phật, nên hiểu rằng đây là những nhân tố tu tập giúp thành tựu cõi Phật thanh tịnh đó. Kinh Duy-ma-cật nói: "Tùy chỗ thành tựu cho chúng sinh mà được cõi Phật thanh tịnh."

[2] Bảy vị Phật (七佛) bao gồm cả đức Phật Thích-ca, cụ thể là Tỳ-bà-thi Phật (毘婆尸佛), Thi-khí Phật (尸棄佛), Tỳ-xá-phù Phật (毘舍浮佛), Câu-lưu-tôn Phật (拘留孫佛), Câu-na-hàm Mâu-ni Phật (拘那含牟尼佛), Ca-diếp Phật (迦葉佛) và Thích-ca Mâu-ni Phật (釋迦牟尼佛).

[3] Bản Anh dịch của H. Kern là "996 vị Phật" (a thousand less four).

là Pháp Minh Như Lai, Ứng Cúng, Chánh Biến Tri, Minh Hạnh Túc, Thiện Thệ, Thế Gian Giải, Vô Thượng Sĩ, Điều Ngự Trượng Phu, Thiên Nhân Sư, Phật Thế Tôn. Đức Phật Pháp Minh dùng số thế giới đại thiên nhiều như số cát sông Hằng làm một cõi Phật,[1] mặt đất bằng bảy món báu, bằng phẳng như lòng bàn tay, không có núi, gò, suối, khe, ngòi, rãnh... Những lầu đài xây bằng bảy món báu đầy khắp trong cõi nước. Cung điện chư thiên ở giữa không trung nhưng rất gần mặt đất nên loài người và chư thiên có thể giao tiếp với nhau, nhìn thấy được nhau; không có các đường xấu ác, không có nữ giới,[2] hết thảy chúng sanh đều là hóa sanh, không có sự dâm dục, có thần thông lớn, thân tỏa hào quang, bay đi tự tại giữa không trung, có ý chí và niệm tưởng kiên cố, đủ các phẩm tính trí tuệ và tinh tấn; thân thể có màu vàng ròng, đầy đủ ba mươi hai tướng tốt[3] để tự thành dáng vẻ trang nghiêm. Chúng sanh cõi ấy thường dùng hai loại thức ăn. Thứ nhất là thức ăn bằng niềm vui chánh pháp, thứ hai là thức ăn bằng niềm vui thiền định. Cõi Phật ấy có vô số a-tăng-kỳ ngàn muôn ức na-do-tha các vị Bồ Tát,

---

[1] Bản Anh dịch của H. Kern nói là "trông giống như được hình thành từ nhiều ngàn cõi nước nhiều như số cát của con sông Hằng" (...will look as if formed by thousands of spheres similar to the sands of the river Ganges).

[2] Kinh văn nói "無女人 - vô nữ nhân", nghĩa là không có nữ giới, nhưng như vậy thì cũng không có sự phân biệt để gọi là "nam giới", như câu kinh tiếp theo nói "không có sự dâm dục", cho nên có thể hiểu sự mô tả ở đây như là "không có giới tính". Tất cả chúng sanh đều hóa sanh nên không có sự khác biệt giới tính.

[3] Kinh văn chỉ nói là 32 tướng (三十二相 - tam thập nhị tướng), bản Anh dịch của H. Kern nói đủ hơn là "32 tướng của bậc đại nhân" (thirty-two characteristics of a great man). Bản Hán dịch Chánh Pháp Hoa kinh cũng nói đủ là "32 tướng biểu lộ của bậc đại nhân" (三十二表大人之相 - tam thập nhị biểu đại nhân chi tướng). Theo cách hiểu thông thường thì ở đây chỉ đến 32 tướng tốt giống như của đức Phật.

đều đạt được thần thông lớn lao, đủ bốn trí không ngăn ngại, thường khéo giáo hóa các loài chúng sanh. Số lượng Thanh văn ở cõi ấy nhiều đến mức tính toán đếm kể đều không thể biết được số lượng, tất cả đều đạt được đầy đủ sáu thần thông, ba sự sáng suốt cùng tám giải thoát. Cõi Phật ấy thành tựu vô số những công đức trang nghiêm như thế. Thời đại ấy tên là Bảo Minh, cõi nước tên Thiện Tịnh. Đức Phật Pháp Minh có tuổi thọ vô số a-tăng-kỳ kiếp, chánh pháp trụ ở đời rất lâu. Sau khi đức Phật ấy diệt độ, chúng sanh dựng tháp bằng bảy báu khắp nước để thờ kính."

Bấy giờ, đức Thế Tôn muốn lặp lại những ý nghĩa trên liền nói kệ rằng:

"Các tỳ-kheo, lắng nghe!
Hàng con Phật hành đạo,
Do khéo học phương tiện,
Nên không thể nghĩ bàn.

Biết người ưa pháp nhỏ,
E sợ trí tuệ lớn,
Nên các vị Bồ Tát,
Hiện Thanh văn, Duyên giác,
Dùng vô số phương tiện,
Giáo hóa khắp muôn loài.

Tự nhận là Thanh văn,
Còn cách Phật rất xa,
Độ thoát vô số người,
Khiến cho đều thành tựu.

Tuy cầu Tiểu, biếng nhác,
Dần khiến cho thành Phật.

Trong giấu hạnh Bồ Tát,
Ngoài hiện tướng Thanh văn.

Ít muốn, chán sanh tử,
Tự thanh tịnh cõi Phật.
Thị hiện có ba độc,
Lại có tướng tà kiến.

Đệ tử Phật như thế,
Phương tiện độ chúng sanh.
Nếu như Phật thuyết đủ,
Mọi phương tiện hóa hiện,
Chúng sanh nghe như vậy,
Hẳn ôm lòng nghi hoặc.

Ông Phú-lâu-na này,
Xưa với ngàn ức Phật,
Đã chuyên cần tu tập,
Gìn giữ, thuyết pháp Phật.

Cầu trí tuệ Vô thượng,
Nên ở nơi chư Phật,
Đứng đầu hàng đệ tử,
Nghe nhiều, có trí tuệ,
Thuyết giảng không sợ sệt,
Khiến người nghe hoan hỷ.

Chưa bao giờ chán mệt,
Trợ giúp các Phật sự.
Đã được thần thông lớn,
Đủ bốn trí vô ngại,
Biết căn tánh nhanh, chậm,
Thường thuyết pháp thanh tịnh,
Giảng rõ nghĩa 'như thị',

Giáo hóa ngàn ức người,
Khiến trụ nơi Đại thừa,
Tự thanh tịnh cõi Phật.

Tương lai cũng cúng dường,
Vô số các đức Phật,
Trợ giúp truyền chánh pháp,
Tự thanh tịnh cõi Phật.

Thường dùng các phương tiện,
Thuyết pháp, không sợ sệt,
Độ vô số chúng sanh,
Thành tựu Nhất thiết trí.
Cúng dường các đức Phật,
Gìn giữ kho Pháp báu.

Về sau được thành Phật,
Danh hiệu là Pháp Minh,
Cõi nước tên Thiện Tịnh,
Do bảy báu hợp thành,

Thời đại tên Bảo Minh.
Chúng Bồ Tát rất đông,
Nhiều đến vô số ức,
Đều đạt thần thông lớn,
Đủ các lực, oai đức,
Đầy khắp cả cõi nước.

Thanh văn cũng vô số,
Ba minh, tám giải thoát,
Bốn trí không ngăn ngại,
Cùng hợp thành chúng tăng.

Chúng sanh cõi Phật ấy,
Đã dứt trừ dâm dục,

Đều do biến hóa sanh,
Đủ tướng tốt trang nghiêm,
Dùng pháp hỷ, thiền duyệt,
Không muốn ăn gì khác.
Cõi ấy không nữ giới,
Cũng không các đường ác.

Tỳ-kheo Phú-lâu-na,
Công đức đã trọn đủ,
Thành tựu cõi tịnh ấy,
Chúng hiền thánh rất đông.

Vô số việc như vậy,
Nay ta chỉ lược nói.

Bấy giờ, 1.200 vị A-la-hán tâm đạt tự tại liền khởi lên ý nghĩ rằng: "Chúng con đều hoan hỷ, được điều chưa từng có. Nếu như mỗi người chúng con đều được đức Thế Tôn thụ ký cho giống như các vị đại đệ tử kia, chẳng phải là vui thích lắm sao!"

Đức Phật rõ biết suy nghĩ trong tâm các vị ấy, liền bảo ngài Ma-ha Ca-diếp: "Nay ta sẽ lần lượt theo thứ tự mà thụ ký quả vị Vô thượng Chánh đẳng Chánh giác cho 1.200 A-la-hán này.

"Trong đại chúng này, đại đệ tử của ta là Tỳ-kheo Kiều-trần-như rồi sẽ cúng dường 62.000 ức vị Phật, sau đó thành Phật hiệu là Phổ Minh Như Lai, Ứng Cúng, Chánh Biến Tri, Minh Hạnh Túc, Thiện Thệ, Thế Gian Giải, Vô Thượng Sĩ, Điều Ngự Trượng Phu, Thiên Nhân Sư, Phật Thế Tôn.

"Ngoài ra, 500 A-la-hán trong số này, những vị như Ưu-lâu-tần-loa Ca-diếp, Già-da Ca-diếp, Na-đề Ca-diếp, Ca-lưu-đà-ni, Ưu-đà-di, A-nậu-lâu-đà, Ly-bà-đa, Kiếp-tân-na, Bạc-câu-la, Chu-đà, Sa-già-đà... cũng đều sẽ thành tựu quả vị Vô thượng Chánh đẳng Chánh giác, tất cả đều cùng một danh hiệu là Phổ Minh."

Bấy giờ, đức Thế Tôn muốn lặp lại những ý nghĩa này nên nói kệ rằng:

Tỳ-kheo Kiều-trần-như,
Sẽ gặp vô số Phật,
Qua a-tăng-kỳ kiếp,
Mới thành Chánh Đẳng Giác.

Thường phóng hào quang lớn,
Đầy đủ các thần thông,
Vang danh khắp mười phương,
Chúng sanh đều cung kính.

Thường thuyết đạo Vô thượng,
Nên hiệu là Phổ Minh.
Cõi Phật ấy thanh tịnh,
Bồ Tát đều dũng mãnh,
Ở trên lầu gác đẹp.
Dạo chơi khắp mười phương,
Dùng những món quý nhất,
Phụng hiến lên chư Phật.

Cúng dường như như vậy rồi,
Trong lòng rất hoan hỷ,
Thoáng chốc đã quay về,
Có thần lực như vậy.

Phật trụ sáu muôn kiếp,
Chánh pháp trụ lâu hơn,

Tượng pháp lâu hơn nữa,[1]
Pháp diệt, trời người buồn.

Năm trăm A-la-hán,
Theo thứ tự thành Phật,
Cùng một hiệu Phổ Minh,
Lần lượt thụ ký rằng:

‘Sau khi ta diệt độ,
Vị này sẽ thành Phật,[2]
Việc giáo hóa trong đời,
Cũng giống ta ngày nay.’

Về cõi Phật nghiêm tịnh,
Cùng những sức thần thông,
Chúng Thanh văn, Bồ Tát,
Chánh pháp, rồi tượng pháp,
Trụ thế bao nhiêu kiếp,
Đều như trên đã nói.

Ca-diếp, ông đã biết,
Năm trăm vị tự tại.
Các vị Thanh văn khác,
Cũng đều sẽ như vậy.
Ai vắng mặt hội này,
Ông nên vì họ nói.”

---

[1] Bản Anh dịch của H. Kern nói tương đồng về thời gian Phật trụ thế (sixty thousand Æons), và nói Chánh pháp trụ thế lâu gấp đôi thời gian Phật trụ thế (his true law shall remain twice as long in the world), tượng pháp lại trụ thế lâu gấp ba lần (the counterfeit of it shall continue three times as long).

[2] Bản Hán văn dùng chữ “mỗ giáp” (某甲當作佛 - mỗ giáp đương tác Phật) để phiếm chỉ một tên gọi bất kỳ, hàm ý các vị A-la-hán này khi thành Phật rồi đều sẽ lần lượt thụ ký cho vị Phật tiếp theo sau mình giống như vậy, thay chữ “mỗ giáp” bằng danh hiệu của người được thụ ký.

Khi ấy, 500 vị A-la-hán ở trước Phật được thụ ký rồi, trong lòng hoan hỷ phấn khích, liền từ chỗ ngồi đứng dậy đi đến trước Phật, cúi đầu chạm mặt lễ sát chân Phật, hối lỗi tự trách: "Bạch Thế Tôn! Chúng con thường tự suy nghĩ cho rằng mình đã đạt đến diệt độ rốt ráo, nay mới biết rằng như thế là không có trí tuệ. Vì sao vậy? Chúng con lẽ ra đều được trí tuệ Như Lai, nhưng lại tự cho trí nhỏ nhoi là đủ.

"Bạch Thế Tôn! Ví như có người đến chơi nhà bạn thân, uống rượu say nằm. Khi ấy, người bạn thân có việc quan cần phải đi, liền lấy một hạt châu quý báu vô giá tặng cho bạn bằng cách buộc giấu vào giữa hai lớp vải áo, xong rồi mới rời đi. Người ấy say rượu nằm, hoàn toàn không hay biết. Đến khi tỉnh dậy ra đi, rồi sau đó lưu lạc đến nước khác, vì chuyện cơm áo phải chuyên cần nỗ lực làm lụng, hết sức gian nan vất vả, kiếm được chút ít liền cho là đủ. Sau đó, người bạn thân thuở trước gặp lại, thấy vậy kêu lên: 'Ôi chao, anh bạn tôi! Sao vì cơm áo mà đến nỗi này! Ngày xưa tôi vì muốn bạn được an vui, tùy ý thụ hưởng 5 món dục, nên vào ngày tháng năm đó đã lấy hạt châu quý báu vô giá buộc giấu vào giữa hai lớp vải áo của anh, nay vẫn còn nguyên đó, sao anh không biết, phải khó nhọc vất vả lo toan khổ sở chỉ cầu đủ sống, thật là ngu si quá! Nay anh có thể lấy hạt châu này bán đi để mua những thứ cần dùng, sẽ thường được như ý, không thiếu thốn gì nữa.'

"Đức Phật cũng như [người bạn thân kia], khi còn là Bồ Tát giáo hóa chúng con, khiến cho phát tâm cầu Nhất thiết trí, [giống như ban cho hạt châu quý báu,] nhưng chúng con lại quên mất đi, không hề hay biết, khi được quả A-la-hán rồi liền tự cho đó là diệt độ, [giống như người kia] mưu sinh vất vả gian nan, vừa được chút ít đã cho là đủ, trong khi tâm nguyện cầu Nhất thiết trí vẫn còn nguyên đó, không hề mất đi. Nay đức Thế Tôn vì thức tỉnh chúng con nên mới dạy rằng: 'Này các tỳ-kheo! Chỗ mà các ông đạt được đó không phải là diệt độ rốt ráo. Từ lâu ta đã giúp các ông gieo trồng căn lành là hạt giống Phật, vì dùng phương tiện nên thị hiện tướng Niết-bàn [Nhị thừa], nhưng các ông thật ra chưa được diệt độ.'

"Bạch Thế Tôn! Chúng con hôm nay mới biết mình thật là Bồ Tát, được thụ ký quả vị Vô thượng Chánh đẳng Chánh giác. Do nhân duyên đó nên hết sức hoan hỷ, được việc chưa từng có."

Bấy giờ, nhóm các ngài A-nhã Kiều-trần-như... muốn lặp lại ý nghĩa trên nên cùng đọc kệ rằng:

Chúng con nghe Phật ban
Lời thụ ký an ổn,
Hoan hỷ chưa từng có,
Lễ trí Phật vô lượng.

Nay trước mặt Thế Tôn,
Xin tự hối lỗi lầm.
Kho báu Phật vô lượng,
Con chỉ được chút ít,
Lại như người ngu si,
Tự cho đó là đủ.

Ví như người nghèo khó,
Đến chơi nhà bạn thân.

Nhà bạn rất giàu có,
Thết đãi nhiều món ngon,
Rồi lấy hạt châu quý
Giấu trong hai lớp áo
Tặng cho trước khi đi,
Người say nằm, không biết.

Sau khi tỉnh dậy rồi,
Lưu lạc sang nước khác,
Cầu cơm áo qua ngày,
Mưu sinh thật khó khăn,
Được ít cho là đủ,
Chẳng mong cầu tốt hơn.
Không biết trong áo mình,
Có hạt châu vô giá.

Người bạn cho hạt châu,
Sau gặp lại người nghèo,
Thấy vậy liền quở trách,
Rồi chỉ rõ hạt châu.

Người nghèo thấy hạt châu,
Lòng vui mừng khôn xiết,
Được giàu có, sung túc,
Tùy ý hưởng năm dục.

Chúng con cũng như vậy,
Thế Tôn trong đêm dài,[1]
Thường thương xót giáo hóa,
Khiến phát tâm Vô thượng.

---

[1] Kinh văn dùng "trường dạ" (đêm dài), hàm ý chỉ luân hồi sanh tử trong vô minh tăm tối giống như đêm dài không ánh sáng.

Chúng con vì ngu si,
Nên không hề hay biết,
Được phần nhỏ Niết-bàn,
Tưởng đủ, chẳng cầu thêm.

Phật đánh thức chúng con:
"Đó chưa phải diệt độ.
Được Trí tuệ Vô thượng,
Mới diệt độ chân thật."

Chúng con được nghe Phật,
Thụ ký việc trang nghiêm,
Cùng thứ lớp thành Phật,
Thân tâm đều hoan hỷ.

9. Phẩm Thụ ký cho hàng hữu học và vô học

Lúc bấy giờ, các ngài A-nan và La-hầu-la có ý nghĩ rằng: "Chúng ta mỗi người đều tự nghĩ: 'Giá như được Phật thụ ký, chẳng phải là vui thích lắm sao!'" Hai vị liền từ chỗ ngồi đứng dậy tiến đến trước Phật, cúi đầu chạm mặt lễ sát chân Phật, cùng bạch Phật rằng: "Bạch Thế Tôn! Chúng con đối với việc thụ ký này cũng nên được dự phần, vì chỉ có đức Như Lai là nơi chúng con quy hướng. Chúng con lại được hết thảy trời, người, a-tu-la trong khắp cõi thế gian biết đến, rằng A-nan thường làm thị giả theo hầu Phật, giữ gìn bảo vệ kho tàng Chánh pháp, rằng La-hầu-la là con của Phật. Nếu được Phật thụ ký quả Vô thượng Chánh đẳng Chánh giác thì chúng con thật mãn nguyện, mà sự ngưỡng vọng của đại chúng cũng được thỏa mãn."

Khi ấy, 2.000 vị đệ tử Thanh văn hữu học và vô học đều từ chỗ ngồi đứng dậy, trần vai áo bên phải, tiến đến trước Phật, chắp tay một lòng chiêm ngưỡng đức Thế Tôn, đồng một tâm nguyện như các ngài A-nan và La-hầu-la, rồi đứng sang một bên.

Bấy giờ, đức Phật bảo ngài A-nan: "Trong tương lai ông sẽ thành Phật hiệu là Sơn Hải Tuệ Tự Tại Thông Vương Như Lai, Ứng Cúng, Chánh Biến Tri, Minh

Hạnh Túc, Thiện Thệ, Thế Gian Giải, Vô Thượng Sĩ, Điều Ngự Trượng Phu, Thiên Nhân Sư, Phật Thế Tôn. Ông sẽ cúng dường 62 ức chư Phật, bảo vệ giữ gìn kho tàng Chánh pháp, rồi sau đó mới thành tựu Vô thượng Chánh đẳng Chánh giác, giáo hóa chư Bồ Tát nhiều như số cát của 20.000 muôn ức con sông Hằng, khiến cho đều thành tựu Vô thượng Chánh đẳng Chánh giác. Cõi nước ấy tên là Thường Lập Thắng Phan, toàn cõi nước thanh tịnh, mặt đất bằng lưu ly, thời đại ấy tên là Diệu Âm Biến Mãn. Đức Phật ấy có tuổi thọ vô lượng ngàn muôn ức a-tăng-kỳ kiếp, nếu như có người trong suốt ngàn muôn ức vô lượng a-tăng-kỳ kiếp tính toán đếm kể cũng không thể biết được số kiếp chính xác. Thời gian chánh pháp tồn tại ở đời còn lâu hơn gấp bội. Thời gian tượng pháp tồn tại ở đời, so với chánh pháp lại lâu hơn gấp bội.

Này A-nan! Đức Phật Sơn Hải Tuệ Tự Tại Thông Vương ấy được chư Phật Như Lai khắp mười phương nhiều như số cát của vô lượng ngàn muôn ức con sông Hằng cùng ngợi khen, xưng tán công đức.

Bấy giờ, đức Thế Tôn muốn lặp lại ý nghĩa trên nên thuyết kệ rằng:

"Ta nay bảo chúng tăng,
A-nan, người giữ pháp,
Sẽ cúng dường chư Phật,
Sau đó thành Chánh giác,
Hiệu là 'Sơn Hải Tuệ
Tự Tại Thông Vương Phật'.

Cõi Phật ấy thanh tịnh,
Tên 'Thường Lập Thắng Phan',
Giáo hóa chư Bồ Tát,
Nhiều như cát sông Hằng.

Phật có uy đức lớn,
Danh vang khắp mười phương,
Tuổi thọ không thể lường,
Vì thương xót chúng sanh,
Chánh pháp trụ lâu hơn,
Tượng pháp lâu hơn nữa.

Có vô số chúng sanh,
Nhiều như cát sông Hằng,
Đều ở trong Phật pháp,
Gieo nhân duyên Phật đạo.

Lúc bấy giờ, trong pháp hội có 8.000 vị Bồ Tát vừa mới phát tâm đều suy nghĩ rằng: "Chúng ta thậm chí còn chưa nghe các vị Đại Bồ Tát được thụ ký [lớn lao] như vậy, nay có nhân duyên gì mà các vị Thanh văn lại được thụ ký như vậy?"

Khi ấy, đức Thế Tôn rõ biết suy nghĩ trong tâm các vị Bồ Tát nên bảo họ rằng: "Này các thiện nam tử! Ta cùng với những người như ông A-nan đây từng ở nơi đức Phật Không Vương cùng lúc phát tâm Vô thượng Chánh đẳng Chánh giác. A-nan thường ưa thích nghe nhiều, trong khi ta thường chuyên cần tinh tấn tu tập, cho nên nay ta đã thành tựu Vô thượng Chánh đẳng Chánh giác, còn A-nan thì giữ gìn bảo vệ chánh pháp của ta, lại cũng bảo vệ kho tàng chánh pháp của chư Phật trong tương lai, thành tựu việc giáo hóa các vị Bồ Tát. Vì tâm nguyện thuở trước như vậy nên nay A-nan được thụ ký [lớn lao] như vậy."[1]

Ngài A-nan ở trước Phật, tự mình nghe Phật thụ ký cùng nói rõ về cõi nước trang nghiêm, tâm nguyện được trọn đủ, trong lòng hết sức mừng vui hoan hỷ, được việc chưa từng có, liền tức thời nhớ lại được kho tàng Phật pháp trong quá khứ của vô lượng ngàn muôn ức chư Phật, thông suốt không ngăn ngại như vừa mới được nghe hôm nay, đồng thời cũng nhớ biết được tâm nguyện thuở trước.

Khi ấy, ngài A-nan liền đọc kệ rằng:

"Thế Tôn thật hy hữu,
Khiến con nhớ quá khứ,
Pháp của vô số Phật,
Như vừa nghe hôm nay.

Nay con không còn nghi,
Trụ yên trong Phật đạo,
Phương tiện làm thị giả,
Hộ trì pháp chư Phật."

Lúc bấy giờ, đức Phật bảo ngài La-hầu-la: "Trong tương lai ông sẽ thành Phật, hiệu là Đạo Thất Bảo Hoa Như Lai, Ứng Cúng, Chánh Biến Tri, Minh Hạnh Túc, Thiện Thệ, Thế Gian Giải, Vô Thượng Sĩ, Điều Ngự Trượng Phu, Thiên Nhân Sư, Phật Thế Tôn. Ông sẽ cúng dường chư Phật Như Lai nhiều bằng số hạt bụi nhỏ trong 10 thế giới, thường làm con trưởng của

[1] So sánh với việc thụ ký cho các vị Bồ Tát ở trước thì ở đây ngài A-nan được thụ ký với mọi phẩm tính đều lớn lao, trang nghiêm thanh tịnh hơn rất nhiều, do đó khiến cho chúng hội khởi nghi.

chư Phật, cũng giống như ngày nay. Đức Phật Đạo Thất Bảo Hoa sẽ có cõi nước trang nghiêm, về tuổi thọ, số đệ tử giáo hóa được, cho đến thời gian tồn tại của chánh pháp, tượng pháp đều giống như đức Phật Sơn Hải Tuệ Tự Tại Thông Vương Như Lai không khác, lại cũng là con trưởng của đức Phật ấy. Trải qua thời gian đó rồi sẽ thành tựu Vô thượng Chánh đẳng Chánh giác.

Khi ấy, đức Thế Tôn muốn lặp lại ý nghĩa trên nên thuyết kệ rằng:

"Khi ta là thái tử,
La-hầu làm con trưởng.
Nay ta đã thành Phật,
Ông trở thành pháp tử.

Trong những đời vị lai,
Gặp vô lượng ức Phật,
Đều làm con trưởng Phật,
Một lòng cầu Phật đạo.

Mật hạnh của La-hầu,
Chỉ Phật mới rõ biết.
Thị hiện con trưởng Phật,
Để chỉ bày chúng sanh.

Vô lượng muôn ngàn ức
Công đức không thể lường,
Trụ yên nơi Phật pháp,
Để cầu đạo Vô thượng."

Lúc bấy giờ, đức Thế Tôn nhìn thấy 2.000 vị đệ tử hữu học và vô học tâm ý đều nhu thuận nhuần nhuyễn, thanh tịnh vắng lặng, đang một lòng chiêm ngưỡng Phật. Đức Phật bảo ngài A-nan: "Ông có thấy 2.000 vị đệ tử hữu học và vô học ở đây không?"

Ngài A-nan thưa: "Dạ, con có thấy."

Phật dạy: "Này A-nan! Những vị này rồi sẽ cúng dường chư Phật Như Lai nhiều như số hạt bụi trong năm mươi thế giới, tôn trọng cung kính, bảo vệ giữ gìn kho tàng chánh pháp, cho đến sau cùng sẽ ở nơi các cõi nước trong mười phương mà cùng lúc thành Phật, đồng một danh hiệu là Bảo Tướng Như Lai, Ứng Cúng, Chánh Biến Tri, Minh Hạnh Túc, Thiện Thệ, Thế Gian Giải, Vô Thượng Sĩ, Điều Ngự Trượng Phu, Thiên Nhân Sư, Phật Thế Tôn, tuổi thọ là một kiếp, cõi nước đều trang nghiêm, chúng Bồ Tát, Thanh văn, cho đến thời gian tồn tại chánh pháp, tượng pháp của chư Phật ấy cũng đều như nhau.

Khi ấy, đức Thế Tôn muốn lặp lại ý nghĩa trên nên thuyết kệ rằng:

"Hai ngàn Thanh văn này,
Nay ở trước mặt ta,
Thụ ký cho tất cả,
Tương lai đều thành Phật.

Sẽ cúng dường chư Phật,
Nhiều như số hạt bụi,
Đều hộ trì pháp Phật,
Rồi sau sẽ thành Phật,
Trong cõi nước mười phương,
Đều cùng một danh hiệu,
Cùng lúc ngồi đạo tràng,
Đạt trí tuệ Vô thượng,

Đồng một hiệu Bảo Tướng.
Cõi nước và đệ tử,
Chánh pháp cùng tượng pháp,
Đều giống nhau, không khác.

Đều dùng sức thần thông,
Độ chúng sanh mười phương,
Khắp nơi đều nghe danh,
Rồi dần nhập Niết-bàn."

Lúc bấy giờ, 2.000 vị đệ tử hữu học và vô học được nghe Phật thụ ký thì vui mừng phấn khích, cùng đọc kệ rằng:

"Thế Tôn soi đèn tuệ,
Chúng con nghe thụ ký,
Tâm ngập tràn hoan hỷ,
Như được rưới cam lộ."

10. Phẩm Pháp sư

Lúc bấy giờ, đức Thế Tôn nhân nơi Bồ Tát Dược Vương để nói với 80.000 vị Bồ Tát:[1] "Này Dược Vương! Ông hãy nhìn xem tất cả đại chúng nơi đây, có vô số chư thiên, long vương, dạ-xoa, càn-thát-bà, a-tu-la, ca-lâu-la, khẩn-na-la, ma-hầu-la-già, người và các loài phi nhân, các vị tỳ-kheo, tỳ-kheo-ni, ưu-bà-tắc, ưu-bà-di, những người cầu quả vị Thanh văn, cầu quả vị Phật Bích-chi, hoặc cầu Phật đạo, hết thảy những chúng sanh như thế đều đang ở trước Phật, được nghe một bài kệ hay một câu kinh Diệu Pháp Liên Hoa này, cho đến chỉ khởi lên một ý niệm hoan hỷ vui theo, ta đều thụ ký cho trong tương lai sẽ được thành tựu quả Vô thượng Chánh đẳng Chánh giác."

Rồi Đức Phật bảo ngài Dược Vương: "Lại nữa, sau khi Như Lai diệt độ, nếu có ai được nghe kinh Diệu Pháp Liên Hoa, thậm chí chỉ một bài kệ, một câu kinh, hoặc khởi lên một ý niệm hoan hỷ vui theo, ta cũng đều thụ ký cho được thành tựu quả Vô thượng Chánh đẳng Chánh giác. Nếu như lại có người thọ trì, tụng đọc, giảng thuyết, sao chép kinh Diệu Pháp Liên Hoa, dù chỉ một bài kệ, đối với quyển kinh này cung kính như Phật, dùng đủ mọi cách cúng dường như hương

[1] Nguyên tán Hán văn dùng "đại sĩ" là một cách danh xưng khác để gọi các vị Bồ Tát. Vì trước đây đã gọi 8.000 vị này là Bồ Tát nên chúng tôi dùng lại như trước để dễ hiểu.

hoa, chuỗi ngọc, hương bột, hương thoa, hương đốt, lọng che bằng lụa, cờ phướn, y phục, âm nhạc... hoặc thậm chí chỉ chắp tay cung kính. Này Dược Vương! Ông nên biết rằng người như vậy đã từng cúng dường mười muôn ức Phật, ở nơi đạo trường chư Phật thành tựu tâm nguyện lớn, vì thương xót chúng sanh nên mới sanh vào cõi thế gian này.

"Này Dược Vương! Nếu như có người hỏi: 'Những chúng sanh nào trong tương lai sẽ được thành Phật?', ông nên chỉ cho biết rằng những người như vừa nói trên trong tương lai chắc chắn sẽ được thành Phật. Vì sao vậy? Nếu như có thiện nam hoặc thiện nữ, đối với kinh Diệu Pháp Liên Hoa này, dù chỉ một câu kinh, biết thọ trì, tụng đọc, giảng thuyết, sao chép, dùng mọi cách cúng dường như hương hoa, chuỗi ngọc, hương bột, hương thoa, hương đốt, lọng che bằng lụa, cờ phướn, y phục, âm nhạc... hoặc chắp tay cung kính, thì đối với người này hết thảy thế gian đều nên chiêm ngưỡng kính phụng, nên dùng cách thức cúng dường Như Lai mà cúng dường cho người này.

"Nên biết rằng người như vậy đã là Đại Bồ Tát, thành tựu Vô thượng Chánh đẳng Chánh giác, vì thương xót chúng sanh nên phát nguyện sanh vào thế gian này để phân biệt giảng rộng kinh Diệu Pháp Liên Hoa, huống chi là có thể đem hết khả năng mà thọ trì, dùng đủ mọi cách cúng dường kinh này?

"Này Dược Vương! Nên biết rằng đó là người đã tự xả bỏ nghiệp báo thanh tịnh, nên sau khi ta đã diệt độ rồi, vì thương xót chúng sanh mà sanh vào cõi đời xấu ác để giảng rộng kinh này.

"Nếu như có thiện nam hoặc thiện nữ, sau khi ta diệt độ rồi có thể riêng vì một người mà giảng thuyết kinh Pháp Hoa, dù chỉ một câu, nên biết rằng người ấy đã là sứ giả của Như Lai, do đức Như Lai sai khiến đến, thi hành việc của Như Lai, huống chi là ở giữa đại chúng rộng vì người khác thuyết giảng?

"Này Dược Vương! Nếu có người xấu ác, dùng tâm bất thiện trong suốt một kiếp ở trước đức Phật, thường hủy báng nhục mạ đức Phật, tội lỗi đó vẫn xem là nhẹ nếu so với người dùng một câu xấu ác chế giễu chê bai người tại gia hay xuất gia tụng đọc kinh Pháp Hoa, vì tội lỗi này rất nặng.

"Này Dược Vương! Như có người tụng đọc kinh Pháp Hoa, nên biết rằng người ấy đang dùng sự trang nghiêm của Như Lai để tự trang nghiêm mình, được Như Lai gánh vác trên vai. Người ấy đi đến nơi nào, [mọi người] nên hướng theo mà lễ bái, một lòng chắp tay cung kính cúng dường, tôn trọng ngợi khen xưng tán, dùng các loại hoa, hương, chuỗi ngọc, hương bột, hương thoa, hương đốt, lọng che bằng lụa, cờ phướn, y phục, các món ăn ngon, các loại âm nhạc, các món cúng dường thượng hạng trong cõi người để cúng dường người ấy, nên dùng châu báu cõi trời rải quanh để tỏ lòng tôn kính, nên gom góp các báu vật trên cõi trời mà phụng hiến cho người ấy. Vì sao vậy? Vì người ấy hoan hỷ thuyết pháp, nên người được nghe chỉ trong thoáng chốc liền đạt được rốt ráo Vô thượng Chánh đẳng Chánh giác.

Lúc bấy giờ, đức Thế Tôn muốn lặp lại ý nghĩa trên nên thuyết kệ rằng:

"Nếu muốn trụ Phật đạo,
Thành tựu trí tự nhiên,
Nên siêng năng cúng dường,
Người thọ trì Pháp Hoa.

Nếu người muốn nhanh chóng,
Được Nhất thiết chủng trí,
Nên thọ trì kinh này,
Cúng dường người trì kinh.

Nếu ai thường thọ trì,
Kinh Diệu Pháp Liên Hoa,
Đó là sứ giả Phật,
Thường thương xót chúng sanh.

Người thường xuyên thọ trì,
Kinh Diệu Pháp Liên Hoa,
Từ bỏ cõi thanh tịnh,
Thương chúng sanh, đến đây.

Nên biết người như vậy,
Tự tại, tùy ý sanh.
Có thể nơi cõi ác,
Rộng thuyết pháp Vô thượng.

Nên dùng hương, hoa trời,
Cùng y phục, châu báu,
Kho bảo vật cõi trời,
Cúng dường người giảng kinh.

Sau Phật diệt, đời ác
Ai thường trì kinh này,
Nên chắp tay kính lễ,
Như cúng dường Thế Tôn.

Dùng món ngon thượng hạng,
Cùng đủ loại y phục,
Cúng dường Phật tử ấy,
Cầu nghe kinh chốc lát.

Người nào trong đời sau,
Có thể trì kinh này,
Là Phật sai khiến đến,
Thi hành việc Như Lai.

Nếu người trong suốt kiếp,
Thường ôm lòng bất thiện,
Hung hăng mắng chửi Phật,[1]
Tạo tội nặng vô lượng;
Nhưng với người tụng đọc,
Giữ gìn kinh Pháp Hoa,
Mà xúc phạm chốc lát,
Tạo tội còn nặng hơn.

Nếu người cầu Phật đạo,
Nên suốt trong một kiếp,
Chắp tay đứng trước Phật,
Đọc vô số kệ khen.
Người ấy xưng tán Phật,
Được công đức vô lượng;
Nhưng khen người trì kinh,
Công đức còn lớn hơn.

Trong tám mươi ức kiếp,[2]
Dùng thanh, sắc tốt đẹp,

---

[1] Nguyên tác kinh văn là "作色 - tác sắc", dịch sát nghĩa là thay đổi sắc mặt, trong ngữ cảnh này được hiểu là lộ rõ vẻ hung hăng.

[2] So sánh nội dung tương đương trong bản Anh dịch của H. Kern là "eighteen thousand kotis of Æons", tức là "mười tám ngàn ức kiếp".

Cùng hương, vị, xúc chạm,
Cúng dường người trì kinh.

Cúng dường như vậy rồi,
Được nghe kinh chốc lát,
Ắt sẽ tự mừng vui:
'Ta được lợi ích lớn!'

Dược Vương! Nay nói rõ,
Ta đã thuyết nhiều kinh,
Nhưng trong những kinh ấy,
Pháp Hoa là bậc nhất."

Khi ấy, đức Phật lại bảo Đại Bồ Tát Dược Vương rằng: "Trong vô số ngàn muôn ức kinh điển mà ta thuyết dạy, những kinh đã thuyết, hiện đang thuyết và sẽ thuyết, thì kinh Pháp Hoa này là khó tin khó hiểu nhất.

"Này Dược Vương! Kinh này là kho tàng tinh yếu bí mật của chư Phật, không thể đưa ra phân bố rộng rãi, truyền trao không đúng người. Kinh này được chư Phật Thế Tôn giữ gìn bảo vệ, từ xưa đến nay chưa từng thuyết giảng chung cho đại chúng không chọn lọc.[1]

---

[1] Kinh văn dùng chữ "未曾顯說 - vị tằng hiển thuyết", hiểu theo nghĩa đen là chưa từng thuyết giảng công khai, không che giấu. Các bản dịch hiện có dịch là "chưa hề nói đến một cách minh bạch (HT Trí Quang)", hoặc "chưa từng bày nói" (HT Trí Tịnh). Bản Anh dịch của H. Kern là "never divulged" (chưa bao giờ công khai). Tuy nhiên, chúng tôi cho rằng hàm ý trong ngữ cảnh ở đây là chỉ thuyết giảng cho một số thính chúng chọn lọc, thích hợp, không thuyết giảng chung cho tất cả mọi người. Việc đức Phật đợi cho 5.000 người có căn cơ không thích hợp rời khỏi pháp hội rồi mới thuyết kinh này là một thí dụ minh họa cho ý nghĩa này. Ngay câu kinh trước cũng nói rằng kinh này không được "truyền trao không đúng người" (妄授與人 - vọng thụ dữ nhân). Và ý nghĩa phải chọn đúng người thích hợp mới thuyết giảng kinh này đã được nói rất rõ trong phần cuối phẩm Thí dụ.

Kinh này trong lúc Như Lai tại thế mà còn có nhiều kẻ oán ghét,[1] huống chi là sau khi Phật diệt độ?

"Này Dược Vương! Nên biết rằng sau khi Như Lai diệt độ, những ai đối với kinh này có thể sao chép, giữ gìn, tụng đọc, vì người khác giảng thuyết, ắt sẽ được Như Lai dùng y che chở, lại cũng được chư Phật hiện tại ở các phương khác nhớ nghĩ che chở. Người ấy sẽ có sức tin tưởng lớn lao cùng sức mạnh chí nguyện và sức mạnh của các căn lành. Nên biết rằng người này cùng sống một nơi với Như Lai, được đức Như Lai dùng tay xoa đầu.

"Này Dược Vương! Ở bất cứ nơi nào có sự thuyết giảng, tụng đọc, sao chép hoặc cất giữ kinh Pháp Hoa này, đều nên xây tháp thật cao rộng bằng bảy báu, trang nghiêm đẹp đẽ, không cần an trí xá-lợi bên trong. Vì sao? Vì trong tháp như đã có toàn thân Như Lai. Đối với tháp ấy, nên dùng hết thảy các loại hoa, hương, chuỗi ngọc, lọng che bằng lụa, cờ phướn, âm nhạc, thơ ca mà cúng dường cung kính, tôn trọng, ngợi khen xưng tán. Nếu có người được nhìn thấy tháp ấy, lễ bái cúng dường, nên biết rằng những người như vậy đều đã đến gần quả vị Vô thượng Chánh đẳng Chánh giác.

"Này Dược Vương! Có nhiều người tại gia cũng như xuất gia, tu hành đạo Bồ Tát, nếu như chưa được thấy nghe, tụng đọc, sao chép, thọ trì, cúng dường kinh Pháp Hoa này, nên biết là những người ấy chưa tu

[1] Kinh văn dùng chữ "怨嫉 - oán tật", nghĩa là oán ghét. So sánh với bản Anh dịch ở vị trí này là "rejected" (từ chối, không chấp nhận), về mặt ý nghĩa có vẻ như hợp lý hơn. Như câu kinh trước nói kinh này "khó tin khó hiểu nhất" nên thính chúng ít người tin nhận. Trong khi đó, ý nghĩa "oán ghét" có lẽ chỉ đến hàng ngoại đạo, kẻ xấu.

tập tốt theo đạo Bồ Tát. Nếu như được nghe kinh này rồi, mới có thể tu tập tốt theo đạo Bồ Tát.

"Nếu như có chúng sanh nào cầu Phật đạo, được thấy nghe kinh Pháp Hoa này, nghe rồi liền tin hiểu, thọ trì, nên biết rằng người ấy đã đến gần quả vị Vô thượng Chánh đẳng Chánh giác.

"Này Dược Vương! Ví như có người đang khát cần nước, ở nơi gò cao đào xuống để tìm, vì đất còn khô nên biết rằng nước vẫn còn xa; tiếp tục đào xuống không ngừng, liền thấy đất ẩm, rồi đến đất bùn, trong lòng biết chắc đã gần có nước. Bồ Tát cũng giống như vậy, nếu như chưa nghe, chưa hiểu, chưa thể tu tập kinh Pháp Hoa này, nên biết rằng người ấy hãy còn cách xa quả vị Vô thượng Chánh đẳng Chánh giác; nếu như được nghe, hiểu, suy ngẫm, tu tập theo kinh này, thì biết là đã đến gần quả vị Vô thượng Chánh đẳng Chánh giác. Vì sao vậy? Hết thảy pháp Vô thượng Chánh đẳng Chánh giác của hàng Bồ Tát đều có đủ trong kinh này. Kinh này mở ra cửa phương tiện, chỉ bày tướng chân thật. Kho tàng kinh Pháp Hoa này thâm sâu kiên cố, kín đáo sâu xa, không ai có thể thấu triệt, nay Phật vì giáo hóa chư Bồ Tát cho thành tựu nên mới khai mở chỉ bày.

"Này Dược Vương! Nếu có Bồ Tát nào nghe kinh Pháp Hoa này lại khởi tâm kinh hãi, nghi ngờ, nên biết đó là Bồ Tát mới phát tâm. Nếu có Thanh văn nào nghe kinh này lại khởi tâm kinh hãi, nghi ngờ, sợ sệt, nên biết đó là kẻ tăng thượng mạn.

"Này Dược Vương! Nếu có thiện nam hoặc thiện nữ, sau khi Như Lai diệt độ rồi, muốn vì bốn chúng thuyết giảng kinh Pháp Hoa này, nên thuyết như thế nào? Người ấy nên vào nhà Như Lai, đắp y Như Lai, ngồi tòa Như Lai, như vậy rồi mới nên vì bốn chúng mà thuyết rộng kinh này.

"Nhà Như Lai tức là tâm đại từ bi của hết thảy chúng sanh; y Như Lai tức là tâm nhẫn nhục nhu hòa; tòa Như Lai tức là hết thảy các pháp đều không. Trụ yên trong chỗ như thế rồi, mới dùng tâm không biếng nhác, vì chư Bồ Tát và bốn chúng mà thuyết rộng kinh này.

"Này Dược Vương! [Khi ấy] ta ở cõi khác[1] sai khiến người được biến hóa ra, vì người ấy mà tụ tập người đến nghe pháp, lại sai khiến các tỳ-kheo, tỳ-kheo-ni, ưu-bà-tắc, ưu-bà-di được biến hóa ra đến nghe người ấy thuyết pháp. Những người được biến hóa ra đó, khi nghe pháp liền tin nhận, thuận theo không trái nghịch.

"Nếu như người thuyết pháp ở nơi vắng vẻ yên tĩnh, khi ấy ta sẽ mở rộng sai khiến chư thiên, loài rồng, quỷ thần, càn-thát-bà, a-tu-la... đến nghe người ấy thuyết pháp. Tuy ta đang ở cõi khác, vẫn thường khiến cho người thuyết pháp ấy được nhìn thấy thân Phật. Nếu như khi thuyết kinh này có quên sót câu nào, ta lại sẽ vì người ấy thuyết, khiến cho được trọn đủ."

Lúc bấy giờ, đức Thế Tôn muốn lặp lại nghĩa trên nên thuyết kệ rằng:

---

[1] Nguyên tác kinh văn là "我於餘國 - ngã ư dư quốc". Chữ "dư quốc" được giải thích ở nhiều phần kinh văn trước là cảnh giới không thuộc về ba cõi (Dục giới, Sắc giới và Vô sắc giới).

"Muốn trừ bỏ biếng nhác,
Nên lắng nghe kinh này.
Kinh này khó được nghe,
Lại cũng khó tin nhận.

Như người khát tìm nước,
Trên gò cao đào xuống,
Vẫn thấy đất khô ráo,
Nên biết nước còn xa.
Dần thấy ẩm, đất bùn,
Biết chắc đã gần nước.

Dược Vương! Ông nên biết,
Như đối với những người,
Không nghe kinh Pháp Hoa,
Trí tuệ Phật còn xa.

Nghe kinh thâm sâu này,
Dứt sạch pháp Thanh văn,
Là vua trong các kinh,
Nghe rồi suy ngẫm kỹ,
Nên biết người như vậy,
Đã gần trí tuệ Phật.

Người muốn thuyết kinh này,
Nên vào nhà Như Lai,
Và đắp y Như Lai,
Ngồi trên tòa Như Lai,
Giữa đại chúng, không sợ,
Rộng vì người giảng thuyết.

Đại từ bi là nhà,
Áo nhu hòa nhẫn nhục,

Tòa là các pháp không,
Trụ trong đó thuyết pháp.

Nếu khi thuyết kinh này,
Có người xấu mắng chửi,
Ném gạch, đá, dao, gậy,
Niệm Phật nên nhẫn nhục.

Ta ở muôn ức cõi,
Hiện thân tịnh, kiên cố,
Trong vô lượng ức kiếp,
Vì chúng sanh thuyết pháp.

Sau khi ta diệt độ,
Người thường thuyết kinh này,
Ta hóa hiện bốn chúng,
Tỳ-kheo, tỳ-kheo-ni,
Cùng nam, nữ cư sĩ,
Cúng dường pháp sư ấy,
Lại dẫn dắt chúng sanh,
Tụ tập đến nghe pháp.

Nếu người muốn hãm hại,
Dùng dao, gậy, gạch, đá,
Phật sai người biến hóa,
Đến bảo vệ người ấy.

Nếu như người thuyết pháp,
Đang ở nơi vắng vẻ,
Yên tịnh, không tiếng người,
Khi tụng đọc kinh này,
Ta vì người ấy hiện
Thân sáng ngời thanh tịnh,
Nếu quên câu kinh nào,
Ta giúp thuyết thông suốt.

Người đủ các đức trên,[1]
Khi thuyết cho bốn chúng,
Hoặc tụng đọc một mình,
Đều được thấy thân Phật.

Nếu ở chỗ vắng vẻ,
Ta khiến chư thiên, rồng,
Cùng dạ-xoa, quỷ thần,
Đến đó cùng nghe pháp.

Người ấy vui thuyết pháp,
Phân biệt không ngăn ngại,
Nhờ chư Phật hộ niệm,
Khiến đại chúng hoan hỷ.

Nếu gần gũi pháp sư,
Nhanh đạt đạo Bồ Tát,
Theo học với pháp sư,
Được gặp vô số Phật.

[1] Ở đây nhắc lại về những phẩm đức: vào nhà Như Lai, đắp y Như Lai, ngồi tòa Như Lai, như trên đã nói.

11. Phẩm Hiện tháp báu

Lúc bấy giờ, ngay trước đức Phật, bỗng từ trong lòng đất phóng vọt lên một tòa tháp bảy báu, cao năm trăm do-tuần, chiều ngang và chiều dọc đều hai trăm năm mươi do-tuần, trụ yên lơ lửng giữa không trung, có đủ mọi vật báu trang nghiêm tô điểm. Bao quanh tháp có năm ngàn dãy lan can, tầng dưới có ngàn muôn bệ thờ, có vô số cờ phướn trang nghiêm làm đẹp, muôn ức chuỗi ngọc quý và chuông báu nhỏ được treo ở phần trên tháp. Từ bốn phía quanh tháp có mùi hương chiên-đàn đa-ma-la-bạt[1] lan tỏa thơm ngát khắp thế giới. Bên trên tháp có những lọng che bằng bảy báu: vàng, bạc, lưu ly, xa cừ, mã não, chân châu và ngọc mai khôi, cao vút lên tận cung trời Tứ thiên vương.

Chư thiên cõi trời Đao-lợi[2] mưa xuống hoa trời mạn-đà-la để cúng dường tháp báu ấy, trong khi những chư thiên khác cùng các loài rồng, dạ-xoa, càn-thát-bà, a-tu-la, ca-lâu-la, khẩn-na-la, ma-hầu-la-già, người và loài phi nhân, số đông đến ngàn muôn ức, tất cả đều dùng hết thảy các loại hoa, hương thơm,

---

[1] Đa-ma-la-bạt (H. 多摩羅跋, S. tamālapa), một loại chiên-đàn quý, có mùi hương rất thơm.

[2] Văn Cú dùng "三十三天 - tam thập tam thiên" (Trāyastriṃśat-deva), tức là cõi trời Đao-lợi (忉利天). Vì cõi trời này có tất cả 33 thiên cung nên được gọi là cõi trời Tam thập tam (ba mươi ba). Đây là tầng trời thứ hai trong 6 tầng trời thuộc Dục giới.

chuỗi ngọc, lọng che, âm nhạc để cúng dường tháp báu, tỏ lòng tôn trọng, ngợi khen xưng tán.

Khi ấy, từ trong tháp báu vang ra âm thanh rất lớn xưng tán rằng: “Lành thay! Lành thay! Đức Thế Tôn Thích-ca Mâu-ni có thể vì đại chúng thuyết giảng kinh Diệu Pháp Liên Hoa, Bình Đẳng Đại Tuệ, Giáo Bồ Tát Pháp, Phật Sở Hộ Niệm. Đúng vậy, đúng vậy! Đức Thế Tôn Thích-ca Mâu-ni! Những điều ngài thuyết giảng đó đều là chân thật.”

Lúc bấy giờ, bốn chúng nhìn thấy tháp báu lớn trụ yên giữa không trung, lại nghe tiếng nói phát ra từ bên trong tháp, thảy đều có được niềm vui đúng pháp, đều cho là việc kỳ lạ chưa từng có, liền từ chỗ ngồi đứng dậy, cung kính chắp tay, lùi lại đứng sang một bên.

Khi ấy có vị Đại Bồ Tát hiệu là Đại Nhạo Thuyết,[1] biết được lòng nghi của hết thảy chư thiên, loài người, a-tu-la trong thế gian, liền thưa hỏi Phật: “Bạch Thế Tôn! Do nhân duyên gì mà có tháp báu này từ trong lòng đất bỗng dưng vọt lên, bên trong lại có tiếng nói phát ra như vậy?”

Bấy giờ, đức Phật nói với Bồ Tát Đại Nhạo Thuyết: “Trong tháp báu này có toàn thân đức Như Lai. Trong quá khứ, cách đây vô số ngàn muôn ức a-tăng-kỳ thế

[1] Bồ Tát Đại Nhạo Thuyết (大樂說), được dịch từ tên Phạn ngữ là Mahā Pratibhāna. Tên gọi này có liên quan đến một trong Tứ vô ngại biện là Nhạo thuyết vô ngại biện, tức là biện tài không ngăn ngại, có thể thuyết pháp tùy theo sự ưa thích của chúng sanh. Do vậy, tuy chữ 樂 có thể đọc theo cả 2 âm là “lạc” (niềm vui) hoặc “nhạo” (ưa thích), nhưng đọc là “nhạo” mới phù hợp với tên của vị này. Kinh Chánh Pháp Hoa dịch là Bồ Tát Đại Biện (大辯菩薩).

giới về phương đông[1] có cõi thế giới tên là Bảo Tịnh. Nơi thế giới ấy có đức Phật hiệu là Đa Bảo. Khi đức Phật ấy còn tu hành đạo Bồ Tát có phát đại nguyện rằng: 'Nếu ta thành Phật, sau khi diệt độ rồi, trong khắp các cõi nước mười phương, nếu nơi nào thuyết giảng kinh Pháp Hoa thì tháp miếu của ta sẽ vì nghe kinh ấy mà [từ trong lòng đất] vọt lên phía trước người giảng kinh để chứng minh, nói lời xưng tán: Lành thay!'

"Vị ấy thành Phật rồi, đến lúc sắp diệt độ, ở giữa đại chúng chư thiên và loài người mà bảo các vị tỳ-kheo rằng: 'Sau khi ta diệt độ, muốn cúng dường toàn thân ta thì nên xây một tòa tháp lớn.' Do thần thông nguyện lực của Phật Đa Bảo nên ở khắp mọi nơi trong mười phương thế giới, nếu có người thuyết giảng kinh Pháp Hoa thì đều có tháp báu của Phật từ trong lòng đất vọt lên ngay phía trước, toàn thân Phật bên trong tháp phát lời xưng tán: 'Lành thay, lành thay!'

"Này Đại Nhạo Thuyết! Hôm nay tháp của đức Như Lai Đa Bảo vì nghe thuyết giảng kinh Pháp Hoa nên từ trong lòng đất vọt lên nói lời xưng tán 'Lành thay, lành thay!'"

Khi ấy, Bồ Tát Đại Nhạo Thuyết nương Thần lực Như Lai nên thưa rằng: "Bạch Thế Tôn! Chúng con ước nguyện được nhìn thấy toàn thân đức Phật Đa Bảo."

Đức Phật bảo Đại Bồ Tát Đại Nhạo Thuyết: "Đức Phật Đa Bảo có lời nguyện sâu nặng rằng: 'Khi tháp

[1] Theo bản Anh dịch của H. Kern thì là về phương dưới (in the point of space below). Điều này phù hợp với phần kinh văn trong phẩm Đề-bà-đạt-đa nói Bồ Tát Trí Tích, thị giả của Phật Đa Bảo, đến từ phương dưới.

báu của ta vì nghe kinh Pháp Hoa mà hiện ra ở trước chư Phật, nếu có vị Phật nào muốn chỉ bày cho bốn chúng thấy được toàn thân của ta thì tất cả những vị Phật phân thân của Phật ấy đang thuyết pháp trong khắp mười phương đều phải tập hợp về một nơi, sau đó toàn thân ta mới hiện ra.' Này Đại Nhạo Thuyết! Các vị Phật phân thân của ta đang thuyết pháp trong các thế giới mười phương nay sẽ tập hợp về đây."

Bồ Tát Đại Nhạo Thuyết thưa: "Bạch Thế Tôn! Chúng con cũng ước nguyện được gặp chư Phật phân thân của Thế Tôn để lễ bái cúng dường."

Lúc bấy giờ, đức Phật phóng ra một đạo hào quang từ tướng bạch hào ở giữa hai chân mày, đại chúng liền nhìn thấy chư Phật đang dùng âm thanh hết sức nhiệm mầu thuyết pháp trong các cõi Phật nhiều như số cát của 500 muôn ức na-do-tha con sông Hằng về phương đông; tất cả những cõi Phật ấy đều có mặt đất bằng pha lê, trang nghiêm bằng những loại cây báu, những tấm vải quý,[1] lại có vô số ngàn muôn ức vị Bồ Tát khắp nơi, có màn báu giăng che, bên trên có lưới báu, lại cũng thấy vô số ngàn muôn ức vị Bồ Tát đầy khắp các cõi Phật ấy, đều đang vì chúng sanh thuyết pháp.

Về phương nam, phương tây, phương bắc, 4 phương phụ và phương trên, phương dưới, những nơi được hào quang từ tướng bạch hào của Phật soi chiếu đến cũng đều hiện ra như vậy.

---

[1] Kinh văn dùng chữ "寶衣 - bảo y", thông thường hiểu là "áo quý", nhưng trong ngữ cảnh này không phải y áo để mặc mà là những tấm vải quý. Bản Anh dịch của H. Kern là "decorated with strings of fine cloth" (trang hoàng bằng những tấm vải đẹp).

Khi ấy, chư Phật [phân thân của Phật Thích-ca Mâu-ni] trong mười phương, mỗi vị đều nói với chúng Bồ Tát rằng: "Các thiện nam tử! Nay ta phải đến chỗ đức Phật Thích-ca Mâu-ni ở thế giới Ta-bà, cũng để cúng dường tháp báu của đức Như Lai Đa Bảo."

Lúc bấy giờ, thế giới Ta-bà lập tức hóa ra thanh tịnh, mặt đất bằng lưu ly, có cây báu trang nghiêm, đường đi về tám hướng[1] đều có dây bằng vàng ròng giăng theo ven đường để ngăn cách, không còn có xóm làng, thôn ấp, thành thị, biển lớn, núi sông, khe suối hay rừng rậm; có lò hương quý rất lớn được đốt lên, hoa mạn-đà-la trải khắp trên mặt đất, có lưới báu giăng che, phủ khắp bên trên, treo các chuông báu nhỏ, và chỉ giữ lại hội chúng trong pháp hội này, còn tất cả chư thiên và người bên ngoài đều di chuyển sang cõi khác.

Khi ấy, mỗi vị phân thân Phật khi đến thế giới Ta-bà đều mang theo một vị Đại Bồ Tát làm thị giả, đến dưới những cây báu, mỗi cây đều cao 500 do-tuần, cành lá hoa trái thứ lớp trang nghiêm đẹp đẽ. Bên dưới mỗi cây báu đều có tòa sư tử cao năm do-tuần, cũng được trang trí bằng châu báu rất đẹp. Lúc bấy giờ, mỗi vị Phật đều ngồi kết già trên một tòa sư tử dưới gốc cây báu, cứ như vậy mà trải đầy khắp cõi thế giới đại thiên mà số Phật phân thân của Phật Thích-ca Mâu-ni ở một phương vẫn còn chưa hết.

Bấy giờ, đức Phật Thích-ca Mâu-ni muốn dung chứa hết các vị Phật phân thân, nên về mỗi phương

---

[1] Kinh văn dùng "八道 - bát đạo" (8 con đường), tức chỉ các con đường đi về tám hướng, là các hướng đông, tây, nam, bắc và 4 hướng phụ là đông nam, đông bắc, tây nam và tây bắc.

trong tám phương đều biến hóa ra 200 muôn ức na-do-tha cõi nước, đều làm cho thanh tịnh, không có các cảnh giới địa ngục, ngạ quỷ, súc sanh cũng như a-tu-la, lại di chuyển hết chư thiên và loài người sang cõi nước khác. Mỗi cõi nước được biến hóa ra đó cũng đều có mặt đất bằng lưu ly, có cây báu trang nghiêm cao 500 do-tuần, cành lá hoa trái thứ lớp trang nghiêm đẹp đẽ, dưới gốc cây có tòa sư tử cao năm do-tuần, có đủ mọi loại châu báu để trang nghiêm làm đẹp, lại cũng không có biển lớn, sông ngòi cho đến các núi chúa như núi Mục-chân-lân-đà, núi Ma-ha Mục-chân-lân-đà, núi Thiết vi, núi Đại Thiết vi, núi Tu-di. Tất cả những cõi nước được biến hóa ra đó lại thông nhau thành một cõi Phật, đất báu bằng phẳng, có màn che bằng các loại châu báu xen nhau che phủ bên trên, treo đầy các loại cờ phướn, lọng che, có lò hương quý rất lớn được đốt lên, có hoa quý của các cõi trời trải khắp mặt đất.

Đức Phật Thích-ca Mâu-ni vì chư Phật phân thân còn sắp đến ngồi nên về mỗi phương trong tám phương lại biến hóa ra thêm 200 muôn ức na-do-tha cõi nước, đều làm cho thanh tịnh, không có các cảnh giới địa ngục, ngạ quỷ, súc sanh cũng như a-tu-la, lại di chuyển hết chư thiên và loài người sang cõi khác. Mỗi cõi nước được biến hóa ra đó cũng đều có mặt đất bằng lưu ly, có cây báu trang nghiêm cao 500 do-tuần, cành lá hoa trái thứ lớp trang nghiêm đẹp đẽ, dưới gốc cây có tòa sư tử cao năm do-tuần, có đủ mọi loại châu báu để trang trí làm đẹp, lại cũng không có biển lớn, sông ngòi cho đến các núi chúa như núi Mục-chân-lân-đà, núi Ma-ha Mục-chân-lân-đà, núi

Thiết vi, núi Đại Thiết vi, núi Tu-di. Tất cả những cõi nước được biến hóa ra đó lại thông nhau thành một cõi Phật, đất báu bằng phẳng, có màn che bằng các loại châu báu xen nhau che phủ bên trên, treo đầy các loại cờ phướn, lọng che, có lò hương quý rất lớn được đốt lên, có hoa quý của các cõi trời trải khắp mặt đất.

Lúc bấy giờ, các vị Phật phân thân của đức Phật Thích-ca Mâu-ni đang thuyết pháp trong những cõi nước về phương đông nhiều như số cát của trăm ngàn muôn ức na-do-tha con sông Hằng, đều tập hợp về nơi đây. Cũng giống như vậy, chư Phật phân thân trong mười phương đều lần lượt tập hợp đến ngồi ở khắp tám phương, mỗi phương đều đầy khắp 400 muôn ức na-do-tha[1] cõi nước [đã được đức Phật Thích-ca Mâu-ni biến hóa ra].

Khi ấy, mỗi vị Phật phân thân đều ngồi trên tòa sư tử dưới gốc cây báu, sai thị giả đến vấn an đức Phật Thích-ca Mâu-ni. Mỗi vị đều trao cho vị thị giả một bụm đầy hoa quý và dặn rằng: "Thiện nam tử! Ông hãy đến chỗ đức Phật Thích-ca Mâu-ni ở núi Kỳ-xà-quật, chuyển lời của ta thưa hỏi rằng: 'Thế Tôn có được ít bệnh ít phiền, khí lực an vui, cùng các vị Bồ Tát, chúng Thanh văn hết thảy đều được an ổn chăng?' Hãy dùng bụm hoa quý này tung rải để cúng dường Phật rồi thưa rằng: 'Đức Phật nơi kia có danh hiệu như vậy, đồng lòng muốn mở cửa tháp báu này ra.'" Tất cả các vị Phật phân thân đều sai khiến thị giả làm giống như vậy.

[1] Kinh văn phần trên nói đức Phật Thích-ca Mâu-ni 2 lần biến hóa ra các cõi nước, mỗi lần là 200 muôn ức na-do-tha cõi nước, cho nên ở đây nói tổng cộng là 400 muôn ức na-do-tha.

Lúc bấy giờ, đức Phật Thích-ca Mâu-ni thấy tất cả các vị Phật phân thân đều đã tập hợp đến ngồi trên tòa sư tử, lại nghe hết thảy chư Phật đều đồng lòng muốn mở cửa tháp báu, nên liền từ chỗ ngồi đứng dậy rồi bay lên trụ yên giữa không trung. Hết thảy bốn chúng đều đứng yên chắp tay, một lòng chiêm ngưỡng Phật.

Khi ấy, đức Phật Thích-ca Mâu-ni dùng ngón tay trỏ bên phải mở cửa tháp bảy báu, liền vang lên âm thanh rất lớn, giống như lúc tháo chốt khóa mở cửa thành lớn. Ngay lập tức, toàn thể hội chúng đều nhìn thấy đức Như Lai Đa Bảo bên trong tháp báu, ngồi trên tòa sư tử, toàn thân không hư rã, như đang nhập thiền định, lại nghe tiếng Phật nói rằng: "Lành thay, lành thay! Đức Phật Thích-ca Mâu-ni thuyết giảng kinh Pháp Hoa này thật vui thích thay! Ta vì nghe kinh này nên mới đến nơi đây."

Khi ấy bốn chúng thấy việc đức Phật đã diệt độ từ vô số ngàn muôn ức kiếp nói ra lời như vậy thì đều ngợi khen là chưa từng có, liền dùng rất nhiều hoa báu cõi trời tung rải lên trên thân Phật Đa Bảo và Phật Thích-ca Mâu-ni.

Bấy giờ, đức Phật Đa Bảo bên trong tháp báu liền phân chia một nửa tòa ngồi cho đức Phật Thích-ca Mâu-ni, nói rằng: "Phật Thích-ca Mâu-ni! Có thể đến đây ngồi trên tòa này." Tức thời, đức Phật Thích-ca Mâu-ni liền vào bên trong tháp báu, ngồi kết già trên nửa tòa ngồi ấy.

Khi ấy, đại chúng nhìn thấy hai đức Như Lai cùng ngồi kết già trên tòa sư tử bên trong tháp báu thì mỗi người đều khởi lên ý nghĩ rằng: "Tòa Phật ngồi cao xa quá, kính nguyện đức Như Lai dùng sức thần thông giúp chúng con cũng được bay lên trụ yên trên cao như vậy." Tức thời, đức Phật Thích-ca Mâu-ni dùng sức thần thông đón lấy đại chúng đưa cả lên không trung.

Rồi Phật cất tiếng rền vang bảo khắp bốn chúng rằng: "Những ai có thể ở cõi Ta-bà này rộng thuyết kinh Diệu Pháp Liên Hoa thì nay chính là lúc thích hợp. Không bao lâu nữa Như Lai sẽ nhập Niết-bàn, nên Phật muốn có người để giao phó kinh Diệu Pháp Liên Hoa này."

Lúc bấy giờ, đức Thế Tôn muốn lặp lại ý nghĩa trên nên thuyết kệ rằng:

"Bậc Thế Tôn Thánh Chủ,
Tuy diệt độ đã lâu,
An vị trong tháp báu,
Còn vì pháp đến đây.

Vậy đại chúng tại sao,
Không chuyên cần cầu pháp?
Phật Đa Bảo diệt độ,
Đã vô số kiếp rồi,
Vẫn nghe pháp khắp nơi,
Vì chánh pháp khó gặp.
Phật xưa vốn có nguyện:
'Sau khi ta diệt độ,
Nơi nào có ta đến,
Đều chỉ vì nghe pháp.'

Lại phân thân của ta,
Là vô số chư Phật,
Nhiều như cát sông Hằng,
Đều muốn đến nghe pháp,
Cùng gặp Phật diệt độ:
Đức Như Lai Đa Bảo,
Nên bỏ cõi tốt đẹp,
Cùng các chúng đệ tử,
Chư thiên, người, long thần,
Và những việc cúng dường,
Vì chánh pháp dài lâu,
Nên cùng đến nơi này.

Vì tòa ngồi chư Phật,
Ta đã dùng thần thông,
Dời chuyển vô số chúng,
Làm cõi nước thanh tịnh.

Và hết thảy chư Phật,
Đến ngồi dưới cây báu,
Như hồ nước thanh tịnh,
Có hoa sen trang nghiêm.

Dưới gốc mỗi cây báu,
Đều có tòa sư tử,
Chư Phật ngồi trên tòa,
Trang nghiêm, đẹp, sáng tỏa,

Như giữa đêm tối tăm,
Bừng lên ngọn đuốc lớn.
Thân tỏa hương nhiệm mầu,
Khắp cõi nước mười phương,
Chúng sanh được xông ướp,
Vui không thể tự chế.

Giống như cơn gió mạnh,
Thổi lay nhánh cây nhỏ.
Dùng phương tiện như vậy,
Để pháp trụ lâu dài.

Thế Tôn hỏi đại chúng:
'Sau khi ta diệt độ,
Ai có thể giữ gìn,
Tụng đọc, thuyết kinh này?
Hôm nay ở trước Phật,
Nên tự phát thệ nguyện.'

Như đức Phật Đa Bảo,
Tuy diệt độ đã lâu,
Nhưng do đại thệ nguyện,
Phát tiếng hộ trì pháp.

Đức Như Lai Đa Bảo,
Cùng phân thân của ta,
Các hóa Phật tựu về,
Ắt rõ thệ nguyện ấy.

Nay hết thảy Phật tử,
Ai có thể hộ pháp,
Nên phát đại thệ nguyện,
Giữ chánh pháp lâu dài.

Ai có thể giữ gìn,
Bản kinh Pháp Hoa này,
Tức là đã cúng dường,
Ta và Phật Đa Bảo.

Đức Phật Đa Bảo này,
Trụ yên trong tháp báu,
Thường hiện khắp mười phương.

Ai giữ gìn kinh này,
Cũng là đã cúng dường,
Chư hóa Phật đến đây,
Làm trang nghiêm sáng đẹp,
Khắp thảy các thế giới.

Nếu thuyết giảng kinh này,
Ắt sẽ được thấy ta,
Cùng Như Lai Đa Bảo,
Và tất cả hóa Phật.

Này các thiện nam tử!
Hãy suy xét thật kỹ,
Việc này rất khó khăn,
Cần phát khởi đại nguyện.

Bao nhiêu kinh điển khác,
Nhiều như cát sông Hằng,
Tuy thuyết giảng tất cả,
Chưa đủ gọi là khó.

Nắm lấy núi Tu-di,
Mang đặt ở phương khác,
Cách vô số cõi Phật,
Cũng chưa gọi là khó.

Hoặc dùng một ngón chân,
Hất tung cõi đại thiên,
Văng xa đến cõi khác,
Cũng chưa gọi là khó.

Lên cõi trời Hữu đỉnh,[1]
Vì đại chúng thuyết giảng,

[1] Cõi trời Hữu đỉnh (有頂天), chỉ tầng trời thứ 9, cao nhất của cõi Sắc. Tên gọi này lại cũng chỉ tầng trời thứ tư của cõi Vô sắc, cũng là cao nhất cõi này, và do đó cũng là cao nhất trong ba cõi.

Vô số những kinh khác,
Cũng chưa gọi là khó.

Sau khi Phật diệt độ,
Ở trong đời xấu ác,
Có thể thuyết kinh này,
Mới thực sự là khó.

Ví như có một người,
Tay nắm được hư không,
Mang đi khắp đó đây,
Cũng chưa gọi là khó.

Sau khi ta diệt độ,
Tự sao chép kinh này,
Hoặc bảo người khác chép,
Mới thực sự là khó.

Có thể đặt cõi đất,
Trên đầu một móng chân,
Bay lên cõi Phạm thiên,
Cũng chưa gọi là khó.

Sau khi Phật diệt độ,
Ở trong đời xấu ác,
Đọc kinh này chốc lát,
Mới thực sự là khó.

Gặp tai kiếp lửa thiêu,
Mà gánh vác cỏ khô,
Vào lửa không bị cháy,
Cũng chưa gọi là khó.

Sau khi Phật diệt độ,
Nếu trì tụng kinh này,

Vì một người giảng thuyết,
Mới thực sự là khó.

Nếu trì tụng tám muôn
Với bốn ngàn pháp tạng,
Mười hai thể loại kinh,
Vì người khác giảng thuyết,
Giúp cho người nghe kinh,
Đều được sáu thần thông.
Tuy làm được như vậy,
Cũng chưa gọi là khó.

Sau khi Phật diệt độ,
Nghe, tin nhận kinh này,
Thưa hỏi về nghĩa lý,
Mới thực sự là khó.

Như có người thuyết pháp,
Giúp cho ngàn muôn ức,
Đến vô số chúng sanh,
Nhiều như cát sông Hằng,
Đều chứng A-la-hán,
Đầy đủ sáu thần thông.
Dù hữu ích như thế,
Cũng chưa gọi là khó.

Sau khi Phật diệt độ,
Nếu kính vâng thọ trì,
Bản kinh Pháp Hoa này,
Mới thực sự là khó.

Ta vì truyền Phật đạo,
Ở vô số cõi nước,
Từ thuở xưa đến nay,
Rộng thuyết nhiều kinh điển,

Nhưng trong những kinh ấy,
Pháp Hoa là bậc nhất.
Nếu gìn giữ kinh này,
Là giữ gìn thân Phật.

Này các thiện nam tử!
Sau khi ta diệt độ,
Ai có thể thọ trì,
Tụng đọc kinh điển này,
Thì nay ở trước Phật,
Hãy tự phát thệ nguyện.

Kinh này khó thọ trì,
Ai thọ trì chốc lát,
Đủ làm ta hoan hỷ,
Chư Phật cũng đều vui.
Người làm được như vậy,
Chư Phật đều khen ngợi.

Đó chính là dũng mãnh,
Đó chính là tinh tấn,
Cũng chính là trì giới,
Là tu hạnh đầu-đà,[1]
Ắt sẽ được nhanh chóng,
Thành tựu đạo Vô thượng.

---

[1] Hạnh đầu-đà (H. 頭陀, S. dhūta), chỉ một pháp tu tiết chế nhiều trong sinh hoạt thường ngày như ăn uống, ngủ nghỉ, thường bị nhầm lẫn như là khổ hạnh, nhưng thật ra chỉ là tiết chế đúng pháp chứ không phải khổ hạnh. Theo kinh văn Hán truyền thì có 12 hạnh đầu đà, bao gồm: 1. Sống nơi thanh vắng yên tĩnh; 2. Thường thực hành pháp khất thực; 3. Đi khất thực luôn bình đẳng theo thứ lớp; 4. Mỗi ngày chỉ ăn một bữa; 5. Ăn điều độ, có chừng mực; 6. Sau bữa ăn không uống nước; 7. Chỉ dùng tệ nạp y; 8. Chỉ có 3 tấm y; 9. Ngủ nghỉ nơi nghĩa địa; 10. Ngủ nghỉ dưới gốc cây; 11. Ngủ nghỉ nơi đồng trống; 12. Khi nghỉ ngơi cũng chỉ ngồi không nằm.

Ở trong đời tương lai,
Đọc, thọ trì kinh này,
Đúng thật là Phật tử,
Ở địa vị thuần thiện.

Sau khi Phật diệt độ,
Thường giảng giải kinh này,
Thì là mắt nhìn thay
Cho trời, người thế gian.

Giữa đời nhiều khiếp sợ,
Thuyết kinh này chốc lát,
Cũng đủ để trời, người,
Đều nên đến cúng dường.

12. Phẩm Đề-bà-đạt-đa[1]

Lúc bấy giờ, đức Phật bảo các vị Bồ Tát cùng chư thiên, loài người và bốn chúng: "Trong quá khứ, ta trải qua vô số kiếp tìm cầu kinh Pháp Hoa này, không hề biếng trễ mỏi mệt.[2] Trong nhiều kiếp ta thường sinh làm bậc quốc vương, phát nguyện cầu đạo Vô thượng Bồ-đề, tâm không thối chuyển. Vì muốn tu tập trọn đủ sáu pháp ba-la-mật nên ta chuyên cần tu hạnh bố thí với tâm không tham tiếc keo lận, từ voi ngựa, bảy món báu, đất nước, thành quách, vợ con, nô tỳ, người hầu hạ, cho đến đầu, mắt, tủy, não, thân thể, xương thịt, tay chân, thậm chí không tiếc cả mạng sống.

"Vào thời ấy, người dân sống lâu đến vô số kiếp. Ta vì cầu pháp nên từ bỏ ngôi vua, giao việc trị nước cho thái tử, đánh trống truyền rao khắp bốn phương để cầu chánh pháp: 'Nếu ai có thể vì ta thuyết giảng pháp Đại thừa, ta sẽ suốt đời lo việc cung cấp, phục dịch cho người ấy.'

"Lúc bấy giờ có một vị tiên đến nói rằng: 'Ta có pháp Đại thừa là kinh Diệu Pháp Liên Hoa. Nếu vua không trái lời, ta sẽ thuyết giảng cho nghe.' Vua nghe vị tiên

---

[1] Trong bản Anh dịch của H. Kern thì nội dung này là tiếp theo trong phẩm Hiện tháp báu, không tách riêng thành phẩm Đề-bà-đạt-đa như bản Hán dịch.

[2] Bản Đại Chánh chép chỗ này là "懈惓 - giải quyền", có lẽ nhầm. Chúng tôi tham khảo bản Càn Long chép là "懈倦 - giải quyện" hợp lý hơn, vì chữ quyền (惓 - bộ tâm) mang nghĩa là thành khẩn, chân thành, trong khi chữ quyện (倦 - bộ nhân) mang nghĩa là mệt mỏi, chán mệt. Đây mới là ý nghĩa thích hợp trong ngữ cảnh này. Cũng có thể theo cách dùng xưa kia thì 2 chữ thông nghĩa lẫn nhau.

ấy nói thì vui mừng phấn khích, lập tức đi theo, cung cấp đủ mọi nhu cầu, phục dịch mọi việc như hái trái cây, lấy nước, nhặt củi, dọn ăn, cho đến dùng chính thân mình để làm giường ghế, thân tâm không hề mỏi mệt. Phụng sự như vậy trải qua ngàn năm. Vua vì cầu pháp nên tinh tấn chuyên cần hầu hạ, cung cấp cho vị tiên không để thiếu thốn."

Bấy giờ, đức Thế Tôn muốn lặp lại nghĩa trên nên thuyết kệ rằng:

"Ta nhớ đời quá khứ,
Vì cầu pháp Đại thừa,
Nên tuy làm quốc vương,
Không tham năm món dục.

Truyền rao khắp bốn phương,
Ai biết pháp Đại thừa,
Nếu vì ta thuyết giảng,
Sẽ theo làm tôi tớ.

Có vị tiên A-tư,
Tìm đến bảo vua rằng:
"Ta có pháp nhiệm mầu,
Thế gian này hiếm có.
Nếu có thể tu tập,
Ta sẽ vì vua thuyết."

Vua nghe vị tiên nói,
Trong lòng rất mừng vui,
Lập tức đi theo hầu,
Cung cấp đủ mọi thứ,
Nhặt củi, hái trái cây,
Thường cung kính phụng sự.

Lòng mong cầu diệu pháp,
Thân tâm không mỏi mệt.

Rộng vì khắp chúng sanh,
Chuyên cần cầu Đại thừa,
Không vì tự thân mình,
Không tham năm món dục.

Nên làm đại quốc vương,
Chuyên cần được pháp này,
Dần đạt đến quả Phật,
Nay vì các ông thuyết."

Đức Phật bảo các vị tỳ-kheo: "Đức vua thời ấy nay chính là ta, vị tiên thời ấy nay là Đề-bà-đạt-đa. Nhờ bậc thiện tri thức Đề-bà-đạt-đa nên ta mới tu tập được trọn đủ sáu pháp ba-la-mật, [bốn tâm vô lượng] từ bi hỷ xả, đủ 32 tướng tốt, 80 vẻ đẹp, thân thể sáng đẹp màu vàng tía,[1] đủ mười trí lực, bốn pháp vô sở úy, bốn pháp nhiếp phục,[2] mười pháp không chung cùng,[3]

[1] Văn Cú dùng "紫磨金色 - tử ma kim sắc" (màu vàng tử ma). Vàng tử ma là loại vàng ròng có màu vàng pha sắc tía, được cho là loại vàng tốt nhất, quý nhất. Trong một số kinh luận cũng gọi loại vàng này là vàng diêm-phù-đàn (閻浮檀).

[2] Bốn pháp nhiếp phục, tức Tứ nhiếp pháp (H. 四攝法, S. catvāri-saṃgrahavastūni), bao gồm: 1. Bố thí (H. 布施, S. dāna), dùng pháp bố thí để nhiếp phục, dẫn dắt; 2. Ái ngữ (H. 愛語, S. priyavāditā), dùng lời nhu hòa, êm ái để nhiếp phục, dẫn dắt; 3. Lợi hành (H. 利行, S. arthacaryā), dùng việc làm có lợi cho người khác để nhiếp phục, dẫn dắt; 4. Đồng sự (H. 同事, S. samānārthatā), cùng chung công việc để nhiếp phục, dẫn dắt.

[3] Kinh văn dùng "thập bát bất cộng", tức thập bát bất cộng pháp (H. 十八不共法, S: aṣṭādaśāveṇikabuddhadharmāḥ), chỉ 18 phẩm tính siêu việt chỉ có ở chư Phật, không có ở hàng Thanh văn, Duyên giác, cho nên gọi là "bất cộng" (không chung cùng). Các pháp này gồm có: 1. Thân vô thất (身無失): thân chân chánh, không có lỗi lầm; 2. Khẩu vô thất (口無失): lời nói chân chánh, không có lỗi lầm; 3. Niệm vô thất (念無失): Tâm niệm không có lỗi lầm; 4. Vô dị tưởng (無異想): Không có ý tưởng phân biệt, đối đãi bình đẳng với tất cả; 5. Vô bất định tâm (無不定心): Tâm thường trong định, không tán loạn; 6. Vô bất tri kỷ xả tâm (無不知己捨心): Luôn rõ biết những tâm niệm buông xả, luôn an trụ trong tâm xả, không

đủ thần thông đạo lực, thành bậc Chánh đẳng giác, rộng độ chúng sanh. Tất cả đều nhờ thiện tri thức Đề-bà-đạt-đa mà đạt được."

Đức Phật nói với bốn chúng: "Đề-bà-đạt-đa về sau trải qua vô số kiếp rồi sẽ thành Phật hiệu là Thiên Vương Như Lai, Ứng Cúng, Chánh Biến Tri, Minh Hạnh Túc, Thiện Thệ, Thế Gian Giải, Vô Thượng Sĩ, Điều Ngự Trượng Phu, Thiên Nhân Sư, Phật Thế Tôn. Thế giới ấy tên là Thiên Đạo, đức Phật Thiên Vương trụ thế 20 trung kiếp,[1] rộng vì chúng sanh thuyết giảng diệu pháp, chúng sanh chứng quả A-la-hán nhiều như số cát sông Hằng, vô số chúng sanh phát tâm cầu quả vị Duyên giác, chúng sanh phát tâm cầu đạo Vô thượng nhiều như cát sông Hằng, đều đạt được pháp nhẫn vô sanh, cho đến được giai vị không còn thối chuyển.

khổ không vui; 7. Dục vô giảm (欲無減): Tâm nguyện, ý muốn độ sinh không suy giảm; 8. Tinh tấn vô giảm (精進無減): Tinh tấn không thối chuyển, thường dùng phương tiện độ sinh; 9. Niệm vô giảm (念無減): Tâm niệm không suy giảm, không thối thất; 10. Tuệ vô giảm (慧無減): Trí tuệ viên mãn, viên mãn không khuyết thiếu, không suy giảm; 11. Giải thoát vô giảm (解脫無減): Giải thoát không suy giảm, đầy đủ các giải thoát hữu vi và vô vi, dứt mọi phiền não, tập khí; 12. Giải thoát tri kiến vô giảm (解脫知見無減): Thấy biết các tướng giải thoát không ngăn ngại nên tri kiến giải thoát không suy giảm; 13. Nhất thiết thân nghiệp tùy trí tuệ hành (一切身業隨智慧行): Mọi hành động của thân đều được trí tuệ soi chiếu, phù hợp; 14. Nhất thiết khẩu nghiệp tùy trí tuệ hành (一切口業隨智慧行): Hết thảy mọi lời nói đều xuất phát từ trí tuệ; 15. Nhất thiết ý nghiệp tùy trí tuệ hành (一切意業隨智慧行): Tất cả ý nghĩ khởi lên đều có sự soi chiếu của trí tuệ; 16. Trí tuệ tri kiến quá khứ thế vô ngại vô chướng (智慧知見過去世無閡無障): Trí tuệ thấy biết các đời quá khứ không có chướng ngại; 17. Trí tuệ tri kiến vị lai thế vô ngại vô chướng (智慧知見未來世無閡無障): Trí tuệ thấy biết tương lai không có chướng ngại. 18. Trí tuệ tri kiến hiện tại thế vô ngại vô chướng (智慧知見現在世無閡無障): Trí tuệ thấy biết trong hiện tại không có chướng ngại.

[1] Trung kiếp: là khoảng thời gian bằng 20 tiểu kiếp. Mỗi tiểu kiếp là khoảng thời gian tuổi thọ con người trải qua đủ một chu kỳ tăng và giảm, theo luận Câu-xá (quyển 10) là 16.800.000 năm. Do đó, một trung kiếp là thời gian 336.000.000 năm. Thời gian 80 trung kiếp hợp thành một đại kiếp.

"Sau khi đức Phật Thiên Vương nhập Niết-bàn, chánh pháp trụ thế 20 trung kiếp, xá lợi toàn thân Phật được đại chúng xây tháp bảy báu thờ kính, cao 60 do-tuần, hai chiều ngang dọc 40 do-tuần, chư thiên cùng người dân dùng đủ các loại hoa, hương bột, hương đốt, hương thoa cùng các thứ y phục, chuỗi ngọc, cờ phướn, lọng báu, âm nhạc, tụng ca dâng lên cúng dường tháp bảy báu tốt đẹp này; rồi có vô số chúng sanh chứng quả A-la-hán, vô số chúng sanh giác ngộ thành Phật Bích-chi, số chúng sanh phát tâm Bồ-đề cho đến đạt giai vị không còn thối chuyển nhiều đến mức không thể nghĩ bàn."

Đức Phật bảo các vị tỳ-kheo: "Trong tương lai nếu có thiện nam, thiện nữ nào được nghe phẩm Đề-bà-đạt-đa trong kinh Pháp Hoa này, trong lòng thanh tịnh cung kính tin theo, không sinh nghi hoặc, người ấy sẽ không còn đọa vào các cảnh giới địa ngục, ngạ quỷ, súc sanh, được tái sanh về trước chư Phật mười phương, và dù sanh ra ở nơi nào cũng thường được nghe kinh này. Người ấy nếu sanh trong cõi trời người sẽ được thụ hưởng niềm vui thù thắng nhiệm mầu; nếu sanh ra trước Phật thì hóa sanh từ hoa sen."

Lúc bấy giờ, có vị Bồ Tát từ phương dưới theo hầu đức Thế Tôn Đa Bảo, hiệu là Trí Tích, thưa với Phật Đa Bảo: "Bạch Thế Tôn! Chúng ta nên quay về."

Đức Phật Thích-ca Mâu-ni liền bảo Bồ Tát Trí Tích: "Này thiện nam tử! Hãy chờ trong giây lát. Ở đây có Bồ Tát hiệu là Văn-thù-sư-lợi, các ông có thể gặp nhau luận bàn diệu pháp rồi sau đó hãy quay về."

Khi ấy, Bồ Tát Văn-thù-sư-lợi ngồi trên tòa sen ngàn cánh lớn như bánh xe, với những vị Bồ Tát đi cùng cũng ngồi trên tòa sen báu, từ Long cung Sa-kiệt-la trong lòng biển lớn tự nhiên vọt lên, trụ giữa không trung rồi bay đến núi Linh Thứu, từ trên tòa sen bước xuống đến chỗ Phật, cúi đầu chạm mặt kính lễ dưới chân hai đức Thế Tôn. Sau khi kính lễ liền đến chỗ Bồ Tát Trí Tích, cùng thăm hỏi nhau rồi ngồi sang một bên.

Bồ Tát Trí Tích hỏi Bồ Tát Văn-thù-sư-lợi: "Ngài đến Long cung giáo hóa được bao nhiêu chúng sanh?"

Bồ Tát Văn-thù-sư-lợi đáp: "Con số ấy không thể suy lường, không thể tính kể, không thể nói ra bằng lời, không thể dùng tâm suy lường,[1] xin chờ trong giây lát sẽ tự thấy biết."

Ngài Văn-thù-sư-lợi nói chưa dứt lời thì đã thấy vô số Bồ Tát ngồi trên tòa sen báu từ trong lòng biển vọt lên, cùng đến núi Linh Thứu, trụ giữa không trung. Các vị Bồ Tát này đều là do ngài Văn-thù-sư-lợi giáo hóa, đều đã trọn đủ công hạnh Bồ Tát, đều cùng nhau luận thuyết về sáu pháp ba-la-mật. Những vị vốn trước đây là Thanh văn, ở giữa không trung nói về công hạnh Thanh văn, nay đều tu hành theo nghĩa không của Đại thừa.

Ngài Văn-thù-sư-lợi nói với Bồ Tát Trí Tích: "Tôi đến [Long cung] trong lòng biển giáo hóa, sự việc là như vậy."

---

[1] Kinh văn chỗ này chép là "非口所宣，非心所測 - phi khẩu sở tuyên, phi tâm sở trắc" (không thể nói ra bằng lời, không thể suy lường trong tâm). Trong kinh Tát-đàm Phân-đà-lợi thì chép là: "若當口說，非心所信 - nhược đương khẩu thuyết, phi tâm sở tín" (nếu nói ra bằng lời thì trong lòng không tin được).

Bấy giờ, Bồ Tát Trí Tích liền nói kệ khen ngợi rằng:

"Bậc trí đức mạnh mẽ,
Độ chúng sanh vô số,
Nay trong đại hội này,
Cũng như tôi, đều thấy.

Tuyên giảng nghĩa thật tướng,
Mở bày pháp Nhất thừa,
Rộng dẫn dắt chúng sanh,
Khiến mau thành quả Phật."

Ngài Văn-thù-sư-lợi nói: "Tôi đến [giáo hóa] trong lòng biển, chỉ thường tuyên thuyết kinh Diệu Pháp Liên Hoa."

Bồ Tát Trí Tích liền hỏi Bồ Tát Văn-thù-sư-lợi: "Kinh này rất thâm sâu mầu nhiệm, là quý báu trong các kinh, thế gian hiếm có, vậy có chúng sanh nào nhờ chuyên cần tinh tấn tu hành kinh này mà nhanh chóng được thành Phật chăng?"

Bồ Tát Văn-thù-sư-lợi nói: "Có người con gái Long vương Sa-kiệt-la là Long nữ, mới vừa tám tuổi, là người có trí tuệ, căn tánh nhanh nhạy, khéo rõ biết căn cơ và hành nghiệp của chúng sanh, được pháp tổng trì,[1] có khả năng thọ nhận giữ gìn tất cả những pháp tạng sâu xa bí mật mà chư Phật đã thuyết giảng, thâm nhập sâu vào thiền định, thấu đạt rõ ràng các pháp, chỉ trong khoảnh khắc một sát-na đã phát tâm Bồ-đề, đạt được giai vị không còn thối chuyển, biện tài không ngăn ngại, tâm từ mẫn nhớ nghĩ chúng sanh như cha

[1] Kinh văn dùng chữ "陀羅尼 - đà-la-ni", phiên âm từ Phạn ngữ dhāraṇī, Hán dịch là "tổng trì" (總持), có nghĩa là thâu nhiếp, nắm giữ được tất cả, không bỏ sót.

mẹ thương con đỏ, trọn đủ mọi công đức, ý niệm và lời nói đều vi diệu lớn lao, từ bi, nhân đức, nhún nhường, tâm chí hòa nhã, có thể đạt đến quả Phật."

Bồ Tát Trí Tích nói: "Tôi thấy đức Như Lai Thích-ca trải qua vô số kiếp tu hành khổ hạnh khó khăn, tích lũy công đức cầu đạo Bồ-đề chưa từng dừng nghỉ, nay quán xét trong khắp cõi thế giới đại thiên, không một nơi chốn nào dù nhỏ như hạt cải mà không phải nơi Bồ Tát đã từng xả bỏ thân mạng vì chúng sanh, như vậy rồi sau mới thành tựu quả Phật. Thật không tin được người con gái này chỉ trong khoảnh khắc liền thành bậc Chánh giác."

Những lời bàn luận còn chưa dứt, bỗng dưng đã thấy Long nữ hiện ra ngay trước, cúi đầu chạm mặt kính lễ Phật rồi đứng sang một bên, đọc kệ xưng tán rằng:

"Thấu suốt tướng tội, phước,
Soi chiếu khắp mười phương,
Pháp thân tịnh, nhiệm mầu,
Đủ ba mươi hai tướng,
Dùng tám mươi vẻ đẹp,
Để trang nghiêm pháp thân.

Trời, người đều kính ngưỡng,
Thần, rồng cùng cung kính,
Và muôn loài chúng sanh,
Đều tôn kính phụng thờ.

Lại nghe: 'Thành quả Phật,
Chỉ Phật mới chứng biết.'
Con mở bày Đại thừa,
Độ thoát chúng sanh khổ."

Bấy giờ, ngài Xá-lợi-phất nói với Long nữ: "Cô nói rằng không bao lâu sẽ thành đạo Vô thượng, việc đó thật khó tin. Vì sao vậy? Thân nữ uế nhiễm, không phải pháp khí,[1] làm sao có thể đạt được Vô thượng Bồ-đề? Phật đạo sâu rộng xa thẳm, phải trải qua vô số kiếp chuyên cần khó nhọc tu tích công hạnh, trọn đủ các pháp ba-la-mật, sau đó mới được thành tựu. Lại nữa, thân nữ còn có năm điều chướng ngại là không làm được Phạm thiên vương, Đế thích, Ma vương, Chuyển luân Thánh vương và thân Phật. Như vậy làm sao thân nữ có thể nhanh chóng thành Phật?"

Lúc bấy giờ, Long nữ có một viên ngọc quý giá trị bằng cả thế giới đại thiên, mang ra dâng lên đức Phật. Đức Phật liền thọ nhận. Long nữ nói với Bồ Tát Trí Tích và ngài Xá-lợi-phất: "Tôi dâng ngọc quý, đức Thế Tôn thọ nhận, việc ấy có nhanh chăng?"

Hai vị cùng đáp: "Rất nhanh."

Long nữ liền nói: "Nếu dùng thần lực của các vị để xem việc tôi thành Phật thì cũng nhanh như vậy."

Lúc bấy giờ tất cả hội chúng đều nhìn thấy Long nữ bỗng trong khoảnh khắc biến thành thân nam, trọn đủ hạnh Bồ Tát, tức thời đi sang thế giới Vô Cấu ở phương nam, ngồi trên tòa sen báu, thành bậc Chánh Đẳng Giác, đủ 32 tướng tốt, 80 vẻ đẹp, rộng vì hết thảy chúng sanh trong mười phương thuyết giảng diệu pháp.

[1] Pháp khí: vật chứa đựng chánh pháp, dùng với ý nghĩa biểu trưng để chỉ người có thể học hỏi và truyền bá chánh pháp, như các vị tăng giáo hóa nhiều người thường được tôn xưng là bậc pháp khí.

Khi ấy ở thế giới Ta-bà, hết thảy Bồ Tát, Thanh văn, tám bộ chúng, người và loài phi nhân đều từ xa nhìn thấy Long nữ thành Phật, rộng vì khắp chúng hội chư thiên và loài người nơi ấy thuyết pháp, liền hết sức hoan hỷ cùng kính lễ từ xa. Vô số chúng sanh nghe pháp được nhận hiểu tỏ ngộ, đạt địa vị không còn thối chuyển; vô số chúng sanh được thụ ký đạt đạo. Thế giới Vô Cấu chấn động sáu lượt. Tại thế giới Ta-bà có 3.000 chúng sanh trụ ở địa vị không còn thối chuyển, 3.000 chúng sanh phát tâm Bồ-đề rồi được thụ ký.

Bồ Tát Trí Tích và ngài Xá-lợi-phất cùng hết thảy chúng hội đều lặng yên tin nhận.

13. Phẩm Khuyến khích thọ trì

Lúc bấy giờ, Đại Bồ Tát Dược Vương và Đại Bồ Tát Đại Nhạo Thuyết cùng với 20.000 vị Bồ Tát thân cận đi theo đều cùng nhau ở trước Phật phát lời thệ nguyện rằng: "Nguyện đức Thế Tôn đừng lo nghĩ việc này. Sau khi Phật diệt độ, chúng con sẽ cung kính giữ gìn, tụng đọc, thuyết giảng kinh điển này. Chúng sanh trong đời xấu ác về sau căn lành dần ít đi, phần nhiều đều là những kẻ hết sức kiêu căng ngạo mạn, tham mối lợi cúng dường, những việc bất thiện tăng thêm, xa lìa con đường giải thoát. Tuy rằng khó giáo hóa được họ, nhưng chúng con sẽ phát khởi sức nhẫn nhục lớn lao, tụng đọc kinh này, hành trì, thuyết giảng, sao chép nhân rộng, thực hiện mọi sự cúng dường, không tiếc cả thân mạng."

Khi ấy ở giữa đại chúng, 500 vị A-la-hán đã được thụ ký liền bạch Phật rằng: "Bạch Thế Tôn! Chúng con cũng xin tự phát lời thệ nguyện, ở nơi cõi thế giới khác giảng rộng kinh này."

Lại có 8.000 vị đã được thụ ký ở trong hàng [Thanh văn] hữu học và vô học, đều từ chỗ ngồi đứng dậy, chắp tay hướng Phật, phát thệ nguyện rằng: "Bạch Thế Tôn! Chúng con cũng sẽ ở nơi cõi thế giới khác giảng rộng kinh này. Vì sao vậy? Vì trong cõi Ta-bà này con người phần nhiều xấu xa hung ác, ôm lòng kiêu căng ngạo mạn, công đức mỏng manh cạn cợt, sân hận uế trược, gian trá dua nịnh, lòng không chân thật."

Bấy giờ, di mẫu của đức Phật là Tỳ-kheo-ni Ma-ha Ba-xà-ba-đề[1] cùng với 6.000 vị tỳ-kheo-ni thân cận cùng đi thuộc hàng hữu học và vô học, đều từ chỗ ngồi đứng dậy, một lòng chắp tay chiêm ngưỡng tôn nhan Phật không hề chớp mắt.

Khi ấy, đức Thế Tôn nói với bà Kiều-đàm-di: "Vì sao bà lại nhìn Như Lai với ánh mắt u buồn như vậy? Hẳn trong lòng bà cho rằng ta đã không nhắc đến tên, không thụ ký quả Vô thượng Chánh đẳng Chánh giác cho bà? Này Kiều-đàm-di! Trước đây ta đã nói chung rằng hết thảy hàng Thanh văn đều được thụ ký. Nay bà muốn biết cụ thể, thì đời tương lai bà sẽ làm bậc đại pháp sư trong chánh pháp của 68.000 ức vị Phật, cùng với 6.000 tỳ-kheo-ni thuộc hàng hữu học và vô học ở đây cũng đều sẽ là bậc pháp sư. Cứ như vậy rồi bà sẽ dần dần trọn đủ [công hạnh] đạo Bồ Tát, sẽ thành Phật hiệu là Nhất Thiết Chúng Sanh Hỷ Kiến Như Lai, Ứng Cúng, Chánh Biến Tri, Minh Hạnh Túc, Thiện Thệ, Thế Gian Giải, Vô Thượng Sĩ, Điều Ngự Trượng Phu, Thiên Nhân Sư, Phật Thế Tôn. Này Kiều-đàm-di! Tiếp theo đức Phật Nhất Thiết Chúng Sanh Hỷ Kiến, 6.000 vị Bồ Tát sẽ lần lượt được thụ ký quả Vô thượng Chánh đẳng Chánh giác."

[1] Tỳ-kheo-ni Ma-ha Ba-xà-ba-đề (H. 摩訶波闍波提, S. Mahā Prajāpatī), là em gái của Hoàng hậu Ma-da, tức dì của thái tử Tất-đạt-đa. Hoàng hậu Ma-da sau khi sanh thái tử được 7 ngày thì qua đời, bà Ma-ha Ba-xà-ba-đề đã thay thế làm người nuôi dưỡng, chăm sóc thái tử Tất-đạt-đa, cho nên bà thường được gọi một cách cung kính là di mẫu của Phật. Bà cũng được gọi là Kiều-đàm-di (憍曇彌) hoặc Cù-đàm-di (瞿曇彌).

Bấy giờ, mẹ của ngài La-hầu-la là Tỳ-kheo-ni Da-du-đà-la khởi lên ý nghĩ rằng: "Đức Thế Tôn trong khi thụ ký chỉ riêng tên ta là không nhắc đến."

Đức Phật bảo Da-du-đà-la: "Trong tương lai bà sẽ tu hạnh Bồ Tát trong chánh pháp của trăm ngàn muôn ức đức Phật, làm vị đại pháp sư, rồi dần dần trọn đủ Phật đạo, ở trong cõi nước tốt lành[1] mà thành Phật hiệu là Cụ Túc Thiên Vạn Quang Tướng Như Lai, Ứng Cúng, Chánh Biến Tri, Minh Hạnh Túc, Thiện Thệ, Thế Gian Giải, Vô Thượng Sĩ, Điều Ngự Trượng Phu, Thiên Nhân Sư, Phật Thế Tôn, tuổi thọ đến vô số a-tăng-kỳ kiếp."

Khi ấy, tỳ-kheo-ni Ma-ha Ba-xà-ba-đề và tỳ-kheo-ni Da-du-đà-la cùng những người thân cận cùng đi thảy đều hết sức mừng vui hoan hỷ, được điều chưa từng có, liền ở trước Phật cùng đọc kệ rằng:

Đấng Đạo sư Thế Tôn,
Giúp trời, người an ổn.
Chúng con được thụ ký,
Tâm an vui trọn đủ.

Các vị tỳ-kheo-ni đọc kệ như vậy rồi cùng bạch Phật rằng: "Bạch Thế Tôn! Chúng con cũng có thể ở những cõi thế giới khác truyền bá giảng rộng kinh này."

---

[1] Kinh văn nói "於善國中 - ư thiện quốc trung", theo ngữ cảnh ở đây không phải nói tên cõi nước là "Thiện Quốc", vì những nơi khác trong kinh khi Phật thụ ký về tên cõi nước sẽ dùng "國名 - quốc danh" (cõi nước tên là...). Hơn nữa, ở đây nếu hiểu chữ "quốc" để chỉ cõi nước thì trong tên cõi nước chỉ còn lại một chữ "thiện", không hợp lý. Do vậy chỉ có thể hiểu là "ở trong cõi nước tốt lành". Bản Anh dịch của H. Kern cũng hoàn toàn không đề cập đến tên cõi nước trong lời thụ ký này.

Lúc bấy giờ, đức Thế Tôn đưa mắt nhìn 80 muôn ức na-do-tha các vị Đại Bồ Tát. Các vị Bồ Tát này đều đã đạt địa vị không còn thối chuyển, chuyển bánh xe pháp không thối chuyển, đạt được các pháp tổng trì. Các vị liền từ chỗ ngồi đứng dậy, đến trước đức Phật, một lòng chắp tay rồi có ý nghĩ rằng: "Nếu đức Thế Tôn dạy bảo chúng con thọ trì giảng thuyết kinh này, chúng con sẽ y theo lời Phật dạy mà truyền bá giảng rộng." Rồi các vị ấy lại suy nghĩ: "Nay Phật lặng yên không ban lời dạy bảo, chúng ta nên làm thế nào?"

Rồi các vị Bồ Tát kính thuận ý Phật cũng như muốn tự làm trọn đủ tâm nguyện từ trước, liền ở trước Phật dùng tiếng uy nghiêm như sư tử gầm mà phát lời thệ nguyện rằng: "Bạch Thế Tôn! Sau khi Như Lai diệt độ, chúng con qua lại trong các thế giới ở khắp mười phương, nếu có thể khiến cho chúng sanh sao chép kinh này, thọ trì, tụng đọc, giảng thuyết nghĩa kinh, y theo giáo pháp trong kinh tu hành, nghĩ nhớ chân chánh, đều là nhờ nơi oai lực của Phật. Kính nguyện đức Thế Tôn ở phương xa nhìn thấy mà che chở bảo vệ cho."

Tức thời, các vị Bồ Tát đều đồng thanh đọc kệ rằng:

"Nguyện Phật đừng lo nghĩ,
Sau khi Phật diệt độ,
Trong đời ác đáng sợ,
Chúng con sẽ giảng rộng.

Dù có kẻ ngu si,
Dùng lời ác mắng chửi,
Lại thêm dùng dao gậy,
Chúng con đều nhẫn chịu.

Tỳ-kheo đời xấu ác,
Trí tà vạy, dua nịnh,
Chưa chứng nói đã chứng,
Tâm kiêu ngạo tràn đầy.

Hoặc ở nơi vắng vẻ,
Dùng y phục xấu tệ,
Tự xưng tu chánh đạo,
Khinh miệt người thế gian.

Hoặc tham đắm lợi dưỡng,
Thuyết pháp với cư sĩ,
Được người đời cung kính,
Như La-hán lục thông.

Hoặc ôm lòng xấu ác,
Thường nghĩ việc thế tục,
Giả xưng bậc ẩn dật,
Bới móc lỗi chúng con.

Họ nói lời thế này:
'Những ông tỳ-kheo đó,
Chỉ vì tham lợi dưỡng,
Thuyết dạy pháp ngoại đạo.
Tự nghĩ ra kinh này,
Để lừa gạt người đời.
Vì cầu được danh tiếng,
Nên giảng giải kinh này.'

Họ ở giữa đại chúng,
Muốn làm nhục chúng con,
Đến chỗ vua, đại thần,
Cư sĩ, bà-la-môn,
Và những tỳ-kheo khác,

Rồi phỉ báng, chê bai:
'Bọn chúng là tà kiến,
Nói toàn thuyết ngoại đạo.'

Chúng con cung kính Phật,
Nên nhẫn chịu tất cả.
Những kẻ khinh miệt ấy,
Sau đều sẽ thành Phật,
Nên bao lời khinh miệt,
Chúng con đều nhẫn chịu.[1]

Đời xấu ác, uế trược,
Có nhiều điều đáng sợ,
Quỷ ác nhập thân người,
Mắng, làm nhục, chúng con,
Chúng con tin kính Phật,
Mặc áo giáp nhẫn nhục.
Vì thuyết giảng kinh này,
Nhẫn chịu mọi khó khăn.

Con không tiếc thân mạng,
Chỉ trân quý Phật đạo,
Chúng con trong tương lai,

---

[1] Nguyên văn 4 câu kệ này là: "為斯所輕言，汝等皆是佛，如此輕慢言，皆當忍受之。- Vi tư sở khinh ngôn, nhữ đẳng giai thị Phật, như thử khinh mạn ngôn, giai đương nhẫn thụ chi." Các bản dịch trước đây đều cho rằng đây là lời chế giễu khi gọi "các người đều là Phật". Chúng tôi cho rằng tự thân kinh văn không nói đến ý nghĩa "chế giễu" mà chỉ nêu rõ tinh thần của Pháp Hoa: "Tất cả chúng sanh đều có tánh Phật", do đó ngay cả những kẻ xấu xa hiện nay đang nói ra lời khinh miệt đối với người hoằng pháp, thì trong tương lai rồi họ cũng sẽ thành Phật, bởi tánh Phật của họ không hề mất đi. Bản Anh dịch của H. Kern có nội dung khá tương tự: "And those fools who will not listen to us, shall (sooner or later) become enlightened, and therefore will we forbear to the last." (Và những kẻ ngu si không lắng nghe chúng con nhưng rồi (sớm hay muộn) cũng sẽ thành Phật, và do vậy nên chúng con sẽ nhẫn chịu đến cùng.)

Giữ kinh như lời Phật.

Thế Tôn tự rõ biết,
Các tỳ-kheo đời ác,
Không biết phương tiện Phật,
Thuyết pháp cho thích hợp.

Nhăn mặt, nói lời ác,
Xô đuổi người thuyết kinh,
Phải xa lìa chùa tháp.
Bao việc ác như vậy,
Chúng con nhớ lời Phật,
Nên nhẫn nhục được hết.

Khắp xóm thôn, thành thị,
Nếu có người cầu pháp,
Chúng con đều tìm đến,
Thuyết dạy theo lời Phật.

Làm sứ giả Thế Tôn,
Giữa đại chúng không sợ,
Chúng con khéo thuyết pháp,
Kính nguyện Phật an lòng.

Chúng con ở trước Phật,
Cùng chư Phật mười phương,
Phát lời thệ nguyện này,
Phật biết lòng chúng con."

14. Phẩm Hạnh an vui

Lúc bấy giờ, Đại Bồ Tát Pháp Vương tử Văn-thù-sư-lợi thưa với Phật: "Bạch Thế Tôn! Những vị Bồ Tát này thật là vô cùng hiếm có, kính thuận ý Phật nên phát lời thệ nguyện lớn lao, trong đời xấu ác về sau sẽ bảo vệ giữ gìn, tụng đọc thuyết giảng kinh Pháp Hoa này. Bạch Thế Tôn! Các vị Đại Bồ Tát trong đời xấu ác về sau làm thế nào để có thể thuyết giảng kinh này?"

Đức Phật bảo ngài Văn-thù-sư-lợi: "Nếu vị Đại Bồ Tát trong đời xấu ác về sau muốn thuyết giảng kinh này, nên trụ yên trong 4 pháp.

"Thứ nhất, trụ yên trong phạm vi thực hành và thân cận[1] của hàng Bồ Tát thì có thể vì chúng sanh diễn giải, thuyết giảng kinh này.

"Này Văn-thù-sư-lợi! Thế nào gọi là phạm vi thực hành của hàng Bồ Tát? Nếu vị Đại Bồ Tát trụ nơi giai vị nhẫn nhục,[2] luôn nhu hòa, khéo léo tùy thuận mà không hấp tấp thô bạo, trong lòng không sợ sệt, lại đối với các pháp không có chỗ làm, chỉ quán xét thấy đúng

---

[1] Nguyên tác là "行處 - hành xứ" và "親近處 - thân cận xứ".

[2] Giai vị nhẫn nhục: tức nhẫn nhục địa (忍辱地), một trong các giai vị tu tập thành tựu của hàng Bồ Tát, bao gồm thành tựu được sanh nhẫn (生忍) và pháp nhẫn (法忍). Sanh nhẫn là nhẫn chịu được tất cả những điều trái ý do chúng sanh hữu tình gây ra cho mình, như bị mắng chửi, đánh đập, vu oan v.v.; pháp nhẫn là nhẫn chịu được tất cả những điều trái ý do hoàn cảnh bên ngoài gây ra như nóng bức, rét lạnh, đói khát v.v.

tướng như thật, cũng không thực hành sự không phân biệt, đó gọi là phạm vi thực hành của hàng Bồ Tát.

“Thế nào gọi là phạm vi thân cận[1] của hàng Bồ Tát?

“Vị Đại Bồ Tát không thân cận với hàng vua chúa, con vua, đại thần, quan chức;[2] không thân cận với hàng ngoại đạo xuất gia cũng như tại gia,[3] cùng những người viết văn chương thế tục, ca ngâm tán vịnh thế gian;[4] những kẻ luyện chú thuật thế tục hoặc nghiên tầm triết lý thế gian;[5] cũng không thân cận những

[1] Hán văn dùng chữ “親近 - thân cận” có lẽ để diễn đạt một ý nghĩa bao hàm rộng hơn, vì ngoài nghĩa hẹp là gần gũi còn bao hàm cả ý có sự chia sẻ mật thiết, có mối quan tâm chung. Bản kinh Chánh Pháp Hoa thì dịch là “tùng sự” (從事). Bản Anh dịch của H. Kern diễn đạt những ý nghĩa này phức tạp hơn là “not serve, not court, not wait upon... nor keep any intercourse with them” (không phục vụ, không lấy lòng, không mong đợi... cũng không có bất cứ mối quan hệ nào với họ). Do vậy, nên hiểu từ ngữ này theo một nghĩa mở rộng là không có mối quan hệ gần gũi, thân thiết, không nhờ cậy, không mua chuộc lấy lòng, không làm việc chung...

[2] Nguyên tác Hán văn dùng “大臣, 官長 - đại thần, quan trưởng” có lẽ muốn phân biệt các vị quan lớn (đại thần) và quan chức nói chung (quan trưởng).

[3] Hán văn dùng “外道梵志, 尼揵子等 - ngoại đạo Phạm chí, ni-kiền tử đẳng”. Chữ Phạm chí được dịch từ Phạn ngữ brāhmaṇa, thường đọc theo âm thành bà-la-môn, chỉ những người theo đạo thờ Phạm thiên. Trong ngữ cảnh này, Phạm chí chỉ người xuất gia theo ngoại đạo, trong khi ni-kiền tử chỉ cho những người theo ngoại đạo nhưng không xuất gia. Văn Cú Ký giải thích ngược lại, rằng ni-kiền tử chỉ người xuất gia và Phạm chí là người tại gia. Dù hiểu theo cách nào thì trong câu này cũng chỉ chung 2 hạng xuất gia và tại gia của ngoại đạo. Ni-kiền tử ở đây không dùng để chỉ phái ngoại đạo Ni-kiền tử, vì trước đó đã nói chung tất cả ngoại đạo rồi.

[4] Hán văn dùng chữ “外書 - ngoại thư”, không phải chỉ kinh sách ngoại đạo, mà chỉ chung những loại sách không thuộc về đạo Phật, tương tự như sự phân biệt nội điển (kinh sách đạo Phật) và ngoại điển (sách vở nói về những kiến thức thế tục). Bản Anh dịch của H. Kern chỉ nói chung là “literature” (văn chương).

[5] Nguyên tác Hán văn là “路伽耶陀, 逆路伽耶陀 - lộ-già-da-đà, nghịch lộ-già-da-đà”. Lộ-già-da-đà (lokayāta) dịch nghĩa là thuận theo thế tục, nghịch lộ-già-da-đà (vāmalokayāta) dịch nghĩa là ngược với thế tục. Tuy nhiên, Từ điển Phật Quang bản Hán ngữ dẫn Phạn văn kinh Pháp Hoa hiện còn cùng với bản Tạng ngữ, cho rằng lokayāta là tương đương với lokāyatamantradhāraṇā (trì thế chú thuật), và như

kẻ chơi trò hung hiểm đâm nhau, đánh nhau,[1] cùng những kẻ diễn trò nhảy múa,[2] biểu diễn ảo thuật biến hóa;[3] cũng không thân cận hạng chiên-đà-la, những người làm nghề ác hại như nuôi súc vật heo, dê, gà, chó, những người săn bắn, đánh cá...[4] Những người như trên nếu có lúc tìm đến thì Bồ Tát vì họ thuyết pháp nhưng không mong cầu gì.

"Lại không thân cận hàng Thanh văn tỳ-kheo, tỳ-kheo-ni, hàng cư sĩ nam, cư sĩ nữ,[5] cũng không tới lui thăm hỏi. Dù trong phòng ốc hay nơi kinh hành, hoặc trong giảng đường, đều không ở chung với những người này. Nếu có khi họ tìm đến thì Bồ Tát vì họ thuyết pháp nhưng không mong cầu gì.

"Này Văn-thù-sư-lợi! Vị Đại Bồ Tát đối với thân thể người nữ không vì đó là tướng có thể làm khởi sanh ý tưởng tham dục nên thuyết pháp cho họ, cũng không ưa thích ngắm nhìn. Nếu vào nhà người khác, không cùng trò chuyện với thiếu nữ, phụ nữ chưa chồng hoặc

---

vậy vāmalokayāta là nghịch lại với chú thuật, chỉ cho các triết lý thế gian. Bản Anh dịch của H. Kern chỗ này cũng dịch là "adepts at worldly spells, and votaries of a worldly philosophy" (những người giỏi chú thuật thế tục và những người sùng bái triết lý thế gian). Chúng tôi cho rằng các ý nghĩa này phù hợp hơn với ngữ cảnh của kinh văn đang đề cập. Đặc biệt ở đây không thể hiểu là danh xưng của các phái ngoại đạo, vì trước đó đã đề cập chung tất cả ngoại đạo rồi.

[1] Ở đây chỉ các trò như đấu kiếm, đấu vật, đấu võ đài v.v.

[2] Nguyên tác Hán văn là "那羅 - na-la", phiên âm từ Phạn ngữ naṭa, chỉ chung những người biểu diễn nhảy múa, khiêu vũ v.v.

[3] Nguyên tác Hán văn là "種種變現之戲 - chủng chủng biến hóa chi hý", chỉ tất cả các trò biến hóa lạ lùng để mua vui, tức là các trò biểu diễn ảo thuật.

[4] Kinh văn gọi chung những nghề nghiệp này là "諸惡律儀 - chư ác luật nghi", chỉ đến những nghề nghiệp gây hại chúng sanh, tạo nghiệp xấu ác.

[5] Ở đây chỉ chung những người có tâm cầu quả Thanh văn trong bốn chúng, xuất gia cũng như tại gia.

phụ nữ góa chồng; cũng không gần gũi thân thiết với năm loại đàn ông không đủ nam tính.[1]

"Đại Bồ Tát không một mình vào nhà người khác. Nếu có nhân duyên cần phải vào thì trong lúc ấy một lòng chú tâm niệm Phật. Nếu vì phụ nữ thuyết pháp thì không cười để lộ răng, không lộ ngực trần. Đó là vì pháp mà còn không thân thiết sâu đậm, huống chi là với những việc khác.

"Bồ Tát không ưa thích nuôi dưỡng đệ tử nhỏ tuổi, sa-di, trẻ con, cũng không thích theo học cùng thầy.

"Bồ Tát thường ưa thích ngồi thiền ở nơi vắng vẻ, tu tập nhiếp phục tâm mình.

"Văn-thù-sư-lợi! Như vậy là phạm vi thân cận thứ nhất của hàng Bồ Tát.

"Lại nữa, Đại Bồ Tát quán xét hết thảy các pháp đều là không, thấy rõ tướng như thật, không điên đảo, không dao động, không thối thất, không lay chuyển, giống như hư không, không có tánh sở hữu,[2] vượt ngoài

---

[1] Nguyên tác Hán văn là "五種不男 - ngũ chủng bất nam", cũng gọi là "五種不能男 – ngũ chủng bất năng nam", Phạn ngữ là pañca paṇḍakāḥ, chỉ 5 trường hợp tuy mang hình thể nam giới nhưng không có khả năng hành dâm hoặc hành dâm bất thường. Năm loại này bao gồm: 1. Sanh bất năng nam (生不能男 - jāti-paṇḍaka): người sanh ra đã không có khả năng hành dâm; 2. Bán nguyệt bất năng nam (半月不能男 - pakṣa-paṇḍaka): người mỗi tháng đều bị mất khả năng hành dâm trong nửa tháng; 3. Đố bất năng nam (妒不能男 - īrṣyā-paṇḍaka): người nhìn thấy người khác hành dâm khởi tâm ghen tức rồi mới tự mình khởi tâm dâm. 4. Tinh bất năng nam (精不能男 - āsaktaprādurbhāvī-paṇḍaka): người mỗi khi hành dâm thì nam căn biến mất. Cũng có chỗ giải thích rằng đây là người hành dâm thụ động, tùy thuộc vào người khác. 5. Bệnh bất năng nam (病不能男 - āpat-paṇḍaka): người do bệnh hoặc vì lý do khác phải cắt bỏ nam căn.

[2] Nguyên tác Hán văn là "無所有性 - vô sở hữu tánh", có thể hiểu là tính chất không thể thuộc về sở hữu của người hay vật khác.

khả năng diễn đạt của ngôn từ,[1] không sanh, không xuất, không khởi, không tên gọi, không hình tướng, thật không hiện hữu, không thể đo lường, không giới hạn, không ngăn ngại, không che chướng, chỉ do nhân duyên mà có, từ nơi điên đảo khởi sanh nên nói là có. Thường ưa thích quán xét tướng pháp như vậy, đó gọi là phạm vi thân cận thứ hai của hàng Bồ Tát."

Lúc bấy giờ, đức Thế Tôn muốn lặp lại nghĩa trên nên thuyết kệ rằng:

Nếu có hàng Bồ Tát,
Đời xấu ác về sau,
Với tâm không sợ sệt,
Muốn thuyết giảng kinh này,
Nên vào chỗ thực hành,
Cùng với chỗ thân cận.

Thường xa lìa vua chúa,
Cùng những người con vua,
Hàng đại thần, quan chức,
Kẻ chơi trò hung ác,
Hoặc người chiên-đà-la,
Những Phạm chí ngoại đạo.

Lại cũng không thân cận,
Những kẻ tăng thượng mạn,
Tham chấp theo Tiểu thừa,
Học suông Kinh, Luật, Luận.

[1] Nguyên tác Hán văn là "一切語言道斷 - nhất thiết ngôn ngữ đạo đoạn" (dứt sạch mọi ngôn ngữ), hàm ý là tất cả ngôn từ, mọi cách diễn đạt đều không thể nêu ra, không thể mô tả được.

Những tỳ-kheo phá giới,
A-la-hán giả danh,
Cùng những tỳ-kheo-ni,
Ưa đùa giỡn bỡn cợt,
Đắm sâu năm món dục,
Cầu diệt độ hiện đời,
Với các ưu-bà-di,
Cũng đừng nên gần gũi.

Nếu những người như trên,
Với tâm lành tìm đến,
Chỗ Bồ Tát tu tập,
Vì muốn nghe Phật pháp.

Bồ Tát liền vì họ,
Khởi tâm không sợ sệt,
Cũng không có mong cầu,
Chỉ như pháp thuyết pháp.

Nữ góa chồng, chưa chồng,
Nam không đủ nam tính,
Đều tránh không gần gũi,
Không thân thiết sâu đậm.

Lại cũng không thân cận,
Kẻ giết mổ bán thịt,
Hoặc săn bắn, đánh cá,
Vì lợi mà giết hại
Bán thịt để mưu sinh,
Hạng bán sắc buôn hương,
Hết thảy người như vậy,
Đều không nên thân cận.

Kẻ hung ác đánh nhau,
Làm trò để mua vui,
Hoặc những gái bán dâm,
Thảy đều không thân cận.

Không một mình chỗ vắng,
Thuyết pháp cho nữ nhân,
Nếu đủ duyên thuyết pháp,
Thì không được cười đùa.

Vào xóm làng khất thực,
Đi cùng tỳ-kheo khác,
Nếu phải đi một mình,
Thì chuyên tâm niệm Phật.

Phép tắc trên gọi là,
Chỗ thực hành, thân cận.
Trụ yên hai chỗ này,
Được an vui thuyết pháp.

Không phân biệt thực hành,
Các pháp thượng, trung, hạ,
Hữu vi hoặc vô vi,
Pháp thật hay không thật,
Lại cũng không phân biệt,
Đây là nam, là nữ,
Không nắm bắt các pháp,
Không thấy cũng không biết,
Được như thế gọi là,
Chỗ thực hành Bồ Tát.

Quán xét hết thảy pháp,
Là không, không thật có,

Không có sự thường còn,
Cũng không khởi, không diệt,
Đó là chỗ thân cận,
Của bậc có trí tuệ.

Người điên đảo phân biệt,
Các pháp thành có, không,
Là thật, chẳng phải thật,
Là sanh, chẳng phải sanh.

Bồ Tát nơi vắng vẻ,
Tu tập nhiếp phục tâm,
Trụ yên không dao động,
Như núi chúa Tu-di.

Quán hết thảy các pháp,
Vốn đều không thật có,
Chỉ đồng như hư không,
Chẳng có gì bền chắc.

Không sanh, không xuất hiện,
Không động, không thối lui,
Chỉ một tướng thường trụ,
Gọi là chỗ thân cận.

Nếu có tỳ-kheo nào,
Sau khi Phật nhập diệt,
Thể nhập chỗ thực hành,
Cùng với chỗ thân cận,
Để thuyết giảng kinh này,
Thì không hề khiếp nhược.

Khi một vị Bồ Tát,
Vào am thất vắng lặng,

Dùng ý niệm chân chánh,
Quán xét pháp đúng nghĩa.

Rồi ra khỏi thiền định,
Vì các vị vua chúa,
Con vua hoặc dân thường,
Hoặc các bà-la-môn,
Mở bày và diễn giải,
Thuyết giảng bộ kinh này,
Tâm vị ấy an ổn,
Không có sự khiếp nhược.

Này Văn-thù-sư-lợi!
Đó gọi là Bồ Tát,
Trụ nơi pháp thứ nhất,
Có thể trong đời sau,
Thuyết giảng kinh Pháp Hoa.

Lại nữa, này Văn-thù-sư-lợi! Sau khi Như Lai diệt độ, trong đời mạt pháp nếu muốn thuyết giảng kinh này, nên trụ yên trong hạnh an vui, khi mở lời thuyết giảng, hoặc khi đọc kinh này, đều không ưa thích nói ra những lỗi lầm của người khác hoặc của kinh điển, cũng không khinh thường các vị thầy thuyết pháp khác, không nói đến những điều tốt xấu, ưu điểm hay khuyết điểm của người khác; đối với hàng Thanh văn, không nêu tên ra để chê bai những điều xấu lỗi, cũng không khen ngợi xưng tán điều tốt đẹp. Bồ Tát lại cũng không khởi tâm thù hiềm oán ghét, nhờ khéo tu tập tâm an vui như vậy. Đối với người đến nghe pháp đều tùy thuận không trái ý; nếu có vặn hỏi đều không dùng giáo pháp Tiểu thừa để giải đáp, chỉ dùng giáo pháp Đại thừa để vì họ giảng giải, khiến cho đạt được trí tuệ Phật.[1]

Lúc bấy giờ, đức Thế Tôn muốn lặp lại ý nghĩa trên nên thuyết kệ rằng:

Bồ Tát thường vui thích,
Tâm an ổn thuyết pháp,
Ở nơi đất thanh tịnh,
Thiết lập một pháp tòa.

Tắm gội sạch bụi bặm,
Bôi dầu thơm lên thân,
Đắp y mới sạch sẽ,
Trong ngoài đều thanh tịnh,
Ngồi yên trên pháp tòa,
Tùy chỗ hỏi, giảng thuyết.

Nếu có những tỳ-kheo,
Hoặc các tỳ-kheo-ni,
Cùng hàng cư sĩ nam,
Hoặc những cư sĩ nữ,
Cho đến vua, con vua,
Quan, trí thức, dân thường...
Đều dùng nghĩa vi diệu,
Hiền hòa vì họ thuyết.

Nếu có người vặn hỏi,
Tùy ý nghĩa mà đáp,
Nêu nhân duyên, thí dụ,
Để diễn bày phân biệt.

---

[1] Nguyên tác Hán văn là "一切種智 - nhất thiết chủng trí" (trí biết được tất cả), chỉ cho trí tuệ Phật, hiểu biết tất cả mọi vấn đề, không có phạm vi giới hạn. Ở đây muốn phân biệt với trí tuệ của ba thừa (Thanh văn, Duyên giác và Bồ Tát), tuy sáng suốt nhưng vẫn còn có giới hạn, chưa phải là Nhất thiết chủng trí.

Dùng phương tiện như vậy,
Khiến cho đều phát tâm,
Rồi dần dần tăng trưởng,
Thể nhập vào đạo Phật.

Trừ tâm ý biếng nhác,
Cùng tư tưởng trễ lười,
Không lo âu buồn bực,
Khởi tâm từ thuyết pháp.

Ngày đêm vẫn thường thuyết,
Giáo pháp đạo Vô thượng,
Dùng các lẽ nhân duyên,
Và vô số thí dụ,
Để chỉ bày chúng sanh,
Khiến cho đều hoan hỷ.

Y phục, chỗ nằm, ngồi,
Thức ăn uống, thuốc men,
Đối với những thứ ấy,
Không khởi ý mong cầu,

Chỉ duy nhất tâm niệm,
Nhờ nhân duyên thuyết pháp,
Được trọn thành Phật đạo,
Cùng tất cả chúng sanh.
Đó là sự cúng dường,
An vui, lợi ích lớn.

Sau khi Phật diệt độ,
Nếu có tỳ-kheo nào,
Có khả năng thuyết giảng,
Kinh Diệu Pháp Liên Hoa,

Không ganh ghét bực tức,
Gặp phiền não chướng ngại,
Cũng không lo không buồn,
Hoặc bị người chửi mắng,
Cũng không hề sợ sệt.
Lại thêm dùng dao gậy,
Cũng không hề trốn chạy,
Nhờ trụ nơi nhẫn nhục.

Bậc trí tuệ như vậy,
Khéo tu tập tự tâm,
Có thể trụ an vui,
Như trên ta đã nói.

Công đức của vị ấy,
Dù muôn ngàn ức kiếp,
Dùng tính toán, thí dụ,
Cũng không thể nói hết.

Lại nữa, này Đại Bồ Tát Văn-thù-sư-lợi! Vào đời sau cùng khi chánh pháp sắp mất đi, người thọ trì tụng đọc kinh điển này không ôm lòng ganh ghét, dua nịnh dối trá, cũng đừng khinh chê người học Phật, soi mói những chỗ ưu điểm, khuyết điểm của họ. Đối với người tu tập như tỳ-kheo, tỳ-kheo-ni, cư sĩ nam, cư sĩ nữ cầu đạo Thanh văn hay Duyên giác, hoặc cầu đạo Bồ Tát, cũng không quấy rối, khiến họ nghi ngờ hối tiếc bằng cách nói rằng: "Các người còn cách đạo quá xa, mãi mãi không thể đạt được trí tuệ Phật. Vì sao vậy? Vì các người là những kẻ buông thả phóng túng, lười nhác trên đường đạo." Lại cũng không nên bàn luận vô bổ về các pháp, tranh cãi đúng sai. Nên khởi lòng đại bi đối với hết thảy chúng sanh, đối với các đức Như Lai xem như đấng cha lành, đối với các vị Bồ Tát xem như bậc thầy lớn, đối với các vị Đại Bồ Tát trong mười phương thường khởi tâm cung kính sâu xa mà lễ bái. Đối với hết thảy chúng sanh đều thuyết pháp một cách bình đẳng, chỉ thuận theo pháp nên không nói nhiều, không nói ít, thậm chí đối với người hết sức ưa muốn chánh pháp cũng không vì họ mà nói nhiều hơn.

Này Văn-thù-sư-lợi! Vị Đại Bồ Tát ấy trong đời sau cùng khi chánh pháp sắp mất đi, nếu thành tựu được hạnh an vui thứ ba này thì khi thuyết kinh Pháp Hoa này không ai có thể quấy nhiễu làm cho rối loạn. Vị ấy sẽ có những người bạn đồng học tốt, cùng nhau tụng đọc kinh này. Lại cũng sẽ có đại chúng tìm đến nghe kinh, nghe rồi thường ghi nhớ, ghi nhớ rồi thường tụng đọc, tụng đọc rồi thường giảng thuyết, giảng thuyết rồi thường sao chép, hoặc bảo người khác sao chép, cúng dường bản kinh, cung kính, tôn trọng, ngợi khen xưng tán.

Lúc bấy giờ, đức Thế Tôn muốn lặp lại ý nghĩa trên nên thuyết kệ rằng:

"Muốn thuyết giảng kinh này,
Bỏ ganh ghét, kiêu ngạo,
Bỏ dua nịnh, gian dối,
Tâm chân thật, thẳng thắn.

Không khinh chê người khác,
Không luận pháp vô bổ,
Nói lời gây hoài nghi:
'Ông không thể thành Phật.'

Vị Phật tử thuyết pháp,
Thường nhu hòa, nhẫn chịu,
Từ bi với hết thảy,
Không sanh tâm biếng lười.

Đại Bồ Tát mười phương,
Thương chúng sanh, hành đạo,
Nên sanh tâm cung kính:
Bậc thầy lớn của ta.

Với chư Phật Thế Tôn,
Đấng cha lành Vô thượng,
Phá trừ tâm kiêu mạn,
Thuyết pháp không ngăn ngại.

Pháp thứ ba như vậy,
Người trí nên giữ theo,
Chuyên tâm hạnh an vui,
Vô số người cung kính.

Lại nữa, này Văn-thù-sư-lợi! Vị Đại Bồ Tát vào đời sau cùng khi chánh pháp sắp mất đi, nếu có hành trì kinh Pháp Hoa này thì đối với những người tại gia và xuất gia nên khởi tâm từ ái lớn lao, đối với những người không thuộc hàng Bồ Tát nên khởi tâm bi mẫn lớn lao, nên nghĩ như thế này: “Những người này thật là chịu sự mất mát lớn lao. Đức Như Lai phương tiện thuyết pháp thích hợp nhưng họ lại không được nghe, không hay không biết đến, không thưa hỏi, không tin tưởng, không nhận hiểu được. Những người này tuy không thưa hỏi, không tin tưởng, không nhận hiểu kinh này, nhưng khi nào ta đạt được quả Vô thượng Chánh đẳng Chánh giác, tùy theo họ đang ở nơi nào ta sẽ dùng sức thần thông, sức trí tuệ mà dẫn dắt, khiến cho họ được trụ yên trong giáo pháp này.

"Này Văn-thù-sư-lợi! Vị Đại Bồ Tát sau khi đức Như Lai diệt độ nếu thành tựu được 4 pháp này thì khi thuyết pháp không có lỗi lầm, thường được các tỳ-kheo, tỳ-kheo-ni, ưu-bà-tắc, ưu-bà-di, vua chúa, con vua, đại thần, thường dân, bà-la-môn, cư sĩ cung kính cúng dường, tôn trọng ngợi khen xưng tán, chư thiên ở giữa hư không vì muốn nghe pháp nên cũng thường đi theo vị Bồ Tát ấy. Khi vị Bồ Tát ấy ở nơi xóm làng, thành thị hoặc rừng sâu vắng vẻ, nếu có người đến hỏi khó thì suốt ngày đêm chư thiên sẽ thường theo giúp đỡ bảo vệ người ấy, khiến cho người đến nghe pháp đều được vui mừng hoan hỷ. Vì sao vậy? Vì kinh này được sức thần của hết thảy chư Phật trong quá khứ, hiện tại và tương lai thường gia hộ.

"Này Văn-thù-sư-lợi! Có vô số cõi thế giới thậm chí còn chưa được nghe đến tên kinh Pháp Hoa này, huống chi là việc được nhìn thấy, thọ trì, tụng đọc? Này Văn-thù-sư-lợi! Ví như vị Chuyển luân Thánh vương mạnh mẽ, muốn dùng oai thế để hàng phục các nước, nhưng vua các nước nhỏ không chịu thần phục, Chuyển luân Thánh vương liền kéo quân đến chinh phạt. Vua nhìn thấy binh lính chiến đấu lập công, liền hết sức vui mừng, liền tùy theo công lao mà ban thưởng, hoặc ban cho ruộng đất, nhà cửa, xóm ấp, thành thị, hoặc ban cho y phục, những món trang sức làm đẹp thân thể, hoặc ban cho đủ các món quý báu như vàng, bạc, lưu ly, xa cừ, mã não, san hô, hổ phách, voi, ngựa, xe cộ, người hầu, cư dân,[1] duy nhất chỉ có viên ngọc tỏa sáng trên búi tóc là vua không lấy ra ban thưởng. Vì sao vậy? Chỉ trên đỉnh đầu vua mới có duy nhất một viên ngọc ấy, nếu lấy cho đi thì những người thân thuộc của vua sẽ hết sức kinh sợ vì quái lạ.

"Này Văn-thù-sư-lợi! Đức Như Lai cũng giống như vậy, dùng sức trí tuệ và thiền định mà được cõi nước pháp, là vua của ba cõi, nhưng bọn ma vương không chịu quy phục. Các vị hiền thánh của Như Lai liền chiến đấu với ma vương, lập công trạng nên Như Lai cũng hoan hỷ, ở giữa bốn chúng mà thuyết giảng các kinh điển khiến cho tâm họ được an vui, ban thưởng cho các tài sản quý báu của pháp là thiền định, giải thoát, các căn và lực vô lậu, lại cũng ban thưởng cho hóa thành Niết-bàn, nói rằng đã được diệt độ, để dẫn dắt tâm ý họ khiến cho đều hoan hỷ, nhưng không vì họ thuyết kinh Pháp Hoa này.

"Này Văn-thù-sư-lợi! Cũng như Chuyển luân Thánh vương, thấy binh sĩ lập công lớn thì trong lòng hết sức vui mừng, liền đem viên ngọc quý đến mức khó tin, từ lâu vẫn cất giữ trong búi tóc không tùy tiện mang cho người khác, nay lấy ra ban cho. Đức Như Lai cũng vậy, là bậc Đại Pháp Vương trong ba cõi, dùng chánh pháp giáo hóa hết thảy chúng sanh, thấy các vị hiền thánh chiến đấu với quân ma năm ấm, ma phiền não, ma chết, có công lao rất lớn, diệt trừ được

---

[1] Nguyên tác Hán văn là "奴婢人民 - nô tỳ, nhân dân", cần được hiểu theo bối cảnh của Ấn Độ thời cổ đại, trong đó có tồn tại chế độ nô lệ. Do vậy, khi nhà vua ban cho "nô tỳ" có nghĩa là các nô lệ có bổn phận phục dịch người chủ, và ban cho "nhân dân" có nghĩa là một số cư dân ở địa phương nào đó và người được ban thưởng có quyền thu thuế cũng như cai quản những cư dân này.

ba món độc, ra khỏi ba cõi, phá được lưới ma, thì đức Như Lai cũng hết sức hoan hỷ, liền đem kinh Pháp Hoa này, có thể giúp cho chúng sanh đạt đến trí tuệ Phật, là kinh điển mà người thế gian oán ghét khó tin nhận, trước đây chưa từng thuyết giảng, nay đem ra thuyết giảng cho nghe.

"Này Văn-thù-sư-lợi! Kinh Pháp Hoa này là giáo thuyết bậc nhất của các đức Như Lai, là sâu xa nhất trong các giáo thuyết, sau cùng mới ban cho, giống như đức vua mạnh mẽ kia từ lâu vẫn giữ kỹ viên ngọc tỏa sáng, nay mới lấy ra ban cho.

"Này Văn-thù-sư-lợi! Kinh Pháp Hoa này là kho tàng bí mật của các đức Phật Như Lai, ở vị trí cao nhất trong các kinh điển, chư Phật ngày đêm giữ gìn không tùy tiện thuyết giảng, cho đến hôm nay mới đem ra diễn giải thuyết giảng cho các ông."

Bấy giờ, đức Thế Tôn muốn lặp lại ý nghĩa trên nên thuyết kệ rằng:

Thường thực hành nhẫn nhục,
Thương xót mọi chúng sanh,
Mới có thể thuyết giảng,
Kinh được Phật khen ngợi.

Cho đến đời sau cùng,
Những ai trì kinh này,
Đối với hàng tăng, tục,
Hoặc không phải Bồ Tát,
Đều khởi tâm từ bi,
Thương họ không được nghe,

Không tin nhận kinh này,
Là mất mát lớn lao.

"Nguyện khi ta thành Phật,
Sẽ dùng nhiều phương tiện,
Vì họ mà thuyết pháp,
Khiến trụ trong pháp này."

Ví như vua Chuyển luân,
Có oai thế sức mạnh,
Quân chiến đấu lập công,
Liền ban thưởng các thứ,
Voi, ngựa và xe cộ,
Đồ trang sức trên thân,
Cùng ruộng đất, vườn nhà,
Thôn xóm và thành thị,
Hoặc ban cho y phục,
Đủ các món quý báu,
Người phục dịch, tiền của,
Vui vẻ ban thưởng cho.

Như có người dũng mãnh,
Làm được việc khó làm,
Vua liền mở búi tóc,
Lấy ngọc sáng ban cho.

Đức Như Lai cũng vậy,
Là vua của các pháp,
Sức nhẫn nhục rất lớn,
Có kho báu trí tuệ,
Dùng tâm đại từ bi,
Giáo hóa người như pháp.

Thấy hết thảy người đời,
Chịu bao điều khổ não,
Vì muốn cầu giải thoát,
Phải chiến đấu với ma.

Vì những chúng sanh ấy,
Phật thuyết đủ mọi pháp,
Dùng phương tiện lớn lao,
Thuyết dạy những kinh khác.

Khi rõ biết chúng sanh,
Đã được mạnh mẽ rồi,
Cuối cùng mới vì họ,
Thuyết kinh Pháp Hoa này.

Như vua cởi búi tóc,
Lấy ngọc sáng ban cho.
Kinh này là tôn quý,
Trên tất cả các kinh,
Phật vẫn thường gìn giữ,
Không tùy tiện chỉ bày.
Nay đúng lúc thích hợp,
Vì các ông thuyết giảng.

Sau khi ta diệt độ,
Những ai cầu đạo Phật,
Nếu muốn được an ổn,
Giảng kinh Pháp Hoa này,
Thì phải thường theo đúng,
Bốn pháp như nói trên.

Người tụng đọc kinh này,
Thường không có lo buồn,

Cũng không bệnh đau đớn,
Dáng vẻ được tươi sáng,
Không sanh vào cảnh nghèo,
Hoặc hèn kém, xấu xí;

Chúng sanh ưa thích gặp,
Như ngưỡng mộ hiền thánh,
Các đồng tử chư thiên,
Thường đi theo giúp đỡ,

Dao gậy không chạm đến,
Thuốc độc không thể hại,
Người xấu ác mắng chửi,
Liền bị bịt kín miệng.

Dạo chơi không sợ sệt,
Như sư tử chúa rừng.
Trí tuệ thường chiếu sáng,
Như mặt trời trên cao.

Người ấy khi nằm mộng,
Chỉ thấy điều tuyệt diệu,
Như thấy các đức Phật,
Ngồi trên tòa sư tử,
Có đại chúng tỳ-kheo,
Vây quanh nghe thuyết pháp.

Hoặc thấy chư thiên, rồng,
Cùng loài a-tu-la,
Nhiều như cát sông Hằng,
Đều cung kính chắp tay,
Lại thấy tự thân mình,
Đang vì họ thuyết pháp.

Lại được thấy chư Phật,
Thân tướng màu vàng ròng,
Phóng vô lượng hào quang,
Soi sáng khắp mọi nơi,
Dùng âm thanh Phạm thiên,
Diễn giải, thuyết các pháp.

Thấy Phật vì bốn chúng,
Thuyết giảng pháp Vô thượng,
Thấy thân mình ở đó,
Chắp tay ngợi khen Phật.

Được nghe pháp mừng vui,
Lại cúng dường lên Phật,
Rồi được pháp tổng trì,
Chứng trí tuệ bất thối.

Phật biết tâm người này,
Đã vào sâu đạo Phật,
Nên liền thụ ký cho,
Thành bậc Chánh Đẳng Giác:

'Nghe đây thiện nam tử!
Trong một đời tương lai,
Ông được trí vô lượng,
Thành tựu Vô thượng đạo.
Cõi nước trang nghiêm, đẹp,
Rộng lớn không đâu bằng.'

Lại thấy có bốn chúng,
Cùng chắp tay nghe pháp.
Lại cũng thấy thân mình,
Ở giữa chốn rừng núi,

Tu tập các pháp lành,
Chứng biết các tướng thật,
Vào sâu các thiền định,
Thấy được mười phương Phật.

Chư Phật thân sắc vàng,
Trang nghiêm trăm phúc tướng.
Nghe pháp, vì người thuyết,
Thường nằm mộng an lành.

Mộng thấy làm quốc vương,
Bỏ cung điện, quyến thuộc
Năm món dục hấp dẫn,
Đi thẳng đến đạo trường.

Ngay dưới cội bồ-đề,
Ngồi trên tòa sư tử,
Cầu đạo qua bảy ngày,
Đạt trí tuệ chư Phật.

Thành đạo Vô thượng rồi,
Bắt đầu chuyển pháp luân,
Vì bốn chúng thuyết pháp,
Qua ngàn muôn ức kiếp,
Thuyết diệu pháp vô lậu,
Độ vô số chúng sanh.
Sau đó nhập Niết-bàn,
Như đèn tắt khói dứt.

Đời xấu ác về sau,
Thuyết pháp đệ nhất này,
Sẽ được lợi ích lớn,
Đủ công đức như trên.

15. Phẩm Từ lòng đất phóng lên

Lúc bấy giờ, những Bồ Tát từ các cõi nước phương khác đến, nhiều hơn số cát của tám con sông Hằng, đều đứng lên giữa đại chúng, cùng chắp tay đảnh lễ thưa với Phật rằng: "Bạch Thế Tôn! Nếu Thế Tôn cho phép chúng con sau khi Phật diệt độ được ở thế giới Ta-bà siêng năng tinh tấn, bảo vệ giữ gìn, tụng đọc, sao chép, cúng dường kinh điển này, thì chúng con sẽ giảng thuyết rộng kinh này ở đây."

Khi ấy, đức Phật bảo các vị Đại Bồ Tát: "Thôi đi, các thiện nam tử! Không cần đến các ông hộ trì kinh này. Vì sao vậy? Thế giới Ta-bà của ta đã sẵn có những Bồ Tát nhiều như số cát của sáu mươi ngàn con sông Hằng, mỗi vị Bồ Tát ấy đều có số quyến thuộc cũng nhiều bằng số cát của sáu mươi ngàn con sông Hằng. Sau khi ta diệt độ, tất cả những vị này sẽ bảo vệ giữ gìn, tụng đọc, giảng rộng kinh này."

Khi đức Phật vừa nói lời này, mặt đất ở khắp các cõi nước trong thế giới Ta-bà đều chấn động nứt ra, rồi từ trong lòng đất có vô số ngàn muôn ức vị Đại Bồ Tát đồng thời phóng vọt lên. Các vị Bồ Tát này đều có thân màu vàng ròng, đủ ba mươi hai tướng tốt, tỏa hào quang vô lượng, trước đó đều an trụ trong khoảng hư không bên dưới cõi Ta-bà. Các vị nghe âm thanh thuyết pháp của đức Phật Thích-ca Mâu-ni nên từ phương dưới hiện lên.

Mỗi một vị Bồ Tát ấy đều là bậc thượng thủ dẫn dắt đại chúng. Số lượng các vị Bồ Tát dẫn theo quyến thuộc nhiều như số cát của sáu mươi ngàn con sông Hằng [đã là rất nhiều], huống chi những vị dẫn theo quyến thuộc như số cát của năm mươi ngàn con sông Hằng [lại càng nhiều hơn nữa]; huống chi những vị dẫn theo số quyến thuộc như số cát của bốn mươi ngàn, ba mươi ngàn, hai mươi ngàn hoặc mười ngàn con sông Hằng [lại càng nhiều hơn nữa]; cho đến những vị dẫn theo số quyến thuộc như số cát của một sông Hằng, nửa sông Hằng, hoặc chỉ một phần tư, hoặc chỉ một phần trong ngàn muôn ức vô số phần số cát sông Hằng [lại càng nhiều hơn nữa]; huống chi là những vị dẫn theo ngàn muôn ức vô số quyến thuộc, hoặc một tỷ, hoặc mười triệu, một triệu cho đến chỉ có mười ngàn, một ngàn, hoặc một trăm cho đến chỉ mười người; hoặc chỉ dẫn theo năm, bốn, ba, hai, một người đệ tử, hoặc những vị chỉ đi một mình, ưa thích hạnh xa lìa [lại càng nhiều hơn nữa]. Sự so sánh như trên là vô lượng vô biên, dùng các phép tính toán thí dụ đều không thể biết được.[1]

Các vị Bồ Tát ấy sau khi từ lòng đất phóng lên rồi, mỗi vị đều đến chỗ tháp bảy báu của đức Như Lai Đa Bảo và đức Phật Thích-ca Mâu-ni trên hư không, cùng hướng về hai vị Thế Tôn, cúi đầu áp mặt đảnh lễ dưới chân các ngài, lại cũng đảnh lễ chư Phật ở các tòa sư tử

[1] Hàm ý diễn đạt của đoạn văn này là các vị Bồ Tát dẫn theo càng nhiều quyến thuộc thì số lượng càng ít hơn so với số lượng các vị dẫn theo ít quyến thuộc. Như vậy số Bồ Tát dẫn theo quyến thuộc nhiều như số cát của sáu mươi ngàn con sông Hằng là ít nhất và số Bồ Tát chỉ dẫn theo hai người, một người đệ tử cho đến chỉ đi một mình có số lượng nhiều nhất.

dưới những cội cây báu. [Sau đó các vị] đi nhiễu quanh về bên phải [hai đức Thế Tôn] ba vòng rồi chắp tay cung kính, dùng những cách xưng tán khen ngợi của hàng Bồ Tát để xưng tán. Rồi các vị cùng đứng sang một bên, hân hoan chiêm ngưỡng hai đức Thế Tôn.

Từ lúc các vị Bồ Tát từ trong lòng đất phóng vọt lên rồi dùng đủ các pháp xưng tán để ngợi khen xưng tán Phật, thời gian trải qua đến năm mươi tiểu kiếp. Khi ấy, đức Phật Thích-ca Mâu-ni vẫn ngồi an tịnh, cả bốn chúng trong pháp hội cũng đều lặng yên an tịnh. Do thần lực của Phật nên đại chúng chỉ cảm thấy như trải qua nửa ngày. Bấy giờ, cũng do thần lực của Phật, bốn chúng đều nhìn thấy các vị Bồ Tát này biến hiện đầy khắp hư không trong vô số trăm ngàn muôn ức cõi nước.

Trong số các vị Bồ Tát này có bốn vị Đạo sư, vị thứ nhất tên là Thượng Hạnh, vị thứ hai là Vô Biên Hạnh, vị thứ ba là Tịnh Hạnh và vị thứ tư là An Lập Hạnh. Bốn vị Bồ Tát này là những bậc thầy dẫn dắt, mỗi vị đều đứng ra trước đại chúng, cùng chắp tay chiêm ngưỡng Phật và thưa hỏi: "Bạch Thế Tôn! Ngài có được ít bệnh não và thường an vui chăng? Những chúng sinh cần hóa độ có dễ giáo hóa chăng? Có làm cho Thế Tôn phải mệt nhọc chăng?"

Bấy giờ, bốn vị Đại Bồ Tát [muốn lặp lại ý nghĩa thưa hỏi nên] đọc kệ rằng:

Thế Tôn có an vui?
Có ít bệnh não chăng?
Việc giáo hoá chúng sinh,
Có mệt nhọc hay chăng?

Lại nữa, các chúng sinh,
Giáo hóa dễ dàng chăng?
Có khiến đức Thế Tôn,
Phải sinh nhọc nhằn chăng?

Bấy giờ đức Thế Tôn ở giữa đại chúng Bồ Tát đáp lại rằng: "Đúng vậy, đúng vậy. Này các thiện nam tử! Như Lai an vui, ít bệnh não, các chúng sanh đều được hóa độ dễ dàng không mệt nhọc. Vì sao vậy? Những chúng sanh này từ nhiều kiếp quá khứ đến nay vẫn thường được ta giáo hóa, lại cũng từng cúng dường tôn kính chư Phật quá khứ, trồng các căn lành. Những chúng sanh như vậy vừa được nhìn thấy thân ta, nghe tiếng thuyết pháp của ta thì đều tin nhận rồi thể nhập trí tuệ Như Lai, chỉ trừ những ai trước đây đã tu học theo Tiểu thừa. Nhưng những người đã học Tiểu thừa thì hôm nay ta cũng khiến cho được nghe kinh [Pháp Hoa] này rồi thể nhập trí tuệ Phật."

Bấy giờ, các vị Đại Bồ Tát liền nói kệ rằng:

"Lành thay, thật lành thay!
Đức Thế Tôn Đại Hùng!
Khi những chúng sanh ấy,
Dễ dàng được hóa độ,
Có thể thưa hỏi Phật,
Về trí tuệ sâu xa,
Rồi tin theo, thực hành,
Chúng con đều vui theo."

Lúc bấy giờ, đức Như Lai ngợi khen các vị Đại Bồ Tát thượng thủ rằng: "Lành thay, lành thay, các thiện nam tử! Các ông có thể đối với [việc làm của] đức Như Lai sinh lòng vui theo."

Khi ấy, Bồ Tát Di-lặc cùng với đại chúng Bồ Tát nhiều như số cát của tám ngàn con sông Hằng đều khởi lên ý nghĩ rằng: "Từ xưa nay chúng ta chưa từng nhìn thấy, chưa từng nghe biết về những vị Đại Bồ Tát này, [nay lại thấy] từ trong lòng đất phóng vọt lên đứng trước đức Thế Tôn, chắp tay cung kính cúng dường, thưa hỏi Như Lai."

Lúc bấy giờ, Bồ Tát Di-lặc rõ biết ý nghĩ trong tâm của chúng Bồ Tát nhiều như số cát tám ngàn con sông Hằng, đồng thời cũng muốn giải đáp mối nghi của chính mình, nên liền chắp tay cung kính hướng về đức Phật đọc kệ thưa hỏi rằng:

"Vô số ngàn muôn ức,
Đại chúng chư Bồ Tát,
Xưa nay chưa từng thấy.
Kính xin Phật chỉ dạy:

Các vị này từ đâu?
Nhân duyên gì quy tụ?
Thân lớn, thần thông lớn,
Trí tuệ chẳng nghĩ bàn,
Chí nguyện thật kiên cố,
Có sức nhẫn nhục lớn,
Chúng sanh đều ưa nhìn.
Là từ đâu đến đây?

Mỗi một Bồ Tát ấy,
Đều dẫn theo quyến thuộc,
Thật nhiều không kể xiết,
Như số cát sông Hằng.

Có những vị dẫn theo,
Sáu muôn Hằng sa người.[1]
Những đại chúng như vậy,
Một lòng cầu Phật đạo.

Các đại sư như vậy,
Nhiều sáu muôn Hằng sa,
Cùng đến cúng dường Phật,
Và hộ trì kinh này.

Những vị mang năm muôn,
Số lượng còn nhiều hơn.
Hoặc bốn muôn, ba muôn,
Hai muôn hoặc một muôn,

Hay một ngàn, một trăm...
Cho đến một sông Hằng,[2]
Một nửa, ba, bốn phần,
Một phần trong muôn ức,

Hoặc ngàn muôn vô số,
Có muôn ức đệ tử,
Thậm chí năm mươi ngàn,
Số lượng càng nhiều hơn.

Hoặc một triệu, mười ngàn,
Một ngàn hay một trăm...
Năm mươi cho đến mười...
Thậm chí ba, hai, một,
Đơn độc không quyến thuộc,
Vui sống đời cô độc,

---

[1] Sáu muôn Hằng sa: chỉ số lượng người được dẫn theo, tức là quyến thuộc, nhiều như số cát trong 60.000 con sông Hằng.

[2] Sông Hằng ở đây chỉ số hạt cát của một con sông Hằng, là cách nói để chỉ số lượng rất nhiều.

Cũng đều đến chỗ Phật,
Số lượng càng nhiều hơn.

Tổng số các vị này,
Nếu có người tính đếm,
Trải qua Hằng sa kiếp,[1]
Cũng không thể biết hết.

Các bậc oai đức lớn,
Bồ Tát tinh tấn này,
Được nghe ai thuyết pháp,
Giáo hóa cho thành tựu?

Theo ai mà phát tâm?
Xưng dương pháp Phật nào?
Thực hành, trì kinh nào?
Tu pháp nào của Phật?

Các Bồ Tát như vậy,
Thần thông, trí lực lớn,
Đất bốn phương động nứt,
Từ dưới phóng vọt lên.

Thế Tôn! Từ xưa nay,
Con chưa từng được thấy.
Xin cho biết: từ đâu,
Cõi nước tên là gì?

Chúng con qua nhiều nước,
Chưa từng thấy các vị.
Thậm chí trong các vị,
Không nhận biết vị nào,
Bỗng phóng lên từ đất.
Nguyện Phật nói nhân duyên.

---

[1] Hằng sa kiếp: tức là số kiếp nhiều như số hạt cát của sông Hằng.

Nay trong đại hội này,
Có vô số muôn ngàn,
Các vị Đại Bồ Tát,
Đều muốn biết sự việc.

Về nhân duyên nguồn ngọn,
Của chúng Bồ Tát này.
Thế Tôn vô lượng đức,
Nguyện dứt lòng chúng nghi."

Lúc bấy giờ, các vị Phật phân thân của đức Phật Thích-ca Mâu-ni đến từ vô số ngàn muôn ức cõi nước phương khác đang ngồi kết già trên tòa sư tử dưới các cội cây báu trong tám phương. Những thị giả của các đức Phật phân thân này, mỗi người đều nhìn thấy các Bồ Tát trong khắp thế giới đại thiên ở bốn phương từ trong lòng đất phóng vọt lên rồi trụ yên trong hư không, liền thưa hỏi Phật: "Bạch Thế Tôn! Đại chúng vô lượng vô biên a-tăng-kỳ Bồ Tát này là từ đâu đến đây?"

Khi ấy, mỗi vị Phật phân thân đều bảo các thị giả của mình: "Các thiện nam tử! Hãy chờ trong giây lát, có vị Đại Bồ Tát hiệu là Di-lặc, là người được đức Phật Thích-ca Mâu-ni thụ ký sẽ thành Phật tiếp theo, đã thưa hỏi việc này rồi. Nay đức Phật Thích-ca Mâu-ni sẽ trả lời và các ông nhân đó sẽ tự mình được nghe."

Bấy giờ, đức Phật Thích-ca Mâu-ni bảo Bồ Tát Di-lặc: "Lành thay, lành thay, A-dật-đa![1] Ông đã có thể thưa hỏi Phật việc quan trọng này. Các ông nên cùng nhau chú tâm, mặc vào áo giáp tinh tấn, phát khởi ý

[1] A-dật-đa (阿逸多): danh hiệu khác của Bồ Tát Di-lặc, phiên âm từ Phạn ngữ là Ajita.

nguyện kiên cố, nay đức Như Lai muốn hiển lộ, giảng thuyết, chỉ bày về trí tuệ của chư Phật, về sức thần thông tự tại của chư Phật, về sức phấn chấn nhanh nhạy như sư tử của chư Phật, về uy thế mạnh mẽ lớn lao của chư Phật."

Bấy giờ, đức Thế Tôn muốn tuyên thuyết lại ý nghĩa trên nên nói kệ rằng:

"Hãy tinh tấn, chú tâm,
Ta muốn dạy việc này.
Chớ sinh tâm nghi hối,
Trí Phật khó nghĩ bàn;

Khởi lòng tin mạnh mẽ,
Trụ pháp lành nhẫn chịu,
Pháp chưa từng được nghe,
Hôm nay sẽ được nghe.

Nay vỗ về các ông,
Chớ sinh lòng nghi sợ,
Lời Phật luôn chân thật,
Trí tuệ khó suy lường,
Phật đắc pháp tối thượng,
Sâu xa khó phân biệt;
Nay thuyết giảng pháp ấy,
Hãy một lòng lắng nghe."

Khi ấy, đức Phật thuyết kệ rồi liền bảo Bồ Tát Di-lặc: "Nay giữa đại chúng này ta sẽ nói rõ với các ông. Này A-dật-đa! Vô số vô lượng a-tăng-kỳ Đại Bồ Tát này, từ trong lòng đất phóng vọt lên, trước đây các ông chưa từng nhìn thấy, đều là những Bồ Tát mà sau khi ta thành đạo Vô thượng Chánh đẳng Chánh giác trong cõi Ta-bà đã giáo hóa, chỉ bày, dẫn dắt, giúp điều phục tâm, khiến cho phát khởi tâm đạo.

"Các Bồ Tát này đều an trụ trong khoảng hư không bên dưới cõi Ta-bà, tụng đọc thông suốt Kinh điển, biết suy xét phân biệt, nghĩ nhớ chân chánh.

"Này A-dật-đa! Những vị thiện nam tử này không ưa thích chỗ đông người bàn luận, thường ưa thích nơi yên tĩnh; chuyên cần tu tập tinh tấn chưa từng dừng nghỉ, việc an trụ cũng không nương tựa trong hai cõi trời người; thường ưa thích trí tuệ sâu xa dứt sạch chướng ngại, lại cũng thường vui với pháp của chư Phật, một lòng tinh tấn cầu trí tuệ Vô thượng."

Lúc bấy giờ, đức Thế Tôn muốn tuyên thuyết lại ý nghĩa trên nên nói kệ rằng:

"A-dật-đa nên biết,
Các Đại Bồ Tát này,
Vô số kiếp đến nay,
Tu tập trí tuệ Phật,
Đều do ta giáo hóa,
Khiến phát tâm Bồ-đề.

Họ đều là con ta,
Ở trong thế giới này,
Thường tu pháp đầu đà,
Ưa thích nơi yên tĩnh,
Tránh chỗ đông ồn ào,
Không ưa việc nói nhiều.

Những Phật tử như vậy,
Học tập pháp của Phật,

Ngày đêm thường tinh tấn,
Vì cầu được Phật đạo.

Trụ giữa chốn hư không,
Dưới thế giới Ta-bà,
Tâm chí, niệm lực vững,
Chuyên cần cầu trí tuệ,
Diễn thuyết các pháp mầu,
Trong tâm không sợ sệt.

Ta ở thành Già-da,[1]
Ngồi dưới gốc Bồ-đề,
Thành bậc Chánh đẳng giác,
Chuyển pháp luân Vô thượng,
Giáo hóa các vị này,
Khiến phát tâm Bồ-đề,
Nay không còn thối chuyển,
Chắc chắn sẽ thành Phật.

Ta nay nói lời thật,
Các ông nên tin chắc:
Ta từ xưa đến nay,
Giáo hóa những vị này."

Khi ấy, Đại Bồ Tát Di-lặc cùng với vô số các vị Bồ Tát đều sinh lòng nghi hoặc, cho là việc chưa từng có, nên tự nghĩ rằng: "Làm sao đức Thế Tôn trong một thời gian ngắn có thể giáo hóa được vô lượng vô biên a-tăng-kỳ các vị Đại Bồ Tát như vậy, khiến cho đều trụ yên trong đạo Vô thượng Chánh đẳng Chánh giác?"

Nghĩ rồi liền thưa hỏi Phật: "Bạch Thế Tôn! Như Lai khi còn là thái tử, ra khỏi cung điện của họ Thích

[1] Thành Già-da (伽耶城), phiên âm từ Phạn ngữ gayā, ở đây chỉ Bồ-đề Đạo tràng, nơi đức Phật thành đạo.

đi đến thành Già-da không xa, ngồi nơi Đạo trường mà thành đạo Vô thượng Chánh đẳng Chánh giác, từ đó đến nay chỉ vừa hơn bốn mươi năm. Bạch Thế Tôn! Làm sao trong khoảng thời gian ngắn ấy có thể làm nên Phật sự lớn lao, dùng oai thế của Phật, dùng công đức của Phật để giáo hóa vô số Đại Bồ Tát như thế, đều sẽ thành tựu đạo Vô thượng Chánh đẳng Chánh giác?

"Bạch Thế Tôn! Các vị Đại Bồ Tát này, giả sử như có người tính đếm trong muôn ức kiếp cũng không thể đếm hết đến người cuối cùng. Các vị Bồ Tát này từ lâu xa đến nay đã trồng các căn lành nơi đạo tràng của vô lượng vô biên các đức Phật, thành tựu đạo Bồ Tát, thường tu hạnh thanh tịnh.

"Bạch Thế Tôn! Việc này trong đời thật rất khó tin. Ví như có người tóc xanh dáng đẹp, tuổi chừng hai mươi lăm, chỉ vào người già trăm tuổi mà nói 'đó là con tôi'; người già trăm tuổi cũng chỉ người trẻ tuổi mà nói 'đó là cha tôi, đã sinh ra tôi và nuôi dưỡng'. Chuyện như vậy thật khó tin! Nay chuyện của Phật cũng giống như vậy, từ ngày thành đạo đến nay quả thật chưa bao lâu, còn đại chúng Bồ Tát này đã từ vô số ngàn muôn ức kiếp vì cầu Phật đạo mà chuyên cần tu tập tinh tấn, giỏi việc nhập, xuất và trụ trong vô số ngàn muôn ức pháp tam-muội, đạt được đại thần thông, từ lâu tu hạnh thanh tịnh, khéo tu tập tuần tự các pháp lành, giỏi việc vấn đáp, thật quý báu trong cõi người, thật rất hiếm có trong khắp thế gian.

"Hôm nay đức Thế Tôn vừa nói: 'Lúc ta thành đạo mới bắt đầu khiến họ phát tâm, giáo hóa chỉ bày dẫn dắt, khiến cho hướng về quả Vô thượng Chánh đẳng

Chánh giác.' Đức Thế Tôn thành Phật chưa bao lâu mà có thể làm được việc công đức lớn lao như vậy. Chúng con tuy tin rằng lời Phật dạy luôn thích hợp, những gì Phật nói ra chưa từng hư dối, sự hiểu biết của Phật thông suốt bao trùm, nhưng đối với hàng Bồ Tát vừa mới phát tâm, sau khi Phật diệt độ, nếu nghe những lời này có thể sẽ không tin nhận mà khởi sinh nhân duyên tội nghiệp phá hoại chánh pháp.

"Kính bạch Thế Tôn! Xin vì chúng con giảng giải thuyết dạy, dứt trừ lòng nghi của chúng con cũng như giúp cho các thiện nam tử đời sau khi nghe chuyện này cũng không sinh lòng nghi."

Khi ấy, Bồ Tát Di-lặc muốn lặp lại ý nghĩa trên nên nói kệ rằng:

"Phật xưa từ dòng Thích,
Xuất gia gần Già-da,
Ngồi dưới cội Bồ-đề,
Đến nay chưa bao lâu.

Còn những Bồ Tát này,
Nhiều không thể suy lường,
Từ lâu tu Phật đạo,
Trụ nơi sức thần thông;

Khéo học đạo Bồ Tát,
Không nhiễm pháp thế gian,
Như hoa sen trong bùn,
Từ lòng đất phóng lên,
Đều khởi tâm cung kính,
Đứng trước đức Thế Tôn.

Việc này khó nghĩ bàn,
Làm sao có thể tin?
Phật vừa mới thành đạo,
Sao làm được quá nhiều?
Nguyện vì con giải nghi,
Phân biệt thuyết đúng thật.

Ví như người trẻ trung,
Tuổi vừa hai mươi lăm,
Chỉ những người trăm tuổi,
Tóc bạc, da nhăn nheo,
Bảo 'đó là con tôi',
Và con cũng nhận cha,
Nhưng cha trẻ, con già,
Người đời chẳng ai tin.

Nay Thế Tôn cũng vậy,
Chỉ mới thành đạo thôi;
Còn những Bồ Tát ấy,
Tâm kiên cố, không sợ,

Từ vô số kiếp rồi;
Đã hành đạo Bồ Tát,
Khéo chất vấn, giải đáp,
Lòng không chút sợ sệt,

Tâm nhẫn nhục, quyết định,
Đoan chánh, nhiều oai đức,
Mười phương Phật ngợi khen;
Khéo thuyết giảng phân biệt,

Không ưa thích đông người,
Thường chuộng việc nhập định,

Vì cầu đạo Bồ-đề,
Trụ hư không phương dưới.

Chúng con nghe từ Phật,
Nên việc này không nghi;
Nguyện Phật vì đời sau,
Giảng rộng, giúp hiểu rõ.

Vì đối với kinh này,
Ai nghi ngờ, không tin,
Đều sẽ đọa đường ác.
Nay xin Phật giảng giải:

Vô số Bồ Tát này,
Làm sao thời gian ngắn,
Giáo hóa cho phát tâm,
Đến trụ Bất thối địa?

16. Phẩm Tuổi thọ của Như Lai

Lúc bấy giờ, đức Phật nói với các vị Bồ Tát cùng tất cả đại chúng: “Này các thiện nam tử! Các ông nên tin hiểu lời chân thật của Như Lai.”

Rồi ngài lặp lại với đại chúng: “Các ông nên tin hiểu lời chân thật của Như Lai.”

Và lặp lại lần nữa với đại chúng: “Các ông nên tin hiểu lời chân thật của Như Lai.”

Bấy giờ, đại chúng Bồ Tát, đứng đầu là ngài Di-lặc, cùng chắp tay thưa Phật: “Bạch Thế Tôn! Nguyện Phật hãy nói ra, chúng con sẽ tin nhận lời Phật dạy.”

Sau khi bạch Phật ba lần như vậy rồi, các Bồ Tát lại nói thêm lần nữa: “Kính nguyện Phật nói ra, chúng con xin tin nhận lời Phật dạy.”

Khi ấy, đức Thế Tôn thấy các vị Bồ Tát không ngừng thỉnh cầu liên tiếp ba lần, liền dạy rằng: “Các ông hãy chú tâm lắng nghe thật kỹ về sức thần thông sâu kín của Như Lai.

“Trong thế gian này, tất cả chư thiên, loài người cho đến a-tu-la đều cho rằng: ‘Đức Phật Thích-ca Mâu-ni hiện nay là từ hoàng cung họ Thích xuất gia, đến ngồi nơi đạo tràng không xa thành Già-da, chứng đắc quả Vô thượng Chánh đẳng Chánh giác.’ Nhưng này các thiện nam tử, thật ra ta thành Phật đến nay đã vô lượng vô biên trăm ngàn muôn ức na-do-tha kiếp.

"Ví như có người lấy năm trăm ngàn muôn ức na-do-tha a-tăng-kỳ cõi thế giới đại thiên nghiền nát thành bụi nhỏ, [rồi mang theo] đi về hướng đông, qua năm trăm ngàn muôn ức na-do-tha a-tăng-kỳ cõi nước mới để rơi một hạt bụi; cứ đi mãi như thế cho đến khi rơi hết số bụi ấy. Này các thiện nam tử, các ông nghĩ sao, những thế giới như vậy có thể tính toán suy xét đếm kể để biết được số lượng hay chăng?"

Bồ Tát Di-lặc và đại chúng cùng bạch Phật: "Bạch Thế Tôn! Những thế giới như vậy là vô lượng vô biên, không thể dùng phép tính toán để biết được, cũng không phải phạm vi tâm trí có thể suy xét đến. Cho dù tất cả các vị Thanh văn, Duyên giác dùng trí vô lậu cũng không thể suy xét biết được hạn lượng. Chúng con dù đã trụ nơi địa vị Bất thối nhưng đối với việc này cũng không thể thấu hiểu. Bạch Thế Tôn, những thế giới như vậy là vô lượng vô biên."

Lúc bấy giờ, đức Phật bảo chúng Đại Bồ Tát: "Này các thiện nam tử! Nay ta sẽ nói thật rõ ràng với các ông: Nếu mang những thế giới [về phương đông] có bụi rơi xuống và cả những thế giới không có bụi rơi xuống,[1] tất cả đều nghiền nát ra thành bụi nhỏ, mỗi

[1] Kinh văn nói: "是諸世界若著微塵及不著者 - Thị chư thế giới nhược trước vi trần cập bất trước giả..." Vì kinh văn đang nói đến các thế giới về phương đông nên có thể ngầm hiểu được, đồng thời cũng nhắc lại các thế giới mà người kia đi qua có làm rơi một hạt bụi lên đó gọi là "trước vi trần" (dính bụi), và tính luôn cả những thế giới mà người ấy không làm rơi bụi, gọi là "bất trước vi trần" (không dính bụi), nghĩa là không đi qua. Chữ "及 - cập" có nghĩa là "tính luôn, tính cả vào" chứ không có nghĩa thay thế như chữ "或 - hoặc", như vậy để thấy rằng số lượng lớn hơn rất nhiều. Các bản dịch cũ đi sát theo nghĩa đen và dịch là "hoặc dính vi trần hoặc chẳng dính", không diễn tả đúng ý nghĩa kinh văn. Bản Anh ngữ của H. Kern dịch từ Phạn ngữ diễn đạt ý này là "those worlds where that man deposits those atoms of dust and where he does not" (những thế giới mà người kia có làm rơi bụi và những nơi ông ấy không làm rơi bụi).

hạt bụi tính là một kiếp, thì thời gian ta thành Phật đến nay còn nhiều hơn số đó trăm ngàn muôn ức na-do-tha a-tăng-kỳ kiếp.

"Từ đó đến nay, ta thường ở tại thế giới Ta-bà này thuyết pháp giáo hóa, lại cũng ở nơi trăm ngàn muôn ức na-do-tha a-tăng-kỳ cõi nước khác dẫn dắt làm lợi ích cho chúng sinh.

"Này các thiện nam tử! Trong khoảng thời gian ấy, ta nói về những vị như Phật Nhiên Đăng v.v. lại nói việc các vị Phật ấy nhập Niết-bàn, như vậy đều là dùng phương tiện phân biệt để [giáo hóa].

"Này các thiện nam tử! Nếu có chúng sanh nào tìm đến chỗ ta, ta sẽ dùng Phật nhãn quán xét các căn lành như niềm tin, [sức tinh tấn] v.v.[1] để xem là nhanh nhạy hay chậm lụt, rồi tùy chỗ thích hợp có thể hóa độ, ở mỗi nơi ta đều nói ra danh hiệu khác nhau, tuổi tác khác nhau, cũng hiện nói sẽ nhập Niết-bàn, lại dùng đủ mọi phương tiện thuyết dạy giáo pháp vi diệu, có thể khiến cho chúng sinh đều khởi tâm hoan hỷ.

"Thiện nam tử! Đức Như Lai thấy có những chúng sanh ưa thích pháp nhỏ, cấu nhiễm sâu dày, phước đức mỏng manh, nên vì những người ấy mà nói: 'Ta xuất gia khi nhỏ tuổi, sau đó chứng đắc quả Vô thượng Chánh đẳng Chánh giác.' Nhưng thật ra ta thành Phật từ lâu xa như đã nói trên, vì dùng phương tiện

---

[1] Kinh văn dùng "信等諸根 - tín đẳng chư căn" (các căn như tín...), nghĩa là chỉ đến năm căn lành (ngũ căn), bao gồm tín căn (lòng tin), tấn căn (sự tinh tấn), niệm căn (sự ghi nhớ, duy trì ý niệm), định căn (sự chú tâm, tập trung tâm ý) và tuệ căn (trí tuệ). Vì các phẩm tính này được xem là căn bản để sinh khởi các pháp lành, cho nên gọi là "căn".

giáo hóa chúng sanh giúp họ thể nhập đạo Phật nên mới nói ra như vậy.

"Này các thiện nam tử! Những kinh điển mà Như Lai giảng giải đều là vì độ thoát chúng sanh; hoặc nói đó là thân mình, hoặc nói là thân khác; hoặc thị hiện thân mình, hoặc thị hiện thân khác; hoặc thị hiện việc của mình, hoặc thị hiện việc của thân khác; những điều nói ra như vậy đều là chân thật không hư dối.

"Vì sao vậy? Vì Như Lai thấy biết đúng thật tướng trạng của ba cõi không có sinh tử, dù Phật ẩn hình hoặc ra đời; cũng không có việc ở đời hay diệt độ; không phải chân thật cũng không phải hư dối; không phải như vậy cũng không phải khác biệt; không giống như [chúng sanh trong] ba cõi nhìn thấy ba cõi.[1] Những việc như vậy, Như Lai đều thấy biết sáng suốt không có sai lầm.

"Chúng sanh vốn có đủ mọi loại căn tánh, mọi sự tham muốn, hành vi, suy tưởng phân biệt khác nhau, vì muốn cho họ sinh khởi các căn lành nên [Như Lai] mới vận dụng không biết bao nhiêu là nhân duyên, thí dụ, ngôn từ để thuyết giảng đủ mọi giáo pháp; việc thi hành Phật sự chưa từng tạm dứt.

"Như vậy, từ khi ta thành Phật đến nay đã hết sức lâu xa, tuổi thọ đến vô lượng a-tăng-kỳ kiếp, thường trụ bất diệt. Các thiện nam tử! Tuổi thọ của ta vốn

[1] Kinh văn là "不如三界見於三界 - bất như tam giới kiến ư tam giới", H. Kern dịch sanh Anh ngữ là "The Tathāgata sees the triple world not as the ignorant, common people" (Đức Như Lai nhìn ba cõi không giống như những người phàm phu vô trí). Câu văn chữ Hán tối nghĩa vì dùng "tam giới" để chỉ chúng sanh trong ba cõi, nhưng nếu hiểu thành "chẳng phải như ba cõi mà thấy nơi ba cõi" thì có vẻ như không phù hợp ngữ cảnh ở đây và làm cho cả đoạn văn trở nên rất khó hiểu.

nhờ tu hành đạo Bồ Tát mà có được, đến nay vẫn chưa dứt, lại còn tăng thêm gấp nhiều lần. Ta nay không thực sự sẽ diệt độ nhưng lại nói rằng: 'Ta sẽ diệt độ.'

"Như Lai dùng phương tiện như vậy để giáo hóa chúng sanh. Vì sao vậy? Vì nếu Phật ở đời lâu dài thì những người phước mỏng không gieo trồng căn lành, sống nghèo khó hèn hạ, tham chấp năm món dục, đắm chìm trong mạng lưới nhớ nghĩ suy tưởng, thấy biết hư vọng. Nếu thấy Như Lai sống mãi ở đời không diệt độ, họ liền khởi tâm kiêu căng phóng túng, ôm lòng chán nản lười nhác, không nghĩ rằng khó được gặp Phật, không khởi tâm cung kính. Cho nên Như Lai dùng phương tiện nói rằng: 'Các tỳ-kheo nên biết, rất khó được gặp chư Phật ra đời!' Vì sao vậy? Những người phước mỏng, trải qua vô lượng trăm ngàn muôn ức kiếp, có khi được gặp Phật, có khi không được gặp Phật. Do vậy nên ta nói: 'Các tỳ-kheo! Rất khó được gặp Như Lai.' Những chúng sanh nói trên nghe được lời này ắt sẽ nghĩ rằng rất khó được gặp Phật, ôm lòng luyến mộ, khát ngưỡng đối với Phật, liền gieo trồng căn lành. Cho nên, Như Lai tuy không thật sự diệt độ nhưng nói rằng diệt độ.

"Lại nữa, này các thiện nam tử! Pháp của chư Phật Như Lai đều như vậy, vì hóa độ chúng sanh nên hết thảy đều chân thật không hư dối.

"Ví như có vị thầy thuốc trí tuệ sáng suốt, biết rõ các phương thuốc, giỏi điều trị đủ các bệnh. Vị ấy có nhiều con, hoặc mười, hoặc hai mươi, thậm chí đến hàng trăm người con. Vị ấy có việc phải đi xa đến nước khác. Sau đó, những người con uống nhầm thuốc độc, bị thuốc phát tác làm cho mê loạn, lăn lộn trên mặt đất.

"Khi ấy, người cha trở về nhà. Những người con đã uống nhầm thuốc độc, có người mất lý trí, có người còn tỉnh táo, nhưng từ xa nhìn thấy cha thì tất cả đều hết sức mừng rỡ, quỳ lạy thưa hỏi vấn an: 'Mừng thay, cha đã quay về bình yên. Chúng con ngu si đã uống nhầm thuốc độc, xin được cha cứu chữa, giữ lại mạng sống.'

"Người cha thấy các con đau khổ như vậy liền y theo các loại sách thuốc mà tìm được những cỏ thuốc tốt có đủ màu sắc đẹp, hương vị thơm ngon, đem giã nát, lược lấy phần nhỏ mịn rồi trộn đều thích hợp, đưa cho các con uống, bảo rằng: 'Đây là loại thuốc rất tốt, có đủ màu sắc đẹp, hương vị thơm ngon, các con hãy uống vào sẽ nhanh chóng hết khổ, không còn bệnh tật.'

"Trong số các người con, những người còn tỉnh táo nhìn thấy loại thuốc hay, màu sắc hương vị đều tốt đẹp, liền lập tức uống vào, bệnh khổ dứt hết. Những người khác đã mất lý trí, tuy thấy cha về cũng mừng rỡ thưa hỏi vấn an, cầu xin trị bệnh, nhưng khi đưa thuốc cho thì không chịu uống. Vì sao vậy? Vì chất độc đã ngấm sâu làm mất cả lý trí, nên đối với loại thuốc này có màu sắc hương vị đều tốt lại cho rằng không tốt.

"Người cha suy nghĩ: 'Những đứa con này thật đáng thương, vì bị trúng độc nên tâm trí đều điên đảo. Tuy gặp ta cũng vui mừng, xin được trị liệu, nhưng thuốc tốt như thế này lại không chịu uống. Nay ta phải dùng phương tiện để khiến cho chúng nó chịu uống thuốc này.' Liền bảo các con: 'Các con nên biết, ta nay già yếu sắp chết. Đây là loại thuốc hay, ta để lại chỗ này, các con có thể lấy uống, chớ lo không khỏi bệnh.' Nói như vậy rồi bỏ đi sang nước khác, sai người về báo: 'Cha các người đã chết.'

"Lúc bấy giờ, những người con nghe tin cha đã chết, trong lòng hết sức buồn khổ, tự nghĩ rằng: 'Nếu cha ta còn sống, thương yêu chúng ta, có thể được người cứu giúp. Nay người đã bỏ chúng ta đi xa, chết nơi xứ khác.' Họ tự nghĩ mình giờ đây côi cút không nơi nương tựa, nên thường đau buồn xúc động, trong tâm dần tỉnh ra, thấy biết loại thuốc [cha để lại] có màu sắc hương vị tốt đẹp liền lấy uống vào, bệnh khổ do thuốc độc liền được khỏi.

"Người cha nghe tin các con đã khỏi bệnh liền quay về, tất cả các con đều được gặp lại cha."

"Này thiện nam tử, các ông nghĩ sao? Có ai có thể nói vị thầy thuốc ấy phạm tội dối gạt chăng?"

"Bạch Thế Tôn! Không thể như vậy."

Đức Phật dạy: "Ta cũng giống như vậy, tuy thành Phật đến nay đã vô lượng vô biên trăm ngàn muôn ức na-do-tha a-tăng-kỳ kiếp, nhưng vì chúng sanh nên dùng sức phương tiện mà nói rằng ta sẽ diệt độ. Cũng không ai có thể theo pháp mà nói ta có lỗi dối gạt."

Khi ấy, đức Thế Tôn muốn tuyên thuyết lại ý nghĩa trên nên nói kệ rằng:

Ta thành Phật đến nay,
Đã trải qua số kiếp,
Vô lượng ngàn muôn ức,
Cho đến a-tăng-kỳ,

Thường thuyết pháp giáo hóa,
Vô số ức chúng sanh,
Dẫn dắt vào đạo Phật.
Vô số kiếp đến nay,
Vì hóa độ chúng sanh,
Phương tiện hiện Niết-bàn,
Nhưng thật không diệt độ,
Thường ở đây thuyết pháp.

Ta thường trụ cõi này,
Dùng các sức thần thông,
Khiến chúng sanh điên đảo,
Gần Phật nhưng không thấy.

Họ thấy Phật diệt độ,
Liền cúng dường xá-lợi;
Đều lưu luyến tiếc nhớ,
Nên sinh lòng khát ngưỡng.

Chúng sanh đã tin phục,
Tâm chân thật, nhu hòa,
Một lòng muốn gặp Phật,
Không tiếc thân mạng mình.

Khi ấy Phật, chư tăng,
Cùng hiện trên núi Thứu.
Ta bảo cùng chúng sanh:
"Phật thường trụ bất diệt,
Nhưng dùng sức phương tiện,
Hóa hiện: diệt, không diệt.

Cõi khác có chúng sanh,
Cung kính, tin, ưa thích,

Ta lại ở nơi ấy,
Vì họ thuyết Phật pháp.

Các ông không nghe biết,
Cho rằng ta diệt độ.

Phật nhìn thấy chúng sanh,
Đắm chìm trong khổ não,
Cho nên không hiện thân,
Để họ sinh khát ngưỡng.
Chỉ khi họ luyến mộ,
Mới ra đời thuyết pháp.

Sức thần thông như vậy,
Qua a-tăng-kỳ kiếp,
Phật thường ở núi Thứu,
Và những nơi chốn khác.

Chúng sanh thời kiếp tận,
Bị lửa dữ thiêu đốt,
Nơi ta ở an ổn,
Thường đông đảo trời, người.

Có vườn rừng, lầu gác,
Mọi thứ báu trang nghiêm,
Cây báu nhiều hoa trái,
Chúng sanh vui dạo chơi,
Chư thiên đánh trống trời,
Thường dùng nhạc điệu hay;
Mưa hoa mạn-đà-la,
Cúng dường Phật, đại chúng.

Tịnh độ Phật thường còn,
Chúng sanh thấy cháy hết,

Những buồn, sợ, khổ não,
Cứ như thế tràn đầy.

Những chúng sanh nhiều tội,
Vì nhân duyên nghiệp ác,
Nên qua vô số kiếp,
Không nghe biết Tam bảo.

Những người tu công đức,
Tâm chân thật, nhu hòa,
Đều thấy được thân Phật,
Vẫn ở đây thuyết pháp.

Có lúc vì chúng này,
Nói: 'Phật thọ vô lượng.'
Còn người lâu mới gặp,
Lại nói: 'Phật khó gặp.'

Trí lực Phật như vậy,
Ánh tuệ chiếu vô cùng,
Tuổi thọ vô số kiếp,
Từ lâu tu tập thành.

Các ông người có trí,
Chớ nghi nan việc này.
Hãy dứt nghi mãi mãi,
Lời Phật không hư dối.

Như thầy thuốc phương tiện,
Vì muốn trị bệnh con,
Sống, nhưng nói đã chết,
Không thể cho là dối.

Ta là cha thế gian,
Cứu chúng sanh bệnh khổ,

Vì phàm phu điên đảo,
Thường trụ, nói tịch diệt.

Vì nếu thường gặp Phật,
Chúng kiêu mạn, phóng túng,
Buông thả, đắm năm dục,
Đọa vào các đường ác.

Phật rõ biết chúng sanh,
Tu hành, không tu hành,
Chỗ có thể hóa độ,
Liền vì họ thuyết pháp.

Ta vẫn thường tự nghĩ,
Làm sao giúp chúng sanh,
Thể nhập trí Vô thượng,
Mau thành tựu thân Phật.

17. Phẩm Phân biệt công đức

Lúc bấy giờ, đại chúng trong Pháp hội được nghe Phật dạy về tuổi thọ của Như Lai dài lâu như vậy, liền có vô lượng vô biên a-tăng-kỳ chúng sanh được lợi ích lớn.

Khi ấy, đức Thế Tôn nói với Đại Bồ Tát Di-lặc: “Này A-dật-đa! Khi ta nói về tuổi thọ dài lâu của Như Lai, có những chúng sanh nghe rồi đạt được pháp nhẫn vô sinh nhiều như số cát của sáu trăm tám mươi muôn ức na-do-tha sông Hằng, lại có số Bồ Tát nhiều hơn gấp ngàn lần đạt được Văn trì đà-la-ni.[1]

“Lại có những Bồ Tát nhiều như số hạt bụi nhỏ của một thế giới đạt được Nhạo thuyết vô ngại biện tài.[2]

“Lại có những Bồ Tát nhiều như số hạt bụi nhỏ của một thế giới đạt được vô số trăm ngàn muôn ức Toàn Đà-la-ni.[3]

---

[1] Văn trì đà-la-ni (聞持陀羅尼), là pháp tổng trì giúp hành giả khi đạt được có khả năng nghe và ghi nhớ không quên.

[2] Nhạo thuyết vô ngại biện tài (樂說無礙辯才), là một trong Tứ biện tài (四辯才) hay cũng gọi là Tứ vô ngại giải (四無礙解). Hành giả đạt được biện tài này có thể vui thích thuyết giảng giáo pháp không có gì ngăn ngại.

[3] Toàn Đà-la-ni (旋陀羅尼) là một trong ba pháp đà-la-ni sẽ được trình bày trong phẩm Bồ Tát Phổ Hiền khuyên phát tâm (thứ 28) của kinh Pháp hoa. Toàn Đà-la-ni có công năng chuyển hóa tâm bám chấp hình tướng của phàm phu để đạt đến nhận thức đúng thật về tánh không của tất cả các pháp, nên tương đương với quán Không trong Tam quán của tông Thiên Thai. Phẩm Phổ Hiền cũng nói đến pháp Bá thiên vạn ức Toàn đà-la-ni, nhưng ở đây kinh văn nói “Bá thiên vạn ức vô lượng Toàn đà-la-ni” nên không phải chỉ pháp đà-la-ni này.

"Lại có những Bồ Tát nhiều như số hạt bụi nhỏ của thế giới đại thiên có thể chuyển bánh xe pháp bất thối; lại có những Bồ Tát nhiều như số hạt bụi nhỏ của thế giới trung thiên có thể chuyển bánh xe pháp thanh tịnh; lại có những Bồ Tát nhiều như số hạt bụi nhỏ của thế giới tiểu thiên trải qua tám lần tái sinh nữa sẽ đắc quả Vô thượng Chánh đẳng Chánh giác.

"Lại có những Bồ Tát nhiều như số hạt bụi nhỏ của bốn cõi tứ thiên hạ[1] trải qua bốn đời nữa sẽ đắc quả Vô thượng Chánh đẳng Chánh giác; lại có những Bồ Tát nhiều như số hạt bụi nhỏ của ba cõi tứ thiên hạ trải qua ba đời nữa sẽ đắc quả Vô thượng Chánh đẳng Chánh giác; lại có những Bồ Tát nhiều như số hạt bụi nhỏ của hai cõi tứ thiên hạ trải qua hai đời nữa sẽ đắc quả Vô thượng Chánh đẳng Chánh giác; lại có số Bồ Tát nhiều như số hạt bụi nhỏ của một cõi tứ thiên hạ trải qua một đời nữa sẽ đắc quả Vô thượng Chánh đẳng Chánh giác.

"Lại có những chúng sinh nhiều như số hạt bụi nhỏ của tám thế giới đều phát tâm Vô thượng Chánh đẳng Chánh giác."

Khi đức Phật nói về việc các vị Đại Bồ Tát được những lợi ích pháp lớn lao như vậy, từ giữa không trung mưa xuống hoa mạn-đà-la và ma-ha mạn-đà-la để rải khắp trên vô lượng trăm nghìn muôn ức tòa

---

[1] Tứ thiên hạ (四天下), mỗi thế giới có một cõi tứ thiên hạ, bao gồm 4 châu nằm về 4 hướng, như cõi Ta-bà có cõi tứ thiên hạ bao gồm Câu-lô châu, hay Uất-đan-việt châu nằm về phương bắc, Thiệm-bộ châu hay Diêm-phù-đề châu nằm về phương nam, Ngưu-hóa châu hay Cồ-da-ni châu nằm về phương tây, Thắng-thần châu hay Phất-bà-đề châu nằm về phương đông.

sư tử của các đức Phật [phân thân đang ngồi] dưới các cội cây báu, cùng rải khắp trên tòa sư tử trong tháp bảy báu của đức Phật Thích-ca Mâu-ni và đức Như Lai Đa Bảo, vị Phật đã diệt độ từ rất lâu, và cũng rải lên tất cả các vị Đại Bồ Tát và bốn chúng đệ tử. Lại mưa xuống bột mịn hương chiên đàn, trầm thủy... Trên hư không tiếng trống trời tự vang lên[1] âm thanh vi diệu sâu xa. Lại mưa xuống hàng ngàn loại y phục cõi trời có treo đính các chuỗi anh lạc bằng chân châu, ma-ni châu, như ý châu, đầy khắp cả chín phương.[2] Các lò hương báu được xông đốt bằng loại hương quý vô giá tự nhiên hiện đến khắp nơi để cúng dường đại chúng trong Pháp hội.

Phía trên mỗi một đức Phật [phân thân] đều có các vị Bồ Tát cầm phướn lọng theo thứ lớp cao dần, [từ mặt đất] lên đến tận cõi trời Phạm thiên. Các vị Bồ Tát này đều dùng âm thanh vi diệu xướng lên vô số bài tụng để ngợi khen xưng tán chư Phật.

Lúc bấy giờ, Bồ Tát Di-lặc từ chỗ ngồi đứng dậy, vén áo trần vai bên phải, chắp tay hướng về đức Phật đọc kệ rằng:

"Phật thuyết pháp hy hữu,
Xưa nay chưa từng nghe.
Thế Tôn đại thần lực,
Tuổi thọ đến vô cùng.

---

[1] Nguyên văn là "天鼓自鳴 - thiên cổ tự minh", tức là trống của chư thiên, tự phát ra âm thanh mà không cần phải dùng dùi trống đánh vào.

[2] Chín phương, chỉ 4 phương chính là đông, tây, nam, bắc và 4 phương phụ ở giữa là đông nam, đông bắc, tây nam, tây bắc cùng với phương trên tức là hư không. Khi nói thập phương (mười phương) tức là có thêm phương dưới.

Vô số chúng Phật tử,
Nghe Thế Tôn phân biệt,
Được nhiều lợi ích pháp,
Hoan hỷ khắp châu thân,
Đạt địa vị Bất thối,
Hoặc được đà-la-ni,
Hoặc Biện tài vô ngại,
Muôn ức Toàn tổng trì.

Hoặc số Bồ Tát nhiều,
Như bụi cõi đại thiên,
Mỗi vị đều chuyển được,
Bánh xe pháp bất thối.

Hoặc số Bồ Tát nhiều,
Như bụi cõi trung thiên,
Mỗi vị đều chuyển được,
Bánh xe pháp thanh tịnh.

Hoặc số Bồ Tát nhiều,
Như bụi cõi tiểu thiên,
Còn tái sinh tám đời,
Sẽ thành tựu quả Phật.

Hoặc số Bồ Tát nhiều,
Như bụi trong bốn cõi,
Hoặc ba cõi, hai cõi,
Một cõi tứ thiên hạ,
Đều tùy theo số cõi,
Sẽ tái sinh tương ứng,
Bốn, ba, hai, một đời,
Rồi thành tựu quả Phật.

Những chúng sanh như vậy,
Nghe Phật thọ lâu dài,
Được vô lượng quả báo,
Vô lậu và thanh tịnh.

Lại có chúng sanh nhiều,
Như bụi tám thế giới,
Nghe Phật nói tuổi thọ,
Đều phát tâm Vô thượng.

Đức Thế Tôn thuyết pháp,
Khó suy lường, nghĩ bàn,
Chúng sanh được lợi ích,
Như hư không vô biên.

Chư thiên cõi Phật khác,
Nhiều như cát sông Hằng,
Đến rải hoa mạn-đà,
Cùng ma-ha mạn-đà.

Mưa chiên đàn, trầm thủy,
Chấp chới rơi khắp nơi,
Như chim trời bay liệng,
Cúng dường, xưng tán Phật.

Trống trời giữa không trung,
Tự vang âm vi diệu.
Ngàn muôn loại thiên y,
Xoay vòng rơi rơi xuống;
Lò hương báu hiện ra,
Xông ngát hương vô giá,
Đầy đủ khắp mọi nơi,
Cúng dường các đức Phật.

Có chúng Đại Bồ Tát,
Cầm lọng bảy báu che,
Cao đẹp muôn ức tầng,
Lên đến cõi Phạm thiên.

Trước mỗi một đức Phật,
Đều có treo phướn báu,
Ngâm muôn ngàn bài kệ,
Xưng tán chư Như Lai.

Tất cả việc như vậy,
Xưa nay chưa từng có,
Nghe Phật thọ vô cùng,
Hết thảy đều hoan hỷ.

Hồng danh Phật vang xa,
Lợi ích khắp mười phương,
Chúng sanh đủ căn lành,
Giúp vào tâm Vô thượng.

Lúc bấy giờ, đức Phật bảo Đại Bồ Tát Di-lặc: “Này A-dật-đa! Nếu có chúng sinh nào nghe nói về tuổi thọ của Phật dài lâu như vậy, chỉ cần khởi sinh dù chỉ một ý niệm tin hiểu thì công đức mà người ấy đạt được nhiều đến mức không có hạn lượng.

“Nếu có thiện nam, thiện nữ nào vì cầu đạo Vô thượng Chánh đẳng Chánh giác mà trong tám mươi muôn ức na-do-tha kiếp tu tập năm pháp ba-la-mật là Bố thí ba-la-mật, Trì giới ba-la-mật, Nhẫn nhục ba-la-mật, Tinh tấn ba-la-mật, Thiền định ba-la-mật, chỉ trừ Bát-nhã ba-la-mật, công đức của những người này so với công đức tin hiểu tuổi thọ của Phật không bằng được một phần trăm, một phần ngàn, một phần trăm ngàn muôn ức... cho đến dùng các phép tính toán, thí dụ cũng không thể so sánh biết được.

"Người có công đức tin hiểu như vậy mà thối tâm Bồ-đề là điều không thể có."

Khi ấy, đức Thế Tôn muốn lặp lại ý nghĩa trên nên nói kệ rằng:

"Có người cầu trí Phật,
Trong số kiếp tám mươi
Muôn ức na-do-tha
Tu năm ba-la-mật.

Trong suốt những kiếp ấy,
Bố thí, cúng dường Phật,
Các đệ tử Duyên giác,
Cùng đại chúng Bồ Tát,
Những món ăn quý lạ,
Y phục, chỗ nằm ngồi,
Dựng tinh xá chiên đàn,
Có vườn rừng trang nghiêm.

Tu bố thí như vậy,
Mọi thứ đều vi diệu,
Đến hết số kiếp ấy,
Hồi hướng cầu quả Phật.

Lại nghiêm trì giới luật,
Thanh khiết không vấy bẩn,
Tâm cầu đạo Vô thượng,
Chư Phật đều ngợi khen.

Lại thực hành nhẫn nhục,
Tự điều phục, nhu hòa,

Gặp đủ điều xấu ác,
Tâm không hề xao động.

Bị những người học pháp,
Ôm lòng tăng thượng mạn,
Theo khinh chê, não loạn,
Vẫn có thể nhẫn chịu.[1]

Lại chuyên cần tinh tấn,
Giữ chí niệm kiên cố,
Trong vô số ức kiếp,
Một lòng không lười nghỉ.

Lại trong vô số kiếp,
Thường sống nơi thanh vắng,
Hoặc ngồi thiền, kinh hành,
Nhiếp tâm, trừ lúc ngủ.

Do nhân duyên như vậy,
Được các pháp thiền định,
Tám mươi muôn ức kiếp,
Tâm an trụ không loạn.

Dùng phước nhất tâm ấy,
Nguyện cầu đạo Vô thượng.
Ta đạt Nhất thiết trí,
Tận cùng các thiền định,
Thấy rõ người trải qua,
Trăm ngàn muôn ức kiếp,

[1] Nguyên tác là "諸有得法者，懷於增上慢 - chư hữu đắc pháp giả, hoài ư tăng thượng mạn" (những người được pháp mà ôm lòng tăng thượng mạn). Bản Anh ngữ của H. Kern diễn đạt khác: "bear the contemptuous words of unbelievers who are rooted in pride" (nhẫn chịu lời khinh chê của những kẻ không có lòng tin và đắm chìm trong sự kiêu mạn). Do khác biệt này, chúng tôi cho rằng bản Hán thật ra muốn nói đến những người "có học pháp" chứ không phải "đắc pháp". Như vậy phù hợp hơn với ý nghĩa "tăng thượng mạn".

Thực hành các công đức,
Như ta vừa nói trên;

So với nam hoặc nữ,
Nghe ta nói tuổi thọ,
Dù chỉ một niệm tin,
Phước đức hơn người kia.

Nếu người nào dứt sạch
Mọi nghi ngờ hối tiếc,
Tin sâu trong thoáng chốc,
Cũng được phước như vậy.

Với các vị Bồ Tát,
Vô số kiếp tu hành,
Nghe ta nói tuổi thọ,
Liền đủ sức tin nhận.

Các Bồ Tát như thế,
Cung kính nhận kinh này:
'Nguyện chúng con đời sau,
Sống lâu độ chúng sanh;
Như Thế Tôn ngày nay,
Vua trong dòng họ Thích,
Sư tử chốn Đạo trường,
Thuyết pháp không sợ hãi.

Chúng con trong đời sau,
Được chúng sanh tôn kính,
Cũng ngồi nơi Đạo trường,
Nói tuổi thọ lâu dài.'

Nếu có người tin sâu,
Tâm thanh tịnh, chân thật,

Nghe nhiều, ghi nhớ hết,
Tùy nghĩa giảng lời Phật,
Với những người như thế,
Có thể không hoài nghi."

"Lại nữa, này A-dật-đa! Nếu có người nghe nói tuổi thọ của Phật lâu dài, hiểu rõ được lời ấy, thì công đức người ấy đạt được không có giới hạn, có thể khởi sinh trí tuệ Vô thượng Như Lai. Huống chi là người có thể rộng nghe kinh này, hoặc bảo người khác nghe, hoặc tự mình thọ trì, hoặc bảo người khác thọ trì, hoặc tự mình sao chép, hoặc bảo người khác sao chép, hoặc dùng hoa, hương, chuỗi ngọc, cờ phướn, lọng che, dầu thơm, đèn bơ[1] để cúng dường kinh này, công đức của người ấy là vô lượng vô biên, có thể khởi sinh Nhất thiết chủng trí.[2]

"Này A-dật-đa! Nếu có thiện nam, thiện nữ nào nghe ta nói về tuổi thọ lâu dài, tin sâu nhận hiểu, người ấy sẽ thấy Phật vẫn thường thuyết pháp tại núi Kỳ-xà-quật, có các vị Đại Bồ Tát và chúng Thanh văn cung kính vây quanh, lại cũng thấy được khắp thế giới Ta-bà này mặt đất bằng lưu ly, bằng phẳng ngay ngắn, dùng vàng diêm-phù-đàn[3] giăng theo bên đường đi về tám hướng,[4] có cây báu thẳng hàng, có lầu

[1] Đèn bơ: loại đèn dùng bơ làm từ sữa để thắp sáng.

[2] Nhất thiết chủng trí (一切種智): trí tuệ rõ biết rộng khắp, bao trùm tất cả, là danh xưng khác để chỉ trí tuệ Phật, cũng gọi là Nhất thiết trí (一切智).

[3] Vàng diêm-phù-đàn (jambūnada-suvarṇa) là loại vàng rất quý có màu vàng pha sắc đỏ, chỉ có ở khúc sông chảy ngang qua rừng cây diêm-phù, nên có tên gọi như vậy.

[4] Nguyên tác là "以界八道 - dĩ giới bát đạo". Bát đạo là 8 con đường, trong mô tả thế giới ở đây là 8 con đường từ trung tâm đi về 8 hướng. Cách mô tả ở đây là rút ngắn, vì nói đủ là "為繩以界八道 - vi thằng dĩ giới bát đạo" (làm thành dây giăng theo bên đường), có nghĩa là những sợi dây bằng vàng để phân chia lộ giới.

gác, đài quán đều làm bằng các món báu, đại chúng Bồ Tát đều ở trong đó. Nếu người nào có thể thấy được như vậy, nên biết đó là tướng trạng của sự tin sâu nhận hiểu.

"Lại nữa, sau khi Như Lai diệt độ, nếu người nào nghe kinh này mà không chê bai lại sinh lòng vui theo, nên biết đó cũng là tướng trạng của sự tin hiểu, huống chi là người tụng đọc, thọ trì, người ấy chính là đang cung kính đầu đội Như Lai.[1]

"Này A-dật-đa! Người thiện nam hay thiện nữ đó không cần phải vì ta mà dựng chùa tháp phụng thờ, cũng không cần xây dựng tăng phòng, dùng bốn sự thiết yếu[2] cúng dường chúng tăng. "Vì sao vậy? Vì những thiện nam, thiện nữ ấy thọ trì, đọc tụng kinh này tức là đã dựng chùa tháp, đã xây dựng tăng phòng, cúng dường chúng tăng; tức là đã dựng tháp bằng bảy báu thờ xá-lợi Phật, bên dưới to rộng bên trên nhỏ dần, cao lên đến tận cõi Phạm thiên, có treo phướn lọng cùng những chuông báu nhỏ với hoa, hương, chuỗi ngọc, cùng các loại hương bột, hương thoa, hương đốt, dùng các loại trống, nhạc, ống tiêu, ống địch,[3] đàn không hầu, đủ các loại vũ khúc và âm thanh vi diệu để ngợi

---

[1] Nguyên tác Hán văn là "頂戴如來 - đỉnh đái Như Lai". Bản Anh ngữ của H. Kern dịch từ Phạn ngữ có vẻ như đủ nghĩa hơn: "He who after collecting this Dharmaparyaya into a volume carries it on his shoulder carries the Tathâgata on his shoulder." (Người nào thu thập quyển kinh này rồi mang vác trên vai tức là đang mang vác đức Như Lai trên vai.)

[2] Bốn sự thiết yếu, chỉ 4 vấn đề cần thiết cho sự tu tập của chư tăng, bao gồm thức ăn uống, y phục, chỗ nghỉ và thuốc men trị bệnh. Kinh văn chỉ nói ngắn gọn là " 四事 - tứ sự" (bốn việc).

[3] Tiêu và địch đều là các loại ống sáo, ống tiêu là loại sáo thổi dọc, ống địch là loại sáo thổi ngang.

ca tán tụng; tức là đã trải qua vô lượng ngàn muôn ức kiếp làm việc cúng dường như vậy.

"Này A-dật-đa! Nếu sau khi ta diệt độ có người nào nghe kinh điển này rồi có khả năng thọ trì, hoặc tự mình sao chép, hoặc bảo người khác sao chép, đó là đã xây dựng tăng phòng, dùng chiên đàn đỏ dựng thành ba mươi hai tòa điện đường,[1] cao bằng tám cây đa-la,[2] tăng phòng rộng đẹp trang nghiêm, đủ chỗ cho trăm ngàn vị tỳ-kheo cùng ở trong đó,[3] lại có đủ vườn rừng, hồ tắm, đường đi kinh hành, hang ngồi thiền; có đủ y phục, thức ăn uống, giường đệm, thuốc men trị bệnh, đủ mọi tiện nghi; những tăng phòng, điện đường lầu gác giống như vậy, số lượng nhiều đến bao nhiêu ngàn muôn ức cho đến vô số lượng, đều giống như hiện nay đã dùng để cúng dường ta cùng với chư tỳ-kheo tăng.

"Do vậy nên ta nói rằng: 'Sau khi Như Lai diệt độ, nếu có người thọ trì, tụng đọc kinh này, vì người khác giảng nói, hoặc tự mình sao chép, hoặc bảo người khác sao chép, cúng dường kinh này, người ấy không cần

---

[1] Ở đây theo sát cách diễn đạt của Hán văn: "作諸殿堂三十有二 - tác chư điện đường tam thập hữu nhị". Tuy nhiên, bản Anh ngữ dịch từ Phạn ngữ của H. Kern mô tả chỗ này là "with thirty-two pinnacles, eight stories" (với 32 ngọn tháp, 8 tầng). Trong sách Tây vực ký, khi mô tả về cách dựng chùa ở Ấn Độ, ngài Huyền Trang viết: "諸僧伽藍，頗極奇製。隅樓四起，重閣三層 - Chư tăng già lam phả cực kỳ chế, ngung lâu tứ khởi trùng các tam tầng" (Những ngôi chùa thì có cách xây dựng cực kỳ đặc biệt. Bốn góc chùa đều có lầu, xây cao lên ba tầng." (Tây vực ký, quyển 2 - ĐCT, T51, 2087, tr. 876a, d. 29) Theo đây mà xét thì rất gần với cách mô tả trong bản Anh ngữ, có thể kinh văn muốn nói đến 32 tòa lầu cao được xây lên chung quanh ngôi chùa chứ không phải 32 tòa điện đường. Những tòa lầu này nhằm mục đích trang trí, tạo ra sự tôn nghiêm chứ không phải để cư trú hay sử dụng.

[2] Cây đa-la (多羅樹) là một loại cây lớn, mô tả ở đây chỉ muốn nói là rất cao, không phải nêu ra một chiều cao chính xác.

[3] Nguyên tác là "百千比丘於其中止 - bá thiên tỳ-kheo ư kỳ trung chỉ", bản dịch của H. Kern chỉ nói là "fit for a thousand monks" (đủ chỗ cho 1.000 vị tăng).

phải dựng chùa tháp cũng như xây dựng tăng phòng, cúng dường chúng tăng.'

"Huống chi là người có thể thọ trì kinh này, lại thêm thực hành các pháp bố thí, trì giới, nhẫn nhục, tinh tấn, thiền định,[1] trí tuệ thì công đức của người này là thù thắng nhất, là vô lượng vô biên. Cũng giống như hư không về các phương đông, tây, nam, bắc, bốn phương phụ[2] và phương trên, phương dưới đều là vô lượng vô biên, công đức của người này cũng vô lượng vô biên như vậy, sẽ nhanh chóng đạt đến Nhất thiết chủng trí.

"Nếu có người tụng đọc, thọ trì kinh này, vì người khác giảng nói, hoặc tự mình sao chép, hoặc bảo người khác sao chép, lại còn có thể dựng tháp thờ, xây dựng tăng phòng, cúng dường, ngợi khen, xưng tán các vị Thanh văn, lại cũng dùng trăm ngàn muôn ức cách ngợi khen xưng tán để xưng tán công đức các vị Bồ Tát, lại vì người khác mà thuận theo đủ mọi nhân duyên, tùy nghĩa thích hợp để giảng giải kinh Pháp Hoa này, lại có thể trì giới thanh tịnh, cùng người nhu hòa sống chung luôn nhẫn nhục không sân hận, chí niệm kiên cố, thường muốn ngồi thiền đạt định thâm sâu, tinh tấn dũng mãnh gồm thâu các pháp lành, căn tánh nhanh nhạy, trí tuệ sáng suốt, khéo giải đáp những câu hỏi khó; này A-dật-đa, sau khi ta diệt độ, những thiện nam, thiện nữ nào thọ trì, tụng đọc kinh điển này, lại có đủ những công đức lành như vậy, nên biết rằng những người ấy đã hướng đến đạo trường,

[1] Nguyên tác dùng "一心 - nhất tâm" để chỉ thiền định. Vì ở đây đang đề cập 6 pháp ba-la-mật nên chúng tôi vẫn dịch là thiền định để dễ nhận hiểu hơn.

[2] Tức là các phương đông nam, đông bắc, tây nam và tây bắc.

ngồi dưới cội Bồ-đề, đến gần quả Vô thượng Chánh đẳng Chánh giác.[1]

"Này A-dật-đa! Những nơi nào mà các thiện nam hoặc thiện nữ ấy đã từng đi đứng nằm ngồi đều nên dựng tháp, hết thảy chư thiên và loài người đều nên cúng dường như cúng dường tháp Phật."

Lúc bấy giờ, đức Thế Tôn muốn lặp lại ý nghĩa trên nên thuyết kệ rằng:

"Sau khi ta diệt độ,
Có thể trì kinh này,
Người ấy phước vô lượng,
Như trên đã nói rõ.

Như vậy là trọn đủ,
Hết thảy pháp cúng dường,
Như dựng tháp xá-lợi,
Dùng bảy báu trang nghiêm,
Hình dáng rất cao rộng,
Nhỏ dần đến Phạm thiên,
Ngàn muôn ức chuông báu,
Gió lay, ngân diệu âm.

Lại như vô lượng kiếp,
Cúng dường tháp báu ấy,
Dùng hoa, hương, chuỗi ngọc,

[1] Nguyên tác Hán văn là "已趣道場，近阿耨多羅三藐三菩提，坐道樹下 - dĩ thú đạo trường, cận A-nậu-đa-la Tam-miệu Tam-bồ-đề, tọa đạo thụ hạ", có vẻ như không hợp lý về trình tự khi đặt "ngồi dưới cội Bồ-đề" về cuối cùng. Bản Anh ngữ dịch từ Phạn ngữ của H. Kern là: "...must be considered to make for the terrace of enlightenment; ... steps towards the foot of the tree of enlightenment in order to reach enlightenment" (... phải được xem như xây dựng nền tảng giác ngộ;... bước đến dưới cội cây giác ngộ để đạt đến sự giác ngộ). Chúng tôi cho rằng việc "ngồi dưới cội Bồ-đề" đặt ở trước là hợp lý hơn.

Áo trời cùng âm nhạc,
Đốt hương, dùng đèn bơ,
Thắp sáng chung quanh tháp.

Thời mạt pháp xấu ác,
Ai thọ trì kinh này,
Tức là đã cúng dường,
Đầy đủ như nói trên.

Nếu thọ trì kinh này,
Giống như Phật hiện còn,
Dùng chiên đàn Ngưu đầu,
Dựng tăng phòng cúng dường,
Đủ ba mươi hai tòa,
Cao tám cây đa-la,
Món ngon, y phục tốt,
Có đầy đủ giường nằm,
Tăng chúng trăm ngàn vị;
Có vườn rừng, ao tắm,
Đường kinh hành, hang thiền,
Mọi thứ đều tốt đẹp.

Nếu có lòng tin hiểu,
Thọ trì, tụng, sao chép,
Hoặc bảo người sao chép,
Cùng cúng dường kinh này,
Rải hoa thơm, bột hương,
Hoa tu-mạn,[1] chiêm-bặc,[2]

---

[1] Hoa tu-mạn (須曼花), phiên âm từ Phạn ngữ sumanas, cũng được phiên âm khác là tô-ma-na (蘇摩那), tô-mạn-na (蘇曼那花), tu-mạn (須曼), tu-mạn-na (須曼那), tu-ma-na (修摩那), tu-mạt-na (須末那), cũng gọi là hoa duyệt ý (悅意花), thuộc loại cây thân bụi, hoa màu trắng vàng, có hương thơm.

[2] Hoa chiêm-bặc (瞻蔔花), phiên âm từ Phạn ngữ kampaka, cây cao lớn, mọc ở vùng rừng núi, hoa màu vàng có hương thơm bay đi rất xa.

A-đề-mục-đa-ca,[1]
Thường thắp đèn dầu thơm.

Người cúng dường như vậy,
Được công đức vô lượng,
Như hư không vô biên,
Phước đức ấy vô cùng.

Huống chi trì kinh này,
Lại bố thí, trì giới,
Nhẫn nhục, vui thiền định,
Không sân hận nói ác.

Cung kính nơi chùa tháp,
Khiêm hạ với tỳ-kheo,
Xa lìa tâm cao ngạo,
Thường suy xét trí tuệ,
Bị chất vấn không giận,
Giảng giải thuận ý người.
Nếu làm được như vậy,
Công đức thật vô lượng.

Nếu gặp bậc pháp sư,
Thành tựu công đức ấy,
Nên rải xuống hoa trời,
Áo trời che thân người,
Đầu, mặt cúi sát chân,
Đảnh lễ, tưởng như Phật.

Khi ấy nên nghĩ rằng:
'Vị này không bao lâu,

---

[1] Hoa a-đề-mục-đa-ca (阿提目多伽花), cũng viết là 阿提目多迦, phiên âm từ Phạn ngữ atimuktaka, thuộc loại dây leo, hoa màu trắng hoặc đỏ, rất thơm, trước đây dịch là hoa thiện tư di (善思夷花).

Sẽ đến cội Bồ-đề,
Thành Phật, độ trời người.’

Nơi vị ấy cư trú,
Đi kinh hành, nằm, ngồi,
Nói ra một bài kệ...
Ở đó nên dựng tháp,
Trang nghiêm, thật tốt đẹp,
Dùng mọi thứ cúng dường.

Con Phật ở nơi nào,
Cũng như tự thân Phật,
Thường ở tại nơi ấy,
Kinh hành hoặc nằm, ngồi.”[1]

[1] Nguyên tác Hán văn là “佛子住此地，則是佛受用，常在於其中，經行及坐臥 - Phật tử trụ thử địa, tắc thị Phật thụ dụng, thường tại ư kỳ trung, kinh hành cập tọa ngọa.” Bản Anh ngữ của H. Kern diễn đạt rõ ý hơn: “That spot of the earth has been enjoyed by myself; there have I walked myself, and there have I been sitting; where that son of Buddha has stayed, there I am.” (Chỗ đất ấy chính Phật đã từng ở, Phật đã kinh hành ở đó, Phật đã ngồi thiền ở đó; nơi nào người con Phật ấy đã ở chính là nơi có Phật.)

18. Phẩm Công đức tùy hỷ

Lúc bấy giờ, Đại Bồ Tát Di-lặc thưa hỏi Phật: "Bạch Thế Tôn! Nếu như có thiện nam, thiện nữ nào nghe kinh Pháp Hoa này sinh tâm tùy hỷ thì được bao nhiêu phước đức?"

Rồi Bồ Tát Di-lặc đọc kệ lặp lại rằng:

"Sau khi Phật diệt độ,
Có người nghe kinh này,
Nếu khởi tâm tùy hỷ,
Được phước đức bao nhiêu?"

Khi ấy, đức Phật bảo Đại Bồ Tát Di-lặc: "Này A-dật-đa! Sau khi Như Lai diệt độ, nếu có tỳ-kheo, tỳ-kheo-ni, ưu-bà-tắc, ưu-bà-di hoặc người có trí khác, dù lớn hay nhỏ tuổi, nghe được kinh này rồi sinh tâm tùy hỷ, sau khi ra khỏi Pháp hội liền đi đến nơi khác, hoặc tăng phòng, hoặc chỗ thanh vắng, hoặc nơi thành ấp, đường sá, xóm làng, vườn ruộng, y theo những điều đã nghe mà tùy khả năng giảng nói lại cho cha mẹ, người thân thuộc, bạn hữu, tri thức... Những người được nghe sinh tâm tùy hỷ, tiếp tục nói lại với người khác; người khác nghe rồi cũng sinh tâm tùy hỷ, nói lại với người khác nữa... Cứ tiếp tục truyền đi như vậy cho đến người được nghe thứ năm mươi.

"Này A-dật-đa! Nay ta sẽ nói về công đức tùy hỷ của người thiện nam hoặc thiện nữ thứ năm mươi được nghe lại đó, ông nên lắng nghe thật kỹ.

"Nếu như trong bốn trăm muôn ức a-tăng-kỳ thế giới có sáu đường[1] chúng sinh, thuộc bốn cách sinh ra như noãn sinh, thai sinh, thấp sinh, hóa sinh,[2] là những chúng sinh có hình sắc hay không có hình sắc, có tư tưởng hay không có tư tưởng, hoặc không phải có tư tưởng cũng không phải không có tư tưởng, hoặc những loài không chân, hoặc có hai chân, hoặc bốn chân, hoặc nhiều chân; trong số những chúng sinh như vậy, giả sử như có người vì cầu phước đức nên tùy theo chỗ mong muốn, những thứ tiện nghi đều chu cấp đầy đủ, mỗi một chúng sanh đều được tặng cho vàng, bạc, lưu ly, xa cừ, mã não, san hô, hổ phách, các loại trân bảo quý báu cùng voi, ngựa, xe cộ, cung điện, lầu gác bằng bảy món báu, [nhiều đến mức] tràn ngập trong cõi Diêm-phù-đề.

"Người thí chủ lớn ấy, sau khi bố thí như vậy qua tám mươi năm rồi nghĩ rằng: 'Ta đã bố thí cho những chúng sanh này đầy đủ mọi thứ tiện nghi, tùy theo sự mong muốn của họ, nhưng nay họ đều già yếu, tuổi quá tám mươi, da nhăn tóc bạc, không bao lâu sẽ chết, ta nên đem pháp Phật giảng dạy cho họ.' Liền tập hợp những chúng sanh ấy lại, đem chánh pháp rộng truyền giáo hóa, tuần tự chỉ bày, dạy dỗ, khuyến khích sự lợi ích, hoan hỷ thành tựu,[3] giúp cho họ cùng lúc đều chứng đắc quả Tu-đà-hoàn, quả Tư-đà-hàm,

---

[1] Nguyên tác dùng "六趣 - lục thú", chỉ 6 cảnh giới trong một thế giới, bao gồm cõi trời, cõi người, cõi a-tu-la, địa ngục, ngạ quỷ và súc sinh.

[2] Tức là chỉ chung tất cả những cách sinh ra của chúng sinh, trong đó thai sinh là sinh từ bào thai, noãn sinh là sinh từ trứng, thấp sinh là sinh từ nơi ẩm ướt và hóa sinh là sinh từ sự biến hóa.

[3] Nguyên tác là "示教利喜 - thị giáo lợi hỷ", chỉ 4 giai đoạn tuần tự giáo hóa như đã giải thích ở trước.

quả A-na-hàm, quả A-la-hán, dứt sạch lậu hoặc, được tự tại trong thiền định thâm sâu, đầy đủ tám pháp giải thoát.[1]

"Ý ông nghĩ sao, công đức người thí chủ lớn ấy đạt được có nhiều chăng?"

Bồ Tát Di-lặc thưa: "Bạch Thế Tôn! Người ấy được công đức rất nhiều, thật vô lượng vô biên. Nếu người thí chủ đó chỉ bố thí cho chúng sanh hết thảy mọi thứ tiện nghi thì công đức cũng đã là vô lượng, huống chi còn giúp cho họ chứng quả A-la-hán."

Đức Phật bảo Bồ Tát Di-lặc: "Nay ta nói thật rõ ràng với ông, người ấy đem hết thảy mọi thứ tiện nghi bố thí cho chúng sanh sáu đường trong bốn trăm muôn ức a-tăng-kỳ thế giới, lại giúp họ đạt được quả A-la-hán như vậy, nhưng đạt được công đức không bằng người thứ năm mươi được nghe một bài kệ trong kinh Pháp Hoa sinh tâm tùy hỷ, thậm chí không bằng một phần trăm, một phần ngàn hay một phần trăm ngàn muôn ức, cho đến tính toán, thí dụ cũng không thể biết được."

"Này A-dật-đa! Như công đức của người thứ năm mươi được nghe kinh Pháp Hoa thông qua người khác rồi sinh tâm tùy hỷ mà còn được a-tăng-kỳ vô lượng

[1] Tám giải thoát bao gồm: 1. Nội hữu sắc tưởng quán ngoại sắc giải thoát: Ở trong sắc giới, quán nội sắc và ngoại sắc, nhằm trừ bỏ tâm ham thích sắc thể; 2. Nội vô sắc tưởng quán ngoại sắc giải thoát: Không quán nội sắc, quán ngoại sắc, nhận ngoại sắc là ô nhiễm; 3. Tịnh thân tác chứng cụ túc tác giải thoát: Quán tưởng về thanh tịnh nhưng không chấp giữ; 4. Không vô biên xứ giải thoát: Vượt qua sắc thể, quán tưởng rằng hư không là vô biên; 5. Thức vô biên xứ giải thoát: Đạt đến ý niệm thức là vô biên; 6. Vô sở hữu xứ giải thoát: Đạt địa vị trong tâm không còn có vật gì; 7. Phi tưởng Phi phi tưởng xứ giải thoát: Đạt đến mức định Phi tưởng phi phi tưởng xứ; 8. Diệt tận định giải thoát: Đạt mức định Diệt thọ tưởng xứ.

vô biên, huống chi là người đầu tiên ở trong Pháp hội được nghe rồi sanh tâm tùy hỷ? Phước đức của người này còn nhiều hơn a-tăng-kỳ vô lượng vô biên, không thể so sánh được.

"Lại nữa, A-dật-đa! Nếu người vì kinh này mà tìm đến tăng phòng, hoặc ngồi hoặc đứng trong thoáng chốc để nghe rồi thọ nhận, nhờ công đức ấy nên khi tái sinh vào đời khác sẽ có được những thứ voi, ngựa, xe cộ tốt nhất, đi kiệu bằng trân bảo, đi xe thiên cung.[1]

"Nếu như có người đang ngồi ở nơi giảng pháp lại có người khác đến, liền khuyến khích ngồi lại nghe, hoặc chia sẻ chỗ ngồi nghe, nhờ công đức ấy khi tái sinh đời khác liền được chỗ ngồi của Đế thích hoặc Phạm vương, hoặc được chỗ ngồi của Chuyển luân Thánh vương.

"Này A-dật-đa! Nếu như có người nói với người khác: 'Có kinh tên là Pháp Hoa, chúng ta cùng đến nghe.' Người kia nghe lời, thậm chí chỉ đến nghe trong thoáng chốc, người khuyến khích kia nhờ công đức ấy về sau được sinh ra cùng nơi với Bồ Tát đắc pháp đà-la-ni, được căn tánh nhanh nhạy, trí tuệ sáng suốt, trăm ngàn muôn đời không bị câm ngọng, không bị hôi miệng, lưỡi thường không bệnh, miệng cũng không bệnh; răng mọc thẳng, trắng đều không thưa, không ố vàng, không dính cáu bẩn cũng không rụng hoặc khuyết mích; môi không trề xệ, không co rút, không thô ráp, không mụn nhọt lở loét, không khuyết sứt,

[1] Nguyên tác là "乘天宮 - thừa thiên cung", bởi vì cung điện của chư thiên do phước báu nên có thể di chuyển khắp nơi, đưa các vị đi giống như một cỗ xe. Trong Phạn ngữ dùng chữ vimāna mang cả hai nghĩa là "cung điện" hoặc "thiên xa" (cỗ xe trời), do vậy nên Hán ngữ nói là "thừa thiên cung".

không méo lệch, không quá dày, quá lớn, cũng không đen sạm, không có những hình dạng xấu; mũi không thấp tẹt, không gãy khúc; sắc mặt không đen, khuôn mặt không hẹp dài, không hóm gãy, không có bất kỳ tướng trạng khó coi nào; môi, lưỡi, răng đều tốt đẹp, mũi cao, thẳng; khuôn mặt tròn đầy; chân mày cao, dài; trán rộng, ngay phẳng; hình tướng nhân dạng đầy đủ,[1] đời đời sinh ra được thấy Phật nghe pháp, tin nhận sự giáo hóa răn dạy.

"A-dật-đa! Ông hãy xem đó, chỉ khuyến khích một người đến nghe pháp mà được công đức như vậy, huống chi người một lòng lắng nghe thuyết giảng, tụng đọc, ở trong đại chúng vì người khác phân biệt giảng giải và tu tập y theo lời dạy trong kinh?"

Lúc bấy giờ, đức Thế Tôn muốn lặp lại ý nghĩa trên nên nói kệ rằng:

"Nếu người trong Pháp hội,
Được nghe kinh điển này,
Dù chỉ một bài kệ,
Tùy hỷ, vì người nói.
Rồi nói lại người khác,
Đến người thứ năm mươi,
Phước đức người cuối này,
Ta sẽ phân biệt nói.

Như có thí chủ lớn,
Giúp vô số chúng sanh

[1] Nguyên tác là "人相具足 - nhân tướng cụ túc" (tướng người đầy đủ), tức là chỉ việc sinh ra làm người với đầy đủ mọi giác quan bình thường, không có gì khiếm khuyết, bất thường.

Đến năm tám mươi tuổi,
Thỏa mãn mọi ý muốn.

Khi thấy họ già yếu,
Tóc bạc, mặt nhăn nheo,
Răng rụng, thân khô gầy,
Nghĩ rằng họ sắp chết,
Nay ta nên giáo hóa,
Giúp họ chứng đạo quả.

Liền phương tiện thuyết dạy,
Pháp chân thật Niết-bàn.
'Thế gian không bền chắc,
Như bọt nước, bóng nắng,
Các người thảy đều nên,
Gấp sinh tâm chán lìa.'

Những người kia nghe pháp,
Đều chứng A-la-hán,
Đầy đủ sáu thần thông,
Ba minh, tám giải thoát.

Người cuối thứ năm mươi,
Nghe kệ rồi tùy hỷ,
Phước hơn người bố thí,
Thật không thể thí dụ.

Người nghe qua nhiều người,
Còn được phước vô lượng,
Huống chi trong Pháp hội,
Ban đầu nghe, tùy hỷ.

Nếu khuyến khích một người,
Mời đến nghe Pháp Hoa,

Rằng: 'Kinh này sâu mầu,
Ngàn muôn kiếp khó gặp.'
Người kia liền đến nghe,
Dù chỉ trong thoáng chốc,
Người khuyên được phước báo,
Nay sẽ phân biệt nói.

Đời đời miệng không bệnh,
Răng không thưa, đen, vàng;
Môi không dày, trề, sứt,
Không có hình dạng xấu;

Lưỡi không khô, đen, ngắn;
Mũi cao, dài và thẳng;
Trán rộng, phẳng, ngay ngắn,
Diện mạo rất đoan nghiêm,
Khiến người khác ưa nhìn.
Miệng không có mùi hôi;
Hương thơm hoa sen xanh,[1]
Thường tỏa ra từ miệng.

Nếu đi đến tăng phòng,
Vì muốn nghe Pháp Hoa,
Nghe thoáng chốc, hoan hỷ,
Ta sẽ nói phước ấy.

Tái sinh cõi trời, người,
Được voi, ngựa, xe đẹp,
Đi kiệu bằng trân bảo,
Hoặc đi xe thiên cung.[2]

---

[1] Nguyên tác là ưu-bát hoa (優鉢華), nói đủ là ưu-bát-la hoa (優鉢羅華), phiên âm từ Phạn ngữ utpala, Hán dịch là thanh liên hoa (青蓮花), tức hoa sen màu xanh.

[2] Xe thiên cung: cung điện của chư thiên do phước báo nên có thể di chuyển tùy ý đến mọi nơi. Chư thiên ngự trong cung điện cũng giống như đi trên cỗ xe.

Nếu ở nơi giảng pháp,
Khuyên người ngồi nghe kinh,
Nhờ phước ấy sẽ được,
Tòa Thích, Phạm, Chuyển luân.

Huống chi một lòng nghe,
Giảng giải rõ ý nghĩa,
Lại tu hành y theo,
Phước ấy không thể lường.

19. Phẩm Công đức pháp sư

Lúc bấy giờ, đức Phật bảo Đại Bồ Tát Thường Tinh Tấn: “Nếu có thiện nam hoặc thiện nữ nào thọ trì kinh Pháp Hoa này, hoặc đọc, hoặc tụng, hoặc giảng giải, hoặc sao chép, người ấy sẽ được tám trăm công đức của mắt, một nghìn hai trăm công đức của tai, tám trăm công đức của mũi, một nghìn hai trăm công đức của lưỡi, tám trăm công đức của thân, một nghìn hai trăm công đức của ý;[1] dùng những công đức này trang nghiêm sáu căn, khiến cho tất cả đều thanh tịnh.

“Người thiện nam hoặc thiện nữ ấy, với mắt phàm tục do cha mẹ sinh ra, nhờ thanh tịnh nên thấy hết những gì trong thế giới đại thiên, cả trong lẫn ngoài, từ núi rừng, sông biển, xuống tới địa ngục A-tỳ, lên đến cõi trời Hữu đỉnh, cũng thấy hết thảy chúng sinh trong đó cùng với nhân duyên nghiệp quả, nơi sinh ra của họ, thấy biết tất cả.”

---

[1] Nguyên tác dùng “眼功德 - nhãn công đức”, “耳功德 - nhĩ công đức” v.v. Các bản dịch trước đây hiểu là “công đức nơi mắt, công đức nơi tai...”. Tham khảo giảng giải trong kinh Lăng nghiêm và các kinh luận khác nói về công đức của 6 căn thì đây là “công đức của mắt, công đức của tai...” do các căn này tạo ra, chứ không phải chỉ đến công đức ở những nơi đó. Ví dụ như nhãn căn thanh tịnh tạo ra được 800 công đức, vì mắt chỉ có thể nhìn được phía trước và hai bên; nhĩ căn thanh tịnh tạo ra được 1.200 công đức, vì tai có khả năng nghe khắp chung quanh. Những công đức này được tạo ra do nhãn căn, nhĩ căn... thanh tịnh, và sự thanh tịnh này có được nhờ đọc, tụng, giảng giải, sao chép kinh Pháp Hoa. Đây là ý nghĩa của phẩm kinh này. Tham khảo bản Anh ngữ của H. Kern cũng dịch tương tự là “eight hundred good qualities of the eye” (800 công đức của mắt).

Khi ấy, Đức Thế Tôn muốn lặp lại nghĩa này, bèn nói kệ rằng:

“Hãy lắng nghe công đức,
Của người giữa đại chúng,
Dùng tâm không sợ sệt,
Thuyết kinh Pháp Hoa này.

Người ấy được tám trăm,
Công đức mắt thù thắng;
Nhờ sự trang nghiêm ấy,
Nên mắt rất thanh tịnh;

Mắt do cha mẹ sinh,
Thấy hết cõi đại thiên,
Trong ngoài núi Di-lâu,
Núi Tu-di, Thiết vi...
Cùng những núi rừng khác,
Biển lớn và sông ngòi,
Dưới đến ngục A-tỳ,
Trên thấu trời Hữu đỉnh,

Bao chúng sanh trong đó,
Hết thảy đều thấy rõ.
Tuy chưa được thiên nhãn,
Mắt phàm thấy như vậy.”

“Lại nữa, Thường Tinh Tấn! Nếu người thiện nam hoặc thiện nữ nào thọ trì kinh này, hoặc đọc, hoặc tụng, hoặc giảng giải, hoặc sao chép, sẽ được một ngàn hai trăm công đức của tai. Người ấy dùng tai thanh tịnh nghe được trong khắp thế giới đại thiên, dưới xuống đến địa ngục A-tỳ, trên lên tới cõi trời Hữu đỉnh, đủ mọi âm thanh, ngôn ngữ ở bên trong và bên ngoài, như tiếng voi, ngựa, trâu bò, tiếng xe cộ; tiếng kêu khóc, tiếng than thở; tiếng tù và, tiếng trống, chuông, chuông lắc;[1] tiếng cười nói, tiếng đàn ông, đàn bà, tiếng trẻ em trai gái; tiếng đúng pháp, tiếng không đúng pháp; tiếng khổ đau, tiếng ưa thích; tiếng phàm phu, tiếng bậc thánh; tiếng vui mừng, tiếng không vui; tiếng chư thiên, tiếng các loài rồng, dạ-xoa, càn-thát-bà, a-tu-la, ca-lâu-la, khẩn-na-la, ma-hầu-la-già; tiếng lửa, tiếng nước, tiếng gió; tiếng địa ngục, tiếng súc sinh, tiếng ngạ quỷ; tiếng tỳ-kheo, tỳ-kheo-ni, Thanh văn, Duyên giác, Bồ Tát, Phật... Nói tóm lại là hết thảy mọi âm thanh bên trong và bên ngoài cõi thế giới đại thiên. Người ấy tuy chưa đạt được thiên nhĩ, nhưng với tai phàm tục do cha mẹ sinh ra, nhờ thanh tịnh nên nghe biết được hết thảy, phân biệt đủ mọi âm thanh như vậy mà nhĩ căn không bị hư hoại."

Khi ấy, Đức Thế Tôn muốn lặp lại nghĩa này nên nói kệ rằng:

"Lỗ tai cha mẹ sinh,
Khi thanh tịnh vô nhiễm,
Có thể dùng lắng nghe,
Âm thanh khắp thế giới.

Tiếng voi, ngựa, trâu bò,
Chuông, linh, tù và, trống,
Đàn cầm, sắt, không hầu,
Tiếng tiêu hoặc tiếng địch,
Tiếng ca hát thanh tịnh,
Nghe mà không bám chấp;

[1] Chuông lắc, cũng gọi là cái linh, chỉ loại chuông nhỏ có thanh kim loại treo bên trong, khi cầm lắc hay lúc treo có gió lay thì phát ra âm thanh.

Vô số loại ngôn ngữ,
Nghe rồi đều hiểu rõ;

Lại nghe tiếng chư thiên,
Tiếng xướng ca nhiệm mầu,
Tiếng kẻ nam người nữ,
Tiếng trẻ gái cùng trai;

Tiếng núi sâu, khe hiểm,
Tiếng ca-lăng-tần-già,
Các chim như mạng mạng...[1]
Đều nghe được tiếng hót;

Tiếng khổ đau địa ngục,
Các âm thanh độc hại,
Tiếng ngạ quỷ đói khát,
Cầu xin được ăn uống,

Tiếng các a-tu-la,
Sống nơi vùng ven biển,
Lúc trò chuyện cùng nhau,
Phát ra âm thanh lớn.

Như vậy, người thuyết pháp,
Chỉ ở yên nơi này,
Nghe được âm thanh xa,
Nhĩ căn không tổn hại.

Trong mười phương thế giới,
Chim, thú kêu gọi nhau,
Người thuyết pháp ở đây,
Đều nghe rõ tất cả.

---

[1] Chim mạng mạng (命命鳥), tức là chim kỳ-bà-kỳ-bà-ca (jīvajīvaka), trong kinh A-di-đà gọi là chim cộng mạng.

Từ trên cõi Phạm thiên,
Cõi Quang âm, Biến tịnh,
Cho đến trời Hữu đỉnh,
Những âm thanh ngôn ngữ,
Vị pháp sư ở đây,
Đều nghe được tất cả.

Hết thảy chúng tỳ-kheo,
Hoặc các tỳ-kheo-ni,
Khi tụng đọc kinh điển,
Giảng giải cùng người khác,
Vị pháp sư ở đây,
Đều nghe được tất cả.

Lại có các Bồ Tát,
Tụng kinh điển, giáo pháp,
Hoặc giảng cho người khác,
Hoặc biên soạn, giải nghĩa,
Những âm thanh như vậy,
Pháp sư đều nghe được.

Chư Phật bậc Đại thánh,
Khi giáo hóa chúng sanh,
Ở giữa các Đại hội,
Diễn giảng pháp nhiệm mầu;
Người trì kinh Pháp Hoa,
Đều nghe được tất cả.

Những âm thanh trong, ngoài
Cõi thế giới đại thiên,
Trên từ trời Hữu đỉnh,
Xuống tận ngục A-tỳ,

Nghe hết mọi âm thanh,
Nhĩ căn không tổn hại,
Nhờ tai được nhạy bén,
Phân biệt nghe biết cả.

Người trì kinh Pháp Hoa,
Tuy chưa được thiên nhĩ,
Chỉ dùng tai phàm tục,
Nhờ công đức được vậy."

"Lại nữa, Thường Tinh Tấn! Nếu người thiện nam hoặc thiện nữ nào thọ trì kinh này, hoặc đọc, hoặc tụng, hoặc giảng giải, hoặc sao chép, sẽ được tám trăm công đức của mũi. Người ấy dùng mũi thanh tịnh ngửi được đủ các loại mùi hương ở bên trên, bên dưới, bên trong và bên ngoài thế giới đại thiên, như hương các loại hoa tu-mạn-na, xà-đề, mạt-lợi, chiêm-bặc, ba-la-la, sen đỏ, sen xanh, sen trắng; hương hoa của cây, hương trái của cây, hương chiên-đàn, hương trầm thủy, hương đa-ma-la-bạt,[1] hương đa-già-la,[2] cùng ngàn muôn loại hương hòa hợp, hoặc hương bột, hương viên, hương thoa, người trì kinh Pháp Hoa dù ở tại đây đều có thể phân biệt được. Lại có thể biết mùi hương khác biệt của các chúng sinh như mùi của voi, ngựa, trâu bò, dê..., hương đàn ông, đàn bà, trẻ em trai gái; hương cỏ cây rừng rậm, hoặc gần hoặc xa, tất cả các loại mùi hương đều ngửi biết, phân biệt không sai lầm.

"Người trì kinh này tuy ở tại đây cũng ngửi được các mùi hương trên cõi trời, như hương cây ba-lợi-

---

[1] Đa-ma-la-bạt: một loại chiên đàn quý đã nói ở trước.

[2] Hương đa-già-la (H. 多伽羅香, S. tagara), loại hương thơm được chế từ cây đa-già-la.

chất-đa-la,[1] cây câu-bệ-đà-la,[2] cùng hương các loại hoa như mạn-đà-la, đại mạn-đà-la, mạn-thù-sa, đại mạn-thù-sa; hương chiên-đàn, trầm thủy, các thứ hương bột, các loại hương hoa trộn lẫn... những thứ hương cõi trời như thế hòa hợp tỏa ra, không loại nào không ngửi biết.

"Lại ngửi được mùi hương trên thân của chư thiên, như hương của Thích Đề Hoàn Nhân[3] khi ngự trên Thắng điện, hoặc khi đang vui chơi thụ hưởng năm món dục; hoặc khi ở trên Diệu pháp đường vì chư thiên cõi trời Đao-lợi thuyết pháp; hoặc khi dạo chơi trong các khu vườn trời; cùng với mùi hương trên thân của chư thiên nam nữ khác, đều có thể từ xa ngửi được.

"Như thế dần lên đến chư thiên cõi Phạm thế,[4] lên trên đến cõi trời Hữu đỉnh, cũng đều ngửi được mùi hương trên thân chư thiên, cùng với mùi hương mà chư thiên đốt lên. Lại cũng từ xa ngửi được mùi hương trên thân của các vị Thanh văn, Duyên giác, Bồ Tát, chư Phật, biết được chư vị đang ở đâu.

"Tuy ngửi được đủ các thứ hương như vậy nhưng mũi không tổn hại, không nhầm lẫn, nếu muốn vì người khác phân biệt nói ra thì đều ghi nhớ không sai lầm."

---

[1] Cây ba-lợi-chất-đa-la (H. 波利質多羅樹, S. pārijātaka), cây lớn đặc biệt nằm ở thành Thiện Kiến trên cung trời Đao-lợi, cao 100 do-tuần, cành lá hoa trái đều có mùi thơm, tỏa khắp cung trời nên gọi là cây hương biến (香遍樹).

[2] Cây câu-bệ-đà-la (H. 拘鞞陀羅樹, S. kovidāra), loại cây rất cao lớn, hình dáng đẹp, cành lá sum suê tươi tốt không lúc nào đổi màu.

[3] Thích Đề Hoàn Nhân (S. Śakra Devānāmindra, H. 釋提桓因), vị thiên chủ cõi trời Đao-lợi, cũng gọi là Thiên Đế hay Thiên Đế Thích.

[4] Phạm thế (H. 梵世, S. brahmaloka), tức Phạm thế giới, chỉ cõi trời do Phạm thiên cai quản.

Bấy giờ, đức Thế Tôn muốn lặp lại những ý nghĩa trên nên nói kệ rằng:

"Người có mũi thanh tịnh,
Ở trong thế giới này,
Mọi hương thơm, mùi hôi,
Hết thảy đều ngửi biết.

Hương tu-mạn, xà-đề,
Đa-ma-la, chiên-đàn,
Hương trầm thủy, hương quế,
Các loại hương hoa trái.

Ngửi được hương chúng sinh,
Như hương người nam, nữ.
Người thuyết pháp ở xa,
Ngửi hương, biết chỗ ở.

Đại thế Chuyển luân vương,
Tiểu Chuyển luân, thái tử,
Quần thần, các cung nhân,
Ngửi hương biết ở đâu.

Châu báu đeo trên thân,
Kho báu chôn trong đất,
Bảo nữ Chuyển luân vương,[1]
Ngửi hương biết ở đâu.

Người khác làm đẹp thân,
Với y phục, chuỗi ngọc,
Các loại hương thoa thân,
Ngửi hương, biết thân người.

[1] Nguyên tác dùng bảo nữ (寶女), thường gọi là nữ bảo (女寶), một trong thất bảo (7 món báu) do phước đức của vị Chuyển luân vương mà tự nhiên hiện ra khi vị ấy ra đời. Nữ bảo do phước đức biến hiện, không phải người thật, là mỹ nhân xinh đẹp và hiền thục, luôn có thể hiểu được ý vua.

Chư thiên đi hoặc ngồi,
Vui chơi, hiện thần biến,
Người trì kinh Pháp Hoa,
Ngửi hương đều biết được.

Hoa, trái, hạt các cây,
Hoặc hương từ tô du,[1]
Người trì kinh ở đây,
Đều biết được ở đâu.

Trong núi sâu hiểm trở,
Cây chiên-đàn nở hoa,
Có chúng sinh ở đó,
Ngửi hương đều biết được.

Núi Thiết vi, biển cả,
Chúng sinh trong lòng đất,
Người trì kinh ngửi hương,
Đều biết được ở đâu.

Nam, nữ a-tu-la,
Cùng quyến thuộc của họ,
Khi đánh nhau, vui chơi,
Ngửi hương đều biết được.

Nơi đồng hoang, hiểm trở,
Sư tử, voi, cọp, sói,
Trâu rừng, hoặc trâu nước...
Ngửi mùi biết ở đâu.

Nếu có người mang thai,
Chưa rõ trai hay gái,

---

[1] Tô du (酥油) được chế biến từ sữa bò bằng cách lấy váng sữa, cô đặc lại, có thể dùng trị bệnh. Có 2 loại là sinh tô (生酥), tức bơ sống, và thục tô (熟酥), bơ chín.

Không giác quan, phi nhân...
Ngửi hương đều biết ngay.

Do năng lực ngửi hương,
Vừa mang thai đã biết,
Việc an ổn sinh con
Có thành tựu hay không.

Do năng lực ngửi hương,
Biết ý nghĩ trai, gái,
Tâm tham dục, sân, si,
Cũng biết người tu thiện.

Những kho tàng chôn giấu,
Chứa vàng bạc, châu báu,
Hoặc đồ chứa bằng đồng,
Ngửi hương đều biết được.

Hoặc các loại chuỗi ngọc,
Không ai biết giá bán,
Ngửi hương biết đắt, rẻ,
Từ đâu đến, ở đâu.

Các loài hoa cõi trời,
Mạn-đà, mạn-thù-sa,
Cây ba-lợi-chất-đa,
Ngửi hương đều rõ biết.

Những cung điện cõi trời,
Có hoa báu trang ngiêm,
Thượng, trung, hạ sai khác,
Ngửi hương đều rõ biết.

Vườn cõi trời, Thắng điện,
Đài quán, Diệu pháp đường,

Chư thiên vui trong đó,
Ngửi hương đều rõ biết.

Hoặc chư thiên nghe pháp,
Khi hưởng năm món dục,
Qua lại, đi, nằm, ngồi,
Ngửi hương đều rõ biết.

Y phục các thiên nữ,
Hương hoa đẹp trang nghiêm,
Khi dạo chơi loanh quanh,
Ngửi hương đều rõ biết.

Như thế dần trở lên,
Cho đến cõi Phạm thế,
Chư thiên xuất, nhập thiền,
Ngửi hương đều rõ biết.

Trời Quang âm, Biến tịnh,
Cho đến trời Hữu đỉnh,
Chư thiên sinh, diệt mất,
Ngửi hương đều rõ biết.

Như các vị tỳ-kheo...
Lúc tinh tấn tu tập,
Hoặc ngồi hoặc kinh hành,
Hoặc tụng đọc kinh điển;
Dưới cội cây trong rừng,
Chỉ chuyên tâm ngồi thiền;
Người trì kinh, ngửi hương,
Liền biết được nơi chốn.

Bồ Tát chí kiên cố,
Hoặc ngồi thiền, tụng kinh,

Hoặc vì người thuyết pháp,
Ngửi hương đều rõ biết.

Chư Phật khắp mười phương,
Được tất cả cung kính,
Thương chúng sinh thuyết pháp,
Ngửi hương đều rõ biết.

Chúng sinh ở trước Phật,
Nghe kinh đều hoan hỷ,
Y theo pháp tu hành,
Ngửi hương đều rõ biết.

Chưa được mũi sinh từ
Pháp Vô lậu Bồ-tát,
Người trì kinh đã được,
Năng lực mũi như vậy."

"Lại nữa, Thường Tinh Tấn! Nếu người thiện nam hoặc thiện nữ nào thọ trì kinh này, hoặc đọc, hoặc tụng, hoặc giảng giải, hoặc sao chép, sẽ được một ngàn hai trăm công đức của lưỡi. [Thức ăn dù] tốt hay xấu, ngon hay không ngon, hoặc đắng chát, khi chạm đến lưỡi của người ấy đều hóa thành vị ngon thượng hạng, như cam lộ cõi trời, không món nào là không ngon ngọt. Nếu dùng lưỡi ấy giảng thuyết giữa đại chúng sẽ phát ra âm thanh sâu xa vi diệu đi vào lòng người, khiến người nghe đều được vui mừng thích thú.

"Lại có chư thiên nam nữ, các vị Đế thích, Phạm vương... nghe âm thanh sâu xa vi diệu ấy giảng giải luận bàn có trình tự thứ lớp, thảy đều đến nghe.

"Lại có các loài rồng, dạ-xoa, càn-thát-bà, a-tu-la, ca-lâu-la, khẩn-na-la, ma-hầu-la-già cả nam lẫn nữ, vì nghe pháp nên đều tìm đến gần gũi cung kính cúng dường.

"Lại có các vị tỳ-kheo, tỳ-kheo-ni, ưu-bà-tắc, ưu-bà-di, quốc vương, thái tử, quần thần, quyến thuộc, Tiểu Chuyển luân vương, Đại Chuyển luân vương với đủ bảy báu,[1] một nghìn người con cùng nội ngoại quyến thuộc, ngồi trên các cỗ xe báu[2] cùng đến nghe pháp. Đó là do Bồ Tát [trì kinh Pháp Hoa] này giỏi việc thuyết pháp.

"Người ấy lại được hàng bà-la-môn, cư sĩ, nhân dân trong nước thường trọn đời theo hầu hạ cúng dường. Các vị Thanh văn, Duyên giác, Bồ Tát, chư Phật thường muốn gặp vị ấy. Người ấy ở phương nào thì chư Phật đều hướng về nơi đó thuyết pháp; người ấy có thể thọ trì tất cả pháp Phật, lại có thể tự mình nói ra pháp âm sâu xa vi diệu."

Khi ấy, đức Thế Tôn muốn lặp lại nghĩa trên liền nói kệ rằng:

---

[1] Bảy báu tự nhiên hiện ra do phước báu của vị Chuyển luân vương bao gồm: luân bảo (bánh xe báu, t đưa vua đi chinh phục khắp nơi); tượng bảo (voi quý); mã bảo (ngựa quý); châu bảo (các loại châu báu quý giá); nữ bảo (người con gái khéo hầu hạ, luôn rõ biết ý vua); chủ tạng bảo (vị quan giữ kho tài giỏi, rõ biết tất cả các kho tàng chôn giấu trong lòng đất); chủ binh thần bảo (vị tướng quân giỏi việc chinh phạt).

[2] Nguyên tác là "乘其宮殿 - thừa kỳ cung điện", e rằng có sự nhầm lẫn giữa cung điện của chư thiên (vimāna), vốn được sử dụng như những cỗ xe, có thể đưa các vị đi khắp nơi tùy ý muốn. Cung điện của các vị Chuyển luân vương ở cõi Ta-bà không có chức năng này, nên họ phải đi trên các cỗ xe bình thường, không thể "thừa kỳ cung điện" giống như chư thiên "thừa thiên cung", đã nói ở một phần trước. Tham khảo bản dịch Anh ngữ của H. Kern ở câu tương ứng không có ý này: "Kings ruling armies and emperors possessed of the seven treasures, along with the princes royal, ministers, ladies of the harem, and their retinue will be desirous of seeing him and paying him their homage." (Các vị vua thống lĩnh quân đội và Chuyển luân vương có bảy báu, cùng các vương tử, đại thần, cung nữ trong hậu cung và những người theo hầu đều mong muốn được gặp vị ấy và kính lễ.)

“Lưỡi người này thanh tịnh,
Không phải nếm vị dở,
Dù ăn uống món gì,
Đều hóa thành cam lộ.

Dùng âm thanh sâu mầu,
Thuyết pháp giữa đại chúng,
Dùng nhân duyên thí dụ,
Dẫn dắt tâm chúng sinh.
Người nghe đều hoan hỷ,
Cúng dường các món ngon.

Chư thiên, rồng, dạ-xoa,
Các loài a-tu-la...
Đều khởi tâm cung kính,
Cùng đến nghe thuyết pháp.

Người thuyết pháp như vậy,
Nếu muốn cho diệu âm,
Vang khắp cùng thế giới,
Tùy ý làm được ngay.

Tiểu, Đại Chuyển luân vương,
Cùng nghìn con, quyến thuộc,
Tâm cung kính, chắp tay,
Tìm đến nghe thuyết pháp.

Chư thiên, rồng, dạ-xoa,
La-sát, tỳ-xá-xà,
Cũng dùng tâm hoan hỷ,
Thường vui thích cúng dường.

Phạm thiên vương, Ma vương,
Tự tại, Đại tự tại...

Các thiên chúng như vậy,
Thường đến chỗ người này.

Chư Phật cùng đệ tử,
Nghe người ấy thuyết pháp,
Thường nhớ nghĩ, hộ trì,
Hoặc vì người hiện thân."

"Lại nữa, Thường Tinh Tấn! Nếu người thiện nam hoặc thiện nữ nào thọ trì kinh này, hoặc đọc, hoặc tụng, hoặc giảng giải, hoặc sao chép, sẽ được tám trăm công đức của thân, được thân thanh tịnh như lưu ly trong suốt, chúng sanh đều vui thích ngắm nhìn.

"Thân người ấy được thanh tịnh nên những việc như sinh ra, chết đi, cao thấp, tốt xấu, sinh về cõi lành, cõi xấu ác... của tất cả chúng sanh trong thế giới đại thiên, hết thảy đều [có hình ảnh] hiện ra trong thân [lưu ly trong suốt] ấy.

"Lại nữa, các núi như Thiết vi, Đại Thiết vi, Di-lâu, Đại Di-lâu... cùng những chúng sinh sống trong đó, hết thảy đều hiện ra trong thân ấy.

"Lại nữa, từ địa ngục A-tỳ ở bên dưới lên trên đến cõi trời Hữu đỉnh, hết thảy hình tượng cùng chúng sanh đều hiện ra trong thân ấy.

"Nếu có các vị Thanh văn, Duyên giác, Bồ Tát, chư Phật thuyết pháp, thì trong thân người ấy đều hiện đủ các hình sắc cảnh tượng."

Khi ấy, đức Thế Tôn muốn lặp lại ý nghĩa trên nên nói kệ rằng:

"Nếu trì kinh Pháp Hoa,
Được thân rất thanh tịnh,
Như lưu ly trong suốt,
Chúng sinh đều thích nhìn.

Lại như đài gương sáng,
Phản chiếu mọi hình tượng,
Bồ Tát thân thanh tịnh,
Nhìn thấy khắp thế gian,
Nhưng chỉ riêng mình biết,
Người khác không thấy được.

Trong thế giới đại thiên,
Bao chúng sinh mê mờ,
Trời, người, a-tu-la,
Địa ngục, quỷ, súc sinh,
Những hình tượng như thế,
Đều hiện ra nơi thân.

Những cung điện chư thiên,
Lên đến cõi Hữu đỉnh,
Núi Thiết vi, Di-lâu,
Hoặc núi Đại Di-lâu,
Cùng các vùng biển lớn,
Đều hiện ra nơi thân.

Chư Phật cùng Thanh văn,
Đệ tử Phật, Bồ Tát,
Độc cư, hoặc thuyết pháp
Giữa đại chúng, đều hiện.

Chưa được thân vi diệu,
Từ pháp tánh vô lậu,

Thể thanh tịnh thân phàm,
Tất cả đều hiện rõ.”

“Lại nữa, Thường Tinh Tấn! Nếu người thiện nam hoặc thiện nữ nào thọ trì kinh này, hoặc đọc, hoặc tụng, hoặc giảng giải, hoặc sao chép, sẽ được một ngàn hai trăm công đức của ý. Với ý căn thanh tịnh này, dù chỉ nghe một bài kệ, một câu kinh cũng thấu hiểu thông suốt ý nghĩa vô lượng vô biên. Hiểu được ý nghĩa ấy rồi, có thể diễn giảng một bài kệ, một câu kinh đó trong một tháng, bốn tháng, thậm chí một năm; những pháp thuyết giảng đều thuận theo ý nghĩa, không trái với thật tướng.

“Nếu người ấy giảng giải kinh sách thế gian, nói về thuật xử thế hoặc nghề nghiệp sinh nhai... cũng đều phù hợp với chánh pháp.

“Tất cả những biến chuyển, động khởi, tạo tác, hý luận trong tâm của hết thảy chúng sanh sáu cõi trong thế giới đại thiên, người ấy đều rõ biết. Người ấy tuy chưa đạt được trí tuệ vô lậu nhưng nhờ ý căn thanh tịnh như vậy nên mọi tư tưởng suy lường, nói năng đều là pháp Phật, tất cả đều chân thật, cũng đều là những điều chư Phật trước đây đã thuyết dạy trong kinh điển.”

Khi ấy, đức Thế Tôn muốn lặp lại ý nghĩa trên nên nói kệ rằng:

“Người này ý thanh tịnh,
Sáng suốt không uế nhiễm,
Dùng ý căn nhiệm mầu,
Hiểu pháp thượng, trung, hạ.

Dù nghe một bài kệ,
Thấu suốt vô lượng nghĩa,
Tuần tự thuyết giảng lại,
Một tháng đến một năm.

Hết thảy mọi chúng sanh,
Trong, ngoài thế giới này,
Chư thiên, người, loài rồng,
Dạ-xoa, các quỷ thần...
Đang ở trong sáu đường,
Niệm tưởng vừa sinh khởi,
Phước báo trì Pháp Hoa,
Tức thời rõ biết hết.

Vô số Phật mười phương,
Tướng trăm phước trang nghiêm,[1]
Vì chúng sanh thuyết pháp,
Đều nghe được, thọ trì.

Suy xét vô lượng nghĩa,
Thuyết pháp cũng vô lượng,
Trước sau không sai sót,
Trì Pháp Hoa được vậy.

Hiểu thấu mọi tướng pháp,
Tùy nghĩa biết trước sau,
Thông suốt mọi tên gọi,
Theo chỗ biết diễn giải.

Người ấy nói điều gì,
Đều là pháp Phật xưa,

---

[1] Tướng trăm phước trang nghiêm (H. 百福莊嚴相, S. śata-puṇya-vicitrita), chỉ 32 tướng tốt của chư Phật vì mỗi tướng đều do trăm phước trang nghiêm mà thành tựu.

Vì diễn giảng pháp ấy,
Giữa đại chúng không sợ.

Người trì kinh Pháp Hoa,
Ý thanh tịnh như thế,
Tuy chưa được vô lậu,
Được tướng như vậy trước.

Người trì kinh an trụ,
Nơi địa vị hy hữu,
Được hết thảy chúng sanh,
Đều hoan hỷ yêu kính.

Nhờ trì kinh Pháp Hoa,
Nên biết ngàn muôn cách,
Khéo léo chọn ngôn từ,
Để phân biệt thuyết pháp.

20. Phẩm Bồ Tát Thường Bất Khinh

Lúc bấy giờ, đức Phật bảo Bồ Tát Đắc Đại Thế:[1] "Ông nên biết rằng, nếu có tỳ-kheo, tỳ-kheo-ni, ưu-bà-tắc, ưu-bà-di nào thọ trì kinh Pháp Hoa mà bị người khác dùng lời ác độc mắng chửi, hủy báng, thì kẻ đó sẽ bị tội báo nặng nề như đã nói ở trước, còn công đức của người trì kinh thì như ta vừa nói, sẽ được mắt, tai, mũi, lưỡi, thân, ý thanh tịnh.

"Này Đắc Đại Thế! Thuở xa xưa, cách đây vô lượng vô biên không thể nghĩ bàn a-tăng-kỳ kiếp, có đức Phật hiệu là Oai Âm Vương Như Lai, Ứng Cúng, Chánh Biến Tri, Minh Hạnh Túc, Thiện Thệ, Thế Gian Giải, Vô Thượng Sĩ, Điều Ngự Trượng Phu, Thiên Nhân Sư, Phật Thế Tôn. Kiếp đó tên Ly Suy, cõi nước tên Đại Thành, đức Phật Oai Âm Vương ở giữa cõi đời ấy vì hàng trời, người, a-tu-la thuyết pháp: Vì những người cầu Thanh văn nói pháp Tứ đế để thoát khỏi sinh già bệnh chết, đạt đến Niết-bàn; vì những người cầu Duyên giác nói pháp Thập nhị nhân duyên; vì các Bồ Tát gieo nhân Vô thượng Chánh đẳng Chánh giác nên nói pháp sáu ba-la-mật để rốt ráo được trí tuệ Phật.

"Này Đắc Đại Thế! Đức Phật Oai Âm Vương sống thọ qua số kiếp bằng số cát của bốn mươi muôn ức na-do-tha con sông Hằng; Chánh pháp trụ thế số

---

[1] Bồ Tát Đắc Đại Thế (得大勢菩薩), tên Phạn ngữ là Mahā-sthāma-prāpta, danh xưng thường gặp hơn là Bồ Tát Đại Thế Chí (大勢至菩薩). Chánh Pháp Hoa kinh gọi tên vị này là Bồ Tát Đức Đại Thế (德大勢菩薩).

kiếp bằng số hạt bụi nhỏ của một cõi Diêm-phù-đề; Tượng pháp trụ thế số kiếp bằng số hạt bụi nhỏ của một cõi Tứ thiên hạ. Đức Phật ấy làm lợi ích cho hết thảy chúng sinh, rồi sau đó diệt độ. Sau khi Chánh pháp và Tượng pháp diệt hết, trong cõi nước đó lại có Phật ra đời, cũng hiệu là Oai Âm Vương Như Lai, Ứng Cúng, Chánh Biến Tri, Minh Hạnh Túc, Thiện Thệ, Thế Gian Giải, Vô Thượng Sĩ, Điều Ngự Trượng Phu, Thiên Nhân Sư, Phật Thế Tôn. Lần lượt tiếp nối ra đời hai muôn ức đức Phật đều cùng một danh hiệu như vậy.

Khi đức Phật Oai Âm Vương đầu tiên đã diệt độ,[1] chánh pháp diệt mất. Trong thời gian tượng pháp các tỳ-kheo tăng thượng mạn có thế lực lớn. Bấy giờ, có vị tỳ-kheo Bồ Tát tên là Thường Bất Khinh.

"Này Đắc Đại Thế! Do nhân duyên gì vị ấy có tên gọi là Thường Bất Khinh? Vì vị tỳ-kheo này mỗi khi gặp các vị tỳ-kheo, tỳ-kheo-ni, ưu-bà-tắc, ưu-bà-di đều lễ bái, ngợi khen xưng tán và nói rằng: 'Tôi hết sức cung kính các ngài, không dám khinh thường. Vì sao vậy? Các ngài đều thực hành đạo Bồ Tát, đều sẽ thành Phật.'

---

[1] Tham khảo Chánh Pháp Hoa Kinh, đoạn tương ứng nói rằng: "時此諸佛次第滅度，正法沒已像法次盡，彼世比丘，憍慢自大越背法詔 。- Thời thử chư Phật thứ đệ diệt độ, chánh pháp một dĩ tượng pháp thứ tận, bỉ thế tỳ-kheo, kiêu mạn tự đại việt bội pháp chiếu." (ĐCT, T9, 263, tr.122c, d. 20 - 22) Nếu hiểu theo câu này thì việc các tỳ-kheo "kiêu mạn, tự đại" là xảy ra sau thời tượng pháp của vị Phật cuối cùng trong số hai muôn ức đức Phật có danh hiệu Oai Âm Vương. Điều này có vẻ như hợp lý hơn, vì nếu trong câu chuyện này, sự việc xảy ra sau khi đức Phật đầu tiên (tối sơ) diệt độ, thì không có lý do gì để phải đề cập đến tất cả những vị Phật tiếp theo trong số hai muôn ức vị Phật cùng một danh hiệu. Trong phần kệ trùng tụng tiếp theo không thấy nhắc đến chi tiết "hai muôn ức vị Phật".

"Nhưng vị tỳ-kheo này không chuyên tụng đọc kinh điển, chỉ thực hành việc lễ bái; thậm chí khi từ xa nhìn thấy bốn chúng cũng cố đến gần lễ bái, ngợi khen xưng tán và nói rằng: 'Tôi không dám khinh thường, các ngài đều sẽ thành Phật.'

"Trong bốn chúng có những người giận dữ, khởi tâm không thanh tịnh, dùng lời độc ác mắng nhiếc rằng: 'Tỳ-kheo ngu si này từ đâu đến? Tự nhiên lại nói "tôi không khinh thường các ông" rồi thụ ký chúng ta sẽ thành Phật. Chúng ta không cần sự thụ ký hư dối này.'

"Trải qua nhiều năm như vậy, vị ấy thường bị chửi mắng[1] vẫn không sân hận, luôn nói rằng: 'Các ngài sẽ thành Phật.' Khi nói như vậy, thường bị những người khác dùng gậy đuổi đánh, dùng ngói đá ném, vị ấy liền chạy tránh ra xa rồi dừng lại, vẫn lớn tiếng nói: 'Tôi không dám khinh thường, các ngài đều sẽ thành Phật.' Vì thường nói như vậy nên những tỳ-kheo, tỳ-kheo-ni, ưu-bà-tắc, ưu-bà-di tăng thượng mạn đặt tên vị ấy là Thường Bất Khinh.

"Khi vị tỳ-kheo ấy sắp qua đời, từ trên không trung được nghe đủ hai mươi ngàn muôn ức bài kệ trong kinh Pháp Hoa mà Phật Oai Âm Vương đã thuyết giảng trước đây, có thể thọ trì được tất cả, liền đạt được nhãn căn thanh tịnh, nhĩ căn, tị căn, thiệt căn, thân căn, ý căn đều thanh tịnh như trước đã nói. Đạt được sáu căn thanh tịnh rồi, lại tăng thêm tuổi thọ đến hai trăm muôn ức na-do-tha tuổi, rộng vì người khác thuyết giảng kinh Pháp Hoa này.

[1] Có lẽ do ý nghĩa này, trong kinh Chánh Pháp Hoa gọi tên vị này là Thường Bị Khinh Mạn (常被輕慢).

“Khi ấy, những người tăng thượng mạn trong bốn chúng: tỳ-kheo, tỳ-kheo-ni, ưu-bà-tắc, ưu-bà-di, trước đây khinh thường vị tỳ-kheo ấy, đã đặt tên là Bất Khinh, nay thấy vị ấy đạt được sức đại thần thông, sức biện tài nhạo thuyết, sức tịch tịnh an định, được nghe thuyết giảng liền tin phục theo học.

“Bồ Tát ấy giáo hóa ngàn muôn ức chúng sanh, khiến cho trụ trong đạo Vô thượng Chánh đẳng Chánh giác. Sau khi qua đời, [lại lần lượt tái sinh] được gặp hai ngàn ức vị Phật, đồng một danh hiệu là Nhật Nguyệt Đăng Minh, ở trong pháp hội của chư Phật ấy thuyết giảng kinh Pháp Hoa này.

“Do nhân duyên ấy, lại được gặp hai ngàn ức vị Phật, đồng một danh hiệu là Vân Tự Tại Đăng Vương, ở trong pháp hội của chư Phật ấy cũng thọ trì, tụng đọc, vì bốn chúng mà thuyết giảng kinh này, nên thường được nhãn căn, nhĩ căn, tị căn, thiệt căn, thân căn, ý căn thanh tịnh, thuyết pháp giữa bốn chúng với tâm không sợ sệt.

“Này Đắc Đại Thế! Đại Bồ Tát Thường Bất Khinh ấy, cúng dường biết bao nhiêu đức Phật như thế, cung kính, tôn trọng, ngợi khen xưng tán, gieo trồng các căn lành, về sau lại được gặp ngàn muôn ức đức Phật, lại cũng ở trong pháp hội của chư Phật ấy thuyết giảng kinh điển này, thành tựu công đức, liền được thành Phật.

“Đắc Đại Thế! Ý ông nghĩ sao? Bồ Tát Thường Bất Khinh thuở ấy nào phải ai khác, chính là ta đó. Nếu như đời trước ta không thọ trì, tụng đọc kinh này, vì người khác giảng nói, thì không thể nhanh chóng thành tựu Vô thượng Chánh đẳng Chánh giác. Ta ở đạo tràng của chư Phật trước đây thọ trì tụng đọc kinh này, vì người khác giảng nói, cho nên mới nhanh chóng thành tựu Vô thượng Chánh đẳng Chánh giác.

"Đắc Đại Thế! Bốn chúng tỳ-kheo, tỳ-kheo-ni, ưu-bà-tắc, ưu-bà-di thuở xưa, khởi ý sân hận mà khinh thường ta nên trong hai trăm ức kiếp thường không được gặp Phật, không được nghe pháp, không được gặp tăng, ngàn kiếp ở trong địa ngục A-tỳ chịu những khổ não lớn lao. Khi tội nghiệp đã hết, được gặp lại Bồ Tát Thường Bất Khinh, giáo hóa theo đạo Vô thượng Chánh đẳng Chánh giác.

"Đắc Đại Thế! Ý ông nghĩ sao? Bốn chúng thuở xưa khinh chê vị Bồ Tát ấy nào phải ai khác, chính là những người nay đang ở trong pháp hội này. Đó là nhóm ông Bạt-đà-la năm trăm Bồ Tát, nhóm ông Sư Tử Nguyệt năm trăm tỳ-kheo, nhóm ông Ni-tư-phật năm trăm ưu-bà-tắc,[1] đều

---

[1] Kinh văn chỗ này chỉ nói đến Bồ Tát, tỳ-kheo và ưu-bà-tắc, không đề cập đến nữ giới trong khi phần trước đã nhiều lần đề cập đủ bốn chúng, tỳ-kheo, tỳ-kheo-ni, ưu-bà-tắc, ưu-bà-di. Tham khảo kinh Chánh Pháp Hoa thì đoạn tương đương là: "今此會中颰陀和等五百菩薩，師子月等五百比丘、比丘尼，今在佛前五百清信士、五百清信女等，皆不退轉，當成無上正真之道。- Kim thử hội trung Bạt-đà-hòa đẳng ngũ bách Bồ Tát, Sư Tử Nguyệt đẳng ngũ bách tỳ-kheo, tỳ-kheo-ni; kim tại Phật tiền ngũ bách thanh tín sĩ, ngũ bách thanh tín nữ đẳng, giai bất thối chuyển, đương thành Vô thượng Chánh chân chi đạo." (ĐCT, T9, 263, tr.123b, d.22-25) (Nay trong hội này là nhóm Bạt-đà-hòa năm trăm Bồ Tát, nhóm Sư Tử Nguyệt năm trăm tỳ-kheo, tỳ-kheo-ni, và ở trước Phật có năm trăm cư sĩ nam, năm trăm cư sĩ nữ, đều đã được bất thối chuyển, sẽ thành tựu đạo Vô thượng Chánh chân.) Đoạn này có vẻ hợp lý hơn khi đề cập đầy đủ bốn chúng. Bản của H. Kern dịch từ Phạn ngữ sang Anh ngữ là: "They are, in this very assembly, the five hundred Bodhisattvas headed by Bhadrapāla, the five hundred nuns following Simhakandrā, the five hundred lay devotees following Sugataketanā, who all of them have been rendered inflexible in supreme, perfect enlightenment." (Ngay trong pháp hội này, họ chính là năm trăm Bồ Tát do Bạt-đà-bà-la dẫn dắt, năm trăm tỳ-kheo-ni đi theo Sư Tử Nguyệt, năm trăm cư sĩ đi theo Thiện Thệ Tràng, tất cả đều đã được bất thối chuyển đối với đạo Giác ngộ Vô thượng.) Ở đây có đề cập đến tỳ-kheo-ni, và tên gọi Simhakandrā (Sư Tử Nguyệt) cũng có vẻ là một người phái nữ.

được bất thối chuyển đối với Vô thượng Chánh đẳng Chánh giác.

"Đắc Đại Thế! Nên biết rằng kinh Pháp Hoa này làm lợi ích lớn lao cho các vị Đại Bồ Tát, có thể giúp đạt đến quả Vô thượng Chánh đẳng Chánh giác. Cho nên sau khi Như Lai diệt độ, các Đại Bồ Tát nên thường thọ trì, tụng đọc, giảng nói, sao chép kinh này."

Lúc bấy giờ, đức Thế Tôn muốn lặp lại ý nghĩa trên nên nói kệ rằng:

"Thuở quá khứ có Phật,
Hiệu là Oai Âm Vương.
Sức trí tuệ vô lượng,
Dẫn dắt mọi chúng sanh;
Chư thiên, người, rồng, thần,
Đều cùng nhau cúng dường.

Sau khi Phật diệt độ,
Lúc pháp Phật sắp diệt,
Có một vị Bồ Tát,
Hiệu là Thường Bất Khinh.

Khi ấy trong bốn chúng,
Đều bám chấp nơi pháp.
Bồ Tát Thường Bất Khinh,
Thường đi đến chỗ họ,
Nói lời cung kính rằng:
'Tôi không dám khinh thường,
Các ngài đều tu đạo,
Tương lai sẽ thành Phật.'

Những người kia nghe vậy,
Đều khinh chê, mắng nhiếc;

Bồ Tát Thường Bất Khinh,
Nhẫn chịu được tất cả.

Khi tội nghiệp đã dứt,
Bồ Tát sắp mạng chung,
Được nghe kinh Pháp Hoa,
Sáu căn liền thanh tịnh.

Liền được sức thần thông,
Tuổi thọ kéo dài thêm,
Lại vì những người khác,
Rộng thuyết kinh Pháp Hoa.

Những người trước mê chấp,
Nay đều được Bồ Tát,
Giáo hóa cho thành tựu,
Trụ yên trong đạo Phật.

Bồ Tát viên tịch rồi,
Gặp vô số chư Phật;
Nhờ giảng nói Pháp Hoa,
Được vô lượng phước báo;
Dần dần đủ công đức,
Nhanh chóng thành quả Phật.

Thường Bất Khinh thuở trước,
Chính là ta ngày nay.
Còn bốn chúng thuở ấy,
Người bám chấp, mê pháp,
Được nghe Bồ Tát nói:
'Đều sẽ được thành Phật.'
Nhờ vào nhân duyên ấy,
Được gặp vô số Phật,

Là Bồ Tát hội này,
Có nhóm năm trăm người;
Cùng với trong bốn chúng,
Có cư sĩ nam, nữ,
Nay đang ở trước Phật,
Cung kính nghe thuyết pháp.[1]

Ta từ những đời trước,
Khuyên dạy những người này:
Nghe, thọ kinh Pháp Hoa,
Là pháp tu bậc nhất.

Mở bày, giáo hóa người,
Khiến trụ nơi Niết-bàn;
Đời đời nên thọ trì,
Kinh điển bậc nhất này.

Vì qua ngàn muôn ức,
Số kiếp không nghĩ bàn,
Mới có thể được nghe,
Kinh Diệu Pháp Liên Hoa;

Lại qua ngàn muôn ức,
Số kiếp không nghĩ bàn,
Các đức Phật Thế Tôn,
Mới thuyết giảng kinh này.

Cho nên người tu học,
Sau khi Phật diệt độ,
Nếu được nghe kinh này,
Đừng sinh tâm nghi hoặc;

---

[1] Phần trùng tụng này lặp lại thông tin rất giống với phần kinh văn trường hàng của kinh Chánh Pháp Hoa, đặc biệt cách dùng "清信士女 - thanh tín sĩ nữ" để chỉ hàng cư sĩ nam, nữ, hoàn toàn khác với những nơi khác trong bản dịch này luôn dùng ưu-bà-tắc, ưu-bà-di.

Mà nên trọn một lòng,
Truyền rộng kinh điển này;
Đời đời luôn gặp Phật,
Chóng thành đạo Vô thượng.

21. Phẩm Thần lực Như Lai

Lúc bấy giờ, những vị Đại Bồ Tát đã từ lòng đất phóng vọt lên, nhiều như số hạt bụi nhỏ trong ngàn thế giới, đều ở trước Phật một lòng chắp tay chiêm ngưỡng tôn nhan, rồi cung kính thưa rằng: "Bạch Thế Tôn! Sau khi Phật diệt độ, chúng con ở những cõi nước mà phân thân của Thế Tôn đã diệt độ sẽ rộng thuyết kinh Pháp Hoa này. Vì sao vậy? Vì chúng con tự mình cũng muốn có được giáo pháp Đại thừa chân thật thanh tịnh này để thọ trì, tụng đọc, giảng thuyết, sao chép mà cúng dường."

Khi ấy, đức Thế Tôn ở trước vô số trăm ngàn muôn ức các vị Đại Bồ Tát từ lâu đã ở nơi cõi Ta-bà này như các vị Văn-thù-sư-lợi... cùng các vị tỳ-kheo, tỳ-kheo-ni, ưu-bà-tắc, ưu-bà-di, trời, rồng, dạ-xoa, càn-thát-bà, a-tu-la, ca-lâu-la, khẩn-na-la, ma-hầu-la-già, người và phi nhân..., trước tất cả đại chúng như vậy hiện sức thần thông lớn, hiển bày tướng lưỡi rộng dài[1] lên đến tận cõi trời Phạm thế; mỗi một lỗ chân lông trên thân Phật đều phóng ra vô lượng vô số các đạo hào quang có màu sắc, soi chiếu khắp các thế giới mười phương. Chư Phật [phân thân] ngồi trên tòa sư

[1] Tướng lưỡi rộng dài, tức quảng trường thiệt tướng (H. 廣長舌相, S. prabhūta-jihvatā), là một trong 32 tướng tốt của Phật, do đã trải qua vô số kiếp chỉ nói lời chân thật. Vì thế, tướng này cũng là biểu hiện cho việc chư Phật không nói lời hư dối, chỉ nói ra những lời chân thật.

tử dưới các cội cây báu cũng đều hiện tướng lưỡi rộng dài và phóng vô lượng hào quang như vậy.

Đức Phật Thích-ca Mâu-ni cùng chư Phật phân thân ngồi trên tòa sư tử dưới các cội cây báu hiện sức thần thông như vậy, trải qua thời gian đủ trăm ngàn năm rồi mới thu hồi tướng lưỡi rộng dài. Cùng lúc ấy, chư Phật đều hắng giọng và khảy móng tay, hai âm thanh ấy liền vang đến khắp các thế giới của chư Phật trong mười phương, các cõi đất đều chấn động theo sáu cách, hết thảy chúng sanh trong các thế giới ấy như trời, rồng, dạ-xoa, càn-thát-bà, a-tu-la, ca-lâu-la, khẩn-na-la, ma-hầu-la-già, người và phi nhân... nhờ oai thần của Phật nên đều nhìn thấy được thế giới Ta-bà này với vô lượng vô biên ngàn muôn ức chư Phật ngồi trên tòa sư tử dưới các cội cây báu, lại cũng thấy đức Phật Thích-ca Mâu-ni và đức Như Lai Đa Bảo trong tháp báu cùng ngồi trên tòa sư tử; lại thấy có vô lượng vô biên trăm ngàn muôn ức Đại Bồ Tát cùng bốn chúng cung kính vây quanh đức Phật Thích-ca Mâu-ni. Chúng sanh được thấy như vậy rồi, tất cả đều hết sức vui mừng, cho là việc chưa từng có.

Ngay lúc đó, chư thiên giữa không trung [ở những thế giới ấy] cất tiếng nói lớn rằng: “Cách đây vô lượng vô biên trăm ngàn muôn ức a-tăng-kỳ thế giới, có thế giới tên là Ta-bà, ở đó có đức Phật hiệu là Thích-ca Mâu-ni, hiện nay đang vì các Đại Bồ Tát mà thuyết giảng kinh Đại thừa tên là Diệu Pháp Liên Hoa, Giáo Bồ Tát Pháp, Phật Sở Hộ Niệm. Các người nên phát tâm tùy hỷ sâu xa và cũng nên lễ bái, cúng dường đức Phật Thích-ca Mâu-ni.”

Những chúng sanh được nghe tiếng nói giữa không trung như vậy rồi, đều cung kính chắp tay hướng về thế giới Ta-bà, cùng niệm lớn: "Nam-mô Thích-ca Mâu-ni Phật! Nam-mô Thích-ca Mâu-ni Phật!" Rồi họ dùng đủ mọi loại hương, hoa, chuỗi ngọc, lọng che, cờ phướn cùng những thứ trang nghiêm trên thân, châu báu, vật quý đẹp, cùng nhau ở từ xa tung rải về thế giới Ta-bà. Những vật được tung rải từ khắp mười phương đó liền tụ lại như mây, hóa thành một tấm màn báu che trùm khắp không gian bên trên chư Phật. Bấy giờ, các thế giới trong mười phương liền trở nên thông suốt không ngăn ngại, giống như một cõi Phật.

Khi ấy, đức Phật bảo đại chúng các vị Bồ Tát cùng đi với ngài Thượng Hạnh:[1] "Sức thần thông của chư Phật là như vậy, vô lượng vô biên, không thể suy lường, nhưng nếu ta vì sự giao phó ủy thác mà dùng sức thần thông như vậy trong vô lượng vô biên trăm ngàn muôn ức a-tăng-kỳ kiếp nói về công đức của kinh này, cũng không thể nói hết được.

"Nói tóm lại, hết thảy mọi pháp của Như Lai, hết thảy mọi sức thần thông tự tại của Như Lai, hết thảy mọi kho tàng tinh yếu kín đáo của Như Lai, hết thảy những việc hết sức sâu xa của Như Lai, đều đã được trình bày rõ ràng sáng tỏ trong kinh Pháp Hoa này. Cho nên, sau khi Như Lai diệt độ, các ông nên chuyên tâm thọ trì, tụng đọc, giảng thuyết, sao chép, y theo lời dạy trong kinh để tu hành.

---

[1] Nguyên tác là "上行等菩薩大眾 - Thượng Hạnh đẳng Bồ Tát đại chúng". Bồ Tát Thượng Hạnh là vị đạo sư thứ nhất đứng đầu trong số các vị Bồ Tát từ lòng đất phóng lên, do vậy có thể biết rằng ở đây đức Phật đang muốn nói với các vị Bồ Tát cùng đi trong nhóm này.

“Trong khắp cõi nước, nếu ở nơi nào có người tụng đọc, giảng thuyết, sao chép, y theo kinh này tu hành, hoặc nơi nào có cất giữ kinh điển này, như ở giữa vườn, trong rừng, dưới gốc cây; hoặc trong tăng phòng, ở nhà cư sĩ hoặc điện thờ; hoặc giữa núi rừng hoang vắng, ở những nơi đó đều nên dựng tháp cúng dường. Vì sao vậy? Nên biết rằng nơi đó chính là đạo trường; là nơi chư Phật thành tựu Vô thượng Chánh đẳng Chánh giác; là nơi chư Phật chuyển bánh xe pháp; là nơi chư Phật nhập Niết-bàn.”

Lúc bấy giờ, đức Thế Tôn muốn lặp lại ý nghĩa trên nên nói kệ rằng:

“Chư Phật, bậc cứu đời,
Trụ nơi đại thần thông,
Để làm vui chúng sanh,
Hiện vô lượng sức thần.

Tướng lưỡi đến Phạm thiên,
Thân tỏa muôn hào quang,
Vì người cầu đạo Phật,
Hiện việc hy hữu này.

Tiếng chư Phật hắng giọng,
Cùng tiếng khảy móng tay,
Vang khắp cõi mười phương,
Đất chấn động sáu cách.

Sau khi Phật diệt độ,
Có người trì kinh này,
Chư Phật đều hoan hỷ,
Hiện vô lượng sức thần.

Vì giao phó kinh này,
Ngợi khen người thọ trì,
Trong suốt vô lượng kiếp,
Cũng không thể cùng tận.

Công đức người trì kinh,
Vô biên, không cùng tận,
Như hư không mười phương,
Không thể biết giới hạn.

Người thọ trì kinh này,
Là đã thấy được Phật,
Cũng thấy Phật Đa Bảo,
Cùng các Phật phân thân.
Lại thấy Phật hôm nay,
Giáo hóa các Bồ Tát.

Người thọ trì kinh này,
Ta và các phân thân,
Phật diệt độ Đa Bảo,
Tất cả đều hoan hỷ;

Người ấy gặp, cúng dường,
Mười phương Phật hiện tại,
Cùng quá khứ, tương lai,
Đều khiến cho hoan hỷ.

Chư Phật ngồi đạo trường,
Đạt được pháp bí yếu;
Người thọ trì kinh này,
Không lâu cũng sẽ được.

Người thọ trì kinh này,
Đối với nghĩa các pháp,

Cùng danh tự, ngôn từ,
Vui thích giảng khôn cùng;
Như gió thổi không trung,
Không có gì ngăn ngại.

Sau khi Phật diệt độ,
Biết những kinh Phật thuyết,
Nhân duyên và trình tự,
Tùy nghĩa giảng đúng thật.

Như mặt trời, mặt trăng,
Xua tan đi bóng tối;
Người ấy sống giữa đời,
Trừ mê muội chúng sanh,
Dạy vô số Bồ Tát,
Rốt ráo đến Nhất thừa.

Cho nên người có trí,
Nghe lợi ích, công đức,
Sau khi Phật diệt độ,
Nên thọ trì kinh này.
Người ấy với Phật đạo,
Quyết định không còn nghi.

22. Phẩm Giao phó về sau

Lúc bấy giờ, đức Phật Thích-ca Mâu-ni từ pháp tòa đứng dậy, hiện sức thần thông lớn, dùng tay phải đưa ra xoa đỉnh đầu vô số Đại Bồ Tát, dạy rằng: "Ta trải qua vô lượng trăm ngàn muôn ức a-tăng-kỳ kiếp tu tập pháp Vô thượng Chánh đẳng Chánh giác khó thành tựu này, nay giao phó về sau cho các ông. Các ông nên một lòng truyền rộng pháp này, khiến cho càng tăng thêm lợi ích."

Đức Phật xoa đỉnh đầu các vị Đại Bồ Tát như vậy ba lần rồi lại dạy rằng: "Ta trải qua vô lượng trăm ngàn muôn ức a-tăng-kỳ kiếp tu tập pháp Vô thượng Chánh đẳng Chánh giác khó thành tựu này, nay giao phó về sau cho các ông. Các ông nên thọ trì, tụng đọc, truyền rộng pháp này, khiến cho khắp thảy chúng sanh đều được nghe biết. Vì sao vậy? Vì đức Như Lai có lòng đại từ bi, không hề tham tiếc keo lận, cũng không có sự sợ sệt, thường ban cho chúng sanh trí tuệ Phật, trí tuệ Như Lai, trí tuệ tự nhiên; Như Lai là vị thí chủ lớn của hết thảy chúng sanh. Các ông cũng nên học theo pháp của Như Lai, đừng sinh lòng tham tiếc keo lận. Trong đời tương lai, nếu có thiện nam, thiện nữ nào tin vào trí tuệ Như Lai, các ông nên vì người ấy diễn giảng kinh Pháp Hoa này, khiến cho họ được nghe, vì muốn cho người ấy đạt được trí tuệ Phật. Nếu như có chúng sanh nào không tin nhận, các ông nên dùng những giáo pháp sâu xa khác của Như

Lai để chỉ bày, dạy dỗ, khuyến khích sự lợi ích, hoan hỷ thành tựu.[1] Nếu các ông có thể làm được như vậy thì đó là đã báo đáp được ân đức của chư Phật."

Bấy giờ, các vị Đại Bồ Tát nghe Phật dạy như vậy rồi, tất cả đều hết sức hoan hỷ, niềm vui lan khắp châu thân, càng thêm phần cung kính, cúi đầu chắp tay hướng về đức Phật, đồng thanh bạch rằng: "Như lời Thế Tôn đã dạy, chúng con xin cung kính vâng theo tất cả. Bạch Thế Tôn! Xin đừng lo ngại."

Các vị Đại Bồ Tát ba lần như vậy đều đồng thanh bạch Phật: "Như lời Thế Tôn đã dạy, chúng con xin cung kính vâng theo tất cả. Bạch Thế Tôn! Xin đừng lo ngại."

Khi ấy, đức Phật Thích-ca Mâu-ni muốn cho các vị Phật phân thân đến từ mười phương mỗi vị đều quay về cõi nước nên nói rằng: "Chư Phật mỗi vị xin tùy nơi an ổn quay về, tháp Phật Đa Bảo có thể trở lại như cũ."

Khi Phật nói ra lời ấy rồi, vô số chư Phật phân thân mười phương đang ngồi trên tòa sư tử dưới cội cây báu cùng với Phật Đa Bảo và đại chúng vô số a-tăng-kỳ Bồ Tát như Bồ Tát Thượng Hạnh...[2] bốn chúng và các vị Thanh văn như Xá-lợi-phất, cùng hết thảy chư thiên, loài người, a-tu-la... được nghe Phật thuyết dạy đều hết sức vui mừng.

---

[1] Nguyên tác kinh văn dùng "thị giáo lợi hỷ", tức là 4 giai đoạn giáo hóa như đã giải thích ở trước.

[2] Có bản dịch trước đây hiểu lầm hai chữ "thượng hạnh" để chỉ phẩm hạnh của các vị Bồ Tát nên dịch là "vô số đại chúng Bồ-tát, bậc thượng hạnh thảy". Tuy nhiên, đây là danh xưng của Bồ Tát Thượng Hạnh, vị đứng đầu trong số các Bồ Tát từ lòng đất phóng lên trước đó.

23. Phẩm Hạnh nguyện thuở xưa của Bồ Tát Dược Vương

Lúc bấy giờ, Bồ Tát Tú Vương Hoa bạch Phật: "Thế Tôn! Bồ Tát Dược Vương đến thế giới Ta-bà như thế nào? Thế Tôn! Vị Bồ Tát Dược Vương này có bao nhiêu ngàn muôn ức na-do-tha khổ hạnh khó làm? Lành thay, Thế Tôn! Xin giảng nói một phần,[1] hàng chư thiên, rồng, thần, dạ-xoa, càn-thát-bà, a-tu-la, ca-lâu-la, khẩn-na-la, ma-hầu-la-già, người và phi nhân, cùng các Bồ Tát từ phương khác đến và chúng Thanh văn ở đây nếu được nghe đều sẽ vui mừng."

Khi ấy, đức Phật bảo Bồ Tát Tú Hoa Vương: "Vào thời quá khứ, cách đây số kiếp nhiều như số cát của vô số con sông Hằng, có đức Phật hiệu là Nhật Nguyệt Tịnh Minh Đức Như Lai, Ứng Cúng, Chánh Biến Tri, Minh Hạnh Túc, Thiện Thệ, Thế Gian Giải, Vô Thượng

---

[1] Bản Đại Chánh tạng kết lại lời thưa hỏi của Bồ Tát Tú Vương Hoa ở chỗ này và xem phần tiếp theo là mô tả của người chép kinh. (ĐCT, T9, 262, tr.53a, d.8) Điều này không hợp lý, vì khi Bồ Tát thưa hỏi, đức Phật chưa giải đáp gì thì đại chúng không có lý do để hoan hỷ. Phần sau này chính là ý của Bồ Tát, rằng nếu được Phật giải đáp, đại chúng sẽ hoan hỷ. Tham khảo bản Anh dịch của H. Kern đoạn này nói là: "Let the Lord, the Tathâgata, &c., deign to tell us any part of the course of duty of the Bodhisattva Mahâsattva Bhaishajyaraja, that by hearing it the gods, Nâgas, goblins, Gandharvas, demons, Garudas, Kinnaras, great serpents, men, and beings not human, as well as the Bodhisattvas Mahâsattvas from other worlds here present, and these great disciples here may be content, delighted, overjoyed." Do vậy biết rằng cách đặt dấu câu của Đại Chánh tạng đã sai lầm.

Sĩ, Điều Ngự Trượng Phu, Thiên Nhân Sư, Phật Thế Tôn. Đức Phật ấy có tám mươi ức vị Đại Bồ Tát và chúng đại Thanh văn nhiều bằng số cát của bảy mươi hai con sông Hằng. Đức Phật ấy sống thọ bốn mươi hai ngàn kiếp, các Bồ Tát cũng có tuổi thọ bằng như vậy. Cõi nước ấy không có nữ nhân, địa ngục, ngạ quỷ, súc sanh, a-tu-la, cũng không có các nạn khổ; mặt đất bằng lưu ly, phẳng như lòng bàn tay, có cây báu trang nghiêm, màn báu che bên trên, có phướn bằng hoa báu rủ xuống, lò hương bằng bình báu ở khắp cả cõi nước; dùng bảy báu làm thành đài cao, cứ mỗi cây báu là một đài cao, cây và đài cách nhau khoảng một tầm bắn tên. Các vị Bồ Tát, Thanh văn ngồi dưới mỗi cây báu, trên mỗi đài báu có trăm ức chư thiên cúng dường bằng cách tấu nhạc trời, ca ngợi xưng tán Phật.

"Lúc ấy, đức Phật vì Bồ Tát Nhất Thiết Chúng Sanh Hỷ Kiến cùng chúng Bồ Tát và chúng Thanh văn mà thuyết kinh Pháp Hoa.

"Vị Bồ Tát Nhất Thiết Chúng Sanh Hỷ Kiến này ưa chuộng sự tu tập khổ hạnh, ở trong Phật pháp của đức Phật Nhật Nguyệt Tịnh Minh Đức mà tinh tấn kinh hành, một lòng cầu quả Phật, trải qua mười hai ngàn năm thì đạt được pháp tam-muội Hiện nhất thiết sắc thân. Đạt được tam muội này rồi, trong tâm rất vui mừng, liền nghĩ rằng: 'Ta được tam-muội Hiện nhất thiết sắc thân là nhờ sức nghe kinh Pháp Hoa. Nay ta nên cúng dường đức Phật Nhật Nguyệt Tịnh Minh Đức và kinh Pháp Hoa.'

"Nghĩ rồi liền nhập pháp tam-muội ấy, hóa hiện giữa không trung mưa xuống hoa mạn-đà-la, hoa đại mạn-đà-la, bột chiên đàn kiên hắc[1] đầy khắp cả không trung, tụ lại như mây rồi rơi xuống; lại mưa xuống hương chiên đàn hải ngạn,[2] sáu thù[3] hương này có giá trị bằng cả thế giới Ta-bà, đều để cúng dường đức Phật.

"Bồ Tát Nhất Thiết Chúng Sanh Hỷ Kiến cúng dường như vậy xong rồi, ra khỏi tam-muội lại tự nghĩ rằng: 'Ta tuy đã dùng sức thần thông cúng dường đức Phật, nhưng không bằng lấy thân mình cúng dường.'

"Nghĩ rồi liền ăn vào các loại hương chiên đàn, huân lục,[4] đâu-lâu-bà,[5] tất-lực-ca,[6] trầm thủy, giao hương,[7] lại uống các loại dầu hương hoa như hoa chiêm bặc v.v. trải qua mười hai ngàn năm,[8] dùng dầu

---

[1] Chiên đàn kiên hắc (H. 堅黑栴檀, S. kālānusārin), một loại chiên đàn rất thơm và quý.

[2] Nguyên tác dùng "海此岸栴檀 - hải thử ngạn chiên đàn", cũng tức là chiên đàn hải ngạn, là một loại chiên đàn cực kỳ quý giá.

[3] Thù (銖), đơn vị cân nặng ngày xưa; 6 thù bằng 1 chuy (錙), 8 thù bằng một chùy (錘), 24 thù bằng 1 lượng (两), 16 lượng bằng 1 cân (斤). Như vậy, phải 384 thù mới được 1 cân, và mỗi cân thời xưa chỉ khoảng 250 gram; 6 thù có trọng lượng khoảng hơn 9 gram.

[4] Huân lục (H. 熏陸, S. kunduru), một loại cây có nhựa, dùng làm hương đốt rất thơm, cũng gọi là nhũ hương hay nhũ đầu hương.

[5] Đâu-lâu-bà (H. 兜樓婆, S. turuṣka), một loại cỏ thơm, cũng gọi là mao hương hay bạch mao hương.

[6] Tất-lực-ca (H. 畢力迦, S. pṛkkā), một loại hương thơm, cũng gọi là xúc hương hay mục túc hương.

[7] Giao hương, tức bạch giao hương (H. 白膠香, S. sarja-rasa), là loại hương thơm chế bằng nhựa cây sa-la.

[8] Trong kinh Chánh Pháp Hoa và bản dịch Anh ngữ của H. Kern đều nói là 12 năm. Kinh Chánh Pháp Hoa, đoạn tương đương là: "斷絕五穀專食眾香，眾香華汁而以飲之，日使身中內外皆香，如是服香竟十二 年。" - Đoạn tuyệt ngũ cốc chuyên thực chúng hương, chúng hương hoa hiệp nhi dĩ ẩm chi, nhật sử thân trung nội ngoại giai hương, như thị phục hương cánh thập nhị niên." (Dứt tuyệt các món ngũ cốc, chỉ ăn toàn các loại hương thơm, lại hợp các loại hương hoa để uống, khiến cho thân thể trong ngoài đều là mùi thơm, như vậy ăn uống các loại hương qua 12 năm.) (ĐCT, T9, 263, tr.125b, d.13-15) Bản Anh ngữ của H. Kern: "Bodhisattva

thơm thoa khắp trên thân, đến trước đức Phật Nhật Nguyệt Tịnh Minh Đức, dùng y báu cõi trời tự quấn quanh thân, rưới lên các loại dầu thơm, rồi dùng sức thần thông tự đốt cháy thân mình, ánh sáng soi chiếu khắp các thế giới nhiều như số cát của tám mươi ức con sông Hằng. Chư Phật trong các thế giới ấy đồng thời khen ngợi rằng: 'Lành thay, lành thay! Thiện nam tử, như vậy là thực sự tinh tấn, như vậy gọi là pháp chân thật cúng dường Như Lai. Nếu dùng hoa, hương, chuỗi ngọc, hương đốt, hương bột, hương thoa, lụa trời, phướn lọng cùng hương chiên-đàn hải ngạn, những phẩm vật cúng dường như thế đều không thể sánh bằng; giả sử dùng cả thành ấp, đất nước, vợ con để cúng dường[1] cũng không thể sánh bằng. Này thiện nam tử! Đây gọi là bố thí bậc nhất, cao trổi nhất, đáng tôn trọng nhất trong các pháp bố thí, vì đã dùng pháp để cúng dường các đức Như Lai.'

"Sau khi khen ngợi như vậy rồi, các đức Phật đều an nhiên tịch lặng. Thân thể Bồ Tát tiếp tục cháy như vậy sau một ngàn hai trăm năm[2] mới hết.

Mahasattva Sarvasattvapriyadarśana passed twelve years in always and constantly eating those fragrant substances and drinking oil of Kampaka." (Đại Bồ Tát Nhất Thiết Chúng Sanh Hỷ Kiến trải qua 12 năm luôn luôn và liên tục ăn các loại hương thơm và uống dầu hương hoa chiêm-bặc.) Như vậy, kinh Chánh Pháp Hoa mô tả nhấn mạnh là Bồ Tát không ăn vật thực khác, chỉ ăn toàn các loại hương thơm.

[1] Nguyên tác ở đây dùng chữ "布施 - bố thí" nhưng với ý nghĩa chỉ việc cúng dường Phật như đang đề cập trong ngữ cảnh. Nghĩa rộng của pháp bố thí bao gồm cả việc cúng dường chư Phật.

[2] Kinh Chánh Pháp Hoa cũng dịch là 1.200 năm: "於時菩薩自然其身，千二百歲火 故不滅，- ư thời Bồ Tát tự nhiên kỳ thân, thiên nhị bách tuế hỏa cố bất diệt" (khi ấy Bồ Tát tự thiêu thân mình, qua 1.200 năm lửa vẫn chưa tắt). (ĐCT, T9, 263, tr.125b, d.25) Bản Anh ngữ của H. Kern dịch là 12 ngàn năm: "The body of Sarvasattvapriyadarsana continued blazing for twelve thousand years without ceasing to burn" (Thân thể của Bồ Tát Nhất Thiết Chúng Sanh Hỷ Kiến tiếp tục cháy liên tục qua 12.000 năm.)

"Bồ Tát Nhất Thiết Chúng Sanh Hỷ Kiến cúng dường theo pháp như vậy rồi, sau khi mạng chung lại tái sinh vào cõi nước có đức Phật Nhật Nguyệt Tịnh Minh Đức, nơi nhà của đức vua Tịnh Đức, bỗng dưng hóa sinh trong tư thế ngồi kết già,[1] liền vì vua cha mà nói kệ rằng:

'Nay phụ vương nên biết,
Đường tu tập con đi,
Là được pháp Tam-muội
Hiện Nhất Thiết Sắc Thân;
Rồi tinh tấn, chuyên cần,
Buông bỏ thân luyến ái,
Cúng dường lên Thế Tôn,
Cầu trí tuệ Vô thượng.'[2]

---

[1] Nguyên tác Hán văn nói "於淨德王家結加 趺坐，忽然化生 - ư Tịnh Đức vương gia kết già phu tọa, hốt nhiên hóa sinh". Bản Anh dịch của H. Kern diễn đạt tương tự nhưng hợp lý hơn: "In the house of king Vimaladatta, by apparitional birth, and sitting crosslegged." (Trong nhà của đức vua Tịnh Đức, bằng cách hóa sinh và ngồi kết già.) Chúng tôi theo cách diễn đạt hợp lý này, vì khi chưa hóa sinh thì thân chưa hiện nên không thể ngồi kết già. Đây chính là nói vị hóa sinh được nhìn thấy trong tư thế ngồi kết già.

[2] Bản Hán văn dùng chữ "kinh hành" nhưng không theo nghĩa đi kinh hành, mà để chỉ con đường tu tập đã trải qua. So sánh với 4 câu kệ này trong kinh Chánh Pháp Hoa thì rõ ý nghĩa: "尊王識念我本行， 堅強勤修大精進，所重愛身以用施，建立住此逮三昧 。- Tôn vương thức niệm ngã bản hạnh, kiên cường cần tu đại tinh tấn, sở trọng ái thân dĩ dụng thí, kiến lập trụ thử đãi tam-muội." (ĐCT, T9, 263, tr. 125c, d.1-2) Như vậy, thay vì dùng "kinh hành", ở đây kinh văn dùng "ngã bản hạnh", chứng tỏ 2 cụm từ này muốn diễn đạt cùng một ý nghĩa là chỉ pháp tu tập trước đây. Bản Anh ngữ của H. Kern diễn đạt tương tự và rõ nghĩa hơn nữa: "This, O exalted king, is the walk in which I have acquired meditation; I have achieved a heroical feat, fulfilled a great vote by sacrificing my own dear body." (Thưa đức vua tôn quý, đây là con đường mà con đã tu tập để đạt được thiền định: Con đã thực hiện một hành vi dũng mãnh, hoàn thành đại nguyện bằng cách xả bỏ thân thể yêu quý của mình để cúng dường.)

"Nói kệ như vậy rồi lại thưa với vua cha: 'Hiện nay có đức Phật Nhật Nguyệt Tịnh Minh Đức đang ở đời, trước đây con cúng dường Phật ấy nên đạt được pháp đà-la-ni Giải nhất thiết chúng sinh ngữ ngôn,[1] lại được nghe tám trăm ngàn muôn ức na-do-tha chân-ca-la tần-bà-la a-súc-bà[2] bài kệ trong kinh Pháp Hoa. Thưa phụ vương! Con nay sẽ quay lại cúng dường đức Phật ấy."

"Sau khi thưa cha như vậy rồi, Bồ Tát liền ngồi trên đài bảy báu, bay lên hư không, cao bằng bảy cây đa-la, rồi bay đến chỗ đức Phật, đầu và mặt cúi lễ sát chân Phật, chắp tay cung kính đọc kệ xưng tán Phật:

'Tôn nhan rất diệu kỳ,
Hào quang chiếu mười phương,
Trước đây con cúng dường,
Nay lại được thân cận.'

"Bấy giờ, Bồ Tát Nhất Thiết Chúng Sinh Hỷ Kiến đọc kệ như vậy rồi liền bạch Phật: 'Thế Tôn! Nay Thế Tôn vẫn còn ở đời!'

"Khi ấy, đức Phật Nhật Nguyệt Tịnh Minh Đức bảo Bồ Tát Nhất Thiết Chúng Sinh Hỷ Kiến: 'Này thiện nam! Đã đến lúc ta nhập Niết-bàn, đến giờ diệt độ rồi. Ông nên sắp xếp chỗ giường nằm, trong đêm nay ta sẽ nhập Niết-bàn.'

"Đức Phật lại dạy Bồ Tát Nhất Thiết Chúng Sinh Hỷ Kiến: 'Này thiện nam! Nay ta đem Phật pháp giao

[1] Đà-la-ni Giải nhất thiết chúng sanh ngữ ngôn (解一切眾生語言陀羅尼), là pháp đà-la-ni hiểu rõ được tất cả các ngôn ngữ của chúng sanh.

[2] Các tên gọi na-do-tha, chân-ca-la, tần-bà-la, a-súc-bà đều là số đếm, chỉ những con số cực kỳ lớn, cũng giống như nói vô số, vô lượng...

phó lại cho ông và các đại đệ tử Bồ Tát, cùng với pháp Vô thượng Chánh đẳng Chánh giác; lại cũng đem tất cả cây báu, đài báu cùng chư thiên theo hầu cận trong thế giới đại thiên bằng bảy báu này, tất cả đều giao phó lại cho ông. Sau khi ta diệt độ rồi, xá-lợi của ta cũng giao phó cho ông, nên lưu truyền mọi nơi, tổ chức cúng dường rộng khắp; nên xây lên hàng ngàn tháp để thờ kính.'

"Đức Phật Nhật Nguyệt Tịnh Minh Đức dạy Bồ Tát Nhất Thiết Chúng Sinh Hỷ Kiến như vậy rồi, khoảng sau nửa đêm liền nhập Niết-bàn.

"Khi ấy, Bồ Tát Nhất Thiết Chúng Sinh Hỷ Kiến thấy Phật đã diệt độ rồi, trong lòng bi thương xúc động, buồn khổ lưu luyến, liền dùng chiên đàn hải ngạn dựng lên thành giàn, cúng dường thân Phật rồi đốt lửa để thiêu. Sau khi lửa tàn liền thu nhặt xá-lợi, đặt vào tám mươi bốn ngàn bình báu, lại dựng lên tám mươi bốn ngàn tháp thờ, cao đến cõi Phạm thiên,[1] có cột phướn trang nghiêm, treo cờ phướn, lọng che và nhiều chuông báu.

"Lúc bấy giờ, Bồ Tát Nhất Thiết Chúng Sinh Hỷ Kiến lại tự nghĩ: 'Ta tuy đã cúng dường như thế này nhưng trong lòng vẫn thấy còn chưa đủ. Nay ta nên cúng dường xá-lợi Phật thêm nữa.'

"Nghĩ rồi liền bảo các vị đại đệ tử Bồ Tát cùng chư thiên, rồng, dạ-xoa... và hết thảy đại chúng: 'Các ông

---

[1] Nguyên tác nói "cao tam thế giới", hàm ý là cao vượt qua ba thế giới. Kinh Chánh Pháp Hoa nói là "高至梵天 - cao chí Phạm thiên", phù hợp với cách diễn đạt trong nhiều phần trước. Bản Anh ngữ của H. Kern dịch là "reaching in height to the Brahma-world" (cao lên đến thế giới Phạm thiên).

hãy một lòng chú tâm, nay chúng ta nên cúng dường xá-lợi của đức Phật Nhật Nguyệt Tịnh Minh Đức.’

“Bồ Tát Nhất Thiết Chúng Sinh Hỷ Kiến nói như vậy rồi liền ở trước tám mươi bốn ngàn tháp thờ xá-lợi Phật tự đốt hai cánh tay có đủ trăm phước tướng trang nghiêm trong suốt bảy mươi hai ngàn năm để cúng dường, khiến cho vô số chúng cầu quả Thanh văn, vô số a-tăng-kỳ người phát tâm Vô thượng Chánh đẳng Chánh giác nhân đó đều được trụ nơi pháp tam-muội Hiện Nhất Thiết Sắc Thân.

“Khi ấy, các vị Bồ Tát, chư thiên, người cùng các loài a-tu-la... nhìn thấy Bồ Tát không còn cánh tay thì đau buồn sầu khổ, thương cảm than thở rằng: “Bồ Tát Nhất Thiết Chúng Sinh Hỷ Kiến là vị thầy của chúng ta, giáo hóa chúng ta, mà nay thiêu cháy mất hai tay, trở thành người có thân thể bất toàn.”

“Lúc bấy giờ, Bồ Tát Nhất Thiết Chúng Sinh Hỷ Kiến ở giữa đại chúng lập thệ nguyện rằng: ‘Tôi xả bỏ hai cánh tay [đốt lên cúng dường xá-lợi Phật], quyết định rồi sẽ được thân sắc vàng của Phật. Nếu điều này là đúng thật không hư dối, nguyện cho hai tay của tôi trở lại như cũ.’ Vừa lập nguyện xong, hai cánh tay liền tự nhiên trở lại như cũ. Đó là do phước đức và trí tuệ trong sáng sâu dày của Bồ Tát mà thành. Ngay vào lúc ấy, khắp thế giới đại thiên mặt đất đều chấn động theo sáu cách, trời mưa xuống hoa báu, hết thảy chư thiên, nhân loại đều cho là việc chưa từng có.”

Đức Phật bảo Bồ Tát Tú Vương Hoa: “Ý ông nghĩ sao? Bồ Tát Nhất Thiết Chúng Sinh Hỷ Kiến đó nào phải ai xa lạ, nay chính là Bồ Tát Dược Vương. Bồ Tát xả thân bố thí như vậy đã nhiều đến vô lượng trăm ngàn muôn ức na-do-tha lần.

"Này Tú Vương Hoa! Nếu có người phát tâm cầu đạo Vô thượng Chánh đẳng Chánh giác, có thể đốt một ngón tay, cho đến một ngón chân cúng dường tháp thờ Phật thì hơn cả việc cúng dường thành ấp đất nước, vợ con cùng núi rừng sông hồ, các món báu vật khắp các cõi nước trong thế giới đại thiên.

"Lại nếu như có người dùng bảy món báu đầy khắp thế giới đại thiên để cúng dường lên Phật cùng các vị Đại Bồ Tát, Duyên giác, A-la-hán thì công đức của người ấy không bằng thọ trì kinh Pháp Hoa này, thậm chỉ chỉ một bài kệ bốn câu cũng được phước nhiều nhất.

"Này Tú Vương Hoa! Giống như trong tất cả những nơi có nước như sông ngòi, khe suối... thì biển là lớn nhất, kinh Pháp Hoa này cũng vậy, là sâu xa quan trọng nhất trong tất cả những kinh Như Lai đã thuyết dạy.

"Lại giống như Thổ sơn, Hắc sơn, núi Thiết vi, núi Đại Thiết vi cùng mười ngọn núi báu, trong tất cả các loại núi ấy thì núi Tu-di là cao hơn hết, kinh Pháp Hoa này cũng vậy, là cao thượng hơn hết trong tất cả các kinh.

"Giống như so với tất cả các ngôi sao, mặt trăng là sáng hơn hết, kinh Pháp Hoa này cũng vậy, là soi chiếu sáng suốt hơn hết trong ngàn muôn ức loại kinh điển giáo pháp.

"Lại cũng như mặt trời có thể xua tan bóng tối, kinh Pháp Hoa này cũng vậy, có thể phá trừ hết thảy bóng tối của tất cả những sự bất thiện.

"Giống như ở giữa các vị tiểu vương thì Chuyển luân Thánh vương là bậc nhất, kinh Pháp Hoa này cũng vậy, là tôn quý nhất trong tất cả các kinh.

"Giống như Đế thích là vua trong cõi trời Đao-lợi, kinh Pháp Hoa này cũng vậy, là vua trong tất cả các kinh.

"Giống như Đại phạm Thiên vương là cha trong cõi trời Đao-lợi, kinh Pháp Hoa này cũng vậy, là cha của hết thảy các bậc hiền thánh, hữu học, vô học cùng những người phát tâm Bồ Tát.

"Giống như trong tất cả phàm phu, các vị Tu-đà-hoàn, Tư-đà-hàm, A-na-hàm, A-la-hán, Duyên giác là bậc nhất, kinh Pháp Hoa này cũng vậy, là bậc nhất trong tất cả những kinh điển Như Lai thuyết dạy, hoặc Bồ Tát thuyết dạy, hoặc Thanh văn thuyết dạy; người có thể thọ trì kinh Pháp Hoa này cũng vậy, là bậc nhất trong tất cả chúng sanh.

"Giống như trong tất cả hàng Thanh văn, Duyên giác thì Bồ Tát là bậc nhất, kinh Pháp Hoa này cũng vậy, là bậc nhất trong tất cả kinh điển, giáo pháp.

"Giống như Phật là vua trong các pháp, kinh Pháp Hoa này cũng vậy, là vua trong tất cả các kinh.

"Này Tú Vương Hoa! Kinh này có thể cứu độ hết thảy chúng sanh; kinh này có thể khiến cho hết thảy chúng sanh xa lìa khổ não; kinh này có thể làm lợi ích lớn lao cho hết thảy chúng sanh; giúp chúng sanh thành tựu đầy đủ tâm nguyện của họ. Giống như hồ nước trong mát có thể thỏa mãn tất cả những người đang khát; như người đang rét lạnh gặp được lửa; như người lõa lồ gặp được y phục; như những người đi buôn xa gặp được trưởng đoàn; như con được gặp mẹ; như người qua sông gặp được con thuyền; như người bệnh gặp được thầy thuốc; như khi tối tăm gặp được ngọn đèn; như người nghèo gặp được của báu; như dân thường gặp được đức vua; như người đi buôn xa gặp được biển rộng;[1] như ngọn đuốc xua tan bóng tối; kinh Pháp Hoa này cũng vậy, có thể giúp chúng sanh xa lìa tất cả khổ não, tất cả bệnh tật đau đớn, có thể tháo mở tất cả những trói buộc của sinh tử.

"Nếu ai được nghe kinh Pháp Hoa này rồi tự mình sao chép hoặc bảo người khác sao chép, người ấy đạt được công đức mà dù có dùng trí tuệ Phật để suy lường nhiều ít cũng không thể đạt đến giới hạn.

"Nếu có người sao chép kinh Pháp Hoa này rồi dùng hoa, hương, chuỗi ngọc, hương đốt, hương bột, hương thoa, phướn lọng, y phục, đủ mọi loại đèn như đèn bơ, đèn dầu, đèn thắp bằng dầu thơm, các loại dầu hoa chiêm-bặc, tu-mạn-na, ba-la-la, ba-lợi-sư-ca, na-bà-ma-lợi để cúng dường, thì công đức đạt được cũng không hạn lượng.

"Này Tú Vương Hoa! Nếu có người được nghe phẩm Hạnh nguyện thuở xưa của Bồ Tát Dược Vương này, cũng đạt được vô lượng vô biên công đức.

---

[1] Nguyên tác là "như cổ khách đắc hải", có vẻ hơi tối nghĩa. Bản Anh dịch của H. Kern dịch câu này là "like the ocean for the rivers" (như những dòng sông gặp được biển).

"Nếu có người nữ được nghe phẩm kinh này rồi có thể thọ trì, thì sau khi đã hết thân nữ này, về sau không sinh làm thân nữ nữa.

"Năm trăm năm sau khi Như Lai diệt độ, nếu có người nữ được nghe kinh Pháp Hoa này, theo đúng lời dạy tu hành, khi người ấy mạng chung sẽ được vãng sinh về thế giới An Lạc, trụ xứ của đức Phật A-di-đà với chúng Đại Bồ Tát vây quanh. Người ấy sinh ra ngồi trên tòa báu ở giữa hoa sen, [không còn thân nữ,] không còn bị tham dục gây phiền não, cũng không bị sân hận, ngu si gây phiền não, cũng không bị những cấu nhiễm như kiêu mạn, tật đố gây phiền não, được pháp thần thông của Bồ Tát, đạt được pháp nhẫn vô sinh. Đạt pháp nhẫn này rồi, nhãn căn được thanh tịnh; nhờ nhãn căn thanh tịnh nên thấy được các đức Phật Như Lai nhiều như số cát của bảy trăm mười hai ngàn ức na-do-tha con sông Hằng.

"Khi ấy, chư Phật đều từ xa cùng khen ngợi: 'Lành thay, lành thay, thiện nam tử! Ông có thể ở trong pháp của đức Phật Thích-ca Mâu-ni mà thọ trì, tụng đọc, suy ngẫm kinh Pháp Hoa này, vì người khác giảng nói, đạt được phước đức vô lượng vô biên, lửa không thể thiêu cháy, nước không thể cuốn trôi. Công đức của ông cho dù cả ngàn đức Phật cùng diễn nói cũng không nêu ra hết được. Nay ông có thể phá hết bọn giặc ma, trừ dứt quân sinh tử, những oán cừu thù địch khác cũng đều bị phá dẹp. Này thiện nam tử! Trăm ngàn đức Phật đều dùng sức thần thông để cùng che chở bảo vệ cho ông. Trong hàng trời, người ở khắp thế gian không ai được như ông. Trừ ra đức Như Lai, còn những hàng Thanh văn, Duyên giác cho đến hàng Bồ Tát đều không có trí tuệ thiền định sánh được như ông.'

"Này Tú Vương Hoa! Vị Bồ Tát [thọ trì kinh Pháp Hoa] thành tựu được công đức, sức trí tuệ như vậy. Nếu có người được nghe phẩm Hạnh nguyện thuở xưa của Bồ Tát Dược Vương này, có thể tùy hỷ khen ngợi xưng tán, người ấy ngay trong đời này thường tỏa ra hương thơm hoa sen xanh từ miệng, thường tỏa hương thơm chiên-đàn Ngưu đầu từ các lỗ chân lông trên thân, và đạt được những công đức như trên đã nói.

"Vì thế, này Tú Vương Hoa, nay ta đem phẩm kinh này giao phó lại cho ông. Trong khoảng năm trăm năm sau khi ta diệt độ, hãy lưu truyền rộng khắp trong cõi Diêm-phù-đề, đừng để dứt mất khiến cho những kẻ xấu ác trong bọn ma, dân ma, trời, rồng, dạ-xoa, cưu-bàn-trà... được thuận tiện phát triển.

"Này Tú Vương Hoa! Ông nên dùng sức thần thông để giữ gìn, bảo vệ kinh Pháp Hoa này. Vì sao vậy? Vì kinh này là liều thuốc hay chữa bệnh cho người trong cõi Diêm-phù-đề. Nếu người có bệnh mà được nghe kinh này liền dứt bệnh, không già không chết.

"Này Tú Vương Hoa! Nếu ông gặp người thọ trì kinh này, nên dùng bột hương trầm ướp hoa sen xanh cung kính rải lên người ấy. Rải lên rồi liền khởi ý nghĩ rằng: 'Người này không bao lâu nhất định sẽ trải cỏ ngồi nơi đạo trường, phá trừ quân ma, sẽ thổi tù và chánh pháp, đánh trống pháp lớn, đưa tất cả chúng sanh vượt thoát biển sinh già bệnh chết.' Cho nên, người cầu đạo Phật gặp người thọ trì kinh điển nên sinh tâm cung kính như vậy.”

Khi Phật thuyết phẩm Hạnh nguyện thuở xưa của Bồ Tát Dược Vương, có tám mươi bốn ngàn Bồ Tát đạt được pháp đà-la-ni Nhận hiểu tất cả ngôn ngữ của chúng sanh.

Đức Như Lai Đa Bảo trong tháp báu[1] khen ngợi Bồ Tát Tú Vương Hoa rằng: “Lành thay, lành thay, Tú Vương Hoa! Ông đã thành tựu được công đức không thể nghĩ bàn, có thể thưa hỏi Phật Thích-ca Mâu-ni việc như vậy, làm lợi ích cho vô số hết thảy chúng sanh.”

[1] Đức Như Lai Đa Bảo ở trong tháp báu, vào lúc này không còn hiện thân nhìn thấy được, vì cuối phẩm Giao phó về sau thì tháp Phật tuy còn ở lại Pháp hội nhưng đã đóng lại.

24. Phẩm Bồ Tát Diệu Âm

Lúc bấy giờ, đức Phật Thích-ca Mâu-ni phóng chiếu hào quang từ tướng nhục kế của bậc đại nhân,[1] cùng phóng hào quang từ tướng bạch hào giữa hai chân mày, soi khắp các thế giới của chư Phật về phương đông nhiều như số cát của tám trăm muôn ức na-do-tha con sông Hằng. Qua khỏi số thế giới ấy có thế giới tên là Tịnh Quang Trang Nghiêm, ở đó có đức Phật hiệu là Tịnh Hoa Tú Vương Trí Như Lai, Ứng Cúng, Chánh Biến Tri, Minh Hạnh Túc, Thiện Thệ, Thế Gian Giải, Vô Thượng Sĩ, Điều Ngự Trượng Phu, Thiên Nhân Sư, Phật Thế Tôn, đang thuyết pháp cho vô lượng vô biên các vị Đại Bồ Tát cung kính vây quanh. Hào quang từ tướng bạch hào giữa hai chân mày của Phật Thích-ca Mâu-ni soi chiếu khắp thế giới ấy.

Khi ấy, cõi thế giới Nhất Thiết Tịnh Quang Trang Nghiêm có một vị Bồ Tát hiệu là Diệu Âm,[2] từ lâu trồng sâu các gốc công đức, gần gũi cúng dường vô số trăm ngàn muôn ức đức Phật nên đã thành tựu trọn vẹn trí tuệ thâm sâu, đạt được các pháp tam-muội như Diệu tràng tướng, Pháp hoa, Tịnh đức, Tú

---

[1] Tức nhục kế tướng (H. 肉髻相, S. uṣṇīṣa-śiraskatā), một trong 32 tướng tốt của đức Phật. Từ giữa đỉnh đầu có một phần xương thịt nhô cao lên, hình dạng giống như một búi tóc, nên gọi là "kế" (búi tóc).

[2] Bồ Tát Diệu Âm (H. 妙音菩薩, S. Gadgadasvara).

vương hý, Vô duyên, Trí ấn, Giải nhất thiết chúng sanh ngữ ngôn, Tập nhất thiết công đức, Thanh tịnh, Thần thông du hý, Tuệ cự, Trang nghiêm vương, Tịnh quang minh, Tịnh tạng, Bất cộng, Nhật toàn...[1] Ngài được các pháp đại tam-muội như vậy, nhiều như số cát của trăm ngàn muôn ức con sông Hằng.

“Khi hào quang của đức Phật Thích-ca Mâu-ni chiếu đến thân của Bồ Tát Diệu Âm, ngài liền thưa với Phật Tịnh Hoa Tú Vương Trí: ‘Bạch Thế Tôn! Nay con sẽ đến thế giới Ta-bà để lễ bái, gần gũi cúng dường đức Phật Thích-ca Mâu-ni cùng gặp gỡ Pháp vương tử Bồ Tát Văn-thù-sư-lợi, Bồ Tát Dược Vương, Bồ Tát Dũng Thí, Bồ Tát Tú Vương Hoa, Bồ Tát Thượng Hạnh Ý, Bồ Tát Trang Nghiêm Vương, Bồ Tát Dược Thượng.’

“Bấy giờ, đức Phật Tịnh Hoa Tú Vương Trí bảo Bồ Tát Diệu Âm: ‘Ông đừng xem thường cõi nước ấy mà có ý cho là thấp kém. Thiện nam tử! Thế giới Ta-bà ấy cao thấp không bằng phẳng, đất đá núi đồi, đầy dẫy những thứ dơ nhớp xấu xa, thân Phật ở đó nhỏ bé, thân hình các Bồ Tát cũng nhỏ, còn thân ông cao bốn mươi hai ngàn do-tuần, thân ta cao sáu trăm tám mươi muôn do-tuần; thân ông đoan chính bậc nhất,

---

[1] Kinh văn liệt kê 16 pháp tam-muội. Bản Anh ngữ kể ra 17 pháp, nhiều hơn một tam muội là Candrapradīpa, có thể dịch là Nguyệt Đăng tam muội (月燈三昧), 16 pháp còn lại tương ứng nhau: tam-muội Diệu Tràng Tướng (Dhvajāgrakeyūra), tam-muội Pháp Hoa (Saddharmapuṇḍarīka), tam-muội Tịnh Đức (Vimaladatta), tam-muội Tú Vương Hý (Nakṣatrarājavikrīḍita), tam-muội Vô Duyên (Anilambha), tam-muội Trí Ấn (Jñānamudrā), tam-muội Giải Nhất Thiết Chúng Sanh Ngữ Ngôn (Sarvarutakauśalya), tam-muội Tập Nhất Thiết Công Đức (Sarvapuṇyasamuccaya), tam-muội Thanh Tịnh (Prasādavatī), tam-muội Thần Thông Du Hý (Ṛddhivikrīḍita), tam-muội Tuệ Cự (Jñānolkā), tam-muội Trang Nghiêm Vương (Vyūharāja), tam-muội Tịnh Quang Minh (Vimalaprabhāsa), tam-muội Tịnh Tạng (Vimalagarbha), tam-muội Bất Cộng (Apkṛtsna), tam-muội Nhật Toàn (Sūryāvarta).

hình sắc sáng suốt đẹp đẽ, cho nên khi đến đó đừng xem thường cõi nước ấy rồi đối với Phật, Bồ Tát hoặc cõi Phật ấy cho là thấp kém.'

"Bồ Tát Diệu Âm bạch Phật: 'Thế Tôn! Nay con đến thế giới Ta-bà đều là nhờ sức của Như Lai, nhờ thần thông du hý của Như Lai, nhờ công đức trí tuệ trang nghiêm của Như Lai.'

"Liền đó Bồ Tát Diệu Âm từ nơi tòa ngồi, không đứng lên, thân hình không dao động, nhập tam-muội rồi dùng sức tam-muội hóa ra tám mươi bốn ngàn đóa hoa sen báu ở núi Kỳ-xà-quật, cách Pháp tòa không xa, cuống hoa bằng vàng diêm-phù-đàn, cánh hoa bằng bạc trắng, đài hoa bằng ngọc chân-thúc-ca,[1] nhụy hoa bằng kim cương.

Lúc bấy giờ, Pháp vương tử Văn-thù-sư-lợi nhìn thấy những hoa sen ấy liền bạch Phật: "Thế Tôn! Do nhân duyên gì mà trước tiên hiện ra điềm lành này? Có bao nhiêu là ngàn muôn đóa hoa sen với cuống hoa bằng vàng diêm-phù-đàn, cánh hoa bằng bạc trắng, đài hoa bằng ngọc chân-thúc-ca, nhụy hoa bằng kim cương."

Khi ấy, đức Phật Thích-ca Mâu-ni bảo ngài Văn-thù-sư-lợi: "Đó là Đại Bồ Tát Diệu Âm từ cõi Phật Tịnh Hoa Tú Vương Trí cùng với tám mươi bốn ngàn Bồ Tát vây quanh muốn đến thế giới Ta-bà để gần gũi cúng dường lễ bái ta, cũng là muốn cúng dường, nghe kinh Pháp Hoa."

Bồ Tát Văn-thù-sư-lợi bạch Phật: "Thế Tôn! Vị Bồ Tát ấy đã trồng gốc lành gì, tu tập công đức gì mà

[1] Nguyên tác là "甄叔迦寶 - chân-thúc-ca bảo", chỉ một loại đá quý có màu rất đẹp, giống như hoa của cây chân-thúc-ca (kiṃśuka) nên được gọi tên theo đó.

có sức đại thần thông như vậy? Vị ấy tu hành pháp tam-muội gì? Nguyện đức Thế Tôn vì chúng con nói về tên gọi của pháp tam-muội ấy, để chúng con cũng chuyên cần tu tập theo. Tu tập pháp tam-muội ấy mới có thể thấy được hình tướng lớn nhỏ, oai nghi cử chỉ của Bồ Tát ấy. Kính nguyện đức Thế Tôn dùng sức thần thông, khi vị Bồ Tát kia đến khiến cho chúng con được nhìn thấy."

Bấy giờ, đức Phật Thích-ca Mâu-ni bảo Bồ Tát Văn-thù-sư-lợi: "Đức Như Lai Đa Bảo đã diệt độ từ lâu, nay sẽ vì các ông mà hiển bày hình tướng của Bồ Tát ấy."

Khi ấy, đức Phật Đa Bảo bảo Bồ Tát Diệu Âm: "Thiện nam tử! Hãy đến đây, Pháp vương tử Văn-thù-sư-lợi muốn nhìn thấy thân ông."

Liền đó, Bồ Tát Diệu Âm biến mất ở cõi nước kia, cùng với tám mươi bốn ngàn Bồ Tát bắt đầu đến cõi Ta-bà. Những cõi nước ngài đi qua đều chấn động sáu cách, trời mưa xuống hoa sen bảy báu, trăm ngàn loại nhạc khí cõi trời không khua gõ mà tự vang lên. Bồ Tát Diệu Âm có đôi mắt như cánh hoa sen xanh lớn rộng; giả sử như hòa hợp vẻ đẹp của trăm ngàn muôn mặt trăng cũng không bằng diện mạo đoan chính của ngài; thân như vàng ròng với vô số trăm ngàn công đức trang nghiêm, oai đức chói ngời, hào quang rực sáng, đầy đủ các tướng tốt, như thân na-la-diên kiên cố. Bồ Tát Diệu Âm hiện vào đài bảy báu, bay lên hư không, cao khỏi mặt đất bảy cây đa-la, các vị Bồ Tát cung kính vây quanh, cùng bay đến núi Kỳ-xà-quật ở thế giới Ta-bà. Khi đến nơi, ngài xuống khỏi đài bảy báu, mang chuỗi ngọc trị giá trăm ngàn lượng vàng[1] đến chỗ đức Phật Thích-ca Mâu-ni, cúi đầu áp mặt lễ dưới chân Phật, dâng chuỗi ngọc lên rồi thưa với Phật: “Bạch Thế Tôn! Đức Phật Tịnh Hoa Tú Vương Trí gửi lời thăm hỏi vấn an Thế Tôn, ngài có được ít bệnh não, đứng ngồi nhẹ nhàng, đi lại an vui chăng? Bốn đại có điều hòa chăng? Việc đời có nhẫn chịu chăng? Chúng sanh có dễ hóa độ chăng? Không có nhiều chúng sanh tham dục, sân hận, ngu si, tật đố, keo lận, ngạo mạn chăng? Không có những chúng sanh bất hiếu với cha mẹ, bất kính với sa-môn, hoặc tà kiến, tâm bất thiện, không nhiếp phục năm căn[2] chăng? Bạch Thế Tôn! Chúng sanh cõi này có hàng phục được các ma oán chăng? Đức Như Lai Đa Bảo đã diệt độ từ lâu trong tháp bảy báu có hiện đến nghe pháp chăng? Lại cũng xin thưa hỏi vấn an đức Như Lai Đa Bảo, có an ổn, ít phiền não, nhẫn chịu ở lại lâu được chăng? Bạch Thế Tôn! Nay con muốn được nhìn thấy thân Phật Đa Bảo, kính nguyện đức Thế Tôn hiển bày cho con được thấy.”

Khi ấy, đức Phật Thích-ca Mâu-ni nói với Phật Đa Bảo: “Bồ Tát Diệu Âm này muốn được bái kiến.”

Bấy giờ, đức Phật Đa Bảo bảo Bồ Tát Diệu Âm: “Lành thay, lành thay! Ông có thể vì cúng dường đức Phật Thích-ca Mâu-ni, nghe kinh Pháp Hoa và gặp gỡ các Bồ Tát như Văn-thù-sư-lợi... mà đến cõi này.”

---

[1] Nguyên tác nói “價直百千 - giá trị bá thiên” (giá trị trăm ngàn), không rõ nghĩa. Trong phẩm Bồ Tát Quán Thế Âm tiếp theo, ở một ngữ cảnh tương tự dùng “價直百千兩金 - giá trị bá thiên lượng kim” (ĐCT, T9, 262, tr.57b, d.25-26) nên có thể biết rằng ở đây kinh văn nói lược, thay vì nói đủ là “trăm ngàn lượng vàng”.

[2] Nguyên tác dùng “五情 - ngũ tình” để chỉ 5 căn: mắt, tai, mũi, lưỡi và thân, do 5 căn này làm khởi sinh tình thức nên gọi là ngũ tình.

Khi ấy, Bồ Tát Hoa Đức bạch Phật: “Thế Tôn! Vị Bồ Tát Diệu Âm này đã trồng những căn lành gì, tu tập công đức gì mà có được sức thần thông như vậy?”

Đức Phật bảo Bồ Tát Hoa Đức: “Thời quá khứ có đức Phật hiệu là Vân Lôi Âm Vương Như Lai, Ứng Cúng, Chánh Biến Tri... cõi nước tên là Hiện Nhất Thiết Thế Gian, kiếp tên là Hý Kiến.[1] Bồ Tát Diệu Âm trong mười hai ngàn năm đã dùng trăm ngàn loại kỹ nhạc để cúng dường lên đức Phật Vân Lôi Âm Vương, cùng dâng lên tám mươi bốn ngàn bình bát quý báu. Do phước báo từ nhân duyên ấy, nay được sanh vào cõi Phật Tịnh Hoa Tú Vương Trí, có sức thần thông như thế.

“Này Hoa Đức! Ý ông nghĩ sao? Thuở xưa ở chỗ đức Phật Vân Lôi Âm Vương, Bồ Tát Diệu Âm từng dùng kỹ nhạc cúng dường, dâng bình bát quý báu đó nào phải ai khác, chính là Đại Bồ Tát Diệu Âm ngày nay.

“Này Hoa Đức! Bồ Tát Diệu Âm này từng gần gũi cúng dường vô số các đức Phật, từ lâu gieo trồng cội đức, lại được gặp vô số trăm ngàn muôn ức na-do-tha Phật nhiều như cát sông Hằng.

“Này Hoa Đức! Ông chỉ thấy được thân của Bồ Tát Diệu Âm tại đây thôi, nhưng Bồ Tát này còn thị hiện đủ thân hình ở khắp mọi nơi, vì chúng sanh thuyết giảng kinh điển này. Hoặc hiện thân Phạm vương, hoặc hiện thân Đế thích, hoặc thân Tự Tại Thiên, Đại Tự Tại Thiên, Thiên Đại Tướng Quân, Tỳ-sa-

[1] Nguyên tác là “憙見 - Hý Kiến”, chữ “憙 - hý” có nghĩa là vui sướng, hài lòng, mừng rỡ..., khác với chữ “喜 - hỷ”. Nhiều bản dịch trước đây đọc là Hỷ Kiến, e bị nhầm.

môn Thiên Vương, Chuyển Luân Thánh Vương; hoặc hiện thân các tiểu vương, trưởng giả, cư sĩ, tể quan, bà-la-môn, tỳ-kheo, tỳ-kheo-ni, ưu-bà-tắc, ưu-bà-di, hoặc hiện thân phụ nữ là trưởng giả, cư sĩ, tể quan, bà-la-môn, hoặc hiện thân đồng nam, đồng nữ, hoặc hiện thân trời, rồng, dạ-xoa, càn-thát-bà, a-tu-la, ca-lâu-la, khẩn-na-la, ma-hầu-la-già, người, phi nhân... mà thuyết giảng kinh này. Tại những nơi như địa ngục, ngạ quỷ, súc sanh cùng những nơi khó gặp Phật pháp,[1] Bồ Tát đều có thể cứu giúp; cho đến trong hậu cung của đức vua, Bồ Tát cũng hiện thành thân nữ để thuyết kinh này.

"Này Hoa Đức! Bồ Tát Diệu Âm thường cứu độ, giúp đỡ chúng sanh trong thế giới Ta-bà; Bồ Tát Diệu Âm hóa hiện đủ mọi hình tướng như vậy, vì chúng sanh thuyết giảng kinh Pháp Hoa này trong cõi Ta-bà mà sức thần thông biến hóa, trí tuệ của Bồ Tát không

---

[1] Nguyên tác dùng "難處 - nan xứ", tức bát nan xứ (八難處), chỉ những điều kiện khó gặp Phật pháp. Kinh Chánh Pháp Hoa dịch là "及諸八難 - cập chư bát nan". Tám nan xứ hay 8 điều kiện khó gặp Phật pháp bao gồm: 1. Địa ngục (地 獄; Phạn ngữ: naraka); 2. Súc sanh(畜生; Phạn ngữ: tiryañc); 3. Ngạ quỉ (餓鬼; Phạn ngữ: preta); 4. Trường thọ thiên (長壽天; Phạn ngữ: dyrghyurdeva), là cõi trời thuộc Sắc giới với thọ mạng cao. Thọ mạng cao cũng là một chướng ngại vì nó làm mê hoặc người tu, làm cho dễ quên những nỗi khổ của sanh lão bệnh tử trong luân hồi; 5. Biên địa (邊地; Phạn ngữ: pratyantajanapda), là những vùng không nằm nơi trung tâm, chẳng hạn như biên giới, nơi hẻo lánh, không thuận tiện cho việc tu học Chánh pháp; 6. Căn khuyết (根缺; Phạn ngữ: indriyavaikalya), không có đủ giác quan hoặc các giác quan bị tật nguyền như mù, câm, điếc... 7. Tà kiến (雅見; Phạn ngữ: mithydarśana), những kiến giải sai lệch, bất thiện; 8. Như Lai bất xuất sanh (如來不出生; Phạn ngữ: tathgatnm anutpda), nghĩa là sanh sống trong thời gian không có Phật hoặc giáo pháp của Phật xuất hiện. Trong một số kinh luận giải thích khác biệt về hai nan xứ thứ 5 và thứ 7: biên địa được thay bằng châu Uất-đan-việt, vì cho rằng chúng sanh ở châu này hưởng nhiều sự sung sướng nên khó tu tập; tà kiến được thay bằng "thế trí biện thông", vì cho rằng người học nhiều biết rộng sẽ khó khăn hơn trong việc tiếp nhận Chánh pháp.

hề suy giảm. Vị Bồ Tát này dùng bao nhiêu là môn trí tuệ để soi sáng thế giới Ta-bà, giúp cho mỗi một chúng sanh đều đạt được chỗ hiểu biết, lại ở nơi các thế giới nhiều như cát sông Hằng trong khắp mười phương cũng đều như vậy.

"Nếu có chúng sanh chỉ có thể hóa độ bằng hình tướng Thanh văn, Bồ Tát liền hiện thân Thanh Văn để thuyết pháp; nếu có chúng sanh chỉ có thể hóa độ bằng hình tướng Duyên giác, liền hiện thân Duyên giác để thuyết pháp; nếu có chúng sanh chỉ có thể hóa độ bằng hình tướng Bồ Tát, liền hiện thân Bồ Tát để thuyết pháp; nếu có chúng sanh chỉ có thể hóa độ bằng hình tướng Phật, liền hiện thân Phật để thuyết pháp. Bồ Tát tùy theo hình tướng thích hợp để hóa độ chúng sanh mà hiện ra đủ mọi hình tướng, cho đến những chúng sanh phải dùng sự diệt độ mới có thể hóa độ, liền thị hiện diệt độ.

"Này Hoa Đức! Sự thành tựu sức đại trí tuệ thần thông của Đại Bồ Tát Diệu Âm là như vậy."

Lúc bấy giờ, Bồ Tát Hoa Đức bạch Phật: "Thế Tôn! Bồ Tát Diệu Âm này đã trồng sâu căn lành. Bạch Thế Tôn! Bồ Tát này đã an trụ pháp tam-muội gì mà có thể tùy nơi biến hiện độ thoát chúng sanh?"

Đức Phật bảo Bồ Tát Hoa Đức: "Thiện nam tử! Pháp tam-muội ấy có tên là Hiện Nhất Thiết Sắc Thân. Bồ Tát Diệu Âm an trụ trong pháp tam-muội ấy nên có thể làm lợi ích cho vô số chúng sanh như vậy."

Khi Phật thuyết phẩm Bồ Tát Diệu Âm này, tám mươi bốn ngàn Bồ Tát cùng đi với Bồ Tát Diệu Âm đều đạt được pháp tam-muội Hiện Nhất Thiết Sắc Thân; vô số Bồ Tát ở thế giới Ta-bà này cũng đạt được pháp tam-muội ấy cùng pháp tổng trì.

Lúc bấy giờ, Đại Bồ Tát Diệu Âm cúng dường Phật Thích-ca Mâu-ni cùng Phật Đa Bảo xong liền quay về cõi nước của mình. Các cõi nước ngài đi qua đều chấn động sáu cách, trời mưa xuống hoa sen báu, vang lên trăm ngàn muôn ức đủ loại âm nhạc. Khi về đến cõi thế giới kia rồi, ngài với tám mươi bốn ngàn Bồ Tát vây quanh cùng đến chỗ đức Phật Tịnh Hoa Tú Vương Trí, bạch Phật rằng: "Thế Tôn! Con đến thế giới Ta-bà làm lợi ích chúng sanh, đã gặp đức Phật Thích-ca Mâu-ni, cũng thấy được tháp Phật Đa Bảo, lễ bái cúng dường, lại gặp gỡ Pháp vương tử Bồ Tát Văn-thù-sư-lợi, Bồ Tát Dược Vương, Bồ Tát Đắc Cần Tinh Tấn Lực, Bồ Tát Dũng Thí... và cũng khiến cho tám muôn bốn ngàn Bồ Tát này đều đạt được pháp tam-muội Hiện Nhất Thiết Sắc Thân."

Khi đức Phật thuyết phẩm kinh Bồ Tát Diệu Âm[1] này, có bốn mươi hai ngàn vị thiên tử cõi trời đạt được pháp nhẫn vô sinh, Bồ Tát Hoa Đức đạt được pháp tam-muội Pháp Hoa.

[1] Kinh văn chỗ này nói là "Diệu Âm Bồ Tát lai vãng phẩm" (妙音菩薩來往品) nhưng trong tên phẩm kinh chính thức không có hai chữ "lai vãng".

25. Phẩm Phổ môn - Bồ Tát Quán Thế Âm

Lúc ấy, Bồ Tát Vô Tận Ý[1] từ chỗ ngồi đứng dậy, vén áo trần vai bên phải,[2] chắp tay cung kính hướng về đức Phật thưa hỏi: "Bạch Thế Tôn! Do nhân duyên gì mà Bồ Tát Quán Thế Âm[3] có danh hiệu ấy?"

Đức Phật bảo Bồ Tát Vô Tận Ý: "Thiện nam tử! Nếu có vô số trăm ngàn muôn ức chúng sanh đang chịu các khổ não, nghe đến Bồ Tát Quán Thế Âm liền một lòng xưng niệm danh hiệu, Bồ Tát Quán Thế Âm lập tức quán chiếu âm thanh xưng niệm, khiến cho những chúng sanh ấy đều được giải thoát.

"Nếu có người trì niệm danh hiệu Bồ Tát Quán Thế Âm, dù vào lửa dữ cũng không bị thiêu đốt; đó là do sức oai thần của Bồ Tát.

"Nếu bị nước lớn cuốn trôi, niệm danh hiệu Bồ Tát liền gặp chỗ nước cạn.

---

[1] Bồ Tát Vô Tận Ý (H. 無盡意, S. Akṣayamati), cũng được dịch là Vô Tận Tuệ (無盡慧) hay Vô Lượng Ý (無量意).

[2] Nguyên tác là "偏袒右肩 - thiên đản hữu kiên" (vạch trần vai bên phải). Đây là nghi thức bày tỏ sự tôn kính theo lễ nghi Ấn Độ thuở xưa.

[3] Bồ Tát Quán Thế Âm (H. 觀世音菩薩, S. Avalokiteśvara), dịch âm là A-phược-lô-chỉ-đê-thấp-phạt-la (阿縛盧枳低濕伐羅), cũng dịch nghĩa thành các tên khác như Quang Thế Âm (光世音), Quán Tự Tại (觀自在), Quán Thế Tự Tại (觀世自在), Quán Thế Âm Tự Tại (觀世音自在), Hiện Âm Thanh (現音聲), Khuy Âm (闚音), thường gặp cách gọi tắt là Bồ Tát Quán Âm (觀音菩薩).

"Nếu có trăm ngàn muôn ức chúng sanh vì muốn tìm vàng, bạc, lưu ly, xa cừ, mã não, san hô, hổ phách, các thứ bảo vật... nên đi vào biển lớn, gặp cơn mưa bão tối tăm[1] xô đẩy thuyền trôi dạt vào nước quỷ la-sát; dù chỉ một người trong số ấy xưng niệm danh hiệu Bồ Tát Quán Thế Âm thì những người khác cũng đều thoát khỏi nạn quỷ la-sát.

"Do nhân duyên như vậy nên có danh hiệu Bồ Tát Quán Thế Âm.

"Thiện nam tử! Nếu có người sắp bị giết hại, xưng niệm danh hiệu Bồ Tát Quán Thế Âm thì dao gậy kẻ kia tự nhiên gãy nát, liền được giải thoát.

"Nếu trong thế giới đại thiên đầy dẫy dạ-xoa, la-sát muốn đến hại người, vừa nghe xưng niệm danh hiệu Bồ Tát Quán Thế Âm thì những quỷ dữ đó không dám nhìn người bằng ánh mắt hung dữ, huống chi là làm hại?

"Nếu người bị gông cùm xiềng xích, dù có tội hay không có tội, xưng niệm danh hiệu Bồ Tát Quán Thế Âm thì gông cùm xiềng xích tự nhiên gãy nát, liền được giải thoát.

"Nếu trong thế giới đại thiên đầy bọn giặc cướp, có một thương chủ[2] dẫn các thương nhân, mang nhiều hàng hóa quý báu đi qua đường hiểm. Một người trong số ấy nói rằng: 'Này các vị, xin đừng lo sợ, chúng ta nên một lòng xưng niệm danh hiệu Bồ Tát Quán

---

[1] Nguyên tác là "黑風 - hắc phong" (gió đen), chỉ cơn bão lớn kèm theo mây đen, mưa lớn, khiến trời đất tối đen không còn ánh sáng.

[2] Thương chủ: người cầm đầu, dẫn đầu một đoàn thương nhân cùng đi buôn đường xa.

Thế Âm. Vị Bồ Tát này thường mang an ổn đến cho chúng sanh, nếu ta xưng danh hiệu ngài sẽ được thoát nạn giặc cướp.' Các thương nhân nghe vậy cùng nhau niệm lớn: 'Nam-mô Quán Thế Âm Bồ Tát.' Nhờ niệm danh hiệu nên liền thoát nạn.

"Này Vô Tận Ý! Sức oai thần của Đại Bồ Tát Quán Thế Âm lớn lao như thế.

"Nếu có chúng sanh thường tham dâm dục, cung kính niệm danh Bồ Tát Quán Thế Âm liền xa lìa dâm dục; nếu nhiều sân hận, thường cung kính niệm Bồ Tát Quán Thế Âm, liền xa lìa sân hận; nếu nhiều ngu si, thường cung kính niệm Bồ Tát Quán Thế Âm, liền xa lìa ngu si.

"Này Vô Tận Ý! Bồ Tát Quán Thế Âm có những oai thần lớn lao như vậy, làm lợi ích rất nhiều, do vậy chúng sanh nên thường xưng niệm.

"Nếu có phụ nữ muốn sinh con trai, cúng dường lễ bái Bồ Tát Quán Thế Âm liền sinh con trai phước đức, trí tuệ; nếu muốn sinh con gái, liền sinh con gái xinh đẹp, nết na đoan chính, từng trồng sâu các gốc công đức, được mọi người yêu kính.

"Này Vô Tận Ý! Bồ Tát Quán Thế Âm có sức thần như vậy; chúng sanh cung kính lễ bái, phước đức không hề luống mất. Vì thế chúng sinh đều nên thọ trì danh hiệu Bồ Tát Quán Thế Âm.

"Vô Tận Ý! Nếu có người thọ trì danh hiệu các Bồ Tát nhiều như số cát sáu mươi hai ức sông Hằng, lại trọn đời cúng dường thức ăn uống, y phục, giường nằm, thuốc men trị bệnh. Ý ông nghĩ sao, công đức của thiện nam hay thiện nữ ấy có nhiều chăng?"

Vô Tận Ý thưa: "Bạch Thế Tôn, rất nhiều."

Phật dạy: "Nếu lại có người thọ trì danh hiệu Bồ Tát Quán Thế Âm, dù chỉ một lần cúng dường lễ bái, phước đức hai người ấy bằng nhau, không hề khác biệt, trong trăm ngàn muôn ức kiếp không thể cùng tận.

"Này Vô Tận Ý! Thọ trì danh hiệu Bồ Tát Quán Thế Âm được lợi ích phước đức vô lượng vô biên như vậy."

Bồ Tát Vô Tận Ý bạch Phật: "Thế Tôn! Bồ Tát Quán Thế Âm đi khắp thế giới Ta-bà như thế nào? Vì chúng sanh thuyết pháp thế nào? Sử dụng sức phương tiện ra sao?"

Phật bảo Bồ Tát Vô Tận Ý: "Thiện nam tử! Nếu có chúng sanh trong cõi nước phải dùng thân Phật mới có thể hóa độ, Bồ Tát Quán Thế Âm liền hiện thân Phật vì họ thuyết pháp.

"Nếu phải dùng thân Duyên giác mới có thể hóa độ, liền hiện thân Duyên giác vì họ thuyết pháp.

"Nếu phải dùng thân Thanh văn mới có thể hóa độ, liền hiện thân Thanh văn thuyết pháp.

"Nếu phải dùng thân Phạm vương mới có thể hóa độ, liền hiện thân Phạm vương thuyết pháp.

"Nếu phải dùng thân Đế-thích mới có thể hóa độ, liền hiện thân Đế-thích thuyết pháp.

"Nếu phải dùng thân Tự tại thiên mới có thể hóa độ, liền hiện thân Tự tại thiên thuyết pháp.

"Nếu phải dùng thân Đại tự tại thiên mới có thể hóa độ, liền hiện thân Đại tự tại thiên thuyết pháp.

"Nếu phải dùng thân Thiên đại tướng quân mới có thể hóa độ, liền hiện thân Thiên đại tướng quân thuyết pháp.

"Nếu phải dùng thân Tỳ-sa-môn mới có thể hóa độ, liền hiện thân Tỳ-sa-môn thuyết pháp.

"Nếu phải dùng thân tiểu vương mới có thể hóa độ, liền hiện thân tiểu vương thuyết pháp.

"Nếu phải dùng thân trưởng giả mới có thể hóa độ, liền hiện thân trưởng giả thuyết pháp.

"Nếu phải dùng thân cư sĩ mới có thể hóa độ, liền hiện thân cư sĩ thuyết pháp.

"Nếu phải dùng thân tể quan mới có thể hóa độ, liền hiện thân tể quan thuyết pháp.

"Nếu phải dùng thân bà-la-môn mới có thể hóa độ, liền hiện thân bà-la-môn thuyết pháp.

"Nếu phải dùng thân tỳ-kheo, tỳ-kheo ni, ưu-bà-tắc, ưu-bà-di mới có thể hóa độ, liền hiện thân tỳ-kheo, tỳ-kheo ni, ưu-bà-tắc, ưu-bà-di thuyết pháp.

"Nếu phải dùng thân phụ nữ là trưởng giả, cư sĩ, tể quan, bà-la-môn mới có thể hóa độ, liền hiện ra những thân phụ nữ như vậy thuyết pháp.

"Nếu phải dùng thân đồng nam, đồng nữ mới có thể hóa độ, liền hiện thân đồng nam, đồng nữ thuyết pháp.

"Nếu phải dùng những thân trời, rồng, dạ-xoa, càn-thát-bà, a-tu-la, ca-lâu-la, khẩn-na-la, ma-hầu-la-già, người và phi nhân mới có thể hóa độ, liền hiện ra những thân như vậy thuyết pháp.

"Nếu phải dùng thân thần Chấp kim cang mới có thể hóa độ, liền hiện thân thần Chấp kim cang thuyết pháp.

"Vô Tận Ý! Bồ Tát Quán Thế Âm thành tựu những công đức như vậy, dùng đủ mọi hình tướng đi khắp các cõi nước mà độ thoát chúng sanh. Vì vậy các ông nên một lòng cúng dường Bồ Tát Quán Thế Âm.

"Đại Bồ Tát Quán Thế Âm này, trong lúc nguy cấp sợ sệt thường mang đến sự an ổn không sợ sệt cho chúng sanh, nên trong cõi Ta-bà đều gọi ngài là bậc Thí Vô Úy."

Bồ Tát Vô Tận Ý thưa với Phật: "Bạch Thế Tôn! Nay con xin cúng dường Bồ Tát Quán Thế Âm."

Liền cởi chuỗi ngọc quý trị giá trăm ngàn lượng vàng dâng lên Bồ Tát Quán Thế Âm, thưa rằng: "Bậc nhân từ, xin ngài nhận món pháp thí là chuỗi ngọc quý này."

Bấy giờ, Bồ Tát Quán Thế Âm không nhận. Bồ Tát Vô Tận Ý lại thưa: "Bậc nhân từ! Xin ngài thương chúng tôi mà nhận chuỗi ngọc này."

Đức Phật bảo Bồ Tát Quán Thế Âm: "Nên thương Bồ Tát Vô Tận Ý và bốn chúng, cùng hàng trời, người, rồng, dạ-xoa, càn-thát-bà, a-tu-la, ca-lâu-la, khẩn-na-la, ma-hầu-la-già mà nhận chuỗi ngọc này."

Ngay khi đó, Bồ Tát Quán Thế Âm vì thương Bồ Tát Vô Tận Ý và bốn chúng, cùng hàng trời, rồng, cho đến người, phi nhân... liền nhận chuỗi ngọc rồi chia làm hai phần, một phần dâng lên Phật Thích-ca Mâu-ni, một phần dâng lên tháp Phật Đa Bảo.

Đức Phật dạy: "Vô Tận Ý! Bồ Tát Quán Thế Âm có sức thần tự tại như vậy, đi khắp thế giới Ta-bà."

Bấy giờ, Bồ Tát Vô Tận Ý đọc kệ thưa hỏi rằng:[1]

"Đức Thế Tôn đủ đầy diệu tướng,
Con nay xin thưa hỏi đôi lần.
Có Bồ Tát tên Quán Thế Âm,
Nhân duyên gì xưng danh hiệu ấy?"

Đức Thế Tôn đủ đầy diệu tướng,
Kệ đáp rằng: "Ông hãy lắng nghe,
Bồ Tát Quán Thế Âm hạnh nguyện,
Cũng rộng sâu như biển như trời.

Khéo hóa hiện nơi nơi, chốn chốn,
Trải bao đời không thể suy lường,
Đã kề cận muôn ngàn đức Phật,
Phát nguyện lành thanh tịnh lớn lao.

Ta nay sẽ vì ông lược nói,
Dù nghe danh hay thấy hiện thân,
Nếu trong tâm vẫn thường nhớ niệm,

---

[1] Đại Chánh tạng cho biết phần kệ trùng tụng trong phẩm này do ngài Xà-na-quật-đa (闍那崛多) dịch vào đời Tùy. (隋北天竺沙門闍那崛多譯重頌 - Tùy, Bắc Thiên Trúc Sa-môn Xà-na-quật-đa dịch trùng tụng) (ĐCT, T9, 262, tr.198b, d.11). Như vậy, trong bản dịch ban đầu của ngài Cưu-ma-la-thập không có phần kệ tụng này. Ở đây chúng ta thấy có dấu hiệu ghép nối, thay vì nói đến việc "lặp lại ý nghĩa trên" mới đúng nghĩa trùng tụng, thì ở đây lại nói "đọc kệ thưa hỏi" (以偈問曰) vốn không hợp nghĩa, vì trước đó kinh văn trường hàng đã nói việc thưa hỏi rồi.

Liền bình an khổ nạn dứt trừ.
Hoặc có người khởi tâm hãm hại,
Đem bỏ vào hầm lửa đốt thiêu.
Nhờ sức niệm Quán Âm cứu độ,
Hầm lửa kia liền hóa ao lành.

Hoặc trôi dạt giữa vùng biển cả,
Gặp quỷ thần, rồng, cá khốn nguy;
Nhờ sức niệm Quán Âm cứu độ,
Sóng dữ kia chẳng thể hại mình.

Hoặc từ trên đỉnh núi Tu-di,
Bị kẻ ác đẩy xô rơi xuống.
Nhờ sức niệm Quán Âm cứu độ,
Như mặt trời vững giữa hư không.

Hoặc bị kẻ ác tâm rượt đuổi,
Trốn chạy rơi từ núi Kim cang.
Nhờ sức niệm Quán Âm cứu độ,
Dù mảy lông chẳng tổn hại gì.

Hoặc gặp phải những phường giặc cướp,
Cầm gậy dao chờ chực hại người.
Nhờ sức niệm Quán Âm cứu độ,
Giặc cướp kia liền khởi lòng lành.

Hoặc bị nạn vua quan hãm hại,
Chịu thọ hình sắp phải đầu rơi.
Nhờ sức niệm Quán Âm cứu độ,
Đao kiếm liền tự hủy hoại ngay.

Hoặc chịu những oan khiên tù ngục,
Phải gông cùm xiềng xích tay chân.
Nhờ sức niệm Quán Âm cứu độ,

Liền tự nhiên được tháo gông cùm.
Hoặc bị những tà ma chú thuật,
Thuốc độc dùng làm hại đến thân.
Nhờ sức niệm Quán Âm cứu độ,
Tai ách quay lại kẻ hại người.

Hoặc gặp phải hung thần la-sát,
Với quỷ, rồng, ác độc hiểm nguy.
Nhờ sức niệm Quán Âm cứu độ,
Hết thảy đều chẳng hại đến thân.

Hoặc bị hại bởi loài thú dữ,
Giương vuốt nanh đe dọa khiếp hồn.
Nhờ sức niệm Quán Âm cứu độ,
Thú dữ kia liền phải chạy xa.

Hoặc có những rắn độc, bò cạp,
Khí độc phun như lửa khói xông.
Nhờ sức niệm Quán Âm cứu độ,
Theo âm thanh liền tự phản hồi.

Hoặc gặp lúc gió giông sấm dậy,
Mưa ngập trời nước lũ trào dâng.
Nhờ sức niệm Quán Âm cứu độ,
Ngay tức thời mây tạnh trời quang.

Chúng sanh gặp biết bao khổ nạn,
Bao hiểm nguy rình rập quanh mình.
Đức Quán Âm sức thần diệu trí,
Thường cứu nguy bạt khổ thế gian.

Đầy đủ sức thần thông biến hóa,
Lại rộng tu phương tiện trí minh.
Gần xa khắp mười phương cõi nước,

Chẳng nơi nào lại chẳng hiện thân.

Các đường dữ súc sanh, ngạ quỷ,
Hoặc là nơi địa ngục khốn cùng.
Chịu những khổ sanh, già, bệnh, chết,
Quán Âm liền cứu vớt dần cho.

Dùng Chân quán cùng Thanh tịnh quán,
Lại thêm Quảng đại trí tuệ quán,
Vận dụng vào Bi quán, Từ quán,[1]
Nên thường nguyện, lại thường chiêm ngưỡng.

Hào quang thanh tịnh không cấu nhiễm,
Như mặt trời phá sạch tối tăm.
Thường trừ được nạn tai gió lửa,
Chiếu soi cùng chốn chốn thế gian.

Thể lòng bi[2] rền như sấm động,
Diệu ý từ, mây lớn chở che.
Đổ mưa pháp cam lồ khắp cõi,
Dập tắt liền phiền não lửa kia.

Tranh giành nhau đến trước cửa quan,
Hoặc giữa chốn trận tiền run rẩy.
Nhờ sức niệm Quán Âm cứu độ,

---

[1] Khổ kệ này đề cập đến 5 pháp quán mà Bồ Tát Quán Thế Âm đã thành tựu, tương đương với 3 pháp quán không, quán giả và quán trung, được giải thích theo giáo lý tông Thiên thai bao gồm: 1. Chân quán (真觀): tức là pháp quán không, quán xét lý chân đế để đoạn trừ kiến hoặc và tư hoặc. 2. Thanh tịnh quán (清淨觀): tức là pháp quán giả. Sau khi dứt trừ kiến hoặc và tư hoặc, thân được thanh tịnh, tiếp tục quán giả để đoạn trừ trần sa hoặc. 3. Quảng đại trí tuệ quán (廣大智慧觀): tức pháp quán trung, do đã dứt trừ vô minh hoặc mà đạt được trí tuệ rộng lớn. 4. Bi quán (悲觀): vận dụng 3 pháp quán trên để quán xét chúng sinh, cứu giúp thoát khỏi khổ não. 5. Từ quán (慈觀): vận dụng 3 pháp quán trên quán xét chúng sinh, để ban cho sự an vui.

[2] Nguyên tác là "悲體戒 - bi thể giới", chỉ thể tánh đại bi không ngăn ngại phân biệt, được phát sinh từ việc nghiêm trì giới hạnh thanh tịnh.

Kẻ oán cừu hết thảy lùi xa.
Này Diệu âm, này Quán thế âm,
Cùng Phạm âm và Hải triều âm.
Lại thêm Thắng bỉ thế gian âm,[1]
Người thế gian hãy thường nhớ niệm.

Khi niệm tưởng chớ sanh nghi ngại,
Quán Thế Âm, bậc thánh thanh tịnh.
Giữa những chốn nguy nan, sống chết,
Thường vì người cứu độ chở che.

Đã thành tựu đủ đầy công đức,
Dùng mắt từ xem khắp chúng sanh.
Phước tích tụ vô biên như biển,
Do vậy nên kính lễ chí thành."

Bấy giờ, Bồ Tát Trì Địa[2] từ chỗ ngồi đứng dậy thưa với Phật: "Bạch Thế Tôn! Nếu có chúng sanh nào được nghe phẩm Bồ Tát Quán Thế Âm này, nói về công hạnh tự tại với sức thần thông thị hiện khắp mọi nơi, nên biết rằng công đức của người ấy thật không nhỏ."

Khi Phật thuyết phẩm Phổ môn này, trong chúng hội có tám mươi bốn ngàn chúng sinh đều phát tâm Vô thượng Chánh đẳng Chánh giác không gì so sánh được.

---

[1] Khổ kệ này nói về ngũ âm (5 loại âm thanh) mà Bồ Tát Quán Thế Âm đã thành tựu. 1. Diệu âm (妙音): là âm thanh nhiệm mầu, vi diệu. 2. Quán thế âm (觀世音): là âm thanh quán xét thế gian, dùng trí tuệ vi diệu để quán xét chúng sanh, tầm thanh cứu khổ. 3. Phạm âm (梵音): là âm thanh thanh tịnh. 4. Hải triều âm (海潮音): là âm thanh thích hợp với thời điểm, ví như ngọn thủy triều lên xuống tùy thời điểm không bao giờ sai lệch; Bồ Tát cũng thuyết pháp đúng thời thích hợp để hóa độ chúng sanh, không sai lệch. 5. Thắng bỉ thế gian âm (勝彼世間音): là âm thanh vượt trội hơn tất cả âm thanh của thế gian.

[2] Bồ Tát Trì Địa (H. 持地菩薩, S. Dharaṇīndhara).

26. Phẩm Đà-la-ni

Lúc bấy giờ, Bồ Tát Dược Vương từ chỗ ngồi đứng dậy, vén áo trần vai bên phải, chắp tay hướng về đức Phật thưa hỏi: “Bạch Thế Tôn! Nếu có thiện nam, thiện nữ thọ trì kinh Pháp Hoa, tụng đọc thông suốt hoặc sao chép quyển kinh, thì được bao nhiêu phước đức?”

Đức Phật bảo Bồ Tát Dược Vương: “Nếu có thiện nam, thiện nữ cúng dường chư Phật nhiều như số cát của tám trăm muôn ức na-do-tha sông Hằng, ý ông nghĩ sao, người ấy được phước đức nhiều chăng?”

Bồ Tát Dược Vương thưa: “Bạch Thế Tôn, rất nhiều.”

Phật dạy: “Nếu thiện nam, thiện nữ nào có thể thọ trì, thậm chí chỉ một bài kệ bốn câu trong kinh này, tụng đọc, giải nghĩa, y theo đó tu hành thì công đức cũng rất nhiều như thế.”[1]

---

[1] Theo nguyên tác Hán văn, ở đây đức Phật chỉ lặp lại “功德甚多 - công đức thậm đa” (công đức rất nhiều), nghĩa là cũng bằng như người cúng dường chư Phật. Đoạn tương đương trong kinh Chánh Pháp Hoa nói là công đức của người thọ trì kinh nhiều hơn công đức của người cúng dường chư Phật: “勝於供養若干江沙諸佛世尊 - thắng ư cúng dường nhược can giang sa chư Phật Thế Tôn” (...hơn cả việc cúng dường chư Phật Thế Tôn nhiều như số cát của bao nhiêu là con sông). (ĐCT, T9, 263, tr.130a, d.8-9) và đức Phật giải thích: “法之供養，最為第一。- Pháp chi cúng dường, tối vi đệ nhất.” (Cúng dường pháp là hơn hết.) (ĐCT, T9, 263, tr.130a, d.9-10) Bản Anh ngữ dịch từ Phạn ngữ của H. Kern cũng nói là nhiều hơn: “... on that account produce far more pious merit.” (... trường hợp đó tạo ra công đức rất nhiều hơn.)

Khi ấy, Bồ Tát Dược Vương bạch Phật: "Thế Tôn! Nay con sẽ nói cho người thuyết pháp một câu thần chú dùng để giữ gìn bảo vệ." Nói rồi liền đọc thần chú:

"An nhĩ, mạn nhĩ, ma nễ, ma ma nễ, chỉ lệ, già lê đệ, xa mế, xa lý đa vĩ, chiên đế, mục đế, mục đa lý, ta lý, a vĩ ta lý, tang lý, ta lý, xoa dệ, a xoa duệ, a kỳ nị, chiên đế, xa lý, đà la ni, a lô già bà ta bá giá tỳ xoa nị, nễ tỳ thế, a tiện đa la nễ lý thế, a đản đa ba lệ thâu địa, âu cứu lệ, mâu cứu lệ, a la lệ, ba la lệ, thủ ca sai, a tam ma tam lý, Phật đà tỳ kiết lợi dật đế, đạt ma ba lợi sai đế, tăng già niết cù sa nễ, bà xá bà xá thâu địa, mạn đa la, mạn đa la xoa dạ đa, bưu lâu đa, bưu lâu đa kiêu xá lược, ác xoa la, ác xoa dã đa dã, a bà lô, a ma nhã na đa dạ."

"Bạch Thế Tôn! Thần chú đà-la-ni[1] này do chư Phật nhiều như số cát của sáu mươi hai ức sông Hằng nói ra. Nếu ai xâm phạm, hủy báng vị pháp sư trì kinh Pháp Hoa này tức là đã xâm phạm, hủy báng chư Phật."

Lúc bấy giờ, đức Phật Thích-ca Mâu-ni khen ngợi Bồ Tát Dược Vương: "Lành thay, lành thay, Dược Vương! Ông vì thương xót ủng hộ vị pháp sư trì kinh Pháp Hoa mà nói ra thần chú đà-la-ni này, có rất nhiều lợi ích cho chúng sanh."

Khi ấy, Bồ Tát Dũng Thí thưa với Phật: "Bạch Thế

---

[1] Nguyên tác là "陀羅尼神咒 - đà-la-ni thần chú", là cách dùng lặp nghĩa thường gặp. Riêng chữ đà-la-ni (H. 陀羅尼, S. dhāraṇī) cũng thường được hiểu như thần chú, chân ngôn và được dịch sang Hán ngữ là "tổng trì" (總持), chỉ khả năng tóm thâu, nắm giữ. Do vậy, riêng trong phẩm kinh này, cách dùng những chữ "chú", "thần chú" hay "đà-la-ni" đều giống nhau, không khác biệt.

Tôn! Con cũng vì ủng hộ người thọ trì kinh Pháp Hoa, xin nói ra thần chú đà-la-ni. Nếu vị pháp sư kia có được thần chú đà-la-ni này thì cho dù các dạ-xoa,[1] la-sát,[2] phú-đan-na,[3] cát-già,[4] cưu-bàn-trà, ngạ quỷ[5]... rình rập tìm chỗ sơ hở [để hãm hại] cũng không được dễ dàng." Nói rồi liền ở trước Phật đọc thần chú rằng:

"Toa lệ, ma ha toa lệ, úc chỉ, mục chỉ, a lệ, a la bà đệ, niết lệ đệ, niết lệ đa bà đệ, y trí ni, vi trí ni, chỉ trí ni, niết lệ trì ni, niết lê trì bà để."

"Bạch Thế Tôn! Thần chú đà-la-ni này do chư Phật nhiều như cát sông Hằng nói ra, lại cũng đều tùy hỷ; nếu xâm phạm, hủy báng vị pháp sư trì kinh Pháp Hoa này tức là đã xâm phạm, hủy báng chư Phật."

Khi ấy, vị thiên vương hộ thế Tỳ-sa-môn[6] thưa với Phật: "Bạch Thế Tôn! Con cũng thương xót chúng sanh, ủng hộ vị pháp sư trì kinh Pháp Hoa, xin đọc thần chú đà-la-ni." Liền đọc thần chú rằng:

"A lê, na lê, nâu na lê, a na lô, na lý, câu na lý."

---

[1] Dạ-xoa (H. 夜叉, S. yakṣa), cũng phiên âm là dược-xoa, duyệt-xoa, dã-xoa, tên một loài quỷ, Hán dịch là quỷ khinh tiệp, có tốc độ di chuyển rất nhanh lẹ. Loài quỷ này được kể vào trong 8 bộ chúng.

[2] La-sát (H. 羅剎, S. rākṣasa), tên một loài quỷ, nữ la-sát gọi là la-xoa-tư (H. 羅叉私, S. rākṣasī), Hán dịch là quỷ tốc tật (rất nhanh) hoặc quỷ khả úy (đáng sợ). Loài quỷ này có thần thông, có thể bay đi trên không trung.

[3] Phú-đan-na (H. 富單那, S. pūtana): tên một loài quỷ, dịch nghĩa có nhiều tên như xú quỷ, xú ngạ quỷ, nhiệt bệnh quỷ, tai quái quỷ... là quyến thuộc của Trì quốc thiên, gìn giữ phương đông cõi Diêm-phù-đề.

[4] Cát-già (H. 吉遮, S. kṛtya), cũng phiên âm là cát-giá (吉蔗), cát-lật-giá (吉栗蔗), ngật-lật-trước (訖栗著), tên một loài quỷ, cũng gọi là quỷ khởi thi.

[5] Ngạ quỷ (H. 餓鬼, S. preta), tên phiên âm là bệ-lệ-đa (薜荔多), tức là loài quỷ đói, do nghiệp ác đã tạo nên phải thường xuyên chịu đói khát.

[6] Tỳ-sa-môn (H. 毘沙門, S. Vaiśravaṇa), Hán dịch là Đa văn thiên (多聞天) một trong 4 vị thiên vương thủ hộ thế giới Ta-bà, nên gọi là thiên vương hộ thế. Vị thiên vương này trụ ở phía bắc núi Tu-di, thủ hộ phương bắc cõi Diêm-phù-đề.

"Bạch Thế Tôn! Tuy đã dùng thần chú này để ủng hộ vị pháp sư trì kinh Pháp Hoa, con cũng tự mình sẽ ủng hộ vị ấy, khiến cho trong phạm vi một trăm do-tuần không xảy ra những điều suy kém hoạn nạn."

Khi ấy, Thiên vương Trì quốc[1] ở giữa pháp hội, cùng với ngàn muôn ức na-do-tha chúng càn-thát-bà cung kính vây quanh, đều đến trước chỗ Phật chắp tay thưa rằng: "Bạch Thế Tôn! Con cũng có thần chú đà-la-ni để ủng hộ người thọ trì kinh Pháp Hoa." Liền đọc thần chú rằng:

"A già nễ, già nễ, cù lợi, càn đà lợi, chiên đà lợi, ma đặng kỳ, thường cầu lợi, phù lâu sa ni, át để."

"Bạch Thế Tôn! Thần chú đà-la-ni này do bốn mươi hai ức đức Phật nói ra, nếu ai xâm phạm, hủy báng pháp sư trì kinh Pháp Hoa, tức là đã xâm phạm, hủy báng chư Phật."

Khi ấy có các nữ la-sát, thứ nhất tên Lam-bà, thứ hai tên Tỳ-lam-bà, thứ ba tên Khúc xỉ, thứ tư tên Hoa xỉ, thứ năm tên Hắc xỉ, thứ sáu tên Đa phát, thứ bảy tên Vô yếm túc, thứ tám tên Trì anh lạc, thứ chín tên Cao đế, thứ mười tên Đoạt nhất thiết chúng sanh tinh khí. Mười nữ la-sát này với quỷ Tử mẫu cùng các con và quyến thuộc cùng nhau đến chỗ Phật, đồng thanh bạch Phật: "Thế Tôn! Chúng con cũng muốn ủng hộ người thọ trì, tụng đọc kinh Pháp Hoa, giúp họ dứt trừ những điều suy kém hoạn nạn, nếu có kẻ rình rập tìm chỗ kém cỏi của vị pháp sư ấy thì khiến cho không được dễ dàng." Liền ở trước Phật nói thần chú rằng:

[1] Thiên vương Trì quốc (H. S. Dhṛta-rāṣṭra), một trong 4 vị thiên vương hộ thế, trụ ở lưng chừng núi Tu-di về phía đông, thủ hộ phương đông cõi Diêm-phù-đề.

“Y đề lý, y đề dân, y đề lý, a đề lý, y đề lý, nê lý, nê lý, nê lý, nê lý, nê lý, lâu ê, lâu ê, lâu ê, lâu ê, đa ê, đa ê, đa ê, đâu ê, nâu ê.”

“Bạch Thế Tôn! Chúng con thà để cho kẻ khác trèo lên đầu mình, quyết không để cho làm hại pháp sư, cho dù đó là dạ-xoa, la-sát, ngạ quỷ, phú-đan-na, cát-già, tỳ-đà-la, kiền-đà, ô-ma-lặc-già, a-bạt-ma-la, dạ-xoa cát-già, nhân cát-già; hoặc [loài quỷ] gây bệnh nóng một ngày, hai ngày, ba ngày, bốn ngày cho đến bảy ngày, hoặc gây bệnh nóng thường xuyên; hoặc trong giấc mộng nhìn thấy những hình dạng nam, nữ, đồng nam, đồng nữ,[1] cũng không để cho làm hại.”

Các nữ la-sát liền ở trước Phật đọc kệ rằng:

“Trái nghịch thần chú này,
Nhiễu loạn người thuyết pháp:
Đầu vỡ thành bảy phần,
Như chồi cây a-lê.[2]
Như tội giết cha, mẹ,
Lại như tội ép dầu,[3]

[1] Nguyên tác đoạn này là “若男形, 若女形, 若童男形, 若童女形, 乃至夢中亦復莫惱 - nhược nam hình, nhược nữ hình, nhược đồng nam hình, nhược đồng nữ hình, nãi chí mộng trung diệc phục mạc não”. Bản Anh dịch của H. Kern diễn đạt ý này rõ ràng hơn: “Even if in his dreams he has visions of women, men, boys or girls, it shall be impossible that they hurt him.” (Ngay cả như trong giấc mộng pháp sư nhìn thấy hình ảnh đàn bà, đàn ông, trẻ trai, trẻ gái, thì những điều đó cũng không thể nào gây hại cho pháp sư.)

[2] Cây a-lê (H. 阿梨樹, S. lodh), tức là cây symplocos racemosa. Nguyên tác Hán văn là “如阿梨樹枝 - như a-lê thụ chi”. Bản Anh dịch của H. Kern dịch là “a sprout of symplocos racemosa” (chồi cây symplocos racemosa). Chồi non của loại cây này mọc chỉa lên, tỏa ra nhiều hướng, rất giống với hình dạng vật gì bị vỡ ra thành nhiều phần.

[3] Nguyên tác dùng “壓油 - áp du”, nói đủ là áp du luân tội (壓油輪罪), nghĩa là tội của người làm nghề dùng bánh xe ép dầu. Khi ép dầu từ hạt mè, trước tiên phải gom ủ lại, làm sinh ra rất nhiều loài trùng nhỏ. Sau đó, khi cho vào bánh xe ép dầu thì tất cả đều phải chết. Vì mỗi ngày đều làm như vậy nên số sinh mạng bị giết hại nhiều không thể tính đếm, dẫn đến nghiệp quả rất nặng nề.

Tội cân lường gian dối,
Tội Điều-đạt phá tăng.
Xúc phạm đến pháp sư,
Chịu tội giống như vậy."[1]

Các nữ la-sát nói kệ rồi liền thưa với Phật: "Bạch Thế Tôn! Chúng con cũng sẽ tự thân mình ủng hộ người thọ trì, tụng đọc, tu hành theo kinh này, khiến cho được an ổn, lìa xa những sự suy kém, hoạn nạn, tiêu trừ các loại thuốc độc."

Đức Phật bảo các nữ la-sát: "Lành thay, lành thay! Các cô chỉ thường ủng hộ người thọ trì tên kinh Pháp Hoa cũng đã được phước đức không thể suy lường, huống chi là ủng hộ người thực hiện đầy đủ việc thọ trì, cúng dường quyển kinh với hoa, hương, chuỗi ngọc, hương bột, hương thoa, hương đốt, phướn lọng, kỹ nhạc; thắp đủ các loại đèn như đèn bơ, đèn dầu, đèn dầu thơm, các loại đèn dầu hương hoa như hoa tô-ma-na, hoa chiêm-bặc, hoa bà-sư-ca, hoa ưu-bát-la... trăm ngàn cách cúng dường khác nhau như vậy.

"Này Cao-đế! Cô và quyến thuộc nên ủng hộ vị pháp sư như vậy."

Khi Phật thuyết phẩm Đà-la-ni này, có sáu mươi tám ngàn người đạt được pháp nhẫn vô sinh.

[1] Đoạn kệ này so sánh việc phạm tội nhiễu hại người trì kinh Pháp Hoa cũng giống như các tội kể trên, đều phải chịu quả báo nặng nề.

27. Phẩm Hạnh nguyện thuở xưa của vua Diệu Trang Nghiêm

Lúc bấy giờ, đức Phật bảo đại chúng: "Vào đời quá khứ, cách nay vô lượng vô biên không thể nghĩ bàn a-tăng-kỳ kiếp, có Phật hiệu là Vân Lôi Âm Tú Vương Hoa Trí Như Lai, Ứng Cúng, Chánh Biến Tri... cõi nước tên là Quang Minh Trang Nghiêm, kiếp tên là Hý Kiến. Trong phạm vi giáo hóa của Phật có vị vua[1] tên là Diệu Trang Nghiêm, hoàng hậu là Tịnh Đức, hai người con trai là Tịnh Tạng và Tịnh Nhãn.

"Hai người con trai này có sức thần thông lớn, có phước đức, trí tuệ, từ lâu đã theo con đường tu tập hạnh của hàng Bồ Tát như các pháp ba-la-mật: bố thí, trì giới, nhẫn nhục, tinh tấn, thiền định, trí tuệ, phương tiện, bốn tâm vô lượng từ, bi, hỷ, xả, cho đến ba mươi bảy phẩm trợ đạo, tất cả đều thông suốt sáng tỏ; lại đạt được các pháp tam-muội của Bồ Tát như tam-muội Tịnh, tam-muội Nhật tinh tú, Tịnh quang, Tịnh sắc, Tịnh chiếu minh, Trường trang nghiêm, Đại oai đức tạng... đối với các pháp tam-muội như vậy đều thấu đạt thông suốt.

"Bấy giờ, đức Phật muốn dẫn dắt vua Diệu Trang

[1] Nguyên tác Hán văn là "彼佛法中有王 - bỉ Phật pháp trung hữu vương", nhưng theo nội dung thì lúc đó nhà vua chưa biết đến Phật pháp nên phải hiểu là "trong phạm vi giáo hóa của Phật", bởi lúc đó ông vua này chưa vào trong Phật pháp.

Nghiêm cũng như thương xót nhớ nghĩ đến chúng sanh nên thuyết kinh Pháp Hoa này.

"Khi ấy, hai hoàng tử là Tịnh Tạng và Tịnh Nhãn cùng đi đến chỗ mẹ, chắp tay thưa rằng: 'Xin mẹ hãy đến chỗ đức Phật Vân Lôi Âm Tú Vương Hoa Trí, chúng con cũng theo hầu, gần gũi, cúng dường, lễ bái. Vì sao vậy? Vị Phật này ở giữa hết thảy trời người mà thuyết giảng kinh Pháp Hoa, nên đến nghe và thọ nhận.'

"Người mẹ bảo các con: 'Cha con tin theo ngoại đạo, bám chấp sâu nơi pháp bà-la-môn, các con nên đến thưa cha xin người cùng đi.'

"Tịnh Tạng và Tịnh Nhãn cùng chắp tay thưa mẹ: 'Chúng con là đệ tử đấng Pháp vương, lại sinh vào nhà tà kiến.'[1]

"Người mẹ nói: 'Các con nên nghĩ đến cha, hãy vì cha hiện các phép thần thông biến hóa; nếu nhìn thấy rồi tâm được thanh tịnh, biết đâu cha sẽ thuận theo các con cùng đến chỗ Phật.'

"Liền đó hai vị vương tử vì nghĩ thương đến cha liền nhảy vọt lên không trung, cao bảy cây đa-la, hiện đủ mọi phép thần thông biến hóa, ở giữa không trung đi đứng nằm ngồi, phía trên thân vọt ra nước, dưới thân

[1] Kinh Chánh Pháp Hoa và bản Anh dịch của H. Kern diễn đạt đoạn này tương đồng nhau và có phần hơi khác hơn so với bản dịch này. Theo đó, hai vị vương tử đến xin phép mẹ để đi gặp Phật, người mẹ bảo phải xin phép cha và sợ rằng ông tin theo ngoại đạo nên sẽ không cho phép. Hai vương tử biện hộ: "Chúng con tuy sinh vào nhà tà kiến nhưng thật là đệ tử đấng Pháp vương." H. Kern: "Though born in a family that adheres to a false doctrine, we feel as sons to the king of the law." - Kinh Chánh Pháp Hoa: "我等薄相所生邪見無義之家，又我等身本是法王子 - Ngã đẳng bạc tướng sở sinh tà kiến vô nghĩa chi gia, hựu ngã đẳng thân bản thị Pháp vương tử." (ĐCT, T9, 263, tr.131a, d.25-26)

tuôn ra lửa; hoặc trên thân tuôn lửa, dưới thân vọt nước; hoặc hiện thân to lớn choán đầy hư không, rồi hiện nhỏ lại; từ nhỏ lại hiện lớn; ở giữa không trung biến mất, hốt nhiên lại hiện ra trên mặt đất; đi vào lòng đất như lặn xuống nước, đi trên mặt nước như đi trên đất...[1] Hiện đủ mọi phép thần thông biến hóa, khiến tâm vua cha trở nên thanh tịnh, tin hiểu.

"Khi ấy, vua cha nhìn thấy hai con có sức thần thông như vậy, trong lòng hết sức vui mừng, được việc chưa từng có, chắp tay hướng về hai con hỏi rằng: 'Ai là thầy của các con, các con là đệ tử của ai?'

"Hai vị vương tử đáp: 'Thưa phụ vương, đức Phật Vân Lôi Âm Tú Vương Hoa Trí, hiện nay đang ngồi trên pháp tòa dưới cội cây bồ-đề bằng bảy báu, ở giữa đại chúng hết thảy trời người trong thế gian mà rộng thuyết kinh Pháp Hoa, đó chính là thầy của chúng con; chúng con là đệ tử của Phật.'

"Đức vua bảo hai con: 'Nay ta cũng muốn gặp thầy các con, chúng ta có thể cùng đi đến đó.'

"Liền khi ấy, hai vị vương tử từ không trung hạ xuống, đến chỗ mẹ chắp tay thưa rằng: 'Nay cha con đã tin hiểu, phát tâm Vô thượng Chánh đẳng Chánh

---

[1] Dựa theo kinh văn ở đây, Chỉ quán phụ hành truyền hoằng quyết (止觀輔行傳弘決) quyển 10, phân chia thành 18 phép thần biến như sau: 1. Hông bên phải ra nước, 2. hông bên trái ra lửa, 3. hông bên trái ra nước, 4. hông bên phải ra lửa, 5. trên thân ra nước, 6. dưới thân ra lửa, 7. dưới thân ra nước, 8. trên thân ra lửa, 9. đi trên nước như đi trên đất, 10. đi trên đất như đi trên nước, 11. ẩn trong hư không rồi hiện ở trên đất, 12. ẩn trên đất lại hiện trong hư không, 13. đi giữa hư không, 14. đứng giữa hư không, 15. ngồi giữa hư không, 16. nằm giữa hư không, 17. hiện thân to lớn đầy ắp hư không, 18. hiện thân lớn trở thành nhỏ. (ĐCT, T46, 1912, tr.442a, d.29 – tr.442b, d.6)

giác. Chúng con vì cha đã làm Phật sự, xin mẹ cho phép chúng con xuất gia theo Phật tu tập đạo pháp.'

"Bấy giờ, hai vị vương tử muốn lặp lại ý nghĩa trên nên đọc kệ thưa với mẹ:

'Nguyện cho phép chúng con,
Xuất gia làm sa-môn,
Chư Phật rất khó gặp,
Chúng con theo Phật học.

Như gặp hoa ưu-đàm,
Gặp Phật khó như vậy,
Thoát nạn khổ cũng khó,
Nguyện cho con xuất gia.'

"Người mẹ liền nói: 'Mẹ cho phép các con xuất gia. Vì sao vậy? Vì rất khó được gặp Phật.'

"Liền đó, hai vị vương tử thưa với cha mẹ: 'Lành thay, thưa cha mẹ! Xin cùng đến chỗ đức Phật Vân Lôi Âm Tú Vương Hoa Trí, gần gũi cúng dường. Vì sao vậy? Vì rất khó được gặp Phật, cũng như hoa ưu-đàm-bát-la, lại cũng như con rùa chột mắt [ở giữa biển nổi lên] gặp được khúc cây có lỗ bộng trôi ngang qua.[1] Chúng ta nhờ phước đức sâu dày từ nhiều đời trước mà sinh ra được gặp Phật pháp, cha mẹ nên thuận theo ý chúng con, cho phép được xuất gia. Vì sao vậy? Chư Phật rất khó gặp, lại cũng rất khó có cơ hội gặp Phật.'

[1] Thí dụ này được sử dụng trong nhiều kinh luận khác, để nói về một điều rất khó xảy ra. Ví như có con rùa mù (hoặc chột mắt) dưới biển sâu, 100 năm mới nổi lên mặt biển một lần; lại có khúc cây khô có lỗ bộng, 100 năm mới trôi ngang qua chỗ con rùa mù một lần. Việc sinh ra đời được gặp Phật cũng khó khăn như con rùa nổi lên tình cờ gặp được khúc cây khô trôi ngang qua và chui được vào lỗ bộng.

"Khi ấy, trong hậu cung của vua Diệu Trang Nghiêm có tám mươi bốn ngàn người, tất cả đều có thể đủ sức thọ trì kinh Pháp Hoa này.

"Bồ Tát Tịnh Nhãn từ lâu đã thông đạt đối với pháp tam-muội Pháp Hoa.

"Bồ Tát Tịnh Tạng từ vô lượng trăm ngàn muôn ức kiếp đã thông đạt pháp tam-muội Ly chư ác thú, vì muốn giúp cho hết thảy chúng sanh đều được lìa xa các đường ác.

"Phu nhân của vua đã đạt được pháp tam-muội Chư Phật Tập, có thể biết được kho tàng giáo pháp sâu kín của chư Phật.

"Hai vị vương tử dùng sức phương tiện như vậy, khéo léo hóa độ vua cha, khiến cho khởi tâm tin hiểu, ưa thích Phật pháp.

"Liền đó, vua Diệu Trang Nghiêm dẫn theo quần thần, quyến thuộc; phu nhân Tịnh Đức dẫn theo các cung nữ trong hậu cung và quyến thuộc; hai vị vương tử dẫn theo bốn mươi hai ngàn người, tất cả cùng nhau đi đến chỗ đức Phật. Đến nơi, tất cả cùng cúi đầu áp mặt lễ kính dưới chân Phật, đi nhiễu quanh Phật ba vòng, rồi đứng sang một bên.

"Khi ấy, đức Phật vì vua mà thuyết pháp, tuần tự chỉ bày, dạy dỗ, khuyến khích lợi ích, khiến cho đạt được niềm vui chân thật.[1] Nhà vua hết sức hân hoan vui mừng.

"Lúc bấy giờ, vua Diệu Trang Nghiêm cùng phu

[1] Nguyên tác kinh văn dùng "示教利喜 - thị giáo lợi hỷ", là 4 giai đoạn tuần tự trong sự giáo hóa như đã giải thích ở trước.

nhân liền cởi chuỗi ngọc chân châu giá trị trăm ngàn lượng vàng, tung rải lên để cúng dường Phật. Chuỗi ngọc được tung lên giữa không trung liền hóa thành một tòa đài báu có bốn cột, bên trong đài có giường báu lớn, trải bằng trăm ngàn muôn tấm vải cõi trời, bên trên có đức Phật ngồi kết già, phóng hào quang sáng chói. Khi ấy, vua Diệu Trang Nghiêm tự nghĩ: 'Thân Phật thật hy hữu, đặc biệt lạ lùng đoan nghiêm, thành tựu hình sắc vi diệu bậc nhất.'

"Khi ấy, đức Phật Vân Lôi Âm Tú Vương Hoa Trí nói với bốn chúng: 'Mọi người nhìn thấy vua Diệu Trang Nghiêm đang chắp tay đứng trước ta đây chăng? Đức vua này sẽ làm tỳ-kheo trong giáo pháp của ta, tinh cần tu tập các pháp trợ đạo, rồi sẽ thành Phật hiệu là Sa-la Thụ Vương, ở cõi nước tên là Đại Quang, vào kiếp tên là Đại Cao Vương. Đức Phật Sa-la Thụ Vương có vô số chúng Bồ Tát cùng vô số Thanh văn. Cõi nước ấy bằng phẳng ngay ngắn... công đức như thế.'

"Khi ấy vua Diệu Trang Nghiêm liền đem việc nước giao cho người em, rồi cùng với phu nhân, hai vương tử và quyến thuộc xuất gia tu tập trong Phật pháp.

"Sau khi xuất gia, đức vua thường xuyên chuyên cần tinh tấn tu hành theo kinh Diệu Pháp Liên Hoa trong suốt tám mươi bốn ngàn năm. Trải qua thời gian đó rồi, đạt được pháp tam-muội Nhất thiết tịnh công đức trang nghiêm, liền bay lên không trung, cao bảy cây đa-la, rồi thưa với Phật: 'Bạch Thế Tôn! Hai người con của con, vì làm Phật sự nên đã dùng thần thông biến hóa, chuyển hóa tâm tà kiến của con, khiến con được trụ yên trong pháp Phật, được gặp đức Thế Tôn. Hai người con ấy là bậc thiện tri thức, vì muốn khơi dậy căn lành đời trước, muốn làm lợi ích cho con nên mới sinh vào gia đình con.'

"Khi ấy, đức Phật Vân Lôi Âm Tú Vương Hoa Trí bảo vua Diệu Trang Nghiêm: 'Đúng vậy, đúng vậy! Đúng như lời ông nói. Nếu có thiện nam, thiện nữ nào gieo trồng căn lành thì đời đời sẽ được gặp thiện tri thức. Thiện tri thức ấy có thể làm Phật sự, tuần tự chỉ bày, dạy dỗ, khuyến khích lợi ích, khiến cho đạt được niềm vui chân thật, giúp cho thể nhập Vô thượng Chánh đẳng Chánh giác.

"Này Đại vương! Nên biết rằng thiện tri thức là nhân duyên lớn lao, là vì giáo hóa dẫn dắt khiến cho được gặp Phật, phát tâm Vô thượng Chánh đẳng Chánh giác.

"Đại vương! Ông có nhìn thấy hai người con này chăng? Hai người này vốn đã từng cúng dường chư Phật nhiều như số cát của sáu mươi lăm trăm ngàn muôn ức na-do-tha sông Hằng, gần gũi cung kính, ở nơi chư Phật ấy thọ trì kinh Pháp Hoa, thương xót những chúng sanh tà kiến nên khiến cho trụ vào chánh kiến.'

"Lúc bấy giờ, vua Diệu Trang Nghiêm liền từ không trung hạ xuống rồi bạch Phật: 'Thế Tôn! Như Lai thật là hy hữu, do trí tuệ và công đức nên tướng nhục kế trên đỉnh đầu hào quang sáng tỏa; mắt đẹp dài rộng với màu xanh biếc; tướng bạch hào giữa hai chân mày sáng màu tươi mát;[1] răng đều khít bằng phẳng, thường trắng sáng; môi đỏ tươi như màu trái tần-bà...'[2]

"Khi ấy, vua Diệu Trang Nghiêm ngợi khen xưng tán vô số trăm ngàn muôn ức công đức của Phật như vậy, rồi ở trước đức Như Lai một lòng chắp tay bạch Phật: 'Thế Tôn! Thật chưa từng có! Chánh pháp của Như Lai thành tựu đầy đủ công đức vi diệu không thể nghĩ bàn, dạy bảo việc thiện, răn ngừa việc bất thiện[3] khiến cho được an ổn tốt đẹp. Kể từ hôm nay con sẽ không còn trở lại chạy theo các tâm hành,[4] không khởi sinh các tâm xấu ác như tà kiến, kiêu căng, ngạo mạn, sân hận.' Nhà vua nói như vậy rồi lễ Phật, lui ra."[5]

---

[1] Nguyên tác dùng "如珂月 - như kha nguyệt", kha chỉ sắc trắng của ngọc, nguyệt chỉ ánh trăng; kha nguyệt được dùng để chỉ màu trắng tươi mát.

[2] Tần-bà (H. 頻婆, S. bimbajā), tên một loại cây thân gỗ mọc cao, trái nhỏ, có màu đỏ tươi.

[3] Nguyên tác là "教誡所行 - giáo giới sở hành" (dạy bảo, răn ngừa mọi hành vi), ở đây hàm ý dạy cho biết những điều thiện nên làm và răn ngừa, ngăn cản những điều bất thiện không nên làm. Kinh Chánh Pháp Hoa diễn đạt dài hơn nhưng do đó cũng rõ nghĩa hơn: "敷演道義, 施設法禁令無罪釁，長塗之難皆得無患 - phu diễn đạo nghĩa, thi thiết pháp cấm linh vô tội hấn, trường đồ chi nan giai đắc vô hoạn" (giảng bày đạo nghĩa, thiết lập cấm giới khiến cho không phạm vào tội lỗi, nhờ đó mà trên đường dài khó khăn không gặp hoạn nạn). (ĐCT, T9, 263, tr.132b, d. 14-15)

[4] Nguyên tác là "不復自隨心行 - bất phục tự tùy tâm hành". Tâm hành chỉ cho những trạng thái thay đổi liên tục của tâm, thường là do ngoại cảnh chi phối, làm khởi sinh những cảm xúc buồn, vui, hờn giận, ưa thích, ghét bỏ... Câu này hàm ý sẽ không trở lại như trước đây, luôn hành xử theo các tâm hành sinh khởi, mà sẽ làm theo lời dạy của Phật về những việc nên làm và những việc không nên làm, như câu "giáo giới sở hành" vừa giải thích ở trước. Bản Anh ngữ của H. Kern diễn đạt ý này là "will no more be slaves to our own mind" (...sẽ không còn làm nô lệ cho tâm ý của chính mình nữa).

[5] Trong bản tiếng Anh dịch từ Phạn ngữ của H. Kern thì đoạn nói về việc vua Diệu Trang Nghiêm tung chuỗi ngọc lên không trung được đưa vào vị trí này, nghĩa là sau khi nhà vua đã có sự tu tập thành tựu, không phải vào lúc mới lần đầu tiên gặp Phật.

Đức Phật Thích-ca Mâu-ni bảo đại chúng: "Các ông nghĩ sao? Vua Diệu Trang Nghiêm nào phải ai xa lạ, nay chính là Bồ Tát Hoa Đức. Phu nhân Tịnh Đức của vua, nay chính là Bồ Tát Quang Chiếu Trang Nghiêm Tướng đang ở trước Phật, thuở xưa vì thương xót vua Diệu Trang Nghiêm và quyến thuộc nên sinh ra ở đó. Còn hai vị vương tử, nay chính là Bồ Tát Dược Vương và Bồ Tát Dược Thượng.

"Hai vị Bồ Tát Dược Vương và Dược Thượng này đã thành tựu những công đức lớn lao như vậy, từng ở nơi vô số trăm ngàn muôn ức các đức Phật mà trồng sâu các gốc công đức, thành tựu những công đức hiền thiện không thể nghĩ bàn. Nếu có người biết đến danh hiệu của hai vị Bồ Tát này thì hết thảy chư thiên cùng nhân dân trong thế gian cũng nên lễ bái người ấy."[1]

Khi Phật thuyết phẩm Hạnh nguyện thuở xưa của vua Diệu Trang Nghiêm, có tám mươi bốn ngàn người xa lìa phiền não cấu nhiễm, ở trong các pháp được pháp nhãn thanh tịnh.[2]

---

[1] Bản Anh ngữ của H. Kern diễn đạt tương tự: "Those that shall cherish the name of these two good men shall all become worthy of receiving homage from the world, including the gods." (Những ai trân quý danh hiệu của hai vị Bồ Tát này thì cũng xứng đáng nhận được sự lễ bái của thế gian, kể cả chư thiên.)

[2] Nguyên tác dùng "遠塵離垢 - viễn trần ly cấu", tương đương với "viễn ly trần cấu" (遠離塵垢). Trần cấu chỉ chung tất cả phiền não, nói cụ thể ở đây là chỉ 88 phiền não (八十八使 - bát thập bát sử) hay 88 kiến hoặc (見惑), tức là những phiền não khởi sinh do thấy biết sai lầm. Vì thế, cách diễn đạt "viễn trần ly cấu, đắc pháp nhãn tịnh" (遠塵離垢，得法眼淨) thường được dùng để chỉ giai đoạn chứng đắc sơ quả Tu-đà-hoàn trong 4 thánh quả Tiểu thừa, vì hành giả đã đoạn trừ phiền não kiến hoặc nên đạt được pháp nhãn thanh tịnh.

28. Phẩm Bồ Tát Phổ Hiền khuyến khích phát tâm

Lúc bấy giờ, Bồ Tát Phổ Hiền[1] dùng sức thần thông tự tại với oai đức danh tiếng,[2] cùng các vị Bồ Tát nhiều vô lượng vô biên không thể tính đếm,[3] từ phương đông hiện đến. Các cõi nước đi qua đều chấn động, trời mưa xuống hoa sen báu, vang lên vô số trăm ngàn muôn ức đủ loại âm nhạc. Lại có vô số chư thiên, rồng, dạ-xoa, càn-thát-bà, a-tu-la, ca-lâu-la, khẩn-na-la, ma-hầu-la-già, loài người, loài phi nhân, đại chúng vây quanh, mỗi vị đều hiện sức thần thông oai đức, cùng đến núi Kỳ-xà-quật nơi thế giới Ta-bà, cúi đầu áp mặt đảnh lễ đức Phật Thích-ca Mâu-ni, đi nhiễu quanh bên phải bảy vòng rồi thưa với Phật: "Bạch Thế Tôn! Con ở cõi nước của đức Phật Bảo Oai Đức Thượng Vương, xa nghe ở thế giới Ta-bà này có thuyết kinh Pháp Hoa nên cùng với vô lượng vô biên trăm ngàn muôn ức chúng Bồ Tát đến đây để nghe và thọ nhận. Kính nguyện đức Thế Tôn vì chúng con mà thuyết dạy. Lại sau khi Như Lai đã diệt độ

---

[1] Bồ Tát Phổ Hiền (H. 普賢菩薩, S. Samantabhadra).

[2] Nguyên tác dùng "威德名聞 - oai đức danh văn" có phần khó hiểu khi đưa vào ngữ cảnh này. Kinh Chánh Pháp Hoa và bản dịch Anh ngữ của H. Kern đều không có ý nghĩa tương đương.

[3] Nguyên tác dùng "不可稱數 - bất khả xưng số" (không thể dùng số đếm để nói lên), bản Anh ngữ dịch là "surpassing all calculation" (vượt khỏi mọi sự tính toán), đều để diễn đạt một số nhiều đến mức không thể tính đếm.

rồi, các thiện nam hoặc thiện nữ[1] làm thế nào để được kinh Pháp Hoa này?'"

Đức Phật bảo Bồ Tát Phổ Hiền: "Sau khi Như Lai diệt độ rồi, nếu thiện nam hoặc thiện nữ nào thành tựu bốn pháp thì sẽ được kinh Pháp Hoa này. Thứ nhất là được chư Phật hộ niệm; thứ hai là gieo trồng các gốc công đức; thứ ba là nhập vào chánh định; thứ tư là phát tâm cứu độ tất cả chúng sanh. Sau khi Như Lai diệt độ rồi, thiện nam hoặc thiện nữ nào thành tựu bốn pháp như vậy, chắc chắn sẽ được kinh này."

Khi ấy, Bồ Tát Phổ Hiền thưa với Phật: "Bạch Thế Tôn! Sau năm trăm năm nữa, vào đời xấu ác, như có người thọ trì kinh điển này, con sẽ bảo vệ, giúp đỡ, trừ bỏ những điều suy kém, hoạn nạn để người ấy được an ổn, khiến cho không ai có thể dễ dàng rình rập ám hại, cho dù đó là ma, con trai, con gái của ma, hoặc dân ma, hoặc kẻ bị ma ám, hoặc dạ-xoa, la-sát, cưu-bàn-trà, tỳ-xá-xà, cát-già, phú-đan-na, vi-đà-la[2]... những loài quỷ hại người đều không thể dễ dàng gây hại.

"Trong khi người ấy đi, đứng, tụng đọc kinh này, con sẽ cưỡi voi chúa trắng sáu ngà cùng với chúng Đại Bồ Tát hiện đến nơi ấy rồi tự hiện thân để cúng dường, bảo vệ, giúp đỡ, trấn an khích lệ người ấy, cũng để cúng dường kinh Pháp Hoa.

"Trong khi người ấy ngồi yên suy ngẫm kinh này,

[1] Kinh Chánh Pháp Hoa và bản dịch Anh ngữ của H. Kern đều chỉ đề cập đến người nữ, không nói đủ cả nam và nữ; cho đến phần trả lời của đức Phật cũng vậy. Điều này có vẻ không hợp lý.

[2] Vi-đà-la (H. 韋陀羅, S. vetāla), Hán dịch là khởi thi quỷ (起屍鬼), tức loài quỷ có chú thuật làm cho xác chết đứng dậy để sai khiến.

con cũng sẽ cưỡi voi chúa trắng sáu ngà hiện ra trước mặt, nếu người ấy có quên mất một câu kinh, một bài kệ trong kinh Pháp Hoa này, con sẽ dạy cho, rồi cùng họ tụng đọc, khiến cho lại thông suốt.

"Khi ấy người thọ trì, tụng đọc kinh Pháp Hoa, được thấy thân con, hết sức vui mừng, lại càng thêm tinh tấn. Nhờ gặp con rồi nên liền đạt được các pháp tam-muội cùng đà-la-ni có tên là Toàn đà-la-ni, Bá thiên vạn ức toàn đà-la-ni, Pháp âm phương tiện đà-la-ni,[1] đạt được những pháp đà-la-ni như vậy.

"Bạch Thế Tôn! Đời sau này, sau năm trăm năm,[2] trong đời xấu ác nếu trong hàng tỳ-kheo, tỳ-kheo-ni, ưu-bà-tắc, ưu-bà-di có người nào tìm cầu, hoặc thọ trì, hoặc tụng đọc, hoặc sao chép, rồi muốn tu tập theo kinh Pháp Hoa này, thì nên một lòng tinh tấn trong suốt hai mươi mốt ngày. Sau hai mươi mốt ngày rồi, con sẽ cưỡi voi chúa trắng sáu ngà cùng với vô số Bồ Tát vây quanh, hiện ra trước mặt người ấy với thân hình mà

---

[1] Ba pháp đà-la-ni này được tông Thiên thai xem như tương ứng với 3 pháp quán Không, Giả, Trung. Thứ nhất là Toàn đà-la-ni (旋陀羅尼). Toàn nghĩa là xoay chuyển, đạt được đà-la-ni này là xoay chuyển giả tướng sai biệt, thể nhập vào lý Không bình đẳng, tương đương với quán Không. Thứ hai là Bá thiên vạn ức đà-la-ni (百千萬億旋陀羅尼). Hành giả xoay chuyển cái Không bình đẳng mà thể nhập giả tướng của trăm nghìn muôn ức pháp sai biệt, tương đương với quán Giả, tức từ không vào giả. Thứ ba là Pháp âm phương tiện đà-la-ni (法音方便陀羅尼). Hành giả vận dụng Không và Giả làm phương tiện thể nhập Trung đạo tuyệt đối, tương đương với quán Trung, tức Trung đạo đệ nhất nghĩa đế.

[2] Nguyên tác dùng "後世後五百歲 - hậu thế hậu ngũ bá tuế" (đời sau này, sau năm trăm năm), vẫn là chỉ năm trăm năm sau khi Phật diệt độ. Kinh Chánh Pháp hoa diễn đạt chỗ này là "最後餘殘末俗五濁之世 - tối hậu dư tàn mạt tục ngũ trược chi thế", tức là chỉ giai đoạn cuối cùng của đời ngũ trược sau khi Phật nhập diệt. Bản Anh dịch của H. Kern diễn đạt là "in the second half of the millennium" (nửa sau của thiên niên kỷ), cũng tức là 500 năm sau. Những con số này chỉ mang ý nghĩa tượng trưng để chỉ đến giai đoạn chánh pháp suy tàn về sau.

hết thảy chúng sanh đều ưa thích muốn nhìn, vì người ấy thuyết pháp, tuần tự chỉ bày, dạy dỗ, khuyến khích lợi ích, khiến cho đạt được niềm vui chân thật, lại cũng trao cho người ấy chú đà-la-ni.

"Có được chú đà-la-ni này thì không loài phi nhân nào có thể phá hoại, cũng không bị nữ sắc làm cho mê hoặc tán loạn. Đích thân con cũng sẽ thường bảo vệ người ấy. Nguyện đức Thế Tôn nghe con nói ra chú đà-la-ni này."

Liền đó, Bồ Tát Phổ Hiền ở trước Phật nói ra thần chú:

"A đàn địa, đàn đà bà địa, đàn đà bà đế, đàn đà cưu xá lệ, đàn đà tu đà lệ, tu đà lệ, tu đà la bà để, Phật đà ba chiên nễ, tát bà đà la ni a bà đa ni, tát bà bà sa a bà đa ni, tu a bà đa ni, tăng già bà lý xoa ni, tăng già niết dà đà ni, a tăng kỳ, tăng già ba già địa, đế lệ a nọa tăng già đâu lược a la đế bà la đế, tát bà tăng già tam ma địa già lan địa, tát bà đạt ma tu ba lợi sát đế, tát bà tát đỏa lâu đà kiêu xá lược a nâu già địa, tân a tỳ cát lợi địa đế."

"Bạch Thế Tôn! Nếu có Bồ Tát nào được nghe đà-la-ni này, nên biết đó là sức thần thông của Bồ Tát Phổ Hiền; nếu kinh Pháp Hoa lưu hành trong cõi Diêm-phù-đề, có người thọ trì thì nên nghĩ rằng: 'Đều là do sức oai thần của Bồ Tát Phổ Hiền.'

"Nếu có người thọ trì, tụng đọc, chân chánh nghĩ nhớ, hiểu rõ nghĩa lý, y theo kinh tu hành, nên biết là người ấy đang thực hành hạnh Phổ Hiền, ở nơi vô lượng vô biên chư Phật trồng sâu căn lành, được các đức Như Lai đưa tay xoa đầu khích lệ.

"Nếu người nào chỉ sao chép kinh này, sau khi mạng chung sẽ sinh về cõi trời Đao-lợi, có tám mươi bốn ngàn thiên nữ tấu nhạc nghênh đón, đội mũ bảy báu, ở giữa các thiên nữ hầu hạ vui chơi thích thú, huống chi những người thọ trì, tụng đọc, chân chánh nghĩ nhớ, hiểu rõ nghĩa lý, y theo kinh tu hành.

"Nếu người nào thọ trì, tụng đọc, hiểu rõ nghĩa kinh, thì khi mạng chung được ngàn đức Phật đưa tay nâng đỡ, khiến cho không bị hoảng sợ, không đọa vào các đường ác, liền được vãng sinh đến chỗ của Bồ Tát Di-lặc ở cõi trời Đâu-suất. Bồ Tát Di-lặc có ba mươi hai tướng tốt,[1] có chúng Đại Bồ Tát cùng nhau vây quanh, có trăm nghìn muôn ức thiên nữ làm quyến

[1] Nguyên tác Hán văn là: "即往兜率天上彌勒菩薩所。彌勒菩薩有三十二相大菩薩眾所共圍繞 - ...tức vãng Đâu-suất thiện thượng Di-lặc Bồ Tát sở. Di-lặc Bồ Tát hữu tam thập nhị tướng, Đại Bồ Tát sở cộng vi nhiễu..." Như vậy là nói "Bồ Tát Di-lặc có 32 tướng tốt". Theo kinh Chánh Pháp Hoa và bản Anh dịch của H. Kern thì đều nói là tự thân người này khi sinh về cõi trời Đâu-suất sẽ có đủ 32 tướng tốt. Kinh Chánh Pháp Hoa: "生兜術天, 在彌勒佛所成菩薩身, 三十二相莊嚴其體 - sinh Đâu-thuật thiên, tại Di-lặc Phật sở, thành Bồ Tát thân, tam thập nhị tướng trang nghiêm kỳ thể" (... sinh về cõi trời Đâu-suất, chỗ đức Phật Di-lặc, thành tựu thân Bồ Tát có 32 tướng trang nghiêm thân thể) (ĐCT, T9, 263, tr.133c, d.3-4) Bản Anh dịch của H. Kern: "after disappearing from this world he shall enter the company of the Tushita-gods, where the Bodhisattva Mahâsattva Maitreya is residing, and where, marked by the thirty-two sublime characteristics..." (sau khi rời khỏi thế giới này người ấy sẽ sinh về cõi trời Đâu-suất, nơi Bồ Tát Di-lặc đang cư trú, và ở nơi đó, nổi bật với 32 tướng tốt...) Theo ngữ cảnh kinh văn thì có vẻ như ý nghĩa này thích hợp hơn, vì đang nói về công đức của người thọ trì kinh Pháp Hoa, việc xen vào nói 32 tướng tốt của Bồ Tát Di-lặc dường như không phù hợp. Và do vậy, câu tiếp theo nói có "trăm ngàn muôn ức thiên nữ làm quyến thuộc" cũng không thích hợp khi dùng mô tả Bồ Tát Di-lặc. Nếu như đây là sự nhầm lẫn thì có thể do 4 chữ "彌勒菩薩 - Bồ Tát Di-lặc" lần thứ hai là bị thừa, dẫn đến đổi nghĩa toàn đoạn kinh.

thuộc, được sinh về đó có những công đức lợi ích như vậy.

"Cho nên, những người có trí nên một lòng tự mình sao chép, hoặc bảo người khác sao chép, thọ trì, tụng đọc, chân chánh nghĩ nhớ, y theo kinh này tu hành.

"Bạch Thế Tôn! Nay con dùng sức thần thông để giữ gìn, bảo vệ kinh này, sau khi Như Lai đã diệt độ, ở trong cõi Diêm-phù-đề lưu hành rộng khắp, không để dứt mất."

"Lúc bấy giờ, đức Phật Thích-ca Mâu-ni khen ngợi: "Lành thay, lành thay, Phổ Hiền! Ông có thể giúp sức giữ gìn kinh này, khiến cho nhiều chúng sanh được an vui lợi ích. Ông đã thành tựu công đức không thể nghĩ bàn, lòng từ bi sâu xa rộng lớn, từ xưa đến nay đã phát tâm Vô thượng Chánh đẳng Chánh giác mới có thể phát nguyện thần thông như vậy, giữ gìn bảo vệ kinh này. Nay ta sẽ dùng sức thần thông để bảo vệ và giúp đỡ những người thường thọ trì danh hiệu Bồ Tát Phổ Hiền.

"Này Phổ Hiền! Nếu ai thọ trì, tụng đọc, chân chánh nghĩ nhớ, tu tập, sao chép kinh Pháp Hoa này, nên biết là người ấy gặp Phật Thích-ca Mâu-ni, như được nghe kinh điển này từ miệng Phật nói ra; nên biết là người ấy cúng dường Phật Thích-ca Mâu-ni; nên biết là người ấy được Phật khen ngợi: 'Lành thay'; nên biết là người ấy được Phật Thích-ca Mâu-ni đưa tay xoa đầu; nên biết là người ấy được Phật Thích-ca Mâu-ni dùng y của Phật che chở cho.

"Người như vậy không còn tham muốn bám chấp niềm vui thế tục, không ưa thích kinh sách hoặc kẻ sao chép kinh sách ngoại đạo,[1] cũng không thích gần gũi những kẻ ấy cùng những kẻ xấu ác, như người giết mổ gia súc, người nuôi gia súc như heo, dê, gà, chó... hoặc người săn bắt thú, người môi giới và mua bán nhan sắc phụ nữ...[2]

"Người như vậy tâm ý chân chất thẳng thắn, có sự nghĩ nhớ chân chánh, có sức phúc đức.

"Người như vậy không có phiền não do ba độc tham, sân, si; không có phiền não vì tật đố, ngã mạn, tà mạn,[3] tăng thượng mạn.[4]

"Người như vậy ít ham muốn, biết đủ, thường tu tập các hạnh Phổ Hiền.[5]

"Này Phổ Hiền! Năm trăm năm sau khi Như Lai diệt độ, nếu ai nhìn thấy người khác thọ trì, tụng đọc

[1] Nguyên tác dùng "手筆 - thủ bút" để chỉ việc dùng tay sao chép, ở đây là sao chép kinh sách ngoại đạo. Do đó câu tiếp theo dùng "其人 - kỳ nhân" là để chỉ người làm công việc sao chép này.

[2] Nguyên tác dùng "衒賣女色 - huyễn mại nữ sắc". Chữ "huyễn" nghĩa là khoe khoang, phô bày... ở đây chỉ việc phô bày nhan sắc phụ nữ để dùng như một món hàng rao bán, trục lợi; ngày nay chính là nghề môi giới mại dâm.

[3] Tà mạn (H. 邪慢, S. mithyā-māna): trở nên kiêu căng ngạo mạn vì tự nghĩ mình là người có đức độ cao, trong khi thực sự không có, do hiểu biết tà vạy nên nhận thức sai lầm như vậy. Người tà mạn làm những việc xấu ác, sai trái nhưng tưởng rằng đó là việc cao quý nên sinh tâm kiêu mạn.

[4] Tăng thượng mạn (H. 增上慢, S. abhi-māna): tự cao, ngạo mạn vì tự cho rằng mình đã chứng thánh quả, có thành tựu tu tập, nhưng sự thật không đúng như vậy.

[5] Các hạnh Phổ Hiền: có 10 hạnh được nói trong kinh Hoa nghiêm (大方廣佛華嚴經 - Đại phương quảng Phật Hoa nghiêm kinh), quyển 40, bao gồm: 1. Lễ kính chư Phật; 2. Xưng tán Như lai; 3. Quảng tu cúng dường; 4. Sám hối nghiệp chướng; 5. Tùy hỉ công đức; 6. Thỉnh Phật chuyển pháp luân; 7. Thỉnh Phật trụ thế; 8. Thường tùy Phật học; 9. Hằng thuận chúng sinh; 10. Phổ giai hồi hướng. (ĐCT, T10, 293, tr.844b, d.24-28)

kinh Pháp Hoa thì nên tự nghĩ rằng: 'Người này không bao lâu sẽ đến Đạo trường, phá trừ chúng ma, thành tựu Vô thượng Chánh đẳng Chánh giác, chuyển bánh xe Pháp, đánh trống Pháp, đổ cơn mưa Pháp; sẽ ngồi trên Pháp tòa sư tử ở giữa đại chúng trời, người.'

"Phổ Hiền! Nếu người đời sau thọ trì, tụng đọc kinh Pháp Hoa này, người ấy sẽ không còn tham muốn, bám chấp nơi y phục, tòa ngồi, thức ăn uống; những vật dụng cần thiết cho đời sống, chỗ mong cầu đều không thiếu thốn, ngay trong đời này cũng được phước báo [của việc thọ trì kinh này].

"Nếu có kẻ khinh chê [người thọ trì kinh này], nói rằng: 'Ông thật điên rồ, uổng công làm việc như vậy, rốt lại chẳng được gì.' Người như vậy phải chịu tội báo, đời đời không có mắt.

"Nếu có người cúng dường, ngợi khen xưng tán [người thọ trì kinh này], ngay trong đời này sẽ được phước báo.

"Nếu có kẻ thấy người thọ trì kinh này mà nói ra những chỗ lỗi lầm sai trái của người ấy, dù đúng thật hoặc không đúng thật, thì trong đời này sẽ mắc bệnh bạch lại.[1] Nếu có người cười nhạo, đời đời sẽ bị răng thưa, răng sứt mẻ, môi xấu, mũi tẹt, chân tay cong vẹo, mắt lé, thân thể hôi hám, ung nhọt, ghẻ chốc chảy ra máu mủ, bụng trướng, khó thở, đủ các thứ bệnh nghiêm trọng.

---

[1] Bệnh bạch lại (H. 白癩病, E. vitiligo): bệnh ngoài da do rối loạn sắc tố da, dẫn đến tạo ra nhiều vùng da có màu trắng bệch, cũng thường gọi là bạch biến hay lang ben.

"Do vậy, này Phổ Hiền! Nếu thấy người thọ trì kinh điển này, nên đứng dậy nghênh đón từ xa, như cung kính Phật."

Khi Phật thuyết phẩm Bồ Tát Phổ Hiền khuyến khích phát tâm này, có vô lượng vô biên Bồ Tát nhiều như cát sông Hằng đạt được Bá thiên vạn ức toàn đà-la-ni;[1] các Bồ Tát nhiều như số hạt bụi nhỏ trong thế giới đại thiên được trọn đủ đạo Phổ Hiền.

Đức Phật thuyết xong kinh này, các vị Bồ Tát như Bồ Tát Phổ Hiền..., các vị Thanh văn như Xá-lợi-phất... cùng chư thiên, rồng, người và phi nhân, hết thảy trong đại hội đều hết sức vui mừng, thọ trì lời Phật dạy, cùng đảnh lễ lui ra.

[1] Đây là pháp đà-la-ni thứ hai vừa nói ở đầu phẩm này.

CHỈ MỤC TỪ NGỮ
(Index)

KINH DIỆU PHÁP LIÊN HOA

NGUYỄN MINH TIẾN
Việt dịch và chú giải

United Buddhist Publisher

Nhà xuất bản Liên Phật Hội

California, Hoa Kỳ

Xuất bản lần thứ nhất: Tháng 8/2025

www.ingramcontent.com/pod-product-compliance
Lightning Source LLC
LaVergne TN
LVHW060312051026
849517LV00004B/1086
* 9 7 9 8 2 9 5 4 7 0 3 6 3 *